ഒക്ടോബറിലെ കൊടുങ്കാറ്റും അതിനുശേഷവും

കഥകളും അനുസ്മരണങ്ങളും

INSIGHT PUBLICA®

Nadakkavu, Kozhikode, Kerala, 673011
www.insightpublica.com
e-mail: insightpublica@gmail.com
Title: **Octoberile Kodumkattum Athinu Seshavum**
(Malayalam)
Translation: **Gopalakrishnan**
First Insight Edition: May 2025
Printed and Published by
InsightinPublica Printers & Publishers Pvt. Ltd.
ISBN:- 978-93-5517-484-0

₹320/-

ഒക്ടോബറിലെ കൊടുങ്കാറ്റും അതിനുശേഷവും

കഥകളും അനുസ്മരണങ്ങളും

INSIGHT PUBLICA®

ഉള്ളടക്കം

അനത്തോലിയ് ലൂനച്ചാർസ്കിയ്

അനത്തോലിയ് ലൂനച്ചാർസ്കിയ്(1875-1933) 1892-ൽ, പതിനേഴാമത്തെ വയസ്സിൽ, സോഷ്യൻഡെമോക്രാറ്റിക് സംഘടനയിൽ ചേർന്നു. പിന്നീടദ്ദേഹം ലെനിന്റെ മാർഗ്ഗനിർദ്ദേശമനുസരിച്ച് 'വ്പെര്യോദ്,' 'പ്രൊലെത്താരിയ്'' എന്നീ ബോൾഷെവിക് പത്രങ്ങളിൽ ലേഖനങ്ങളെഴുതി. ഒക്ടോബർ വിപ്ലവത്തെത്തുടർന്ന് വളരെക്കാലം അദ്ദേഹം ആർ.എസ്സ്.എഫ്.എസ്സ്.ആറിലെ വിദ്യാഭ്യാസകാര്യങ്ങൾക്കായുള്ള ജനകീയകമ്മിസാറായിരുന്നു.

ഒരു ഉജ്ജ്വലനായ വാഗ്മിയും പത്രപ്രവർത്തകനും സാഹിത്യ പണ്ഡിതനുമായിരുന്ന ലൂനച്ചാർസ്കിയ് ഏതാനും നാടകങ്ങളുടേയും സോവിയറ്റ് സാഹിത്യത്തിലെ ഗഹനമായ ചില പഠനങ്ങളുടേയും കർത്താവാണ്. ലെനിന് അദ്ദേഹത്തെപ്പറ്റി വലിയ മതിപ്പായിരുന്നു.

സ്മോൽനിയ് കൊടുങ്കാറ്റിന്റെ രാത്രിയിൽ

സ്മോൽനിയ്* അടിമുടി ഉജ്ജ്വലമായി ശോഭിച്ചിരുന്നു. ഉദ്വേഗഭരിതരായ ജനക്കൂട്ടം അതിന്റെ നിരവധി ഇടനാഴികളിലൂടെ തിരക്കിട്ട് അങ്ങോട്ടുമിങ്ങോട്ടും നടക്കുന്നുണ്ട്. ഉത്സാഹത്തിമിർപ്പാണ് എവിടെയും കാണുന്നത്. എങ്കിലും മുകളിലത്തെ നിലയിൽ ഇടനാഴിയുടെ അറ്റത്തുള്ള ഏറ്റവും പിറകിലത്തെ മുറിയുടെ നേർക്കാണ് ഏറ്റവും തീവ്രമായ ജനപ്രവാഹം അടിച്ചുകയറിയത്. ആവേശഭരിതരായ ജനങ്ങളുടെ ഒരു വേലിയേറ്റം തന്നെയായിരുന്നു അത്. സൈനിക വിപ്ലവക്കമ്മിറ്റി സമ്മേളിച്ചിരുന്നതവിടെയാണ്. വിശദീകരണങ്ങൾക്കും നിർദ്ദേശങ്ങൾക്കുമായോ അല്ലെങ്കിൽ പലവിധ അഭ്യർത്ഥനകളും ആവലാതികളുമായോ വന്ന ആളുകളുടെ അവിശ്വസനീയമായ തിരക്കിനെ നേരിടാൻ പുറത്തെ മുറിയിലിരുന്ന സ്ത്രീകൾ തളർച്ച വകവയ്ക്കാതെ ധീരമായി പണിപ്പെട്ടു.

ഈ നീർച്ചുഴിയിലകപ്പെട്ടു കഴിഞ്ഞാൽ ഉദ്വേഗംകൊണ്ടു തുടുത്ത മുഖങ്ങളും ഏതെങ്കിലും കല്പനയോ നിർദ്ദേശമോ ലഭിക്കാൻ വേണ്ടി നീട്ടിയ കരങ്ങളും ചുറ്റും വലയം ചെയ്തിരിക്കുന്നതായി കാണാം.

നിർദ്ദേശങ്ങൾ നൽകലും നിയമനങ്ങൾ നടത്തലുമെല്ലാം അവിടെവച്ചുതന്നെ നടന്നു. അവയെല്ലാം തന്നെ അങ്ങേയറ്റം പ്രധാനപ്പെട്ടതായിരുന്നു താനും. ഒരിക്കലും ശബ്ദം നിലയ്ക്കാത്ത ടൈപ്പ്റൈറ്ററുകളടിച്ചുകൊണ്ടിരുന്നവർക്ക് അവ അതിവേഗം പറഞ്ഞുകൊടുക്കുന്നു,

ഏതെങ്കിലുമൊരു ഉദ്യോഗസ്ഥന്റെ കാൽമുട്ടിന്മേൽവച്ച് പെൻസിൽ കൊണ്ട് ഒപ്പിടുന്നു. ചുമതല ഏല്പിക്കപ്പെട്ടതിൽ സന്തുഷ്ടനായ ഒരു യുവസഖാവ് ഏതാനും മിനിട്ടുകൾക്കുള്ളിൽ അവയുമായി ഒരു വണ്ടിയിൽക്കയറി ഇരുട്ടിലൂടെ അതിവേഗത്തിൽ ഓടിച്ചുപോകുന്നു. ഏറ്റവും പിന്നിലത്തെ മുറിയിൽ ഏതാനും സഖാക്കൾ ഒരു മേശയ്ക്കരികിലിരുന്നുകൊണ്ട് എല്ലാ ഭാഗത്തേക്കും കലാപം നടത്തുന്ന നഗരങ്ങളിലേക്ക് നിരന്തരം കമ്പിസന്ദേശങ്ങളയച്ചുകൊണ്ടിരുന്നു. അയയ്ക്കാനുപയോഗിച്ച മാർഗ്ഗങ്ങളെപ്പോലെതന്നെ ആലക്തികമായ ഫലങ്ങളുളവാക്കുന്ന സന്ദേശങ്ങളായിരുന്നു അവ.

അവിടെവച്ചു ചെയ്ത പ്രവർത്തനത്തിന്റെ അത്ഭുതാവഹമായ വ്യാപ്തി ഞാനിന്നും ആശ്ചര്യത്തോടെ അനുസ്മരിക്കുന്നു. ഒരു വിപ്ലവകാരിയുടെ ഹൃദയത്തിൽ ശേഖരിച്ചുവച്ചിട്ടുള്ള കഴിവുകൾ എത്ര നിസ്സീമമാണെന്നും വിപ്ലവത്തിന്റെ ഗർജ്ജനം കേട്ടുണരുമ്പോൾ ആ ഹൃദയത്തിന് എന്തെല്ലാം നേടാനൊക്കുമെന്നും തെളിയിച്ച, മനുഷ്യവീര്യത്തിന്റെ പ്രകടനങ്ങളിലൊന്നായിട്ടാണ് ഒക്ടോബർ വിപ്ലവകാലത്തെ സൈനിക വിപ്ലവക്കമ്മിറ്റിയുടെ പ്രവർത്തനങ്ങളെ ഞാൻ പരിഗണിക്കുന്നത്.

സോവിയറ്റുകളുടെ രണ്ടാം കോൺഗ്രസ്സ് സ്മോൾനിയ് ഇൻസ്റ്റിറ്റ്യൂട്ടിന്റെ വൈറ്റ് ഹാളിൽ അന്നു വൈകിട്ട് സമ്മേളിച്ചു.

പ്രതിനിധികൾ ആഹ്ലാദപൂർവ്വമായ വിജയഭാവത്തിലായിരുന്നു. എവിടെയും വമ്പിച്ച ഉദ്വേഗം. എന്നാൽ, വിന്റർ പാലസിനു ചുറ്റും പോരാട്ടം നടക്കുകയായിരുന്നെങ്കിലും, ചിലപ്പോൾ അങ്ങേയറ്റം ഭീഷണമായ വാർത്തകൾ കിട്ടിക്കൊണ്ടിരുന്നെങ്കിലും, പരിഭ്രമത്തിന്റെ നേരിയ ഒരു ലാഞ്ഛനപോലുമില്ലായിരുന്നു.

പരിഭ്രമമില്ലായിരുന്നെന്നു ഞാൻ പറഞ്ഞത് ബോൾഷെവിക്കുകളേയും അവരുടെ ഭാഗത്തുണ്ടായിരുന്ന കോൺഗ്രസ്സിലെ ബഹുഭൂരിപക്ഷം പേരേയുമുദ്ദേശിച്ചാണ്. നേരേമറിച്ച് ദുഷ്ടബുദ്ധികളും ചിന്താക്കുഴപ്പം പിടിപെട്ടവരും സിരാബലമില്ലാത്തവരുമായ വലതു "സോഷ്യലിസ്റ്റുകാർ" ആകെ പരിഭ്രമത്തിലാണ്ടു.

അവസാനം യോഗം ആരംഭിച്ചപ്പോൾ കോൺഗ്രസ്സിലെ മനോഭാവമെന്താണെന്നു തികച്ചും വ്യക്തമായി. ബോൾഷെവിക്കുകളുടെ പ്രസംഗങ്ങൾ വമ്പിച്ച ഉത്സാഹത്തോടെ സ്വീകരിക്കപ്പെട്ടു. വിന്റർ പാലസിനു ചുറ്റും നടന്നുകൊണ്ടിരുന്ന പോരാട്ടത്തിന്റെ സത്യസ്ഥിതി പറയാൻ വന്ന ഊർജ്ജസ്വലരായ യുവനാവികരുടെ പ്രസംഗങ്ങൾ സദസ്സ് ആദരാതിശയങ്ങളോടെ ശ്രദ്ധിച്ചു.

സോവിയറ്റുകൾ ഒടുവിൽ വിന്റർ പാലസ് കൈവശപ്പെടുത്തി യെന്നും മുതലാളിമന്ത്രിമാരെ അറസ്റ്റുചെയ്തെന്നുമുള്ള, ദീർഘനേരം പ്രതീക്ഷിച്ചിരുന്ന വാർത്ത എത്ര അനസ്യൂതവും പ്രചണ്ഡവുമായ കരഘോഷത്തോടെയാണ് സ്വീകരിക്കപ്പെട്ടത്! അപ്പോഴേയ്ക്കും, അക്കാലത്ത് സൈനിക സംഘടനയിൽ ഒരു പ്രധാനപങ്ക് വഹിച്ചി രുന്ന ലെഫ്റ്റനന്റ് കുച്ചിൻ എന്ന മെൻഷെവിക്ക് പ്രസംഗപീഠത്തിൽ കയറി തന്റെ മുന്നണിയിൽനിന്ന് ഉടനടി പെട്രോഗ്രാഡിലേക്കു പട്ടാളക്കാരെ കൊണ്ടുവരുമെന്ന ഭീഷണിപ്പെടുത്തി. ഒന്നാംസേന, രണ്ടാംസേന, മൂന്നാംസേന തുടങ്ങി പന്ത്രണ്ടാംസേന വരെ (ഒരു പ്രത്യേകസേനയുൾപ്പെടെ) സോവിയറ്റധികാരത്തിനെതിരായി അംഗീകരിച്ചിട്ടുള്ള പ്രമേയങ്ങൾ അയാൾ വായിച്ചു. “ഇതുപോലു ള്ളൊരു സാഹസകൃത്യത്തിന്” മുതിർന്ന പെട്രോഗ്രാഡിന്റെ നേർക്കു ഭീഷണി മുഴക്കിക്കൊണ്ടാണ് അയാൾ പ്രസംഗം നിർത്തിയത്.

അയാളുടെ വാക്കുകൾ ആരേയും ഭയപ്പെടുത്തിയില്ല. കർഷകസമു ദ്രമാകെ ഞങ്ങൾക്കെതിരെ തിരിഞ്ഞ് ഞങ്ങളെ മുക്കിക്കൊല്ലുമെന്ന പ്രഖ്യാപനവും ആരെയും ഭയപ്പെടുത്തിയില്ല.

ലെനിൻ അദ്ദേഹത്തിന്റെ സഹജസ്വഭാവം മുഴുവൻ വെളിപ്പെടു ത്തി. അദ്ദേഹം സന്തോഷവാനായി അവിശ്രമം പണിയെടുത്തുകൊ ണ്ടിരുന്നു. നമുക്കിന്നറിയാവുന്നതുപോലെ നമ്മുടെ കാലഘട്ടത്തിന്റെ ചരിത്രത്തിലെ ഏറ്റവും പ്രസിദ്ധിയാർജ്ജിച്ച പേജുകളായിത്തീർന്ന, പുതിയ ഗവൺമെന്റിന്റെ ഡിക്രികൾ ദൂരെമാറി ഒരു കോണിലിരുന്നു കൊണ്ട് എഴുതുകയായിരുന്നു അദ്ദേഹം.

ഈ അപൂർണ്ണമായ ചുരുക്കം വരികളോടൊപ്പം ആദ്യത്തെ ജനകീ യകമ്മിസാർമാരുടെ കൗൺസിൽ രൂപീകരിച്ച വിധത്തെക്കുറിച്ചുള്ള എന്റെ ഓർമ്മകൾ കൂടി ഞാൻ ചേർക്കട്ടെ. സ്മോൽനിയിലെ ഒരു ചെറിയ മുറിയിൽ വച്ചാണത് നടന്നത്. കോട്ടുകളും തൊപ്പികളും വലി ച്ചെറിഞ്ഞ് കസേരകൾ മൂടപ്പെട്ടിരുന്നു. വേണ്ടത്ര വെളിച്ചം വീശാത്ത ഒരു മേശയ്ക്കു ചുറ്റും സകലരും കൂടി. പുനരുദ്ധരിക്കപ്പെട്ട റഷ്യയുടെ നേതാക്കളെ തിരഞ്ഞെടുക്കുകയായിരുന്നു ഞങ്ങൾ. ആളുകളെ തിര ഞ്ഞെടുത്തത് പലപ്പോഴും വേണ്ടത്ര ആലോചിച്ചിട്ടല്ലെന്ന് എനിക്കു തോന്നി. തിരഞ്ഞെടുക്കപ്പെട്ട പലരേയും എനിക്ക് അടുത്ത് അറി യാമായിരുന്നു. വിവിധ ചുമതലകൾ ഏറ്റെടുക്കാനുള്ള പരിശീലനം അവർക്കില്ലെന്നും മുമ്പിലുള്ള ഭീമമായ കടമകൾ നിറവേറ്റാൻ അവർ പ്രാപ്തരല്ലെന്നും ഞാൻ ഭയപ്പെട്ടു. ലെനിൻ നീരസഭാവത്തിൽ എന്റെ നേരെ കൈവീശിയെങ്കിലും അതേസമയം പുഞ്ചിരിക്കുകയും ചെയ്തു.

"തൽക്കാലത്തേക്കു മാത്രമാണിത്," അദ്ദേഹം പറഞ്ഞു. "പിന്നെ നമുക്കു നോക്കാം. ഉത്തരവാദപ്പെട്ട ആളുകളെ എല്ലാ സ്ഥാനങ്ങളിലും ആവശ്യമുണ്ട്. പറ്റുന്നില്ലെന്നു തെളിഞ്ഞാൽ നാം അവരെ മാറ്റും."

അദ്ദേഹം പറഞ്ഞത് എത്ര ശരിയായിരുന്നു! ചിലരെ മാറ്റിയെന്നതു ശരിയാണ്. മറ്റുള്ളവർ ആ സ്ഥാനങ്ങളിൽ തുടർന്നു. എത്രയോ പേർ അറച്ചറച്ചു തുടങ്ങിയെങ്കിലും പിന്നീട് തങ്ങളുടെ ചുമതലകൾ നിറവേറ്റാൻ തികച്ചും പ്രാപ്തരാണെന്നു തെളിയിച്ചു! തീർച്ചയായും. ചിലർ (വെറും കാഴ്ചക്കാരല്ലാതെ കലാപത്തിൽ പങ്കെടുത്തിരുന്നവരിൽ പോലും ചിലർ) വമ്പിച്ച സാദ്ധ്യതകളുടേയും തരണം ചെയ്യാൻ അസാദ്ധ്യമാണെന്നു തോന്നിയ വൈഷമ്യങ്ങളുടേയും മുമ്പിൽ പകച്ചു നിന്നു പോയി. അത്ഭുതാവഹമായ മനസ്സാന്നിദ്ധ്യത്തോടെ ലെനിൻ കടമകളെങ്ങിനെ നിറവേറ്റണമെന്നു പഠിച്ചു. പരിചയസമ്പന്നനായ ഒരു കപ്പിത്താൻ വലിയൊരു കപ്പലിന്റെ ചുക്കാൻ പിടിക്കുന്നതുപോലെയാണ് അദ്ദേഹം അവ കൈകാര്യം ചെയ്തത്.

വ്ലദീമിർ ബോഞ്ച്–ബ്രുയേവിച്ച്

വ്ലദീമിർ ബോഞ്ച്–ബ്രുയേവിച്ച്(1873-1955) കമ്മ്യൂണിസ്റ്റ് പാർട്ടിയുടെ ഏറ്റവും പഴക്കം ചെന്ന അംഗങ്ങളിലൊരാളും ഫെബ്രുവരി–ഒക്ടോബർ വിപ്ലവങ്ങളിലെ ഒരു സജീവപങ്കാളിയുമായിരുന്നു. അദ്ദേഹത്തിന് ലെനിനെ അടുത്തറിയാമായിരുന്നു. ലെനിനൊന്നിച്ച് അനേകവർഷം പ്രവർത്തിച്ചിട്ടുമുണ്ട്. ഒക്ടോബർ വിപ്ലവത്തിന്റെ ആദ്യദിവസങ്ങൾ തൊട്ട് 1920 വരെ അദ്ദേഹം ജനകീയകമ്മിസാർമാരുടെ കൗൺസിലിന്റെ എക്സിക്യൂട്ടിവ് സെക്രട്ടറിയായിരുന്നു. പിന്നീടദ്ദേഹം "ഷീസ്ൻ ഇ സ്നാനിയെ" (ജീവിതവും അറിവും) എന്ന സ്റ്റേറ്റ് പ്രസിദ്ധീകരണശാലയിലെ മുഖ്യപത്രാധിപരും സ്റ്റേറ്റ് സാഹിത്യമ്യൂസിയത്തിന്റെ സംഘാടകനും ഡയറക്ടറുമായി. റഷ്യയിലെ വിപ്ലവപ്രസ്ഥാനം, സാഹിത്യം, നരവംശശാസ്ത്രം എന്നീ വിഷയങ്ങളെക്കുറിച്ച് അദ്ദേഹം പല കൃതികളുമെഴുതിയിട്ടുണ്ട്.

ഭൂമിയെക്കുറിച്ചുള്ള ഡിക്രി വ്ലദീമിർ ഇലിയിച്ച് എഴുതിയതെങ്ങനെ

വിപ്ലവബോൾഷെവിക് ശക്തികൾ വിന്റർ പാലസ് കൈവശപ്പെടുത്തുകയും നമ്മുടെ സൈനികനേതാക്കളുടെ മന്ദഗതിയിൽ വളരെയേറെ വിഷമിച്ചിരുന്ന വ്ലദീമിർ ഇലിയിച്ച് അവസാനം സ്വതന്ത്രമായി ശ്വസിക്കുകയും ചെയ്തപ്പോൾ അദ്ദേഹം ഉടൻതന്നെ തന്റെ ലഘുവായ പ്രച്ഛന്നവേഷം മാറ്റുകയും സംഭവങ്ങൾ മൂർദ്ധന്യത്തിലെത്തുന്നതും പ്രതീക്ഷിച്ചിരുന്ന പെട്രോഗ്രാഡ് തൊഴിലാളി–സൈനിക ഡെപ്യൂട്ടികളുടെ സോവിയറ്റിന്റെ യോഗത്തിൽ തന്റെ ഏറ്റവും പഴക്കം ചെന്ന രാഷ്ട്രീയസുഹൃത്തുക്കളോടൊപ്പം പ്രത്യക്ഷപ്പെടുകയും ചെയ്തു.

വ്ലദീമിർ ഇലിയിച്ച് പ്ലാറ്റ്ഫോമിൽ പ്രത്യക്ഷപ്പെട്ടപ്പോൾ അവിടെ മുഴങ്ങിയത് ഒരു ഇടിനാദമായിരുന്നില്ല. അതിലുമൊക്കെ വലുതായ, ഗംഭീരമായ ഒന്നായിരുന്നു. വികാരത്തിന്റെ ഒരു കൊടുങ്കാറ്റുതന്നെ ആ ഹാളിൽ ആഞ്ഞടിക്കുകയാണുണ്ടായത്. കൂടുതൽ ആശംസകൾക്കും ഉൽഘോഷണങ്ങൾക്കും ആഹ്ലാദപ്രകടനങ്ങൾക്കുമിടയിൽ യോഗം ആരംഭിച്ചു... വാസ്തവത്തിൽ പ്രചണ്ഡവും പ്രക്ഷുബ്ധവുമായ ഒന്നായിരുന്നു ആ ചരിത്രപ്രധാനമായ യോഗം.

യോഗം കഴിഞ്ഞ്, രാത്രി വളരെ വൈകിയിട്ട് ഞങ്ങൾ എന്റെ ഫ്ളാറ്റിലേക്കു പുറപ്പെട്ടു. ഞങ്ങൾ അല്പം ഭക്ഷണം കഴിച്ചു. അത്താഴം

കഴിഞ്ഞ് വ്ലദീമിർ ഇലിയിച്ചിന് സുഖസൗകര്യങ്ങൾ നൽകാൻ ഞാൻ പരമാവധി ശ്രമിച്ചു. അദ്ദേഹം ഉദ്വേഗഭരിതനും എന്നാൽ സ്പഷ്ടമായും വളരെ ക്ഷീണിതനുമായിരുന്നു. ഒരു ചെറിയ മുറിയിലുണ്ടായിരുന്ന എന്റെ മെത്ത എടുത്തുകൊള്ളാമെന്ന് അദ്ദേഹത്തെക്കൊണ്ടു സമ്മതിപ്പിക്കാൻ വേണ്ടി ഞാൻ കുറെ പാടുപെട്ടു. മെത്തയ്ക്കു പുറമെ, ഒരു മേശ, കടലാസ്സ്, മഷി, ഒരു ഷെൽഫിൽ കുറെ പുസ്തകങ്ങൾ, ഇത്രയും അവിടെ ഉണ്ടായിരുന്നു.

ഞാൻ തൊട്ടടുത്ത മുറിയിലെ സോഫയിൽ ചെന്നുകിടന്നു. വ്ലദീമിർ ഇലിയിച്ച് ഉറങ്ങിയെന്ന് തീർച്ചയാകുന്നതുവരെ ഉറങ്ങിപ്പോകരുതെന്നു ഞാൻ നിശ്ചയിച്ചിരുന്നു. കൂടുതൽ സുരക്ഷിതത്വത്തിനുവേണ്ടി ഞാൻ പുറം വാതിൽ പൂട്ടി. ചെയിനും സാക്ഷയും കൊളുത്തുമെല്ലാമിട്ടു. കൂടാതെ ഞങ്ങളുടെ റിവോൾവറുകൾ തയ്യാറാക്കിവയ്ക്കുകയും ചെയ്തു. കാരണം, വീട്ടിൽ കടന്നുവന്ന് വ്ലദീമിർ ഇലിയിച്ചിനെ അറസ്റ്റു ചെയ്യാനോ വധിക്കാനോ ആരെങ്കിലും ശ്രമിച്ചെന്നുവരാം. വിപ്ലവത്തിന്റെ പ്രഥമരാത്രിയായിരുന്നു അത്. എന്തും സംഭവിക്കാം! ഒരു കരുതൽ നടപടിയായി സഖാക്കളുടെ ടെലിഫോൺ നമ്പറുകളും സ്മോൽനിയ്, ജില്ലാതൊഴിലാളിക്കമ്മിറ്റികൾ, ട്രേഡ് യൂണിയനുകൾ ഇവയുടെയെല്ലാം ടെലിഫോൺ നമ്പറുകളും ധൃതിക്കിടയിൽ മറന്നുപോയേക്കുമോ എന്ന് ഭയന്ന് ഒരു കടലാസ്സിൽ അപ്പോൾത്തന്നെ ഞാൻ കുറിച്ചിട്ടു.

വ്ലദീമിർ ഇലിയിച്ച് തന്റെ മുറിയിലെ വിളക്കണച്ചുകഴിഞ്ഞിരുന്നു. അദ്ദേഹം ഉറങ്ങുകയാണോ എന്നു സംശയിച്ച് ഞാൻ ചെവിയോർത്തു. യാതൊരു ശബ്ദവുമില്ലായിരുന്നു. ഞാൻ ഉറക്കം തൂങ്ങുകയായിരുന്നു. അടുത്ത നിമിഷത്തിൽ ഞാനുറങ്ങിക്കഴിഞ്ഞേനെ. അപ്പോഴാണ് വ്ലദീമിർ ഇലിയിച്ചിന്റെ മുറിയിൽ പെട്ടെന്ന് വിളക്ക് പ്രകാശിച്ചത്. ഇദ്ദേഹം മിക്കവാറും ഒച്ച കേൾപ്പിക്കാതെ എഴുന്നേൽക്കുന്നതും ഞാനുറങ്ങുകയാണെന്നു തീർച്ചവരുത്താൻ (ഞാനുറങ്ങുകയായിരുന്നില്ലെന്നതാണ് നേര്) കതക് അല്പം തുറക്കുന്നതും ഞാൻ കേട്ടു. അദ്ദേഹം ഒച്ചയുണ്ടാക്കാതെ മേശയുടെയടുത്തേക്ക് നടന്നു. അവിടെ ഇരുന്നിട്ട് മഷിക്കുപ്പി തുറന്ന് മുമ്പിൽ പരത്തിയിട്ടിരുന്ന ഏതാനും കടലാസ്സുകളിലെഴുതിത്തുടങ്ങി.

അദ്ദേഹം എഴുതിക്കൊണ്ടേയിരുന്നു. എഴുതിയത് വെട്ടുകയും വായിക്കുകയും കുത്തിക്കുറിക്കുകയും വീണ്ടുമെഴുതുകയും ചെയ്തു. അവസാനം അദ്ദേഹം പ്രത്യക്ഷത്തിൽ അതെല്ലാം ഒരാവർത്തികൂടിയെഴുതി ഒരു അസ്സൽകോപ്പിയുണ്ടാക്കി. ശരൽക്കാലാന്ത്യത്തിലെ

ആകാശം ചാരനിറം പൂണ്ടുതുടങ്ങിയപ്പോഴാണ് അദ്ദേഹം വിളക്കണച്ച് കിടന്നുറങ്ങിയത്.

വ്ലദീമിർ ഇലിയിച്ച് രാത്രി മുഴുവൻ ജോലിചെയ്തുകൊണ്ടും അതിനാൽ സംശയമെന്യെ വളരെ ക്ഷീണിച്ചിരിക്കുമെന്നതുകൊണ്ടും കഴിയുന്നത്ര ശബ്ദമുണ്ടാക്കാതിരിക്കണമെന്ന് ഉണരാൻ സമയമായപ്പോൾ ഫ്ളാറ്റിലുള്ള സകലർക്കും ഞാൻ മുന്നറിയിപ്പ നൽകി. പക്ഷെ പെട്ടെന്ന്, വസ്ത്രമെല്ലാമണിഞ്ഞ് പ്രസരിപ്പോടും ഊർജ്ജസ്വലതയോടും ഉത്സാഹത്തോടും കൂടി, തമാശയും പറഞ്ഞുകൊണ്ട്, അദ്ദേഹം മുറിക്കുള്ളിൽനിന്നു പുറത്തു ചാടി ഞങ്ങൾക്കിടയിൽ പ്രത്യക്ഷപ്പെട്ടു.

"സോഷ്യലിസ്റ്റ് വിപ്ലവത്തിന്റെ ആദ്യദിവസത്തിൽ അനുമോദനങ്ങൾ!" എല്ലാവരേയും ആശംസിച്ചുകൊണ്ട് അദ്ദേഹം ഉൽഘോഷിച്ചു. ക്ഷീണത്തിന്റെ കണികപോലും അദ്ദേഹത്തിന്റെ മുഖത്തില്ലായിരുന്നു. സുഖമായിട്ടുറങ്ങി എന്നു തോന്നുമായിരുന്നു അദ്ദേഹത്തെ കണ്ടാൽ. എന്നാൽ വാസ്തവത്തിൽ ഇരുപതു മണിക്കൂർ നേരം ഭയങ്കരമായി പാടുപെട്ടതിനുശേഷം കഷ്ടിച്ച് രണ്ടോ മൂന്നോ മണിക്കൂർ മാത്രമാണ് - അതിലൊട്ടും കൂടുതലില്ല - അദ്ദേഹം ഉറങ്ങിയത്. പ്രാതലിനായി എല്ലാവരും ഒത്തുകൂടിയപ്പോൾ - തലേന്നു രാത്രി ഞങ്ങളുടെ വീട്ടിൽ ചെലവഴിച്ച നദേഷ്ദ കൊൻസ്തന്തി നൊവ്ന ക്രൂപ്സ്ക്കയയും അപ്പോഴേക്ക് അവിടെയെത്തിയിരുന്നു - വ്ലദീമിർ ഇലിയിച്ച് പോക്കറ്റിൽനിന്നും ഭംഗിയായി എഴുതിയ കുറെ പേജുകൾ പുറത്തെടുക്കുകയും തന്റെ സുപ്രസിദ്ധമായ "ഭൂമിയെക്കുറിച്ചുള്ള ഡിക്രി" ഞങ്ങളെ വായിച്ചുകേൾപ്പിക്കാൻ തുടങ്ങുകയും ചെയ്തു.

"ഇത് നമുക്ക് വിളംബരം ചെയ്യാനും പ്രസിദ്ധപ്പെടുത്താനും വിപുലമായി പ്രചരിപ്പിക്കാനും കഴിഞ്ഞിരുന്നെങ്കിൽ! അവർക്കു ധൈര്യമുണ്ടെങ്കിൽ ഇത് തിരിച്ചെടുക്കാൻ നോക്കട്ടെ! സാദ്ധ്യമല്ല; കർഷകരിൽനിന്നും ഈ ഡിക്രി പിടിച്ചെടുക്കാനും ഭൂവുടമകൾക്ക് കൃഷിഭൂമി തിരികെ കൊടുക്കാനും ഒരധികാരശക്തിക്കും ഒരിക്കലും സാധിക്കുകയില്ല. നമ്മുടെ ഒക്ടോബർ വിപ്ലവത്തിന്റെ ഏറ്റവും പ്രധാനപ്പെട്ട നേട്ടമാണിത്. കാർഷികവിപ്ലവം ഇന്ന് പൂർത്തിയാക്കപ്പെടുകയും ഉറപ്പിക്കപ്പെടുകയും ചെയ്യുന്നതാണ്."

നാട്ടുമ്പുറത്ത് ഇനിയും ധാരാളം കുഴപ്പവും സമരവുമുണ്ടാകുമെന്ന് ആരോ അഭിപ്രായപ്പെട്ടപ്പോൾ, അപ്പറഞ്ഞത് പ്രാധാന്യമർഹിക്കുന്നില്ലെന്നു പറഞ്ഞ് അദ്ദേഹം തള്ളിക്കളഞ്ഞു. ആളുകൾ അടിസ്ഥാനപരമായ കാര്യങ്ങൾ ഗ്രഹിക്കുകയും അവർക്ക് അവ ദഹിക്കുകയും

ചെയ്യുകയാണെങ്കിൽ സംഗതികളെല്ലാം നേരെയാകുമെന്ന് അദ്ദേഹം പറഞ്ഞു. കൃഷിക്കാർ അവരുടെ പ്രതിനിധികൾക്ക് നൽകിയിട്ടുള്ള എല്ലാ മാൻഡേറ്റുകളിലും പ്രകാശിപ്പിച്ചിട്ടുള്ളതും സോവിയറ്റുകളുടെ കോൺഗ്രസ്സിനുള്ള പൊതുമാൻഡേറ്റുകളിൽ പ്രതിഫലിച്ചിട്ടുള്ളതുമായ ആവശ്യങ്ങളെയാണ് താൻ ഡിക്രിക്ക് ആധാരമായെടുത്തിട്ടുള്ളതെന്നതുകൊണ്ട് അത് കൃഷിക്കാർക്ക് വിശേഷിച്ചും സ്വീകാര്യമായിരിക്കുമെന്ന് അദ്ദേഹം തുടർന്നു വിശദമാക്കി.

"പക്ഷെ അവരെല്ലാം സോഷ്യലിസ്റ്റ് റവല്യൂഷണറികളായിരുന്നല്ലോ," ആരോ തർക്കിച്ചു. "ആളുകൾ പറയും നാം അവരിൽനിന്നും കടമെടുക്കുകയാണെന്ന്."

വ്ലദീമിർ ഇലിയിച്ച് പുഞ്ചിരിച്ചു: "അവരങ്ങിനെ പറഞ്ഞുകൊള്ളട്ടെ. കർഷകരുടെ ന്യായമായ ആവശ്യങ്ങളെ നാം എപ്പോഴും പിന്താങ്ങുന്നുവെന്ന് അവർ വ്യക്തമായും മനസ്സിലാക്കും. കർഷകരുമായി, അവരുടെ ജീവിതവുമായി, അവരുടെ അഭിലാഷങ്ങളുമായി, നാം അടുക്കേണ്ടിയിരിക്കുന്നു. ചില വിഡ്ഢികൾ ചിരിക്കാനാണ് ഇഷ്ടപ്പെടുന്നതെങ്കിൽ അവർ ചിരിക്കട്ടെ. കർഷകരുടെ മേലുള്ള കുത്തക സോഷ്യലിസ്റ്റ് റവല്യൂഷണറികൾക്കു തീറെഴുതിക്കൊടുക്കാൻ നാം ഒരു കാലത്തും ഉദ്ദേശിച്ചിരുന്നില്ല. നമ്മളാണ് പ്രധാന ഗവണ്മെന്റ് കക്ഷി, കാർഷികപ്രശ്നത്തേക്കാൾ പ്രധാനമായി തൊഴിലാളിവർഗ്ഗ സർവ്വാധിപത്യത്തിന്റെ പ്രശ്നം മാത്രമേയുള്ളൂ."

ഭൂമിയെക്കുറിച്ചുള്ള ഡിക്രി കോൺഗ്രസ്സിൽ അന്നു വൈകുന്നേരം തന്നെ പ്രഖ്യാപിക്കാനാണിരുന്നത്; പിറ്റേന്ന് പ്രസിദ്ധപ്പെടുത്താൻ പത്രങ്ങളിലെത്തിക്കുന്നതിനുവേണ്ടി അതുടനെ ടൈപ്പുചെയ്യണമെന്നു തീരുമാനിച്ചു. എല്ലാ പത്രങ്ങളും ഗവണ്മെന്റിന്റെ വിളംബരങ്ങൾ പ്രസിദ്ധപ്പെടുത്തണമെന്ന് ആവശ്യപ്പെട്ടുകൊണ്ടുള്ള ഒരു ഡിക്രി പുറപ്പെടുവിക്കണമെന്ന ബുദ്ധി വ്ലദീമിർ ഇലിയിച്ചിനു തോന്നിയത് അപ്പോഴാണ്.

അതിനുപുറമെ, ഡിക്രി ഒരു പ്രത്യേകലഘുലേഖയായി അമ്പതിനായിരം കോപ്പിയിൽ കുറയാതെ അച്ചടിക്കാനും ബഹുജനങ്ങളുടെയിടയിൽ വിപുലമായ പ്രചാരം കഴിയുന്നത്ര വേഗം കിട്ടുന്നതിനുവേണ്ടി അത് ഗ്രാമങ്ങളിലേക്കു മടങ്ങുന്ന പട്ടാളക്കാർക്കിടയിൽ ആദ്യം വിതരണം ചെയ്യാനും തീരുമാനിച്ചു. അടുത്ത ഏതാനും ദിവസങ്ങൾക്കുള്ളിൽ അതും ഭംഗിയായി നിർവ്വഹിക്കപ്പെട്ടു.

താമസിയാതെ ഞങ്ങൾ സ്മോൽനിയിലേക്ക് കാൽനടയായി പുറപ്പെട്ടെങ്കിലും പിന്നീട് ഒരു ട്രാമിൽ കയറി തെരുവീഥികളിലെ

മാതൃകാപരമായ ക്രമവും ചിട്ടയും കണ്ട് വ്ലദീമിർ ഇലിയിച്ച് സന്തോഷഭരിതനായി. വൈകുന്നേരമാകാൻ വേണ്ടി അദ്ദേഹം അക്ഷമനായി കാത്തിരുന്നു. രണ്ടാം അഖിലറഷ്യൻ കോൺഗ്രസ്സ് സമാധാനത്തെക്കുറിച്ചുള്ള ഡിക്രി അംഗീകരിച്ചുകഴിഞ്ഞപ്പോൾ ഭൂമിയെക്കുറിച്ചുള്ള ഡിക്രി അദ്ദേഹം വളരെ സ്പഷ്ടമായ സ്വരത്തിൽ വായിച്ചു. അത് സോത്സാഹം ഏകകണ്ഠമായി അംഗീകരിക്കപ്പെട്ടു.

ഡിക്രി അംഗീകരിച്ചുകഴിഞ്ഞയുടൻതന്നെ ഞാൻ അതിന്റെ കോപ്പികൾ പ്രത്യേകദൂതന്മാർ മുഖേന പെട്രോഗ്രാഡിലെ എല്ലാ പത്രമാഫീസുകളിലേക്കും തപാലും കമ്പിയും വഴി മറ്റു നഗരങ്ങളിലേക്കും അയച്ചുകൊടുത്തു. നമ്മുടെ പത്രങ്ങൾ അത് അച്ചടിക്കാൻ വേണ്ടി സമയത്തിനുമുമ്പുതന്നെ തയ്യാറാക്കി. രാവിലെ ലക്ഷക്കണക്കിനും ദശലക്ഷക്കണക്കിനുമാളുകൾ അതു വായിച്ചു. അദ്ധ്വാനിക്കുന്ന ജനങ്ങൾ അത് സന്തോഷത്തോടെ സ്വീകരിച്ചു. ബൂർഷ്വാസി അവരുടെ പത്രങ്ങളിൽ അതിനെതിരായി ചീറുകയും കുരയ്ക്കുകയുമെല്ലാം ചെയ്തു. പക്ഷെ അന്ന് അവർ പറയുന്നതു ശ്രദ്ധിക്കാൻ ആരാണ് മിനക്കെട്ടത്?

വ്ലദീമിർ ഇലിയിച്ച് ആഹ്ലാദിച്ചു:

"ഈ ഒരൊറ്റക്കാര്യം തന്നെ വരുന്ന അനേകം കൊല്ലക്കാലത്തേക്ക് നമ്മുടെ ചരിത്രത്തിൽ ഒരു മുദ്ര പതിപ്പിക്കും," അദ്ദേഹം പറഞ്ഞു.

അങ്ങേയറ്റം സംപുഷ്ടമായ, വിപ്ലവകരമായ ക്രിയാത്മകപ്രവർത്തനങ്ങളുടെ യുഗം വളരെ വിജയകരമായി ആരംഭിച്ചുകഴിഞ്ഞിരുന്നു. കുറേയധികം കാലത്തേക്ക് വ്ലദീമിർ ഇലിയിച്ച് ആ ഡിക്രിയെക്കുറിച്ച് ചോദിച്ചുകൊണ്ടിരുന്നു. പത്രങ്ങളെക്കൂടാതെ, അതിന്റെ എത്ര കോപ്പികൾ പട്ടാളക്കാരുടേയും കൃഷിക്കാരുടേയും ഇടയിൽ വിതരണം ചെയ്തുവെന്നറിയാൻ അദ്ദേഹം താല്പര്യപ്പെട്ടു. അത് ലഘുലേഖാരൂപത്തിൽ പലതവണ അച്ചടിക്കുകയും അതിന്റെ സൗജന്യകോപ്പികൾ ഗുബേർനിയകളിലേയും ഉയേസ്ദ്ദുകളിലേയും പട്ടണങ്ങളിൽ മാത്രമല്ല റഷ്യയിലെ എല്ലാ വോലൊസ്തു*കളിലും വിപുലമായി വിതരണം ചെയ്യുകയും ചെയ്തു.

ഭൂമിയെക്കുറിച്ചുള്ള ഡിക്രി എല്ലായിടത്തും അറിയപ്പെടാനിടയായി. വ്ലദീമിർ ഇലിയിച്ച് തന്റെ ശക്തിയും കഴിവും അത്രയേറെ വിനിയോഗിക്കുകയും വളരെയധികം പ്രാധാന്യം കല്പിക്കുകയും

*ഗുബേർനിയ, ഉയേസ്ദ്, വോലൊസ്ത്. റഷ്യയിൽ പണ്ട് നിലവിലുണ്ടായിരുന്ന ഭരണപരമായ വിഭാഗങ്ങൾ. ഏറ്റവും വലുത് ഗുബേർനിയയും ഏറ്റവും ചെറുത് വോലൊസ്തുമായിരുന്നു.

ചെയ്തു. നമ്മുടെ പുതിയ സോഷ്യലിസ്റ്റ് നിയമനിർമ്മാണത്തിലെ അടിസ്ഥാനനിയമങ്ങളിലൊന്നായ ഈ ഭൂനിയമത്തെപ്പോലെ ഒരുപക്ഷെ മറ്റൊരു നിയമവും ഈ നാട്ടിൽ ഇത്രയും വിപുലമായ തോതിൽ ഒരു കാലത്തും പ്രസിദ്ധീകരിക്കപ്പെട്ടിട്ടില്ല.

അലെക്സാന്ദ്ര കൊല്ലൊന്തായ്

(1872-1952) 1890-1900 കാലത്താണ് വിപ്ലവപ്രസ്ഥാനത്തിൽ ചേർന്നത്. 1917-ലെ ഒക്ടോബർ വിപ്ലവപ്പോരാട്ടങ്ങളിൽ അവർ സജീവമായി പങ്കെടുത്തു. ലെനിന്റെ ഒരു ഉറ്റസുഹൃത്തായിരുന്നു. അവർ.

ഒക്ടോബർ വിപ്ലവത്തിനുശേഷം അവർ സാമൂഹ്യരക്ഷയ്ക്കുള്ള ജനകീയകമ്മിസാറും തുടർന്ന് കൊമിന്റേണിന്റെ സാർവ്വദേശീയവനിതാസെക്രട്ടറിയേറ്റിന്റെ സെക്രട്ടറിയും പിന്നീട് നോർവ്വെ, മെക്സിക്കോ, സ്വീഡൻ എന്നീ രാജ്യങ്ങളിലേക്കുള്ള സോവിയറ്റ് സ്ഥാനപതിയുമായി.

1917-ലെ വിപ്ലവത്തെക്കുറിച്ചുള്ള അലെക്സാന്ദ്ര കൊല്ലൊന്തായുടെ അനുസ്മരണങ്ങൾ സോവിയറ്റ് യൂണിയനിൽ പലവുരു പ്രസിദ്ധപ്പെടുത്തിയിട്ടുണ്ട്. അവയെ ആസ്പദമാക്കിയാണ് ദനിയീൽ ഗ്രാനിൻ എന്ന സാഹിത്യകാരൻ ലെനിൻ ഗ്രാഡ് സ്റ്റുഡിയോയുടെ "ആദ്യത്തെ സന്ദർശകൻ" എന്ന ചലച്ചിത്രത്തിനുള്ള തിരക്കഥ എഴുതിയത്.

ആദ്യത്തെ ആനുകൂല്യം

ശക്തിയായ കാറ്റോടും ഇരുണ്ട് മേഘാവൃതമായ ആകാശത്തോടും കൂടിയ ഒരു മാസമായിരുന്നു 1917-ലെ ഒക്ടോബർ. സ്മോൽനിയ് ഇൻസ്റ്റിറ്റ്യൂട്ടിന്റെ വളപ്പിലെ വൃക്ഷത്തലപ്പുകളിൽ കാറ്റ് ഊക്കോടെ വന്നടിച്ചു. അന്തമില്ലാത്ത ഇടനാഴികളും വേണ്ടത്ര ഗൃഹോപകരണങ്ങളില്ലാതെ ധാരാളം വെളിച്ചം കയറുന്ന വലിയ ഹാളുകളുമുള്ള ആ കെട്ടിടത്തിൽ ലോകം മുമ്പൊരിക്കലും കണ്ടിട്ടില്ലാത്തത്ര തീക്ഷ്ണമായ പ്രവർത്തനം നടന്നുകൊണ്ടിരിക്കുകയായിരുന്നു.

സോവിയറ്റുകളുടെ കൈകളിലേക്ക് അധികാരം മാറിയതു രണ്ടു ദിവസം മുമ്പാണ്. തൊഴിലാളികളും പട്ടാളക്കാരും വിന്റർ പാലസ് കൈവശപ്പെടുത്തി. കേരെൻസ്കിയുടെ ഗവണ്മെന്റ് നിലനിൽക്കാതായി. എന്നാൽ അദ്ധ്വാനിക്കുന്ന ജനങ്ങളുടെ മോചനത്തിലേക്കും ഇന്നുവരെ അജ്ഞാതമായ പുതിയൊരു തൊഴിലാളി റിപ്പബ്ലിക്ക് സൃഷ്ടിക്കുന്നതിലേക്കുമുള്ള വിഷമകരമായ കോവണിയുടെ ആദ്യത്തെ പടി മാത്രമാണതെന്ന് ഞങ്ങൾക്കെല്ലാവർക്കും അറിയാമായിരുന്നു.

വശത്തുള്ള ഒരു ചെറിയ ഇടുങ്ങിയ മുറിയായിരുന്നു ബോൾഷെവിക് പാർട്ടിയുടെ കേന്ദ്രകമ്മിറ്റിയുടെ ആസ്ഥാനം. ജനാലകളിലും നിലത്തും പത്രങ്ങൾ കിടപ്പുണ്ട്. ഞാൻ അവിടെ പോയത് എന്തിനാണെന്ന് ഓർക്കുന്നില്ല. പക്ഷെ എന്റെ ചോദ്യം ചോദിക്കാനുള്ള അവസരം പോലും വ്ലദീമിർ ഇലിയിച്ച് എനിക്കു തന്നില്ലെന്നു ഞാൻ ഓർക്കുന്നുണ്ട്. ഞാൻ ഉദ്ദേശിച്ചതിലും വളരെ കൂടുതൽ പ്രയോജനപ്രദമായ

എന്തെങ്കിലും ചെയ്യണമെന്ന് എന്നെ കണ്ടയുടനെ അദ്ദേഹം നിശ്ച യിച്ചു.

"ഉടൻ പോയി സാമൂഹ്യരക്ഷാകാര്യങ്ങൾക്കായുള്ള മന്ത്രി കാര്യാലയം ഏറ്റെടുക്കു. ഇത് ഉടനടി ചെയ്യണം."

വ്ലദീമിർ ഇലിയിച്ച് തികച്ചും ശാന്തനായിരുന്നു. ഉന്മേഷവാനായി രുന്നെന്നുപോലും പറയാം. അദ്ദേഹം എന്തോ തമാശ പറയുകയും ഉടൻ മറ്റു ചിലരുമായി സംസാരിച്ചുതുടങ്ങുകയും ചെയ്തു.

ഞാനവിടെ ഒറ്റയ്ക്കു പോയത് എന്തിനാണെന്നോർക്കുന്നില്ല. പക്ഷെ സാമൂഹ്യരക്ഷാമന്ത്രികാര്യാലയം സ്ഥിതിചെയ്തിരുന്ന കസാൻസ്കയ തെരുവിലെ കെട്ടിടത്തിന്റെ നേരെ വണ്ടിയോടിച്ചു പോയ ഈർപ്പമുള്ള ആ ഒക്ടോബർ ദിവസം ഞാൻ ഭംഗിയായി ഓർക്കുന്നു. നല്ല ഉയരവും നരച്ച താടിയുമുള്ള, ധാരാളം കിന്നരിയ ണിഞ്ഞ, ഘനഗംഭീരനായ ഒരു പോർട്ടർ കതകു തുറന്ന് എന്നെ അടിമുടി നോക്കി.

"ഇവിടുത്തെ ചുമതലക്കാരനാരാണ്?" ഞാൻ ചോദിച്ചു.

"അപേക്ഷകരെ കാണാനുള്ള സമയം കഴിഞ്ഞു," ഗാംഭീര്യം ദ്യോതിപ്പിക്കുന്ന, ആ കിന്നരിവച്ച വൃദ്ധൻ പറഞ്ഞു.

"സഹായാഭ്യർത്ഥനയുമായി വന്നതല്ല ഞാൻ. പ്രധാന ക്ലാർക്ക ന്മാരിൽ ആരുണ്ടിവിടെ?"

"ഞാൻ ലളിതമായ ഭാഷയിൽ പറഞ്ഞില്ലേ, അപേക്ഷകരെ കാണുന്നത് ഒന്നു മുതൽ മൂന്നുവരെയാണ്? മണി ഇപ്പോൾ നാല് കഴിഞ്ഞിരിക്കുന്നു."

ഞാൻ നിർബ്ബന്ധിച്ച് ആവശ്യപ്പെട്ടെങ്കിലും അയാൾ സാദ്ധ്യ മല്ലെന്ന് ആവർത്തിച്ചുപറഞ്ഞു. യാതൊന്നുകൊണ്ടും ഫലമില്ല. കാണാനുള്ള സമയം കഴിഞ്ഞു. ആരെയും കടത്തിവിടരുതെന്നാണ് ഉത്തരവ്.

വിലക്കുണ്ടെങ്കിലും മുകളിലേക്കു കയറാൻ ഞാൻ ശ്രമിച്ചു. പക്ഷെ ആ പിടിവാശിക്കാരൻ വൃദ്ധൻ എന്റെ മുമ്പിൽ ഒരു മതിൽപോലെ ഉറച്ചുനിന്നു. ഒരടി മുന്നോട്ടു വയ്ക്കാൻ സമ്മതിച്ചില്ല.

ഞാൻ അതുകൊണ്ട് വെറുംകയ്യോടെ മടങ്ങി. എനിക്കൊരു യോഗത്തിൽ സംബന്ധിക്കാൻ തിരക്കുപിടിച്ചു പോകേണ്ടിയിരുന്നു. അക്കാലത്ത് യോഗങ്ങൾ സർവ്വപ്രധാനമായിരുന്നു, മൗലികമായിരു ന്നു. "സാദ്ധ്യമാണോ അല്ലയോ" എന്ന പ്രശ്നം, തൊഴിലാളികൾക്കും

പട്ടാളയുടുപ്പിട്ട കർഷകർക്കും സോവിയറ്റധികാരം നിലനിർത്താൻ കഴിയുമോ അതോ ബൂർഷ്വാസി വിജയിക്കുമോ എന്ന പ്രശ്നം പട്ടണങ്ങളിലെ പാവപ്പെട്ടവരുടേയും പട്ടാളക്കാരുടെയുമിടയ്ക്ക് തീരുമാനിച്ചു കൊണ്ടിരിക്കുകയായിരുന്നു.

കേരെൻസ്കിയുടെ ജയിലിൽനിന്നു പുറത്തുവന്നശേഷം ഞാൻ പാർത്തിരുന്ന വീടിന്റെ കതകിൽ പിറ്റേന്ന് അതി രാവിലെ ഒരു മണിയടി കേട്ടു. നിർബ്ബന്ധപൂർവ്വമായ ഒരു മണിയടിയായിരുന്നു അത്. കതകു തുറന്നപ്പോൾ കണ്ടത് ഒരു തനി കൃഷിക്കാരനെയാണ്. ആട്ടിൽതോൽകോട്ടും മരത്തോൽച്ചെരിപ്പും താടിയുമെല്ലാമുണ്ട്.

"ജനങ്ങളുടെ കമ്മിസാറായ കൊല്ലൊന്തായ് താമസിക്കുന്നത് ഇവിടെയാണോ? എനിക്ക് അദ്ദേഹത്തെ കാണേണ്ടതുണ്ട്. അവരുടെ തലവൻ ബോൾഷെവിക്കായ ലെനിന്റെ ഒരു കത്ത് അദ്ദേഹത്തെ ഏല്പിക്കാനുണ്ട്."

ഞാൻ ആ കടലാസുതുണ്ടു നോക്കിപ്പോൾ അത് യഥാർത്ഥത്തിൽ ലെനിന്റെ കൈപ്പടയിൽ എഴുതിയതാണെന്നു കണ്ടു.

"സാമൂഹ്യരക്ഷാഫണ്ടിൽനിന്നും ഇയാളുടെ കതിരയക്കു വേണ്ടി എത്രയാണ് കൊടുക്കേണ്ടതെന്നുവച്ചാൽ കൊടുക്കുക."

കർഷകസഹജമായ തിടുക്കമില്ലായ്മയോടെ അയാൾ കഥമുഴുവൻ എന്നോട് വിസ്തരിച്ചുപറഞ്ഞു. സാറിന്റെ കാലത്ത്, ഫെബ്രുവരി വിപ്ലവത്തിനു തൊട്ടുമുമ്പ്, അയാളുടെ കുതിരയെ യുദ്ധാവശ്യത്തിനായി കൊണ്ടുപോയി. അതിന് "നല്ല വില" നൽകാമെന്ന് അയാൾക്ക് വാക്കു കൊടുക്കുകയും ചെയ്തു. കാലം പോയെങ്കിലും പ്രതിഫലം കിട്ടുന്ന ലക്ഷണമൊന്നും കണ്ടില്ല. അതുകൊണ്ട് ആ കർഷകൻ പെട്രോഗ്രാഡിൽ വന്ന് രണ്ടുമാസം മുഴുവൻ താൽക്കാലികഗവണ്മെന്റിന്റെ ആഫീസുകൾ കയറിയിറങ്ങി നടന്നു. ഫലമുണ്ടായില്ല. വൃദ്ധനെ അങ്ങോട്ടുമിങ്ങോട്ടും ഒരാഫീസിൽനിന്നു മറ്റൊരാഫീസിലേക്കും അവിടുന്ന് പിന്നൊരിടത്തേക്കും ഓടിച്ചു. അയാളുടെ ക്ഷമയറ്റു. കയ്യിലെ കാശും തീർന്നു. അപ്പോഴാണയാൾ പെട്ടെന്ന് ബോൾഷെവിക്കുകളെന്ന ഒരു കൂട്ടരെപ്പറ്റി കേട്ടത്. സാറും ഭൂവുടമകളും എടുത്തുകൊണ്ടുപോയതെല്ലാം അവർ തൊഴിലാളികൾക്കും കർഷകർക്കും തിരിച്ചുകൊടുക്കുകയാണെന്നും യുദ്ധകാലത്ത് പിടിച്ചുപറിച്ചെടുത്ത സർവ്വതും ജനങ്ങൾക്ക് മടക്കിക്കൊടുക്കുകയാണെന്നും അയാൾ കേട്ടു. ബോൾഷെവിക് തലവനായ ലെനിന്റെ ഒരു കുറിപ്പുമാത്രമേ ആവശ്യമുള്ളു. അങ്ങിനെ നമ്മുടെ കർഷകർ സ്മോൾനിയിൽ ചെന്നു ലെനിനെ കണ്ടുപിടിക്കുകയും നേരം പുലരുന്നതിനുമുമ്പ്

അദ്ദേഹത്തെ ഉണർത്തി ഒരു കുറിപ്പ് വാങ്ങുകയും ചെയ്തു. ആ കുറിപ്പാണ് അയാൾ എന്നെ കാണിച്ചത്. പക്ഷെ അത് വിട്ടുകളയാനുള്ള യാതൊരുദ്ദേശവും അയാൾക്കില്ലായിരുന്നു.

"എനിക്ക് പണം കിട്ടുമ്പോൾ ഞാനിതു തരാം. അതുവരെ ഞാൻ സൂക്ഷിക്കാം. കൂടുതൽ ഉറപ്പുള്ള വഴി അതാണ്."

ഈ കൃഷിക്കാരനേയും അയാളുടെ കുതിരയേയും കൊണ്ട് ഞാനെന്തു ചെയ്യാനാണ്? മന്ത്രികാര്യാലയം അപ്പോഴും താൽക്കാലികഗവണ്മെന്റിന്റെ ഉദ്യോഗസ്ഥന്മാരുടെ കൈകളിലായിരുന്നു. വിചിത്രമായൊരു കാലമായിരുന്നു അത്– അധികാരം സോവിയറ്റുകളുടെ കൈകളിലായിരുന്നു. ഒരു ബോൾഷെവിക് സ്ഥാപനമായിരുന്നു ജനകീയകമ്മിസാർമാരുടെ കൗൺസിൽ. പക്ഷെ ഗവണ്മെന്റ് സ്ഥാപനങ്ങൾ കുന്നിൻമുകളിൽനിന്നു താഴോട്ടു പാഞ്ഞിറങ്ങുന്ന റെയിൽവണ്ടികൾപോലെ താൽക്കാലികഗവണ്മെന്റിന്റെ രാഷ്ട്രീയ റെയിൽപ്പാളങ്ങളിലൂടെത്തന്നെ ഓടിക്കൊണ്ടിരുന്നു.

എങ്ങിനെയാണ് മന്ത്രികാര്യാലയം ഏറ്റെടുക്കേണ്ടത്? ബലം പ്രയോഗിച്ചാണോ? ക്ലാർക്കന്മാർ ഓടിപ്പോകും. പണിയെടുക്കാനാരുമില്ലാതെ ഞാനൊറ്റയ്ക്കാവും.

ഞങ്ങൾ മറ്റൊരു തീരുമാനത്തിലാണെത്തിയത്. ഞങ്ങൾ കീഴ്ജീവനക്കാരുടെ (സാങ്കേതികജോലികൾ ചെയ്യുന്നവരുടെ) ട്രേഡ് യൂണിയന്റെ ഒരു യോഗം ഇവാൻ യെഗോറൊവ് എന്നു പേരുള്ള ഒരു മെക്കാനിക്കിന്റെ അദ്ധ്യക്ഷതയിൽ വിളിച്ചുകൂട്ടി. ഒരു പ്രത്യേകതരം ട്രേഡ് യൂണിയനായിരുന്നു അത്. അതിൽ പലതരം ജോലിക്കാരടങ്ങിയിരുന്നു. ദൂതന്മാർ, ആയമാർ, അടുപ്പുകൂട്ടുന്നവർ, കണക്കെഴുത്തുകാർ, കോപ്പിയിസ്റ്റുകൾ, മെക്കാനിക്കുകൾ, അച്ചടിക്കാർ, ആഫീസുസൂക്ഷിപ്പുകാർ എന്നിങ്ങനെ തികച്ചും സാങ്കേതിക ജോലികൾക്കായി മന്ത്രികാര്യാലയത്തിൽ ജോലിനോക്കിയിരുന്ന എല്ലാവരും അതിൽപ്പെട്ടിരുന്നു.

അവർ സ്ഥിതിഗതികൾ ചർച്ച ചെയ്തു. കാര്യമാത്രപ്രസക്തമായിരുന്നു ചർച്ച. അവർ ഒരു കൗൺസിൽ തിരഞ്ഞെടുക്കുകയും പിറ്റേന്നു രാവിലെ മന്ത്രികാര്യാലയം ഏറ്റെടുക്കാൻ പോവുകയും ചെയ്തു.

ഞങ്ങൾ അകത്തു കയറി. കിന്നരിവച്ച പോർട്ടർക്ക് ബോൾഷെവിക്കുകളോട് അനുഭാവമില്ലായിരുന്നു. അയാൾ യോഗത്തിനു വന്നതുമില്ല. എതിർപ്പോടുകൂടിയാണെങ്കിലും അയാൾ ഞങ്ങളെ കടത്തിവിട്ടു. മുകളിലോട്ടു കയറുമ്പോൾ ക്ലാർക്കന്മാർ, ടൈപ്പിസ്റ്റുകൾ,

അക്കൗണ്ടന്റുമാർ, വകുപ്പുമേധാവികൾ തുടങ്ങിയവരുടെ ഒരു പ്രവാഹം താഴോട്ടേക്ക് ഒഴുകുന്ന കാഴ്ചയാണ് ഞങ്ങൾ കണ്ടത്... എന്തൊരു തിടുക്കമാണ് അവർക്ക്! ഞങ്ങളെ ഒന്നു നോക്കുന്നുപോലുമില്ല. ഞങ്ങൾ അകത്തുകയറുകയും ജോലിക്കാർ പുറത്തു പോവുകയും ചെയ്തു. സിവിൽ സർവ്വീസുദ്യോഗസ്ഥന്മാരുടെ അട്ടിമറി തുടങ്ങിക്കഴിഞ്ഞു. കുറച്ചുപേരെ അവശേഷിച്ചുള്ളൂ. ഞങ്ങളോടൊപ്പം, ബോൾഷെവിക്കുകളോടൊപ്പം, പണിയെടുക്കാൻ തങ്ങൾ ഒരുക്കമാണെന്ന് അവർ പറഞ്ഞു. ഞങ്ങൾ മന്ത്രികാര്യാലയ ആഫീസുകളിലും പൊതു ആഫീസുകളിലും കയറിനോക്കി. എല്ലാം ശൂന്യം. ടൈപ്പ്റൈറ്ററുകൾ ഒഴിഞ്ഞു കിടക്കുന്നു. കടലാസ്സുകൾ എല്ലായിടത്തും ചിന്നച്ചിതറി കിടക്കുകയാണ്. കണക്കുപുസ്തകങ്ങളെല്ലാം അലമാരികളിൽവച്ചു പൂട്ടിയിരിക്കുന്നു. താക്കോലില്ല. സേഫുകളുടെ താക്കോലുമില്ല.

ആരുടെ പക്കലാണവ? പണമില്ലാതെ ഞങ്ങൾ എങ്ങിനെ പണിയെടുക്കും? പ്രവർത്തനം തടഞ്ഞുനിർത്താൻ വയ്യാത്ത ഒരു സ്ഥാപനമാണ് സാമൂഹ്യരക്ഷാവകുപ്പ്. അനാഥമന്ദിരങ്ങൾ, അവശരായ പട്ടാളക്കാർ, കൃത്രിമാംഗനിർമ്മാണഫാക്ടറികൾ, ആശുപത്രികൾ, സാനട്ടോറിയങ്ങൾ, കുഷ്ഠരോഗികേന്ദ്രങ്ങൾ, റിഫൊർമേട്ടറികൾ, ബാലികാപാഠശാലകൾ, അന്ധന്മാർക്കുള്ള വസതികൾ - ഇതെല്ലാം അതിൽ പെടുന്നു. എത്ര വമ്പിച്ചൊരു പ്രവർത്തനരംഗമാണത്! ആവശ്യങ്ങളും ആവലാതികളും നാനാഭാഗത്തുനിന്നും വരുന്നു... പക്ഷെ താക്കോലില്ല! ലെനിന്റെ കുറിപ്പു കൊണ്ടുവന്ന കർഷകനായിരുന്നു ഏറ്റവും നിർബ്ബന്ധക്കാരൻ. എന്നും രാവിലെ പുലർച്ചെ അയാൾ വാതുക്കൽ ഹാജരാവും.

“എന്റെ കുതിരയുടെ വില തരുന്നതെപ്പോഴാണ്? ഒന്നാന്തരം കുതിരയായിരുന്നു അത്. ഇത്രയേറെ കരുത്തും അദ്ധ്വാനശീലവുമില്ലായിരുന്നെങ്കിൽ അതിനു വിലകിട്ടാൻവേണ്ടി ഞാൻ ഇങ്ങനെ ബുദ്ധിമുട്ടുകയില്ലായിരുന്നു.”

രണ്ടു ദിവസം കഴിഞ്ഞ് താക്കോലുകൾ കിട്ടി. സാറിസ്റ്റ് ഗവണ്മെന്റ് ഒരു കർഷകന്റെയടുക്കൽനിന്നും ബലം പ്രയോഗിച്ച് വഞ്ചനാപരമായി പിടിച്ചെടുത്ത ഒരു കുതിരയ്ക്കുള്ള പ്രതിഫലമാണ് സാമൂഹ്യരക്ഷാകാര്യങ്ങൾക്കായുള്ള ജനകീയകമ്മിസാറിയറ്റ് സാമൂഹ്യരക്ഷാഫണ്ടിൽനിന്നു കൊടുത്ത ആദ്യത്തെ തുക. ലെനിൻ എഴുതിക്കൊടുത്ത കുറിപ്പിനനുസരിച്ച് ആ പിടിവാശിക്കാരനായ കർഷകന് തുക മുഴുവനും കിട്ടുകയും ചെയ്തു.

മിഹയിൽ ഷോളൊഹൊവ്

'ദോൻനദീകഥകളി'ൽ ഒന്നാണിത്. ഈ നൂറ്റാണ്ടിന്റെ രണ്ടാം ദശകത്തിൽ, മിഹയീൽ ഷോളൊഹൊവിന്റെ സാഹിത്യവൃത്തിയുടെ തുടക്കത്തിലാണവ എഴുതപ്പെട്ടത്. 'ദോൻ ശാന്തമായൊഴുകുന്നു,' 'ഉഴുതുമറിച്ച പുതുമണ്ണ്,' 'മനുഷ്യന്റെ വിധി' എന്നീ കൃതികളിലൂടെ പിൽക്കാലത്ത് വിജ്ഞാതനായിത്തീർന്ന, മഹാനായ ഒരു കലാകാരന്റെ തൂലികാവിലാസം ഈ ആദ്യകാലകൃതികളിൽ ദൃശ്യമായിരുന്നു.

'മരുഭൂമിയിലെ ഒരു പുഷ്പം പോലാണ് ഷോളൊഹൊവിന്റെ കഥകൾ,' 1926-ൽത്തന്നെ അലക്സാണ്ടർ സെറഫിമോവിച്ച് എഴുതി. "ലളിതവും വ്യക്തവുമാണവ. ഓരോ വാക്കും നിങ്ങൾക്കനുഭവപ്പെടുന്നു. അവ നിങ്ങളുടെ കൺമുമ്പിൽ ജീവിക്കുന്നു. കൊസാക്കുകളുടെ വർണ്ണോജ്വലമായ ഭാഷയാണ് അദ്ദേഹത്തിന്റേത്. ആറ്റിക്കുറക്കിയതാണെല്ലാം. പക്ഷെ ചൈതന്യവും തീവ്രതയും സത്യസന്ധതയും അവയിൽ കവിഞ്ഞുനിൽക്കുന്നു."

ജാരസന്തതി

തോട്ടത്തിൽനിന്നു വെട്ടിയെടുത്ത നീണ്ട ഒരു കമ്പ് ദേഷ്യത്തിൽ ചുഴറ്റിക്കൊണ്ട് മുത്തച്ഛൻ തന്റെ നേർക്കു വരുന്നതായി മീഷ സ്വപ്നം കണ്ടു.

“ഇവിടെ വാ, മിഹൈലൊ ഫൊമീച്ച്,” മുത്തച്ഛൻ പരുഷമായി പറഞ്ഞു. “നിനക്കു ചൂട്ട രണ്ടടി കിട്ടാനുണ്ട്.”

“എന്തിനാണ് മുത്തച്ഛാ?”

“തൊട്ടിയാട്ടത്തിനു പണം കൊടുക്കാൻവേണ്ടി കോഴിക്കൂട്ടിൽനിന്നു മുട്ട മുഴുവനും മോഷ്ടിച്ചതിന്.”

“പക്ഷെ മുത്തച്ഛാ, ഈ വേനൽ മുഴുവനും ഞാൻ തൊട്ടിയാട്ടക്കൂടാരത്തിനടുത്തുപോലും പോയില്ലല്ലൊ,” മീഷ ശക്തിയായി എതിർത്തുനോക്കി.

പക്ഷെ മുത്തച്ഛൻ താടി തടവിക്കൊണ്ട് കാൽ നിലത്താഞ്ഞു ചവിട്ടിയതേയുള്ളു.

“വാടാ ഇവിടെ, തെമ്മാടി. നിക്കറൂര്,” അദ്ദേഹം പറഞ്ഞു.

മീഷ ഉറക്കത്തിൽ നിലവിളിച്ചുകൊണ്ട് ഉണർന്നു. അടിയുടെ രുചി ശരിക്കും അനുഭവപ്പെട്ടപോലെ അവന്റെ ഹൃദയം ഊക്കോടെ മിടിക്കുന്നുണ്ടായിരുന്നു. ചുറ്റുമൊന്നു നോക്കാൻ വേണ്ടി മാത്രം അവൻ ഒരു കണ്ണ് അല്പം തുറന്നു. വെളിച്ചമായിക്കഴിഞ്ഞിരുന്നു. ജനാലയ്ക്കു വെളിയിൽ പ്രഭാതത്തിന്റെ ഊഷ്മളമായ തെളിച്ചം

വ്യാപിച്ചുകിടക്കുന്നുണ്ട്. വീട്ടുപടിക്കൽ സംസാരം കേട്ടു. മീഷ തലയുയർത്തി. അമ്മയുടെ നേർത്ത, ഉദ്വേഗഭരിതമായ ശബ്ദം കേൾക്കാം. ചിരികൊണ്ട് അത് മുഴുവൻ പുറത്തു വന്നിരുന്നില്ല. മുത്തച്ഛൻ ചുമച്ചുകൊണ്ടിരുന്നു. കനത്ത ശബ്ദമുള്ള മറ്റാരോകൂടി അവിടുണ്ടായിരുന്നു.

ഉറക്കം കളയാൻ മീഷ കണ്ണു തിരുമ്മി. പുറംവാതിൽ തുറന്നടഞ്ഞു. മുത്തച്ഛൻ മുറിയിലേക്കു വേഗം കുലുങ്ങിക്കുലുങ്ങി നടന്നുവന്നു. കണ്ണട മേലോട്ടും താഴോട്ടും ചാടുന്നുണ്ടായിരുന്നു. ഒരു നിമിഷത്തേക്കു മീഷ വിചാരിച്ചു, പുരോഹിതൻ പാട്ടുകാരുമായി വന്നിരിക്കുകയാണെന്ന്. കാരണം, ഈസ്റ്ററിന് അവർ വന്നപ്പോൾ ഇതുപോലെ തന്നെയാണ് മുത്തച്ഛൻ തിരക്കുകൂട്ടിയത്. പക്ഷെ മുത്തച്ഛന്റെ പിന്നാലെ മുറിയിലേക്കു തള്ളിക്കയറിവന്നത് പുരോഹിതനായിരുന്നില്ല, ഒരു അപരിചിതനായിരുന്നു. കറുത്ത ഒരു ഓവർക്കോട്ടും കുർത്ത അറ്റമില്ലാതെ റിബൺകെട്ടിയ തൊപ്പിയും ധരിച്ച ആജാനബാഹുവായ ഒരു പട്ടാളക്കാരനായിരുന്നു അത്. അമ്മ അദ്ദേഹത്തിന്റെ കഴുത്തിനു ചുറ്റും കയ്യിട്ട് ഉദ്വേഗത്തോടെ പൊട്ടിച്ചിരിക്കുന്നുണ്ട്.

അമ്മയെ പിടിച്ചുമാറ്റി ആ മനുഷ്യൻ ഉറക്കെ വിളിച്ചു ചോദിച്ചു, “എവിടെ എന്റെ മോൻ?”

മീഷയ്ക്കു പേടിയായി. അവൻ പുതപ്പിനടിയിൽ ഒളിച്ചു.

“മീന്യൂഷ്ക്ക,” അമ്മ വിളിച്ചു. “എണീക്ക് മോനെ. ഇതാ നിന്റെ അച്ഛൻ യുദ്ധം കഴിഞ്ഞു വന്നിരിക്കുന്നു.”

മീഷ ഓർത്തിരിക്കാതെ പട്ടാളക്കാരൻ അവനെ കിടക്കയിൽ നിന്നു വലിച്ചിറക്കി മച്ചുവരെ മുകളിലേക്കെറിഞ്ഞു പിടിക്കുകയും ആ ചെമ്പിച്ച കുറ്റിമീശ മീഷയുടെ ചുണ്ടുകളിലും കവിളുകളിലും കണ്ണുകളിലും മുട്ടിച്ചുകൊണ്ട് അവനെ ചേർത്തു പിടിക്കുകയും ചെയ്തു. ആ മീശയ്ക്ക് നനവും ഉപ്പുരസവും ഉണ്ടായിരുന്നു. മീഷ കുടഞ്ഞുമാറാൻ നോക്കിയെങ്കിലും പറ്റിയില്ല.

“എത്ര വലിയ ഒരു മിടുക്കൻ ബോൾഷെവിക്കിനെയാണ് എനിക്ക് കിട്ടിയിരിക്കുന്നത്,” അച്ഛൻ ഉച്ചത്തിൽ പറഞ്ഞു. “ഇവൻ അടുത്തുതന്നെ അവന്റെ അച്ഛനേക്കാൾ വലുതാകും! ഹാ! ഹാ!”

അദ്ദേഹത്തിന് മീഷയെ കളിപ്പിച്ചുകൊണ്ടിരിക്കാതിരിക്കാൻ കഴിഞ്ഞില്ല. ഒരു നിമിഷം അവനെ കൈപ്പത്തിയിലിരുത്തി ഒരു കൊച്ചുകുഞ്ഞിനെപ്പോലെ വട്ടത്തിൽ കറക്കും. അടുത്ത നിമിഷം മച്ചിലെ കഴുക്കോൽ വരെ പൊക്കത്തിലെറിയും.

മീഷ ആവുന്നത്ര സഹിച്ചു. അവസാനം അവൻ മുത്തച്ഛനെപ്പോലെ നെറ്റി ചുളിച്ചുകൊണ്ട് ഗൗരവം ഭാവിച്ചു. രണ്ടു കൈകൾകൊണ്ടും അച്ഛന്റെ മീശയ്ക്കു കടന്നുപിടിച്ചു.

“എന്നെ താഴെ നിർത്തു, അച്ഛാ.”

“ഹേ, ഇല്ല.”

“താഴെ നിർത്തു. ഇങ്ങനെ പന്താടാൻ ഞാനൊരു കുഞ്ഞല്ല.”

അച്ഛൻ ഇരുന്ന് മീഷയെ കാൽമുട്ടിലിരുത്തി.

“നിനക്കെത്ര വയസ്സായി, തടിമാടാ?” അദ്ദേഹം ചിരിച്ചുകൊണ്ടു ചോദിച്ചു.

“എട്ടാകാൻ പോകുന്നു,” മീഷ നിരുന്മേഷഭാവത്തിൽ പറഞ്ഞു.

“ശരി. കഴിഞ്ഞതിന്റെ മുമ്പിലത്തെ വർഷത്തിൽ നിനക്കു ഞാൻ ബോട്ടുണ്ടാക്കിത്തന്നത് ഓർക്കുന്നുണ്ടോ, മോനേ? നമ്മളത് കുളത്തിൽ കൊണ്ടുപോയി ഓടിച്ചതും.”

“ഓർക്കുന്നുണ്ട്,” മീഷ പറഞ്ഞു. അവന്റെ കൈകൾ പതുക്കെ അച്ഛന്റെ കഴുത്തിനെ വലയം ചെയ്തു.

അപ്പോഴാണ് തമാശ തുടങ്ങിയത്. അച്ഛൻ അവനെ ‘കൊട്ടാപ്പുറത്തുണ്ണി’ കയറ്റി, ശരിക്കും ഒരു കുതിരയെപ്പോലെ പെട്ടെന്നു കാൽകൊണ്ടു തൊഴിക്കുകയും ഒച്ചയിടുകയും ചെയ്തുകൊണ്ട്, മുറിയുടെ ചുറ്റും ചാടിച്ചാടിനടന്നു. മീഷയ്ക്ക് ശ്വാസം വിടാൻ കഴിഞ്ഞില്ല. അത്ര രസമായിരുന്നു. അമ്മ മാത്രം അവന്റെ കുപ്പായക്കയ്യിൽ പിടിച്ചു വലിച്ചുകൊണ്ടിരുന്നു.

“മീഷ,” അമ്മ വിളിച്ചു. “പോയി മുറ്റത്തു കളിക്ക്. ഓടിപ്പോ, കൊച്ചുതെമ്മാടി.”

അമ്മ അച്ഛനേയും ശല്യപ്പെടുത്തി.

“അവനെ താഴെ നിർത്തു, ഫൊമാ. താഴെ നിർത്തു. എന്റെ പൊന്നല്ലേ, ഞാൻ ഒന്നു മതിയാവോളം കണ്ടോട്ടെ. രണ്ടു മുഴുവൻ കൊല്ലമായി നമ്മൾ പിരിഞ്ഞിട്ട്. എന്നിട്ട് മോനുമായി കളിച്ച് സമയം കളയുകയാണ്.”

അച്ഛൻ മീഷയെ താഴെ വച്ചു.

“ഓടിപ്പോയി കുറച്ചു സമയം പിള്ളേരുടെ കൂടെ കളിക്ക്,” അച്ഛൻ പറഞ്ഞു. “ഞാൻ നിനക്ക് കൊണ്ടുവന്നതെന്താണെന്നു പിന്നെ കാണിച്ചുതരാം.”

പുറത്തിറങ്ങി കതകടച്ചപ്പോൾ മീഷയ്ക്ക് ആദ്യം തോന്നിയത് അവിടെ ആ വാതുക്കൽത്തന്നെ നിന്ന് മുതിർന്നവർ പറയുന്ന കാര്യങ്ങൾ ചെവിയോർത്തു കേൾക്കണമെന്നാണ്. പക്ഷെ അപ്പോഴാണ് ആ ഗ്രാമത്തിലെ പയ്യന്മാർക്കാർക്കും തന്റെ അച്ഛൻ വന്ന വിവരം അറിഞ്ഞുകൂടെന്ന ആലോചന പോയത്. അവൻ നേരം മുറ്റം കുറുക്കെ കടന്ന് പച്ചക്കറിത്തോട്ടത്തിനിടയിലൂടെ ഉരുളക്കിഴങ്ങുചെടികൾ ചവുട്ടിമെതിച്ചുകൊണ്ട് കുളക്കരയിലേക്കു നടന്നു.

ദുർഗ്ഗന്ധമുള്ള, കെട്ടിനിൽക്കുന്ന വെള്ളത്തിൽ കുറേസമയം കുത്തിമറിഞ്ഞശേഷം അവൻ മണലിൽ പോയി കിടന്നുരുണ്ടു. ദേഹം മുഴുവൻ മണൽകൊണ്ടു പൊതിഞ്ഞു. കുളത്തിൽ അവസാനമായി ഒന്നുകൂടി മുങ്ങിയശേഷം അവൻ ആദ്യം ഒരു കാലിലും പിന്നീടു മറ്റേ കാലിലും തൊങ്കിനിന്നുകൊണ്ട് ട്രൗസറിട്ടു. വീട്ടിലേക്കു പോകണോ എന്നാലോചിക്കുന്നതിനിടയിൽ പുരോഹിതന്റെ മകൻ വീത്യ വന്നു.

“പോകണ്ട, മീഷാ. നമുക്കൊന്നു മുങ്ങാം. എന്നിട്ട് കളിക്കാൻ എന്റെ വീട്ടിലേക്കു വാ. നിനക്കു വരാമെന്ന് അമ്മ പറഞ്ഞു.”

ഇടതുകൈകൊണ്ട് മീഷ ട്രൗസർ മുകളിലേക്കു വലിച്ചുകയറ്റി, ശേഷിച്ച ഒരേയൊരു വാറ് തോളിന്റെ മീതേക്കൂടി ശരിയാക്കിയിട്ടു.

“എനിക്കു നിന്റെ കൂടെ കളിക്കണ്ട,” അവൻ പറഞ്ഞു. “നിന്റെ ചെവി നാറുന്നു.”

“അത് കണ്ഠമാലരോഗമാണ്,” തുന്നിയ ഷർട്ട് ശോഷിച്ച ചുമലിന്റെ മുകളിലൂടെ ഊരിക്കൊണ്ട് വീത്യ പറഞ്ഞു. നീരസത്തിൽ ഒരു കണ്ണ് ചെറുതാക്കിക്കൊണ്ട് അവൻ തുടർന്നു: “അതിനു നീ കൊസാക്കുകാരനൊന്നുമല്ല. നിന്റെ അമ്മ നിന്നെ പെറ്റത് ഓടയിലാണ്.”

“നിനക്കെന്തു നിശ്ചയമാണെന്നറിഞ്ഞില്ലേ!”

“ഞങ്ങളുടെ പാചകക്കാരി അമ്മയോടു പറയുന്നതു ഞാൻ കേട്ടതാണ്.”

മീഷയുടെ നഗ്നമായ കാൽവിരലുകൾ മണലിലാണ്ടുകയറി.

“നിന്റെ അമ്മ നുണച്ചിയാണ്,” തന്നേക്കാൾ പൊക്കം കുറഞ്ഞ വീത്യയെ അവജ്ഞയോടെ നോക്കിക്കൊണ്ട് അവൻ തീർത്തുപറഞ്ഞു. “ഏതായാലും എന്റെ അച്ഛൻ യുദ്ധത്തിൽ പൊരുതിയവനാണ്. നിന്റെ അച്ഛനോ, മറ്റുള്ളവരുടെ അപ്പം പിടിച്ചുപറിച്ചെടുക്കുന്ന ഒരു ചോരകുടിയൻ.”

“നീ തന്തയില്ലാത്തവനാണ്,” പുരോഹിതപുത്രൻ പൊട്ടിക്കരയാൻ ഭാവിച്ചുകൊണ്ടു തിരിച്ചടിച്ചു.

മീഷ കുനിഞ്ഞ് മിനുസമുള്ള ഒരു വലിയ വെള്ളാരങ്കല്ലെടുത്തു. പക്ഷേ പുരോഹിതന്റെ മകൻ കണ്ണുനീരടക്കിക്കൊണ്ട് അവന് മധുരമായ ഒരു പുഞ്ചിരി സമ്മാനിച്ചു.

“കോപിക്കണ്ട, മീഷ,” അവൻ പറഞ്ഞു. “വഴക്കിടുന്നതിൽ അർത്ഥമില്ല. നിനക്കു വേണമെങ്കിൽ ഒരു ഇരുമ്പുകഷണത്തിൽനിന്നും ഞാനുണ്ടാക്കിയെടുത്ത കഠാരി തരാം.”

മീഷയുടെ കണ്ണുകൾ തിളങ്ങി. അവൻ കല്ല് വലിച്ചെറിഞ്ഞു. പക്ഷേ അപ്പോഴാണവൻ അച്ഛന്റെ കാര്യമോർത്തത്. അവൻ അവജ്ഞാപൂർവ്വം പറഞ്ഞു:

“അച്ഛൻ ഒരെണ്ണം യുദ്ധത്തിൽനിന്നു കൊണ്ടുവന്നിട്ടുണ്ട്. അതു നിന്റേതിനേക്കാൾ എത്രയോ നല്ലതാണ്.”

“നീ ബഡായി പറയുകയാണ്,” വിശ്വാസം തോന്നാതെ വീത്യ പറഞ്ഞു.

‘നീയാണു ബഡായി പറയുന്നത്! കൊണ്ടുവന്നെന്നു ഞാൻ പറഞ്ഞാൽ കൊണ്ടുവന്നെന്നാണർത്ഥം. കൂടാതെ നല്ലൊരു തോക്കുമുണ്ട്.”

‘ഹും! നിങ്ങൾ ധനവാന്മാരാണല്ലോ!’ നീരസവും അസൂയയും കലർന്ന ഒരു ചെറുചിരിയോടെ വീത്യ പറഞ്ഞു.

‘കൂടാതെ റിബൺകെട്ടിയ ഒരു തൊപ്പിയുമുണ്ട്. നിന്റെ പുസ്തകങ്ങളിൽ കാണുന്നതുപോലെ ആ റിബണിൽ സ്വർണ്ണനിറത്തിലുള്ള അക്ഷരങ്ങളുണ്ട്.”

ഇതിനൊരു മറുപടി പറയാൻ വീത്യയ്ക്ക് കുറച്ചുനേരം ആലോചിക്കേണ്ടിവന്നു. അവൻ നെറ്റി ചുളിച്ചു വയറിന്റെ വെളുത്ത തൊലിയിൽ അശ്രദ്ധമായി ചൊറിഞ്ഞു.

“എന്റെ അച്ഛൻ അടുത്തുതന്നെ ഒരു ബിഷപ്പാകും,” അവൻ അവസാനം പറഞ്ഞു. “നിന്റെ അച്ഛൻ ഒരു കന്നാലിസൂക്ഷിപ്പുകാരനാണ്. അങ്ങിനെയിരിക്കും!”

പക്ഷെ മീഷ അവിടെ തർക്കിച്ചുനിന്നുമടുത്തു. അവൻ തിരിഞ്ഞു വീട്ടിലേക്കു നടന്നു.

‘മീഷ, മീഷ! പുരോഹിതന്റെ മകൻ പിന്നാലെ വിളിച്ചു. എനിക്ക് നിന്നോടൊരു കാര്യം പറയാനുണ്ട്.’

‘എന്നാൽ പറ.’

‘അടുത്തുവാ.’

സംശയത്തോടെ കണ്ണുകൾ ചെറുതാക്കിക്കൊണ്ട് മീഷ അടുത്തു ചെന്നു.

"ഉം, എന്താണ്?"

ശോഷിച്ച വളകാലുകൾ ചവുട്ടി മണലിൽ നൃത്തംവച്ചുകൊണ്ട് വിജയഭാവത്തിലുള്ള ഒരു പുഞ്ചിരിയോടെ പുരോഹിതപുത്രൻ പറഞ്ഞു:

"നിന്റെ അച്ഛൻ ഒരു കമ്മ്യൂണിസ്റ്റാണ്. നീ മരിക്കുന്ന നിമിഷം നിന്റെ ആത്മാവ് സ്വർഗ്ഗത്തിലേക്കു പറന്നു ചെല്ലുമ്പോൾ ദൈവം നിന്നോടു പറയും, നിന്റെ അച്ഛൻ ഒരു കമ്മ്യൂണിസ്റ്റായിരുന്നു. അതുകൊണ്ടു നീ നേരെ നരകത്തിൽ പോ. അവിടെ പിശാചുക്കൾ നിന്നെ ചട്ടിയിലിട്ടു പൊരിക്കും."

"അവർ നിന്നേയും പൊരിക്കും."

"എന്റെ അച്ഛൻ പുരോഹിതനാണ്. ഹും, ഒരു ചുക്കമറിഞ്ഞുകൂടാത്ത വിഡ്ഢിയാണു നീ. നിന്നോടു സംസാരിച്ചിട്ടുതന്നെ കാര്യമില്ല."

ഇതു മീഷയെ ഭയപ്പെടുത്തി. അവൻ നിശ്ശബ്ദനായി തിരിഞ്ഞ് വീട്ടിലേക്കോടി.

വേലിക്കടുത്തെത്തിയപ്പോൾ അവൻ തിരിഞ്ഞുനോക്കി പുരോഹിതന്റെ മകന്റെ നേരെ മുഷ്ടി ചുരുട്ടിക്കാണിച്ചു.

"ഞാൻ മുത്തച്ഛനോടു ചോദിക്കാൻ പോവുകയാണ്. നീ പറഞ്ഞതു കളവാണെങ്കിൽ ഞങ്ങളുടെ മുറ്റത്തുനിന്നുമാറി നടക്കുകയാണു നല്ലത്."

അവൻ വേലി ചാടിക്കടന്നു വീട്ടിലേക്കോടി. താൻ കിടന്നു പൊരിയുന്ന ആ ചട്ടി അവന് സങ്കല്പിക്കാൻ കഴിഞ്ഞു. പൊള്ളുന്ന ചൂടും അവനു ചുറ്റും എണ്ണ പതഞ്ഞു തിളച്ചു മറിയുന്നതും അവൻ കണ്ടു. അവന് നട്ടെല്ലിലൂടെ ഒരു കിടുകിടുപ്പ് അനുഭവപ്പെട്ടു. മുത്തച്ഛനെ ഉടൻ കണ്ട് എല്ലാം ചോദിക്കേണ്ടിയിരിക്കുന്നു.

അപ്പോഴാണവൻ പെൺപന്നിയെ കണ്ടത്. അതിന്റെ തല വിക്കറ്റ് ഗേറ്റിനിടയിൽ പെട്ടുപോയിരുന്നു. ബാക്കി ദേഹം മുഴുവൻ പുറത്തും. കൊച്ചു വാലിട്ടാട്ടുകയും ഉച്ചത്തിൽ കരയുകയും ചെയ്തു കൊണ്ട് അത് മുഴുവൻ ശക്തിയുമെടുത്തു തള്ളുകയായിരുന്നു. മീഷ അതിന്റെ രക്ഷയ്ക്ക് ഓടിയെത്തി. പക്ഷേ പടി തുറക്കാൻ ശ്രമിച്ചപ്പോൾ പന്നി വിഷമിച്ചു ശ്വാസം വലിക്കാൻ തുടങ്ങി. അതുകൊണ്ടവൻ അതിന്റെ പുറത്തു കയറി. അവസാനത്തെ ശ്രമത്തിൽ ആ

ജന്നു വിജാഗരികളിൽനിന്നും പടി ഇളക്കിമാറ്റിക്കൊണ്ട് ആവുന്നത്ര വേഗത്തിൽ മുറ്റം കുറുക്കെ ഓടി. മീഷ ഉപ്പൂറ്റി രണ്ടും അതിന്റെ പള്ള കളിലമർത്തി. കാറ്റത്ത് മുടി പാറിപ്പറക്കുമാറ് അത്ര വേഗത്തിലാണ് അത് അവനേയും വഹിച്ചുകൊണ്ടോടിയത്. മെതിപ്പുരയ്ക്കടുത്തുവച്ച് അവൻ ചാടിയിറങ്ങി. തിരിഞ്ഞുനോക്കിയപ്പോൾ വീടിന്റെ പൂമുഖ ത്തുനിന്ന് മുത്തച്ഛൻ അവനെ മാടിവിളിക്കുന്നത് കണ്ടു.

"ഇവിടെ വാ!"

മുത്തച്ഛന്റെ ഉദ്ദേശമെന്തായിരിക്കുമെന്നു മീഷ ആലോചിച്ചതേയി ല്ല. പൊരിച്ചട്ടിയുടെ ചിത്രം വീണ്ടും അവൻ മനോദൃഷ്ടിയിൽ കണ്ടു. അവൻ നേരെ പൂമുഖത്തേക്ക് ഓടിച്ചെന്നു.

"മുത്തച്ഛാ, മുത്തച്ഛാ, സ്വർഗ്ഗത്തിൽ പിശാചുക്കളുണ്ടോ?"

"പിശാചുക്കളുള്ളതെവിടെയാണെന്നു ഞാനിപ്പോൾ കാണിച്ചുത രാം. അല്പം ക്ഷമിക്ക്. നല്ല കുറെ അടി. അതാണ് നിനക്ക് വേണ്ടത്, കൊച്ചു തെമ്മാടി! എന്തുദ്ദേശിച്ചാണു നീ പന്നിയുടെ പുറത്തു കയറി ഓടിച്ചത്?"

മീഷ ഓടിപ്പോകാതിരിക്കാൻവേണ്ടി അവന്റെ മുൻവശത്തെ മുടിയിൽ കയറിപ്പിടിച്ചുകൊണ്ട് മുത്തച്ഛൻ വീട്ടിനുള്ളിലേക്ക് അമ്മയോടു വിളിച്ചുപറഞ്ഞു, "നീ പെറ്റുവളർത്തിയ ഈ മിടുക്കൻ മോനെ ഒന്നു വന്നു കാണ്."

അമ്മ പുറത്തു വന്നു.

"ഇത്തവണ എന്താണവൻ കാട്ടിയത്?"

"എന്താണെന്നോ, മുറ്റത്തുകൂടി പന്നിയുടെ പുറത്തുകയറി പൊടിയും പറത്തി നടക്കുകയല്ലാതെ മറ്റൊന്നുമല്ല!"

"പ്രസവിക്കാറായ പന്നിയുടെ പുറത്താണോ കയറിയത്?'

അമ്മ വിശ്വസിക്കാൻ വയ്യാതെ കൈ ഉയർത്തി.

മീഷയ്ക്ക് സ്വയം ന്യായീകരിച്ചുകൊണ്ട് ഒരു വാക്കുപോലും പറയാൻ കഴിയുന്നതിനു മുമ്പ് മുത്തച്ഛൻ തന്റെ ബെൽട്ടൂരി ഒരു കൈകൊണ്ടു ട്രൗസർ പൊക്കി മറ്റേ കൈകൊണ്ട് അവന്റെ തല തന്റെ കാൽമുട്ടുകൾക്കിടയിലാക്കി. "ഇനി ആ പന്നിയുടെ പുറത്തു കയറരുത്, പന്നിയുടെ പുറത്ത് കയറരുത്," എന്ന കർശനമായ താക്കീത് ആവർത്തിച്ചുകൊണ്ട് മുത്തച്ഛൻ മീഷയെ നല്ലവണ്ണം പ്രഹരിച്ചു. മീഷ അലമുറയിടാൻ തുടങ്ങി. പക്ഷെ മുത്തച്ഛൻ പെട്ടെ ന്നുതന്നെ അതു നിർത്തി.

"അധികപ്രസംഗി, ഇങ്ങനെയാണ നീ നിന്റെ അച്ഛനോടുള്ള സ്നേഹം കാണിക്കുന്നത്, അല്ലേ? അച്ഛനിപ്പോൾ വന്നുകയറിയതേയുള്ളൂ, ക്ഷീണിച്ച് അല്പമൊന്നുറങ്ങാൻ നോക്കുകയാണ്. എന്നിട്ടാണു നീയിങ്ങനെ വിളിച്ചുകൂവുന്നത്!"

മീഷയ്ക്കുതുകൊണ്ട് മിണ്ടാതിരിക്കേണ്ടിവന്നു. അവൻ മുത്തച്ഛനെ ഉദ്ദേശിച്ച് ഒരു തൊഴി കൊടുത്തെങ്കിലും അവന്റെ കാൽ അത്രദൂരം എത്തിയില്ല. അപ്പോൾ അമ്മ അവനെ പിടിച്ച് വീട്ടിനകത്തേക്കു തള്ളി.

"അനങ്ങാതിരി, പിശാചിന്റെ മോനെ! ഞാൻ നിന്നെ കൈവച്ചാൽ മുത്തച്ഛനെപ്പോലെ പതുക്കെയായിരിക്കുകയില്ല."

ചുമരിനോടു മുഖം തിരിഞ്ഞുനിന്ന മീഷയെ ഇടയ്ക്കിടെ നോക്കിക്കൊണ്ട് മുത്തച്ഛൻ അടുക്കളയിലെ ബഞ്ചിലിരുന്നു.

മീഷ പെട്ടെന്ന് തിരിഞ്ഞ് കൈ ചുരുട്ടി അവസാനത്തെ കണ്ണുനീർത്തുള്ളി തുടച്ചുകളഞ്ഞു.

"കണ്ടോളാം, മുത്തച്ഛാ," കതകിന്റെ നേരെ പുറം അമർത്തിക്കൊണ്ട് അവൻ പറഞ്ഞു.

"നീ മുത്തച്ഛനെ ഭീഷണിപ്പെടുത്തുകയാണോ?"

മുത്തച്ഛൻ വീണ്ടും ബെൽട്ടൂരാൻ ഭാവിച്ചു. മീഷ കതകുതള്ളി അല്പം തുറന്നു.

നീയെന്നെ ഭീഷണിപ്പെടുത്തുകയാണോ? മുത്തച്ഛൻ വീണ്ടും ചോദിച്ചു.

മീഷ കതകിനു വെളിയിലേക്കു മറഞ്ഞു. മുത്തച്ഛൻ കുറച്ചെങ്കിലും അനങ്ങുന്നുണ്ടോ എന്നറിയാൻ ഒളിഞ്ഞുനോക്കിക്കൊണ്ട് അവൻ വിളിച്ചുപറഞ്ഞു, "കണ്ടോളാം, മുത്തച്ഛാ. പല്ലെല്ലാം പോകുമ്പോൾ മുത്തച്ഛനുവേണ്ടി ചവയ്ക്കാൻ എന്നോടു പറയരുത്. ഞാൻ ചവച്ചുതരില്ല."

മുത്തച്ഛൻ പുറത്തിറങ്ങി പൂമുഖത്തു വന്നപ്പോൾ മീഷയുടെ തലയും അവന്റെ നീലട്രൗസറും തോട്ടത്തിലെ പരുപരുത്ത ചണച്ചെടികൾക്കിടയിൽ മറയുന്നത് ഒരു നിമിഷം കണ്ടു. മൂപ്പീന്ന് ഭീഷണമായി വടിയിളക്കിയെങ്കിലും താടിക്കിടയിലൂടെ അദ്ദേഹത്തിന്റെ ചുണ്ടുകൾ പുഞ്ചിരിച്ചു.

***

അച്ഛൻ അവനെ മീങ്കയെന്നാണ് വിളിച്ചുപോന്നത്. അമ്മ മീന്യൃഷ്ക്കയെന്നും. മുത്തച്ഛൻ ശാന്തനായിരിക്കുമ്പോൾ അവനെ തെമ്മാടിയെന്നു വിളിക്കും. പക്ഷെ മറ്റവസരങ്ങളിൽ തിങ്ങിനിൽക്കുന്ന നരച്ച പുരികങ്ങൾ കൂട്ടിമുട്ടുമാറ് നെറ്റിചുളിച്ചുകൊണ്ട് മുത്തച്ഛൻ ഇങ്ങനെയാവും വിളിക്കുക: "ഇവിടെ വാ മിഹൈലൊ ഫൊമീച്ച്. നിന്റെ ചെവിക്കൊന്നു പിടിക്കട്ടെ."

മറ്റു സകലരും - വെടിപറയുന്ന അയൽവാസികളും കുട്ടികളും ആ ഗ്രാമം മുഴുവനും - അവനെ മീഷ്ക്കയെന്നോ തന്തയില്ലാത്തവനെന്നോ വിളിച്ചു പോന്നു.

വിവാഹത്തിനുമുമ്പുതന്നെ അമ്മ അവനെ ഗർഭം ധരിച്ചു. അവന്റെ പിതാവായ ഫൊമാ എന്ന കന്നുകാലിസൂക്ഷിപ്പുകാരനെ ഒരൊറ്റ മാസം കഴിഞ്ഞ് അമ്മ വിവാഹം ചെയ്തുവെന്നതു നേരാണ്. പക്ഷെ തന്തയില്ലാത്തവൻ എന്ന ആ കയ്പേറിയ പരിഹാസപ്പേര് ആയുഷ്ക്കാലം മുഴുവൻ മീഷയെ പിന്തുടർന്നു.

വലിപ്പം കുറഞ്ഞ ഒരു കുട്ടിയായിരുന്നു മീഷ. വസന്താരംഭത്തിൽ സൂര്യകാന്തിപ്പൂവിന്റെ ഇതളുകളുടെ നിറമുണ്ടായിരുന്ന അവന്റെ തലമുടി ജൂൺ മാസത്തിലെ വെയിലേറ്റ് വെളുത്തു പരുപരുത്ത കീറുകളായി തലയിൽ അലങ്കോലപ്പെട്ടു കിടന്നിരുന്നു. അവന്റെ കവിളുകളിൽ കുരുവിമുട്ടത്തോടുപോലെ തേമൽ പടർന്നിരുന്നു. വെയിലടിച്ചും കൂടെക്കൂടെ കുളത്തിൽ മുങ്ങുന്നതുകൊണ്ടും അവന്റെ മൂക്കിലെ തൊലി എപ്പോഴും അടർന്നുപൊയ്ക്കൊണ്ടിരുന്നു. ഈ വളകാലൻ കൊച്ചു മീഷയ്ക്ക് കൊള്ളാവുന്നതായിട്ടൊന്നേ ഉണ്ടായിരുന്നുള്ളു: അവന്റെ കണ്ണുകൾ. പുഴയിൽ പാതിയുരുകിയൊലിക്കുന്ന മഞ്ഞുപോലെ, നേർത്ത പോളകൾക്കിടയിലൂടെ പുറത്തേക്കു നോക്കുന്ന കുസൃതിപൂണ്ട നീലക്കണ്ണുകളായിരുന്നു അവ.

ആ കണ്ണുകളും അടങ്ങിയൊതുങ്ങിയിരിക്കാത്ത അവന്റെ പ്രകൃതവും കാരണമാണ് മീഷയുടെ അച്ഛൻ അവനെ സ്നേഹിച്ചത്. യുദ്ധം കഴിഞ്ഞു മടങ്ങിയെത്തിയ അച്ഛൻ തന്റെ മകനായി പഴക്കം ചെന്നു കല്ലുപോലുറച്ച ഒരു പലഹാരവും അല്പം ഇട്ടുതേഞ്ഞ ഒരു ജോടി നീളച്ചെരിപ്പും കൊണ്ടുവന്നു. അമ്മ ചെരിപ്പ് ഒരു തോർത്തിൽ പൊതിഞ്ഞ് പെട്ടിക്കകത്തു വച്ചു. പലഹാരം മീഷ അന്നു രാത്രിയിൽ തന്നെ ഒരു കൊട്ടുവടികൊണ്ട് ഇടിച്ചുപൊട്ടിച്ച് അവസാനത്തെ കഷണം വരെ തിന്നു.

പിറ്റേന്നു രാവിലെ സൂര്യോദയസമയത്തുതന്നെ മീഷ ഉണർന്നു. പാത്രത്തിൽനിന്ന് ചെറുചൂടുള്ള കുറച്ചു വെള്ളമെടുത്ത് അഴുക്കുപുരണ്ട

മുഖത്തു പുരട്ടിയിട്ട് അതുണങ്ങാൻവേണ്ടി അവൻ വെളിയിലേക്കോടി.

അമ്മ മുറ്റത്ത് പശുവിനെ കറക്കുകയായിരുന്നു. വീടിനു ചുറ്റുമുള്ള മൺതിട്ടയിൽ ഇരുന്നിരുന്ന മുത്തച്ഛൻ മീഷയെ വിളിച്ചു.

"ആ കളപ്പുരയുടെ ചുവട്ടിൽ കുനിഞ്ഞുകയറ്, കൊച്ചു തെമ്മാടി. ഒരു പിടക്കോഴി അവിടെ ഒച്ചയിടുന്നതു കേട്ടു. അതു മുട്ടയിട്ടുകാണണം."

മുത്തച്ഛനെ അനുസരിക്കാൻ മീഷ സദാ സന്നദ്ധനായിരുന്നു. അവൻ കളപ്പുരയുടെ അടിയിലേക്ക് ഇഴഞ്ഞുകയറുകയും മറുവശത്തു കൂടി പുറത്തേക്ക് ഇഴഞ്ഞിറങ്ങുകയും ചെയ്തു. എന്നിട്ട് പച്ചക്കറിത്തോട്ടത്തിലൂടെ ഒരൊറ്റ ഓട്ടം വച്ചുകൊടുത്തു. മുത്തച്ഛൻ കാണുന്നുണ്ടോ എന്ന് ഇടയ്ക്കിടെ പുറകോട്ടു തിരിഞ്ഞുനോക്കി. വേലിയ്ക്കരികിലെത്തിയപ്പോഴേക്ക് ചൊറിയണം തട്ടി അവന്റെ കാൽ രണ്ടും ചൊറിയുന്നുണ്ടായിരുന്നു. കാത്തിരുന്ന മുത്തച്ഛന്റെ ക്ഷമ നശിച്ചു. അവസാനം മുത്തച്ഛൻ തന്നെ കളപ്പുരയുടെ അടിയിലേക്ക് ഇഴഞ്ഞുകയറി. ദേഹത്തെല്ലാം കോഴിക്കാട്ടം പറ്റി. ഈർപ്പമുള്ള ഇരുട്ടിൽ കണ്ണുപാതി കാണാതെ, തറപ്പലകകളുടെ തുലാത്തണ്ടുകളിലെല്ലാം തല മുട്ടി അവസാനം മറുവശത്തു കടന്നു.

"നീയൊരു വിഡ്ഢിയാണ് മീഷ. ഒരു കൊച്ചു മുട്ടയ്ക്കു വേണ്ടി ഈ സമയം മുഴുവൻ തപ്പുകയോ! അതിനിടയ്ക്ക് ഏതു കോഴിയാണ് മുട്ടയിടുക! ആ മുട്ട ദാ ഈ കല്ലിനടുത്തു കാണും. മീഷേ, എവിടെയാണു നീ?"

മുത്തച്ഛനു മറുപടി കിട്ടിയില്ല. ട്രൗസറിൽനിന്നു ചെളി തട്ടിക്കുടഞ്ഞ് കളപ്പുരയ്ക്കടിയിൽനിന്നും ഇഴഞ്ഞിറങ്ങി കുളത്തിന്റെ നേരേ സൂക്ഷിച്ചുനോക്കിയപ്പോൾ മീഷയുണ്ട് അവിടെ നിൽക്കുന്നു. മുത്തച്ഛൻ തോൾചലിപ്പിച്ചുകൊണ്ട് തിരിഞ്ഞുനടന്നു.

കുളക്കരയിൽ ഗ്രാമത്തിലെ കുട്ടികൾ മീഷയ്ക്കു ചുറ്റും കൂടി.

"നിന്റെ അച്ഛൻ എവിടായിരുന്നു?" ആരോ ചോദിച്ചു.

"യുദ്ധത്തിലായിരുന്നോ?"

"ശരിയാണ്."

"എന്തു ചെയ്യുകയായിരുന്നു?"

"യുദ്ധം ചെയ്യുകയായിരുന്നു, അല്ലാതെന്ത്?"

"ചുമ്മാതിരി. അയാളാകെ യുദ്ധം ചെയ്തതു പേനിനോടാണ്. ബാക്കി സമയം മുഴുവൻ അടുക്കളവാതുക്കൽ എല്ലും ചപ്പി ഇരിക്കുകയായിരുന്നു."

കുട്ടികൾ ഉച്ചത്തിൽ ചിരിച്ചു. മീഷയെ ചൂണ്ടിക്കൊണ്ട് അങ്ങോട്ടു മിങ്ങോട്ടും ചാടിച്ചാടിനടന്നു. അമർഷംകൊണ്ടു മീഷയുടെ കണ്ണുകൾ നിറഞ്ഞു. ഇതൊന്നും പോരാഞ്ഞിട്ട് പുരോഹിതന്റെ മകനായ വീത്യ അവനോടൊരു ചോദ്യം,

"നിന്റെ അച്ഛൻ ഒരു കമ്മ്യൂണിസ്റ്റാണ്, അല്ലേ?"

"അറിഞ്ഞുകൂടാ."

"എന്നാൽ എനിക്കറിയാം. കമ്മ്യൂണിസ്റ്റാണ്. അയാൾ ആത്മാവ് ചെകുത്താനു വിറ്റിരിക്കുകയാണ്. ഇന്നു രാവിലെ അച്ഛൻ എന്നോടു പറഞ്ഞതാണിത്. അതെ, മാത്രമല്ല അടുത്തുതന്നെ കമ്മ്യൂണിസ്റ്റുകാരെയെല്ലാം കെട്ടിത്തൂക്കാൻ പോവുകയാണ്."

കുട്ടികൾക്കിടയിൽ നിശ്ശബ്ദത വ്യാപിച്ചു. മീഷയുടെ ഹൃദയം ഭയാക്രാന്തമായി. അച്ഛനെ കെട്ടിത്തൂക്കുകയോ? എന്തു കുറ്റത്തിന്? പല്ലു കടിച്ചുകൊണ്ട് അവൻ തിരിച്ചടിച്ചു:

"എന്റെ അച്ഛന്റെ കയ്യിൽ വലിയൊരു തോക്കുണ്ട്. എല്ലാ ബൂർഷ്വാകളേയും അച്ഛൻ കൊല്ലും."

"ഛേ, ഇല്ല," വീത്യ വിജയഭാവത്തിൽ പറഞ്ഞു. "എന്റെ അച്ഛൻ അയാളെ അനുഗ്രഹിക്കുകയില്ല. അനുഗ്രഹമില്ലെങ്കിൽ അയാൾക്കൊന്നും ചെയ്യാൻ കഴിയുകയില്ല."

ഷോപ്പുടമസ്ഥന്റെ മകൻ പ്രോഷ്ക്ക് മീഷയുടെ നെഞ്ചത്ത് വിരൽ കുത്തി.

"നിന്റെ അച്ഛനെപ്പറ്റി വലിയ വീമ്പൊന്നും പറയേണ്ട," നാസാദ്വാരങ്ങൾ വിറപ്പിച്ചുകൊണ്ട് അവൻ പറഞ്ഞു. "വിപ്ലവം വന്നപ്പോൾ അയാൾ എന്റെ അച്ഛന്റെ സാമാനങ്ങൾ മുഴുവൻ പിടിച്ചെടുത്തു. 'കാറ്റ് മറിച്ചു വീശുന്നതുവരെ കാത്തിരിക്ക്. ആ കന്നാലിസൂക്ഷിപ്പുകാരൻ ഫൊമായെ കൊല്ലുകയെന്നതായിരിക്കും ഞാനാദ്യം ചെയ്യുക,' എന്നാണ് എന്റെ അച്ഛൻ പറയുന്നത്."

പ്രോഷ്ക്കയുടെ പെങ്ങൾ നതാഷ കാല് നിലത്ത് ആഞ്ഞുചവുട്ടിക്കൊണ്ട് ഉറക്കെ വിളിച്ചുപറഞ്ഞു:

"അടിയ്ക്കവനെ! നിങ്ങളെന്താ നോക്കിനില്ക്കുന്നത്, പിള്ളേരേ?"

"കമ്മ്യൂണിസ്റ്റ് ചെക്കനെ അടിക്ക്!" മറ്റാരോ വിളിച്ചു പറഞ്ഞു.

"തന്തയില്ലാത്തവൻ!"

"കൊടുക്ക് ഒരടി, പ്രോഷ്ക്ക!"

പ്രോഷ്ക്ക ഒരു വടി വീശി. അത് മീഷയുടെ ചുമലിലടിച്ചു.

പുരോഹിതന്റെ മകൻ വീത്യ മീഷയെ ഉരുട്ടിയിട്ടു മണലിൽ മലർത്തിക്കിടത്തി.

കുട്ടികൾ ഒച്ചയിട്ടുകൊണ്ട് അവന്റെ മേൽ വീണു. നതാഷ നേരിയ ശബ്ദത്തിൽ കൂവിവിളിച്ചുകൊണ്ട് അവളുടെ കൂർത്ത നഖങ്ങൾകൊണ്ട് അവന്റെ കഴുത്തിൽ മാന്തി. ആരോ അവനെ നോവുന്നവണ്ണം വയറ്റിൽ തൊഴിച്ചു.

മീഷ പ്രോഷ്ക്കയെ തട്ടിമാറ്റി എഴുന്നേറ്റ് ഒരു വേട്ടമൃഗത്തെപ്പോലെ വളഞ്ഞുപുളഞ്ഞു വീട്ടിലേക്കോടി. കുട്ടികൾ അവന്റെ പിന്നാലെ ഉച്ചത്തിൽ ചൂളം വിളിച്ചു. ആരോ ഒരു കല്ലെറിഞ്ഞു. പക്ഷെ ആരും പുറകെ ചെന്നില്ല.

പച്ചക്കറിത്തോട്ടത്തിലെ മുള്ളു നിറഞ്ഞ ചണച്ചെടികളുടെ പച്ച നിറമാർന്ന മറവിലെത്തിയപ്പോഴാണ് മീഷ ശ്വാസം പിടിക്കാൻ നിന്നത്. ഈർപ്പവും നല്ല മണവുമുള്ള മണ്ണിൽ അവൻ തളർന്നിരുന്നു. കഴുത്തിൽ മാന്തിയ ഇടത്തുനിന്നും പൊട്ടിയ ചോര തുടച്ചുകളഞ്ഞു. പിന്നീടവൻ കരയാൻ തുടങ്ങി. ഇടതൂർന്നുനിന്ന ഇലകൾക്കിടയിലൂടെ സൂര്യപ്രകാശം അവന്റെ കണ്ണുകളിൽ എത്തിനോക്കാൻ ശ്രമിച്ചു. അത് അവന്റെ കവിളുകളിലെ കണ്ണുനീരുണക്കുകയും അമ്മ ചിലപ്പോൾ ചെയ്യാറുള്ള പോലെ അവന്റെ ചുരുണ്ട ചെമ്പിച്ച മുടിയിൽ വാത്സല്യപൂർവ്വം ചുംബിക്കുകയും ചെയ്തു.

വളരെനേരം - കണ്ണുനീരൊഴുകിത്തീരുന്നതുവരെ - മീഷ ചണക്കൂട്ടത്തിനിടയിൽ ഇരുന്നു. പിന്നീടവൻ എഴുന്നേറ്റു സാവധാനം മുറ്റത്തു കടന്നു.

അച്ഛൻ അവിടെ വണ്ടിപ്പുരയിൽ വണ്ടിച്ചക്രങ്ങൾക്കു താറടിച്ചുകൊണ്ടു നില്പുണ്ടായിരുന്നു. തൊപ്പി തലയുടെ പുറകോട്ടു മാറിയിരുന്നിരുന്നു. റിബണുകൾ താഴോട്ടു തൂങ്ങിക്കിടപ്പുണ്ട്. നീലയും വെള്ളയും വരകളോട്ടുകൂടിയ ഒരു ഷർട്ടാണ് ധരിച്ചിരിക്കുന്നത്. മീഷ വണ്ടിയുടെയടുത്തേക്കു നടന്ന് മൗനമായി നോക്കിനിന്നു. കുറെക്കഴിഞ്ഞ്, വേണ്ടത്ര ധൈര്യം തോന്നിയപ്പോൾ, അവൻ അച്ഛന്റെ കയ്യിൽ തൊട്ടുകൊണ്ട് അടക്കിയ സ്വരത്തിൽ ചോദിച്ചു:

"അച്ഛാ. അച്ഛൻ യുദ്ധത്തിൽ എന്തു ചെയ്യുകയായിരുന്നു?"

"പൊരുതുകയായിരുന്നു, മോനെ," ചെമ്പൻമീശയ്ക്കിടയിലൂടെ ചിരിച്ചുകൊണ്ട് അച്ഛൻ മറുപടി പറഞ്ഞു.

"ആ പിള്ളേര്... പിള്ളേരു പറഞ്ഞു അച്ഛൻ പേനിനോടു മാത്രമാണ് പൊരുതിയതെന്ന്."

മീഷയ്ക്ക് കണ്ണുനീർകൊണ്ട് തുടർന്നു സംസാരിക്കാൻ കഴിഞ്ഞില്ല. പക്ഷെ അച്ഛൻ പൊട്ടിച്ചിരിച്ചതേയുള്ളു. മീഷയെ പൊക്കിയെടുത്തിട്ട് അച്ഛൻ പറഞ്ഞു:

"അവർ കളവു പറയുകയാണ്, മോനെ. ഞാൻ ഒരു കപ്പലിലായിരുന്നു. ഏഴു കടലും കടന്ന ഒരു കൂറ്റൻകപ്പൽ. പിന്നീടു ഞാൻ യുദ്ധത്തിൽ പൊരുതി."

"ആർക്കെതിരാണു പൊരുതിയത്?"

"യജമാനന്മാർക്കെതിരെ, മോനെ. നീ ഇപ്പോഴും വളരെ ചെറുതാണ്. അതുകൊണ്ട് നിനക്കു വേണ്ടി ഞാൻ പോയി യുദ്ധം ചെയ്യേണ്ടിവന്നു. അതിനെപ്പറ്റി ഒരു പാട്ടുപോലും പാടാറുണ്ട്."

അച്ഛൻ വീണ്ടും പുഞ്ചിരിച്ചു. കാല് താളത്തിൽ ചവുട്ടിക്കൊണ്ട് പതിഞ്ഞ സ്വരത്തിൽ ഇങ്ങനെ പാടി:

മീഷേ പോരിനു പോകല്ലേ
അച്ഛൻ പോകാം പടവെട്ടാൻ.
അച്ഛൻകണ്ടു ജീവിതമെന്നാൽ
നീയോ കേവലമൊരു ബാലൻ!

മീഷ അവന്റെ എല്ലാ വിഷമങ്ങളും മറന്ന് ഉറക്കെ ചിരിച്ചു. അമ്മ ചൂലുണ്ടാക്കാൻ ഉപയോഗിക്കാറുള്ള പുല്ലുപോലെ അച്ഛന്റെ ചെമ്പൻ മീശ എഴുന്നുനിൽക്കുന്നതും മീശയ്ക്കു താഴെ അച്ഛന്റെ ചുണ്ടുകൾ വായുടെ കറുത്ത ദ്വാരം മൂടുകയും തുറക്കുകയും ചെയ്തുകൊണ്ട് ശബ്ദമുണ്ടാക്കുന്നതും നോക്കി അവൻ ചിരിച്ചു.

"ഇപ്പോൾ ഓടിപ്പോ, മീങ്ക," അച്ഛൻ പറഞ്ഞു. "എനിക്ക് ഈ വണ്ടി ശരിയാക്കണം. ഇന്നു രാത്രി നീ ഉറങ്ങാൻ കിടക്കുമ്പോൾ ഞാൻ യുദ്ധത്തെക്കുറിച്ചെല്ലാം പറഞ്ഞുതരാം."

***

അന്തമില്ലാത്ത ഒരു പുൽപ്രദേശത്തുകൂടി പോകുന്ന വിജനമായ ഒരു പാത പോലെ ആ ദിവസം നീണ്ടുനീണ്ടു പോയി. അവസാനം സൂര്യൻ അസ്തമിച്ചു. കന്നുകാലിക്കൂട്ടം ഗ്രാമത്തിലൂടെ ഓടിപ്പോയി. പൊടിപടലം അടങ്ങി. ഇരുണ്ട ആകാശത്തുനിന്നും ആദ്യത്തെ നക്ഷത്രം സങ്കോചത്തോടെ എത്തിനോക്കി.

കാത്തിരുന്നു കാത്തിരുന്നു മീഷ വല്ലാതെ മട്ടുത്തു. പാല് കറക്കാനും പിന്നീടത് അരിക്കാനും അമ്മ ഒരുപാട് സമയമെടുത്തു. പിന്നീട് അമ്മ അറയിൽ പോയി ഒരു മണിക്കൂറോളം അവിടെ

ഓരോന്നു ചെയ്തുകൊണ്ടിരുന്നു. ക്ഷമയറ്റ് മീഷ അമ്മയുടെ പുറകേ കൂടി.

"അമ്മേ, അത്താഴത്തിന് ഇനിയും നേരമായില്ലേ?"

"വിശക്കുന്നോ? കുറച്ചുകൂടി കാക്കണം."

പക്ഷെ മീഷ അമ്മയെ ശല്യപ്പെടുത്തിക്കൊണ്ടിരുന്നു. അമ്മ പോയിടത്തെല്ലാം അവനും വിടാതെ പിന്തുടർന്നു... അറയിലും അടുക്കളയിലുമെല്ലാം ഒരു നീരട്ടയെപ്പോലെ അവൻ അമ്മയുടെ പാവാടത്തുമ്പിൽ തൂങ്ങി നടന്നു.

"അമ്മേ, അത്താഴം തരൂ,"

"മുമ്പിൽനിന്നു പോടാ, ശല്യമേ! അത്രയ്ക്കു വിശപ്പുണ്ടെങ്കിൽ ഒരു കഷണം റൊട്ടി എടുത്തു തിന്ന്."

അതുകൊണ്ടൊന്നും അവൻ അടങ്ങിയിരുന്നില്ല. അവസാനം അമ്മ ഒരടിവച്ചുകൊടുത്തു. അതുകൊണ്ടും പ്രയോജനമുണ്ടായില്ല.

അത്താഴം വിളമ്പിയപ്പോൾ അവൻ തിടുക്കത്തിൽ തനിക്കുള്ള ഭക്ഷണം വിഴുങ്ങി മറ്റേ മുറിയിലേക്കോടി. ട്രൗസർ പെട്ടിയുടെ പിന്നിലേക്കെറിഞ്ഞിട്ട് അവൻ നേരെ കിടക്കയിലേക്ക് അമ്മയുടെ വർണ്ണപ്പകിട്ടുള്ള ക്വിൽട്ടിനടിയിൽ കയറിക്കിടന്നു. അച്ഛൻ വന്ന് യുദ്ധങ്ങളെപ്പറ്റി പറയുന്നതും കാത്ത് അവൻ അനങ്ങാതെ കിടന്നു.

മുത്തച്ഛൻ വിശുദ്ധരൂപങ്ങളുടെ മുമ്പിൽ മുട്ടുകുത്തി നിന്നു പ്രാർത്ഥിക്കുകയും തല നിലത്തു മുട്ടുമാറ് കുമ്പിടുകയും ചെയ്തു. മീഷ തല പൊക്കി നോക്കി. ഇടതുകൈ തലയിലൂന്നിക്കൊണ്ട് മുത്തച്ഛൻ വളരെ വിഷമിച്ച് മുമ്പോട്ടാഞ്ഞു കുനിഞ്ഞ് നെറ്റി തറയിൽ മുട്ടിച്ചു. അതേ നിമിഷത്തിൽ മീഷയുടെ കൈമുട്ട് ചുമരിലും മുട്ടി.

വീണ്ടും മുത്തച്ഛൻ കുറേ നേരം പ്രാർത്ഥിച്ചശേഷം തല തറയിൽ മുട്ടിച്ചു - ഠിം! മീഷ കൈമുട്ട് ചുമരിൽ മുട്ടിച്ചു - ഠേ! മുത്തച്ഛനു ദേഷ്യം വന്നു.

"ഞാൻ നിന്നെ ഒരു പാഠം പഠിപ്പിക്കുന്നുണ്ട്, ചെകുത്താനേ. ദൈവം എന്നോടു പൊറുക്കണേ! ഇനിയും ചുമരിൽ മുട്ടിക്ക്, കാണട്ടെ. ഞാൻ നിനക്കും തരാം നല്ല കുറേ മുട്ട്!"

കാര്യം കുഴപ്പമായേനെ, സംശയമില്ല. പക്ഷേ അപ്പോഴേക്കും അച്ഛൻ മുറിയിൽ കടന്നുവന്നു.

"മീങ്കേ, നീ ഇവിടെ എന്തു ചെയ്യുന്നു?" അച്ഛൻ ചോദിച്ചു.

"ഞാൻ എപ്പോഴും അമ്മയുടെ കൂടെയാണ് ഉറങ്ങുന്നത്."

അച്ഛൻ കട്ടിലിനരികിൽ വന്നിരുന്നു. കുറച്ചുനേരത്തേക്ക് ഒന്നും മിണ്ടാതെ വെറുതെ മീശ പിരിച്ചുകൊണ്ടിരുന്നതേയുള്ളൂ. അവസാനം ഇങ്ങനെ പറഞ്ഞു:

"നീ മുത്തച്ഛന്റെ കൂടെ അടുക്കളയിൽ ഉറങ്ങുമെന്നാണല്ലോ ഞാൻ വിചാരിച്ചത്."

"എനിക്കു മുത്തച്ഛന്റെ കൂടെ ഉറങ്ങണ്ട."

"എന്തുകൊണ്ട്?"

"ആ മീശ കാരണം - അതിനു ഭയങ്കര പുകയിലനാറ്റമാണ്."

അച്ഛൻ നെടുവീർപ്പിട്ടുകൊണ്ട് വീണ്ടും മീശ പിരിച്ചു.

"എന്നാലും, മോനെ, മുത്തച്ഛന്റെ കൂടെ ഉറങ്ങുകയാണു നല്ലത്."

മീഷ പുതപ്പെടുത്തു തലവഴി മൂടി. വീണ്ടും പുറത്തേക്ക് ഒളിഞ്ഞു നോക്കിക്കൊണ്ട് പരിഭവസ്വരത്തിൽ ഇങ്ങനെ പറഞ്ഞു: "അച്ഛൻ ഇന്നലെ എന്റെ സ്ഥാനത്താണു കിടന്നുറങ്ങിയത്. എന്നിട്ടിന്നും വേണമെന്നാണു പറയുന്നത്. മുത്തച്ഛന്റെ കൂടെ അച്ഛൻ പോയി ഉറങ്ങിക്കോളൂ."

പെട്ടെന്ന് എഴുന്നേറ്റിരുന്ന് അച്ഛന്റെ തല പിടിച്ചു കുനിച്ച് അവൻ ചെവിട്ടിൽ മന്ത്രിച്ചു: "മുത്തച്ഛന്റെ കൂടെ ഉറങ്ങുകയാണ് നല്ലത്. കാരണം ഏതായാലും അച്ഛന്റെ കൂടെ കിടക്കാൻ അമ്മ ഇഷ്ടപ്പെടില്ല. അച്ഛനും പുകയിലനാറ്റമുണ്ട്."

"എന്നാൽ ശരി. ഞാൻ പോയി മുത്തച്ഛന്റെ കൂടെ കിടന്നോളാം. പക്ഷെ ഞാൻ നിന്നോട് യുദ്ധത്തെപ്പറ്റി പറയുകയില്ല."

അച്ഛൻ എഴുന്നേറ്റ് അടുക്കളയിലേക്കു നടന്നു.

"അച്ഛാ!"

"എന്താ?"

"വേണമെങ്കിൽ ഇവിടെ ഉറങ്ങിക്കോളൂ, മീഷ കട്ടിലിൽ നിന്നെഴുന്നേറ്റുകൊണ്ട് പരാജയഭാവത്തിൽ പറഞ്ഞു.

"ഇനി യുദ്ധത്തെപ്പറ്റി പറയാമോ?"

"ശരി, ഇനി പറയാം."

മുത്തച്ഛൻ ആദ്യം കട്ടിലിൽ കയറി മീഷയ്ക്കു കിടക്കാൻ അറ്റത്ത് സ്ഥലമിട്ടു. കുറച്ചു കഴിഞ്ഞ് അച്ഛൻ അടുക്കളയിൽ വന്നു കട്ടിലിനരികിലേക്ക് ഒരു ബെഞ്ചു പിടിച്ചിട്ട് അതിലിരുന്നു. ദുസ്സഹമായ മണമുള്ള സിഗററ്റൊന്നു കൊളുത്തിയിട്ടുണ്ട്.

"ശരി, നടന്നതിങ്ങനെയാണ്... നമ്മുടെ മെതിസ്ഥലത്തിനു തൊട്ടുകിടക്കുന്ന പാടം ഷാപ്പ്പടമസ്ഥന്റെ വകയായിരുന്നതു നീ ഓർക്കുന്നുണ്ടോ?"

"ഉവ്വ്." മീഷയ്ക്ക് അതോർമ്മയുണ്ട്. സുഗന്ധം പേറി ഉയർന്നു നിൽക്കുന്ന ഗോതമ്പുചെടികളുടെ നിരകൾക്കിടയിലൂടെ അങ്ങോട്ടുമി ങ്ങോട്ടും ഓടിനടക്കാൻ അവനിഷ്ടമായിരുന്ന കാര്യം അവനോർത്തു. മെതിസ്ഥലത്തിന്റെ കൽമതിൽ കയറിയാൽ മതി, നേരെ ഗോതമ്പു ചെടികളുടെ നടുവിലെത്തും. അവയ്ക്ക് കൂടുതൽ പൊക്കമുണ്ടായിരുന്നതു കൊണ്ട് അവനെ പൂർണ്ണമായി മറച്ചു. തടിച്ച് കറുത്ത താടിയോടുകൂടിയ കതിരുകൾ അവന്റെ കവിളുകളെ കിക്കിളിപ്പെടുത്തി. പൊടിയുടേയും ഡെയിസിപ്പൂവുകളുടേയും പുൽക്കാട്ടിലൂടെ അടിച്ചുവന്ന കാറ്റിന്റേയും മണം അവന് അനുഭവപ്പെട്ടു.

"മീഷേ," അമ്മ അവന്റെ പിന്നാലെ വിളിക്കും, "ഗോതമ്പിനിട യിലൂടെ ഒരുപാടു ദൂരം പോകരുത്. വഴി തെറ്റും."

"ശരി," അല്പം കഴിഞ്ഞ്, മീഷയുടെ തലമുടി മന്ദമായി തലോടി ക്കൊണ്ട്, അച്ഛൻ തുടർന്നു. "മണൽക്കുന്നിനപ്പുറത്ത് നമ്മുടെ ഗോതമ്പു വിളയുന്ന പാടത്തേയ്ക്ക് നീയും ഞാനും കുതിരയോടിച്ചുപോയത് ഓർക്കുന്നുണ്ടോ?"

അതും മീഷ ഓർത്തു: മണൽക്കുന്നിനപ്പുറത്ത് റോഡരുകിൽ വീതികുറഞ്ഞു വിളഞ്ഞുകിടന്നിരുന്ന കൊച്ചുപാടവും അച്ഛനൊന്നിച്ച് അവനവിടെപ്പോയ ദിവസവും ഗോതമ്പെല്ലാം ആരുടെയോ കന്നു കാലികൾ ചവുട്ടിക്കളഞ്ഞ കാഴ്ചയും അവനോർത്തു. തലപ്പില്ലാത്ത കുറ്റികൾ കാറ്റിലാടിക്കൊണ്ടിരുന്നു; നിലത്ത് ഒടിഞ്ഞ കതിർക്കു ലകൾ ചേറുമായി കലർന്ന് ചിന്നിച്ചിതറിക്കിടക്കുന്നു. അച്ഛന്റെ മുഖം ഭയങ്കരമായി പിടഞ്ഞു. പൊടിപുരണ്ട കവിളുകളിലൂടെ - അച്ഛന്റെ, മീഷയുടെ വലിയ, കരുത്തുറ്റ അച്ഛന്റെ, കവിളുകളിലൂടെ - ഏതാനും കണ്ണുനീർത്തുള്ളികൾ ഒഴുകി. അതുകണ്ടപ്പോൾ മീഷയും കരഞ്ഞു പോയി.

വീട്ടിലേക്കു മടങ്ങുന്നവഴി, മത്തൻ നട്ടിരിക്കുന്ന ഇടത്തെ കാവൽ ക്കാരനായ ഫെദൊത്തിനോട് അച്ഛൻ ചോദിച്ചു,

"ആരാണെന്റെ പാടം നശിപ്പിച്ചത്?"

ഫെദൊത്ത് നിലത്തു തുപ്പിക്കൊണ്ടു പറഞ്ഞു: "ആ ഷാപ്പ്പട മസ്ഥൻ ചന്തയിലേക്കു കുറെ കന്നാലികളേയും കൊണ്ട് ഈ വഴി പോയി. അയാൾ അവയെ നിങ്ങളുടെ പാടത്തിലൂടെയാണ്

ഓടിച്ചുകൊണ്ടുപോയത്. മനപ്പൂർവ്വമായി."

അച്ഛൻ ബെഞ്ച് കുറേക്കൂടി അടുപ്പിച്ചിട്ടു.

ഷാപ്പുടമസ്ഥനും മറ്റു കുടവയറന്മാരും ഭൂമി മുഴുവൻ പിടിച്ചുപറിച്ചെടുത്തു. പാവപ്പെട്ടവർക്കു ധാന്യം വിളയിക്കാൻ ഇടമില്ലെന്നായി. ഇവിടെ നമ്മുടെ ഗ്രാമത്തിൽ മാത്രമല്ല എല്ലായിടത്തും ഇതായിരുന്നു സ്ഥിതി. എത്ര ക്രൂരമായിട്ടാണ് അക്കാലത്ത് അവർ നമ്മോടു പെരുമാറിയിരുന്നത്. നമുക്കു ജീവിക്കാൻ യാതൊരു മാർഗ്ഗവുമില്ലായിരുന്നു. ഞാനതുകൊണ്ട് ഗ്രാമത്തിലെ കന്നാലികളെ മേയ്ക്കുന്ന ജോലി നോക്കി. പിന്നീടെന്ന പട്ടാളത്തിൽ ചേർത്തു. പട്ടാളത്തിലും സംഗതികൾ മോശമായിരുന്നു. ഏറ്റവും നിസ്സാരകാര്യത്തിന് ആഫീസറന്മാർ ഞങ്ങളെ തല്ലും. ആ സമയത്താണ് ബോൾഷെവിക്കുകളുടെ വരവ്. ലെനിനെന്നു പേരുള്ള ഒരു നേതാവ് അവർക്കുണ്ടായിരുന്നു. കാഴ്ചയ്ക്ക് അത്ര വലിപ്പമൊന്നുമില്ല. പക്ഷെ- നിന്നേയും എന്നേയും പോലെ കൃഷിക്കാരുടെ കൂട്ടത്തിൽനിന്നു വന്നതാണെങ്കിലും-അങ്ങേയറ്റം അറിവുള്ള ഒരാൾ. ആ ബോൾഷെവിക്കുകളാണെങ്കിൽ, അവരോരോന്നു പറയുന്നതുകേട്ടാൽ നാം അന്തിച്ചുപോകും. 'തൊഴിലാളികളേ, കർഷകരേ, നിങ്ങൾ എന്താണ് ആലോചിക്കുന്നത്?' അവർ പറയും. 'എല്ലാ പ്രഭുക്കന്മാരുടേയും ഉദ്യോഗസ്ഥന്മാരുടേയും അടുക്കൽ ഒരു ചൂലുമായി ചെന്ന് അവരെ എന്നെന്നേക്കുമായി അടിച്ചോടിക്കുക. നിങ്ങളുടേതാണെല്ലാം.'

'ഇങ്ങനെയാണവർ ഞങ്ങളോടു സംസാരിച്ചത്. ഞങ്ങൾക്കൊന്നും പറയാൻ കഴിഞ്ഞില്ല. കാരണം, ആലോചിച്ചുനോക്കിയപ്പോൾ അവർ പറഞ്ഞതു ശരിയാണെന്നു കണ്ടു. അതുകൊണ്ട് ഞങ്ങൾ യജമാനന്മാരിൽനിന്നും ഭൂമിയും വസ്തുക്കളും പിടിച്ചെടുത്തു. യജമാനന്മാർക്കതു പിടിച്ചില്ലെന്നേയുള്ളു. ഭൂമിയില്ലാതെ അവർക്ക് സന്തുഷ്ടി തോന്നിയില്ല. അവർ കലിതുള്ളി ഞങ്ങൾക്കെതിരെ - തൊഴിലാളികൾക്കും കർഷകർക്കുമെതിരെ - യുദ്ധത്തിനു വന്നു. ഇതാണ് മോനെ നടന്നത്.'

"ബോൾഷെവിക്കുകളുടെ നേതാവായ അതേ ലെനിൻ തന്നെ ജനങ്ങളെ തട്ടിയുണർത്തി - കലപ്പ കൊണ്ടു മണ്ണ് ഉഴുതുമറിക്കുന്നതുപോലെ. അദ്ദേഹം തൊഴിലാളികളേയും പട്ടാളക്കാരേയും തട്ടിയുണർത്തി. അവർ യജമാനന്മാരുടെ നേരേ ചെന്നു. പട്ടാളക്കാരേയും തൊഴിലാളികളേയും റെഡ്ഗാർഡുകളെന്നു വിളിച്ചുപോന്നു. ഞാനും റെഡ്ഗാർഡിലുണ്ടായിരുന്നു. ഒരു കൂറ്റൻ കെട്ടിടത്തിലായിരുന്നു ഞങ്ങളുടെ താമസം. സ്മോൽനിയെന്നാണു പേര്. അതിലെ നീണ്ട

വലിയ ഹാളുകളും മുറികളും കാണേണ്ടതാണ്, മോനെ. എത്രയധികം മുറികളാണെന്നോ. അവയ്ക്കിടയിൽ വഴി തെറ്റിപ്പോകും.'

'ഒരു ദിവസം ഞാൻ മുൻവശത്തെ വാതുക്കൽ കാവൽ നിൽക്കുകയായിരുന്നു. ശക്തിയായ തണുപ്പ്. ചൂടാകാൻ എനിക്കാകെയുള്ളത് എന്റെ പട്ടാളക്കോട്ടായിരുന്നു. കാറ്റ് എന്റെ ഉള്ളിലൂടെ തുളച്ചുകയറുകയാണെന്നു തോന്നി. അപ്പോഴാണ് രണ്ടുപേർ വാതിൽ തുറന്ന് ഇറങ്ങിയത്. കടന്നു പോകുമ്പോൾ അവരിലൊരാൾ ലെനിനാണെന്ന് എനിക്കു മനസ്സിലായി. അദ്ദേഹം എന്റെ വളരെയടുത്തു വന്ന് അങ്ങേയറ്റം സൗഹൃദഭാവത്തിൽ ചോദിച്ചു:

"തണുക്കുന്നില്ലേ, സഖാവേ?

ഞാൻ പറഞ്ഞു:

"ഇല്ല, സഖാവു ലെനിൻ. തണുപ്പിനോ ശത്രുവിനോ നമ്മെ തോല്പിക്കാൻ സാധിക്കുകയില്ല. നമ്മുടെ കയ്യിൽ അധികാരം കിട്ടിക്കഴിഞ്ഞാൽപ്പിന്നെ നമ്മളത് ഒരിക്കലും ആ ബൂർഷ്വാകൾക്കു തിരിച്ചുകൊടുക്കുകയില്ല."

അദ്ദേഹം ചിരിച്ചു. ഹാർദ്ദവമായി കൈപിടിച്ചു കുലുക്കിയിട്ട് അദ്ദേഹം പടിയുടെ നേർക്കു നടന്നു.

അച്ഛൻ മൗനം പൂണ്ടു. പുകയിലപ്പൊതിയും ഒരു തുണ്ടു കടലാസ്സും പുറത്തെടുത്ത് പുതിയൊരു സിഗററ്റുണ്ടാക്കി. അതു കത്തിക്കാൻവേണ്ടി തീപ്പെട്ടി ഉരച്ചപ്പോൾ അച്ഛന്റെ പരുപരുത്ത ചെമ്പൻമീശയിൽ ഒരു തുള്ളി കണ്ണുനീർ തിളങ്ങുന്നതു മീഷ കണ്ടു - പ്രഭാതത്തിൽ ചെടികളുടെ ഇലകളിൽനിന്നും തൂങ്ങിക്കിടക്കുന്ന മഞ്ഞുതുള്ളികൾ പോലെ.

അതാണദ്ദേഹത്തിന്റെ പ്രകൃതം. എല്ലാവരേയും കാര്യമാണ്. ഓരോ പട്ടാളക്കാരനെക്കുറിച്ചും അദ്ദേഹത്തിന് ഉള്ളഴിഞ്ഞ ഉൽക്കണ്ഠയുണ്ട്. ആ ദിവസത്തിനുശേഷം ഞാൻ അദ്ദേഹത്തെ പലപ്പോഴും കാണാറുണ്ടായിരുന്നു. കടന്നുപോകുമ്പോൾ ദൂരെനിന്നേ എന്നെ തിരിച്ചറിയും. ചിരിച്ചുകൊണ്ട് പറയും:

"അപ്പോൾ ബൂർഷ്വാകൾ നമ്മെ തോല്പിക്കില്ല, ഇല്ലേ?"

"ഒരിക്കലുമില്ല, സഖാവു ലെനിൻ," ഞാൻ പറയും.

"എന്നിട്ടദ്ദേഹം പറഞ്ഞതുപോലെ തന്നെയാണ് കാര്യങ്ങൾ സംഭവിച്ചത്, മോനെ. ഞങ്ങൾ ഭൂമിയും ഫാക്ടറികളും പിടിച്ചെടുത്തു. കുടവയറന്മാരേയും ചോരകുടിയന്മാരേയും തുരത്തെറിഞ്ഞു. നിന്റെ അച്ഛൻ ഒരു നാവികനായിരുന്നെന്നും നാലു നീണ്ട വർഷങ്ങൾ

മുഴുവൻ കമ്മ്യൂണിനു വേണ്ടി പൊരുതിയെന്നും നീ വളർന്നു വലു താവുമ്പോൾ മറക്കരുത്. എന്നെങ്കിലുമൊരിക്കൽ ഞാൻ മരിക്കും, ലെനിനും മരിക്കും. പക്ഷേ ഞങ്ങൾ പൊരുതിയത് എന്തിനുവേ ണ്ടിയോ അവ എന്നുമെന്നും ജീവിക്കും. നീ വലുതാവുമ്പോൾ നിന്റെ അച്ഛനെപ്പോലെ സോവിയറ്റുകൾക്കു വേണ്ടി പൊരുതുമോ?"

"പൊരുതും," മീഷ ഉറക്കെ പറഞ്ഞു. അവൻ കട്ടിലിൽ ചാടി യെഴുന്നേറ്റ് അച്ഛന്റെ കഴുത്തിനു ചുറ്റും കയ്യിട്ടു. മുത്തച്ഛൻ അടുത്തു കിടക്കുന്നകാര്യം മറന്നുപോയതുകൊണ്ട് അവന്റെ കാല് മൂപ്പീന്നിന്റെ വയറ്റത്തമർത്തിയെന്നു മാത്രം.

മുത്തച്ഛൻ ഒരു ഭയങ്കരശബ്ദം പുറപ്പെടുവിച്ചു. മീഷയെ തലമുടിക്കു പിടിക്കാനോങ്ങി. പക്ഷെ അച്ഛൻ മീഷയേയും എടുത്തുകൊണ്ട് മറ്റേ മുറിയിലേക്കുപോയി.

കുറച്ചുനേരം കഴിഞ്ഞ്, അച്ഛന്റെ കയ്യിൽക്കിടന്നുതന്നെ മീഷ ഉറങ്ങി. പക്ഷെ ആദ്യം അവൻ ലെനിനെന്ന ആ അസാമാന്യമനു ഷ്യനെക്കുറിച്ചും ബോൾഷെവിക്കുകളെക്കുറിച്ചും യുദ്ധങ്ങളെക്കുറിച്ചും കുറ്റൻ കപ്പലുകളെക്കുറിച്ചും ഗാഢമായി ആലോചിച്ചു. പാതിയുറക്ക ത്തിൽ അവൻ അടക്കിപ്പിടിച്ച സംസാരം കേട്ടു. വിയർപ്പിന്റേയും വിലകുറഞ്ഞ പുകയിലയുടേയും മാധുര്യമാർന്ന മണം അവന് അനുഭവ പ്പെട്ടു. പിന്നീടവന്റെ കണ്ണുകൾ അമർന്നടഞ്ഞു; ആരോ കൈകൊണ്ട് അമർത്തിപ്പിടിച്ചിരിക്കുന്നതുപോലെ അവ തുറക്കാൻ കഴിഞ്ഞില്ല.

ഉറങ്ങിത്തുടങ്ങിയപ്പോൾത്തന്നെ ഒരു നഗരം അവന്റെ കൺമു മ്പിൽ ഉയർന്നുവന്നു. വിശാലമായ വീഥികൾ. എവിടെ നോക്കിയാലും വാരിവിതറിയ ചാരക്കൂട്ടത്തിനിടയിൽ കോഴിക്കുഞ്ഞുങ്ങൾ കുത്തിമ റിയുന്നതു കാണാം. അങ്ങു ഗ്രാമത്തിൽ വീട്ടിൽ ധാരാളം കോഴിക്കു ഞ്ഞുങ്ങളുണ്ട്. പക്ഷെ അതിലും കൂടുതലുണ്ട് നഗരത്തിൽ. വീടുകളുടെ കാര്യമാണെങ്കിൽ അച്ഛൻ പറഞ്ഞതുപോലെ തന്നെ. ഈറപ്പുല്ലുകൊ ണ്ടു പുതുതായി മേഞ്ഞ ഒരു കൂറ്റൻ വീട്. അതിന്റെ പുകക്കുഴലിന്റെ മീതെ മറ്റൊരു വീട്. അതിന്റെ പുഴക്കുഴലിന്റെ മുകളിൽ വേറൊന്ന്. ഏറ്റവും മുകളിലത്തെ വീടിന്റെ പുകക്കുഴൽ അങ്ങ് ആകാശത്തു മുട്ടുന്നുണ്ട്.

കൂടുതൽ ഭംഗിയായി കാണാൻ തല ഉയർത്തിപ്പിടിച്ചുകൊണ്ട് മീഷ ആ തെരുവിലൂടെ നടക്കുമ്പോഴുണ്ട് ചുവന്ന ഷർട്ടിട്ട ഉയരംകൂടിയ ഒരു വലിയ മനുഷ്യൻ അവന്റെ നേർക്കു വരുന്നു.

"നീയെന്താണ് ഒന്നും ചെയ്യാതെ കറങ്ങി നടക്കുന്നത്, മീഷേ?"

ആ മനുഷ്യൻ വളരെ സ്നേഹഭാവത്തിൽ ചോദിച്ചു. "മുത്തച്ഛൻ എന്നോടു പുറത്തുപോയി കളിച്ചോളാൻ പറഞ്ഞു," മീഷ പ്രതിവചിച്ചു.

"ശരി, ഞാനാരാണെന്നു മനസ്സിലായോ?"

"ഇല്ല, മനസ്സിലായില്ല."

"ഞാനാണു സഖാവു ലെനിൻ."

മീഷയെ വല്ലാത്തൊരു പരിഭ്രമം ബാധിച്ചു. അവന്റെ കാൽമുട്ടുകൾ വിറയ്ക്കാൻ തുടങ്ങി. അവൻ ഓടിക്കളയുമായിരുന്നു. പക്ഷെ ആ ചുവന്ന ഷർട്ടുകാരൻ അവന്റെ കുപ്പായക്കൈക്കു പിടിച്ചുകൊണ്ടു പറഞ്ഞു:

"നിനക്കു മനസ്സാക്ഷിയില്ല, മീഷ - ഒരു കൊച്ചുകാശിന്റെ മനസ്സാക്ഷിയില്ല. ഞാൻ പാവങ്ങൾക്കുവേണ്ടി പൊരുതുകയാണെന്നു നിനക്കു ഭംഗിയായിട്ടറിയാം. നിനക്ക് എന്തുകൊണ്ട് എന്റെ പട്ടാളത്തിൽ ചേർന്നുകൂടാ?"

"മുത്തച്ഛൻ സമ്മതിക്കില്ല," മീഷ വിശദീകരിച്ചു.

"എന്നാൽ ഇഷ്ടംപോലെ," സഖാവു ലെനിൻ പറഞ്ഞു.

"ഒന്നുമാത്രം. നീയില്ലാതെ കാര്യങ്ങളൊന്നും വേണ്ടപോലെ നടക്കുന്നില്ല. നീ എന്റെ പട്ടാളത്തിൽ ചേർന്നേ പറ്റൂ. അത്രയേയുള്ളു."

മീഷ സഖാവു ലെനിന്റെ കൈയ്ക്കു പിടിച്ചുകൊണ്ട് അങ്ങേയറ്റം ഉറപ്പായി പറഞ്ഞു: "ശരി. മുത്തച്ഛനോടു ചോദിക്കാതെ ഞാൻ നിങ്ങളുടെ പട്ടാളത്തിൽ ചേർന്ന് പാവങ്ങൾക്കുവേണ്ടി പൊരുതാം. ഒന്നുമാത്രം. മുത്തച്ഛൻ എന്നെ അടിക്കാൻ തുടങ്ങിയാൽ നിങ്ങൾ എനിക്കുവേണ്ടി പറയണം."

"തീർച്ചയായും," എന്നു പറഞ്ഞുകൊണ്ട് സഖാവു ലെനിൻ തെരുവിലൂടെ മുന്നോട്ടു പോയി. സന്തോഷാധിക്യത്താൽ മീഷയ്ക്കു ശ്വാസം മുട്ടി. അവന് ഒച്ചയിടണമെന്നുണ്ടായിരുന്നു. പക്ഷെ അവന്റെ നാവുണങ്ങി വായുടെ മുകളിൽ ഒട്ടിയിരുന്നു.

മീഷ പെട്ടെന്ന് കിടക്കയിൽ അങ്ങോട്ടുമിങ്ങോട്ടും തിരിഞ്ഞു. മുത്തച്ഛന്റെ ദേഹത്തു മുട്ടി. അതോടെ ഉണരുകയും ചെയ്തു.

ഉറക്കത്തിൽ എന്തോ പിറുപിറുത്തുകൊണ്ട് മുത്തച്ഛന്റെ ചുണ്ടുകൾ അനങ്ങുന്നുണ്ടായിരുന്നു. ജനാലയ്ക്കു വെളിയിൽ കളത്തിനപ്പുറം ആകാശത്തിന്റെ മങ്ങിയ നീലിമയും അതിനെതിരെ കിഴക്കു നിന്ന് നീങ്ങിക്കൊണ്ടിരുന്ന മേഘപടലങ്ങളുടെ ഇളംചുവപ്പും മീഷയ്ക്കു കാണാമായിരുന്നു.

***

ഇപ്പോൾ എന്നും രാത്രി അച്ഛൻ മീഷയോടു കൂടുതൽ കഥകൾ പറയും - യുദ്ധത്തെപ്പറ്റിയും ലെനിനെപ്പറ്റിയും താൻ കണ്ട പല ഇടങ്ങളെപ്പറ്റിയും.

ശനിയാഴ്ച രാത്രി ഗ്രാമസോവിയറ്റിലെ വാച്ച്മാൻ വീട്ടിൽ ഒരു അപരിചിതനേയും കൂട്ടിക്കൊണ്ടു വന്നു - പട്ടാളക്കോട്ടിട്ട, ഉയരം കുറഞ്ഞ ഒരു ചെറിയ മനുഷ്യൻ. കക്ഷത്തിൽ ഒരു തോൽബാഗുണ്ട്.

"ഈ സഖാവൊരു സോവിയറ്റുദ്യോഗസ്ഥനാണ്," വാച്ച്മാൻ മുത്തച്ഛനോടു പറഞ്ഞു. "പട്ടണത്തിൽ നിന്നു വരികയാണ്. ഇന്നു രാത്രി ഇവിടെ താമസിക്കും. കുറച്ച് അത്താഴം കൊടുക്കണം. അപ്പൂപ്പാ."

"അതു ചെയ്യാം," മുത്തച്ഛൻ പറഞ്ഞു. "പക്ഷെ മിസ്റ്റർ സഖാവേ, അധികാരപത്രമെവിടെ?"

മുത്തച്ഛന്റെ വൈദുഷ്യത്തിൽ അത്ഭുതപ്പെട്ട മീഷ തുടർന്നുള്ള സംഭാഷണം കേൾക്കാനായി വായിൽ വിരൽവച്ചുനിന്നു.

"വേണ്ടതെല്ലാമുണ്ട്, അപ്പൂപ്പാ," തോൽബാഗുമായി വന്ന മനുഷ്യൻ ചിരിച്ചുകൊണ്ടു പറഞ്ഞു. അതിനുശേഷം അയാൾ വീട്ടിനകത്തേക്കു കയറി.

മുത്തച്ഛൻ പുറകെ പോയി. മീഷ മുത്തച്ഛന്റെ പുറകെയും.

"എന്താണ് ഞങ്ങളുടെ ഗ്രാമത്തിൽ വന്നത്?" മുത്തച്ഛൻ ചോദിച്ചു.

"പുതിയ തിരഞ്ഞെടുപ്പിന്റെ ചുമതല എനിക്കാണ്. നിങ്ങളിവിടെ വില്ലേജ് സോവിയറ്റിന്റെ ചെയർമാനേയും അംഗങ്ങളേയും തിര ഞ്ഞെടുക്കേണ്ടിയിരിക്കുന്നു."

കുറെക്കഴിഞ്ഞ് മെതിസ്ഥലത്തു നിന്ന് അച്ഛൻ വന്നു. അപരിചി തനു കൈ കൊടുത്തശേഷം അത്താഴം കാലമാക്കാൻ അമ്മയോടു പറഞ്ഞു.

അത്താഴം കഴിഞ്ഞ് അച്ഛനും അപരിചിതനും അടുക്കള ബഞ്ചി ലിരുന്നു. അപരിചിതൻ തോൽബാഗു തുറന്ന് ഒരു കെട്ടു കടലാ സ്സെടുത്ത് അച്ഛനെ കാണിച്ചു. ഒരു നോക്കു കിട്ടാൻ വേണ്ടി മീഷ ധൈര്യമവലംബിച്ച് ആകാവുന്നത്ര അടുത്ത് ചുറ്റിപ്പറ്റിനിന്നു. അച്ഛൻ കടലാസ്സുകളിലൊരെണ്ണമെടുത്ത് മീഷയുടെ നേരെ നീട്ടി.

"നോക്ക്, മീങ്ക. ഇതാണു ലെനിൻ."

മീഷ ആ ഫോട്ടോയിൽ കടന്നുപിടിച്ചു. നോക്കിയപ്പോൾ അത്ഭുതം കൊണ്ട് അവൻ വാപൊളിച്ചു. ആ ഫോട്ടോയിൽ കണ്ട

മനുഷ്യനു പൊക്കമില്ലായിരുന്നു. ചുവന്ന ഷർട്ടുമില്ല. വെറുമൊരു സാധാരണ ജാക്കറ്റു മാത്രം. ഒരു കൈ ട്രൗസറിന്റെ പോക്കറ്റിലാണ്. മറ്റേ കൈ വഴി ചൂണ്ടിക്കാട്ടുന്ന മട്ടിൽ നീട്ടിപ്പിടിച്ചിരിക്കുന്നു. അതിയായ ഔത്സുക്യത്തോടെ മീഷ ആ പടം പരിശോധിച്ചു. ആ വളഞ്ഞ പുരികങ്ങളും കണ്ണുകളിലും ചുണ്ടിലും ഒളിഞ്ഞുനിന്നിരുന്ന പുഞ്ചിരിയും – ആ ചിത്രത്തിലെ മുഖത്തിന്റെ ഓരോ വിശദാംശവും ഓർമ്മയിൽ മാഞ്ഞു പോകാത്തവണ്ണം ഉറപ്പിക്കുകയായിരുന്നു അവൻ.

അപരിചിതൻ ഫോട്ടോയെടുത്ത് തോൽബാഗിൽ പൂട്ടിവയ്ക്കുകയും കിടക്കാനായി അടുത്ത മുറിയിലേക്കു പോവുകയും ചെയ്തു. അയാൾ വസ്ത്രമഴിച്ച് കട്ടിലിൽ കയറിക്കിടന്ന് പട്ടാളക്കോട്ടുകൊണ്ടു പുതച്ചു. പക്ഷെ ഉറങ്ങിത്തുടങ്ങിയപ്പോൾ കതക് പെട്ടെന്നു ശബ്ദിച്ചു.

“ആരവിടെ?” തല ഉയർത്തി നോക്കിക്കൊണ്ട് അയാൾ ചോദിച്ചു.

ചെരിപ്പിടാത്ത കാലുകൾ തറയിലൂടെ നടന്നുവന്നു.

“ആരാണത്?” അപരിചിതൻ വീണ്ടും ചോദിച്ചു. അപ്പോഴാണ് അത് മീഷയാണെന്ന് അയാൾക്ക് മനസ്സിലായത്. അവൻ കട്ടിലിന്നടുത്തു നിൽക്കുകയായിരുന്നു.

“എന്താ കുട്ടി?” അയാൾ ചോദിച്ചു.

ഒരു നിമിഷത്തേക്ക് മീഷ ഒന്നും പറഞ്ഞില്ല. അവസാനം, ധൈര്യം സംഭരിച്ചുകൊണ്ട് അവൻ പതുക്കെ പറഞ്ഞു, “മിസ്റ്റർ നിങ്ങളുടെ ലെനിനെ എനിക്കു തരൂ.”

അപരിചിതൻ ഒരക്ഷരവും മിണ്ടിയില്ല. കിടക്കയിൽ കിടന്നുകൊണ്ട് മീഷയെ സാകൂതം നോക്കിയതേയുള്ളൂ.

മീഷയ്ക്കു വല്ലാതെ പേടിയായി. ഈ മനുഷ്യൻ ഒരു അല്പനാണെങ്കിലോ? അയാളതു തരാൻ വിസമ്മതിച്ചാലോ? ഉൽക്കടമായ ആഗ്രഹം കാരണം വാക്കുകൾ കിട്ടാതെ, ശബ്ദം വിറയ്ക്കാതിരിക്കാൻ ആവുന്നത്ര ശ്രമിച്ചുകൊണ്ട്, മീഷ മന്ത്രിച്ചു:

“അദ്ദേഹത്തെ എനിക്കു തരൂ, സൂക്ഷിച്ചുവയ്ക്കാൻ വേണ്ടി. ഞാൻ നിങ്ങൾക്ക് എന്റെ തകരപ്പെട്ടി തരാം. ഒന്നാംതരം പെട്ടിയാണത്. എന്റെ കയ്യിലുള്ള എല്ലാ നരിയാണികളും തരാം. കൂടാതെ” – രണ്ടും കല്പിച്ച് കൈ വീശിക്കൊണ്ട് –

“അച്ഛൻ എനിക്കു കൊണ്ടുവന്ന ചെരിപ്പും തരാം.”

“പക്ഷെ നിനക്കെന്തിനാണു ലെനിൻ?” അപരിചിതൻ ചിരിച്ചുകൊണ്ടു ചോദിച്ചു.

ഇയാൾ തരില്ല, മീഷ വിചാരിച്ചു. കണ്ണുനീർ മറച്ചുപിടിക്കാനായി തല കുനിച്ചുകൊണ്ട് അവൻ വിമ്മിഷ്ടത്തോടെ പറഞ്ഞു. എനിക്കു വേണം. അത്രതന്നെ.

അപരിചിതൻ പൊട്ടിച്ചിരിച്ചുകൊണ്ട് തലയിണക്കടിയിൽനിന്നും തോൽബാഗ് വലിച്ചെടുത്ത് മീഷയ്ക്കു ഫോട്ടോ കൊടുത്തു. അത് ഷർട്ടിനടിയിൽ മാറോടു ചേർത്തു പിടിച്ചുകൊണ്ട് മീഷ അടുക്കളയിലേക്കു തിരിച്ചോടി. മുത്തച്ഛൻ ഉണർന്ന് പിറുപിറുത്തു.

"എന്താ നിനക്കു കുഴപ്പം? ഈ പാതിരാത്രിയ്ക്ക് ഓടി നടക്കുന്നതെന്താണ്? കിടക്കാൻ നേരത്ത് പാല്യ കുടിക്കരുതെന്നു ഞാൻ നിന്നോടു പറഞ്ഞതാണ്. തീരെ സഹിക്കാൻ വയ്യെങ്കിൽ ആ എച്ചിൽ തൊട്ടിയിൽ മൂത്രമൊഴിച്ചോ. നിന്നെ പുറത്തു കൊണ്ടുപോവാൻ ഞാനിപ്പോൾ എണീക്കുന്നില്ല."

മറുപടിയൊന്നും പറയാതെ മീഷ കട്ടിലിൽ കയറിക്കിടന്നു. പടം ചുളുങ്ങിപ്പോകുമോ എന്ന ഭയന്ന് അവൻ അനങ്ങിയില്ല. അവൻ അതപ്പോഴും രണ്ടു കൈകൊണ്ടും മാറോടു ചേർത്തുപിടിച്ചിരുന്നു. അവൻ അതേ കിടപ്പിൽ ഉറങ്ങിപ്പോയി.

അവൻ ഉണർന്നപ്പോൾ നേരം വെളുത്തുവരുന്നേയുണ്ടായിരുന്നുള്ളൂ. അമ്മ പശുവിനെ കറന്നു കഴിഞ്ഞ് അതിനെ കന്നാലിപ്പറ്റത്തിന്റെ കൂടെ അയച്ചത് അപ്പോൾ മാത്രമാണ്. മീഷയെ കണ്ട മാത്രയിൽ അവർ രണ്ടു കയ്യും പൊക്കി.

"എന്തുപറ്റി നിനക്ക്? എന്തിനാണ് ഇത്ര വെളുപ്പിനെ എണീറ്റത്?"

ഫോട്ടോ ഷർട്ടിനടിയിൽ അമർത്തിപ്പിടിച്ചുകൊണ്ട് മീഷ അമ്മയേയും കടന്ന് മെതിസ്ഥലത്തുകൂടെ കളപ്പുരയ്ക്കടിയിലേക്കു കുനിഞ്ഞുകയറി.

കളപ്പുരയ്ക്കു ചുറ്റും പരുപരുത്ത കള വളർന്നുനിൽക്കുന്നുണ്ടായിരുന്നു. കൂടാതെ ചൊറിയണം പച്ചനിറത്തിൽ ചുമർ പോലെ പടർന്നു നിൽക്കുന്നുണ്ട്. മീഷ കളപ്പുരയ്ക്കടിയിൽ കുറച്ചു സ്ഥലം പൊടിയും കോഴിക്കാട്ടവും ഊത്തുകളഞ്ഞ് വെടിപ്പാക്കിയെടുത്തു. ഒരു വലിയ പഴുത്തിലകൊണ്ട് ഫോട്ടോ പൊതിഞ്ഞു. അത് ആ വെടിപ്പായ സ്ഥലത്തു വയ്ക്കുകയും കാറ്റടിച്ചു പറന്നുപോവാതിരിക്കാൻ വേണ്ടി അതിന്റെ മുകളിൽ ഒരു കല്ലെടുത്തു വയ്ക്കുകയും ചെയ്തു.

അന്നു മുഴുവൻ മഴ പെയ്തു. കാർമേഘങ്ങൾ ആകാശം മൂടി. ചേറ്റുകുഴികൾകൊണ്ടു മുറ്റം നിറഞ്ഞു. കൊച്ചരുവികൾ തെരുവിലൂടെ ഒന്നിനൊന്നു പുറകെ പാഞ്ഞൊഴുകി.

മീഷയ്ക്ക് വീട്ടിനകത്തിരിക്കേണ്ടിവന്നു. പക്ഷെ രാത്രിയായപ്പോൾ ഗ്രാമവാസികളുടെ യോഗത്തിൽ സംബന്ധിക്കാൻ വേണ്ടി അച്ഛനും മുത്തച്ഛനും സോവിയറ്റിന്റെ ആഫീസിലേക്കു പോയി. മുത്തച്ഛന്റെ തൊപ്പിയിട്ടുകൊണ്ട് മീഷയും ആരും കാണാതെ അവരുടെ പിന്നാലെ ചെന്നു. പള്ളിവക ലോഡ്ജിലായിരുന്നു സോവിയറ്റിന്റെ ആസ്ഥാനം. ചളിപിടിച്ച് ഇളകിക്കൊണ്ടിരുന്ന അതിന്റെ പടികൾ മീഷ കുറെ പ്രയാസപ്പെട്ടു കയറി. അകത്തു നിറയെ ആളായിരുന്നു. മുകളിൽ മച്ചിനു താഴെയായി പുകയിലപ്പുക തങ്ങിനിൽക്കുന്നുണ്ട്. ജനാലയ്ക്കടുത്ത് ഒരു മേശയുടെ പിന്നിലിരുന്നുകൊണ്ട് മീഷയുടെ വീട്ടിൽ വന്ന അപരിചിതൻ യോഗത്തിന് എന്തോ വിശദീകരിച്ചു കൊടുക്കുകയാണ്.

മീഷ മുറിയുടെ പിൻഭാഗത്തേക്കു പതുങ്ങിക്കയറി ഏറ്റവും പുറകിലത്തെ ബെഞ്ചിലിരുന്നു.

"സഖാക്കളേ, സോവിയറ്റിന്റെ ചെയർമാനായി ഫൊമാ കോർഷുനൊവിനു വോട്ടു ചെയ്യുന്നവർ ദയവുചെയ്ത് കൈ പൊക്കുവിൻ."

ഷാപ്പുടമസ്ഥന്റെ ജാമാതാവായ പ്രോഹൊർ ലീസെൻകൊവ് മീഷയുടെ തൊട്ടു മുമ്പിലിരുന്നുകൊണ്ടു വിളിച്ചുപറഞ്ഞു:

"നാട്ടുകാരേ, ഞാനെതിർക്കുന്നു! അയാൾ സത്യസന്ധനല്ല. അയാൾ പണ്ട് ഗ്രാമത്തിലെ കന്നുകാലികളെ മേച്ചിരുന്നപ്പോൾത്തന്നെ നാമതു മനസ്സിലാക്കിയിട്ടുള്ളതാണ്.'

ജനാലപ്പടിയിലിരുന്നിരുന്ന ചെരിപ്പുകുത്തി ഫെദൊത്ത് ചാടിയെഴുന്നേറ്റ് ഉദ്വേഗത്തോടെ കൈവീശിക്കൊണ്ട് വിളിച്ചു പറഞ്ഞു:

"സഖാക്കളേ! കന്നാലി മേച്ചിരുന്ന ഒരാൾ ചെയർമാനാവുന്നത് കുടവയറന്മാർക്ക് ഇഷ്ടമല്ല. പക്ഷെ കന്നാലി മേച്ചിരുന്ന ഫൊമാ തൊഴിലാളിവർഗ്ഗത്തിൽപ്പെട്ടവനാണ്. അയാൾ സോവിയറ്റധികാരത്തിനുവേണ്ടി ഉറച്ചുനിൽക്കും."

വാതിലിന്നടുത്ത് ഒത്തുകൂടിയിരുന്ന ധനികരായ കൊസാക്കുകൾ കാലിട്ടു ചവിട്ടാനും ചൂളമടിക്കാനും തുടങ്ങി. മുറിയാകെ ശബ്ദായമാനമായി.

"കന്നാലി മേയ്ക്കുന്നവൻ തുലയട്ടെ!"

"പട്ടാളത്തിൽനിന്നു മടങ്ങിയല്ലൊ. അവൻ വീണ്ടും കന്നാലി മേയ്ക്കട്ടെ!"

അച്ഛനെവിടെയെന്നു മീഷ ചുറ്റും നോക്കി. അടുത്തുതന്നെ നില്പുണ്ട്. അച്ഛന്റെ മുഖം വിളറിവെളുത്തിരുന്നു. അച്ഛന്റെ കാര്യത്തിൽ ഭയന്ന്

മീഷയുടെ മുഖവും വിളറി.

"ക്രമം പാലിക്കു, സഖാക്കളേ!" അപരിചിതൻ മേശപ്പുറത്തിടിച്ചുകൊണ്ട് ഉച്ചത്തിൽ വിളിച്ചുപറഞ്ഞു. "അല്ലാത്തപക്ഷം ഞങ്ങൾ റൗഡികളെ പിടിച്ചു പുറത്താക്കും."

"ശരിക്കുമൊരു കൊസാക്കുകാരനെ ചെയർമാനായി തരിക!"

"ഫൊമാ തുലയട്ടെ!"

"അയാൾ തുലയട്ടെ......!"

പണക്കാരായ കൊസാക്കുകളെല്ലാം വിളിച്ചുകൂവുന്നുണ്ടായിരുന്നു. ഷാപ്പുടമസ്ഥന്റെ ജാമാതാവായ പ്രോഹൊറാണ് ഏറ്റവുമുച്ചത്തിൽ വിളിച്ചത്.

കാതിൽ വളയവും ചെമ്പിച്ച താടിയുമുള്ള ഒരു ആജാനുബാഹുവായ കൊസാക്കുകാരൻ ഒരു ബഞ്ചിൽ കയറി നിന്നു. അയാളുടെ ജാക്കറ്റു മുഴുവൻ അവിടവിടെ കുട്ടിത്തുന്നുകയും പിഞ്ഞിക്കീറുകയും ചെയ്തിരുന്നു.

"സഹോദരന്മാരേ!" അയാൾ വിളിച്ചുപറഞ്ഞു. "ഇവർ ചെയ്യാൻ പോകുന്നതെന്താണെന്നു നോക്കു! ഈ കുടവയറന്മാർക്ക് ചെയർമാനായി അവരുടെ ആളുവേണം. അപ്പോൾ മുമ്പിലത്തെപ്പോലെ അവരുടെ കാര്യങ്ങൾ നടക്കും...."

കാതിൽ വളയമിട്ട ആ കൂറ്റൻ കൊസാക്കുകാരൻ ഉറക്കെ വിളിച്ചുപറഞ്ഞുകൊണ്ടിരുന്നെങ്കിലും ബഹളത്തിനിടയിൽ അവിടവിടെ ചില വാക്കുകളേ മീഷയ്ക്ക് കേൾക്കാൻ കഴിഞ്ഞുള്ളു:

"ഭൂമി.... പുതിയ പങ്കിടൽ........... പാവങ്ങൾക്ക് കളിമണ്ണും മണലും കൊടുക്കുക, നല്ല കരിമണ്ണു മുഴുവൻ സ്വന്തമായെടുക്കുക."

"ചെയർമാനായി പ്രോഹൊർ മതി!" വാതുക്കൽ നിന്നിരുന്ന കൂട്ടം വിളിച്ചുപറഞ്ഞുകൊണ്ടിരുന്നു. "പ്രോഹോ-ർ! ഹോ-ർ! ഹോ-ർ!"

വളരെക്കഴിഞ്ഞാണ് ഈ ബഹളമൊന്നു ശമിച്ചത്. അപരിചിതൻ വീണ്ടും വീണ്ടും ഒച്ചയിട്ടു. നെറ്റി ചുളിച്ചു. എന്തെല്ലാമോ ബദ്ധപ്പെട്ടു പതറിപ്പറഞ്ഞു. മിക്കവാറും ചീത്ത വിളിക്കുകയായിരിക്കും, മീഷ വിചാരിച്ചു.

താരതമ്യേന ശാന്തമായപ്പോൾ അപരിചിതൻ ഉറക്കെ വിളിച്ചു ചോദിച്ചു:

"ഫൊമാ കോർഷുനൊവിനു വോട്ടു ചെയ്യുന്നവരാരാണ്?"

ഒരുപാട്ട കൈകൾ പൊങ്ങി. മീഷയും അവന്റെ കൈ പൊക്കി. ആരോ ബഞ്ചുതോറും നടന്ന് എണ്ണാൻ തുടങ്ങി.

"അറുപത്തിമൂന്ന്... അറുപത്തിനാല്...."- മീഷയുടെ കൈയ്യിന്റെ നേരെ ചൂണ്ടിക്കൊണ്ട് - "അറുപത്തഞ്ച്."

അപരിചിതൻ കടലാസ്സിലെന്തോ കുറിച്ചു. എന്നിട്ടിങ്ങനെ ചോദിച്ചു: "പ്രോഹൊർ ലിസെൻകൊവിനു വോട്ടു ചെയ്യുന്നവരാരാണ്?"

പണക്കാരായ ഇരുപത്തേഴ കൊസാക്കുകാരുടേയും കൂടാതെ മില്ലർ യെഗോറിന്റേയും കൈകൾ പൊങ്ങി. മീഷയും കൈ പൊക്കി. പക്ഷെ ഇത്തവണ വോട്ടെണ്ണുന്നയാൾ പുറകുവശത്ത ബഞ്ചിലെത്തിയപ്പോൾ താഴോട്ടു നോക്കാനിടയായി.

"കൊച്ചു കഴവേറീ!" മീഷയെ വേദനയെടുക്കത്തക്കവണ്ണം ചെവിക്കു പിടിച്ചുവലിച്ചുകൊണ്ട് അയാൾ പറഞ്ഞു.

"അടികൊള്ളണ്ടെങ്കിൽ ഓടിക്കൊ. അവൻ വോട്ടു ചെയ്യാൻ വന്നിരിക്കുന്നു. എന്താ, മോശമുണ്ടോ?"

ആളുകൾ ചിരിച്ചു. വോട്ടെണ്ണിയ ആൾ മീഷയെ കതകുവരെ പിടിച്ചുവലിച്ചുകൊണ്ടുവന്ന് പുറത്തേക്കു തള്ളി. തെന്നിക്കിടക്കുന്ന പടികളിലൂടെ ഉരുണ്ടുപിരണ്ടിറങ്ങിയപ്പോൾ, അച്ഛൻ ഒരിക്കൽ മുത്തച്ഛനോടു തർക്കിച്ചുകൊണ്ടു പറഞ്ഞ വാക്കുകൾ മീഷ ഓർത്തു.

"ആരാണ് അധികാരം തന്നത്?" അച്ഛൻ ഉറക്കെ ചോദിച്ചു.

"ഞാൻ കാണിച്ചുതരാം ആരാണെന്ന്."

അനീതി എപ്പോഴും കയ്പേറിയതാണ്!

വീട്ടിലെത്തിക്കഴിഞ്ഞ് മീഷ അല്പസമയം മൂക്കു ചീറ്റുകയും അമ്മയോടു പരാതി പറയുകയും ചെയ്തു. പക്ഷേ അമ്മ അവനോട് തട്ടിക്കയറുകയാണു ചെയ്തത്.

"വേണ്ടാത്തിടത്തു പോകരുത്. സകലടത്തുംപോയി തലയിടും. നിന്നെക്കൊണ്ടു ഞാൻ തോറ്റു!"

പിറ്റേന്നു രാവിലെ വീട്ടുകാർ പ്രാതൽ കഴിച്ചുകൊണ്ടിരിക്കുമ്പോൾ വളരെ ദൂരെ സംഗീതധ്വനി കേട്ടു. അച്ഛൻ സ്പൂൺ താഴെവച്ച്, മീശ തടവിക്കൊണ്ടു പറഞ്ഞു:

"അതൊരു സൈനികബാൻഡ്ഡാണ്."

മീഷ വായുവേഗത്തിലോടി. അവന്റെ പിന്നിൽ കതക് ആഞ്ഞടഞ്ഞു. അവന്റെ പതിഞ്ഞ കാലടിശബ്ദം മുറ്റത്തുകേട്ടു.

അച്ഛനും മുത്തച്ഛനും പുറത്തിറങ്ങി. അമ്മ ജനലിലൂടെ എത്തി നോക്കി.

പച്ചനിറത്തിൽ ഇരമ്പിവരുന്ന ഒരു തിരമാലപോലെ ചുവപ്പുസേനക്കാർ വരിവരിയായി ആ ഗ്രാമവീഥിയിലൂടെ കൈ വീശി മാർച്ചു ചെയ്തു വന്നു. മുൻനിരയിൽ ബാൻഡായിരുന്നു. ആ വലിയ കാഹളങ്ങളുടെ മുഴക്കവും പെരുമ്പറശബ്ദവും ഗ്രാമം മുഴുവൻ മാറ്റൊലികൊണ്ടു.

മീഷയ്ക്ക് ഉദ്വേഗം കൊണ്ടു വീർപ്പുമുട്ടി. അവൻ ഉപ്പൂറ്റിയിൽ വട്ടം കറങ്ങുകയും പട്ടാളക്കാരുടെ നേരെ ഓടിച്ചെല്ലുകയും ചെയ്തു. അസാധാരണവും മധുരവുമായൊരു തുടിപ്പ് അവന്റെ നെഞ്ചു മുഴുവൻ വ്യാപിച്ച് തൊണ്ടയിലേക്കുയർന്നു. ചുവപ്പുസേനക്കാരുടെ പൊടിപുരണ്ട സന്തോഷഭരിതമായ മുഖങ്ങളും വാദ്യമേളക്കാരുടെ വീർപ്പിച്ച കവിളുകളും അവൻ കണ്ണുയർത്തി നോക്കിക്കണ്ടു. യുദ്ധം ചെയ്യാൻ അവരോടൊപ്പം പോകുമെന്ന് അവൻ തീർത്തു നിശ്ചയിച്ചു.

താൻ കണ്ട സ്വപ്നം അവൻ വീണ്ടും ഓർത്തു. ധൈര്യമവലംബിച്ച് അവൻ ഒരു ചുവപ്പുസേനക്കാരന്റെ വെടിത്തിരസഞ്ചി പിടിച്ചുവലിച്ചു.

"എവിടെയാണ് പോകുന്നത്? യുദ്ധം ചെയ്യാനാണോ?"

"പിന്നല്ലാതെ? യുദ്ധം ചെയ്യാൻ തന്നെ."

"ആർക്കുവേണ്ടി?"

"സോവിയറ്റുകൾക്കുവേണ്ടി, അനിയാ. വരിയിൽ കയറിനിന്നൊ."

അയാൾ മീഷയെ വരിയിലേക്കു പിടിച്ചു നിർത്തി. പട്ടാളക്കാരിലൊരാൾ ചിരിച്ചുകൊണ്ട് അവന്റെ അലങ്കോലപ്പെട്ടുകിടന്ന മുടിയിൽ തോണ്ടി. മറ്റൊരാൾ പോക്കറ്റു തപ്പി ചളിപുരണ്ട ഒരു പഞ്ചസാരക്കട്ടയെടുത്ത് അവന്റെ വായിലേക്കു തിരുകി. മൈതാനത്തെത്തിയപ്പോൾ 'ഹാൾട്ട്!' എന്ന കല്പന വരികളിലൂടെ വിളിച്ചുപറയപ്പെട്ടു.

ചുവപ്പുസേനക്കാർ പിരിഞ്ഞ് സ്കൂൾകെട്ടിടത്തിന്റെ മതിലിന്റെ തണുത്ത തണലിൽ വിശ്രമിക്കാനിരുന്നു. ബെൽട്ടിൽ നിന്നു തൂങ്ങിക്കിടക്കുന്ന വാളുമായി ഉയരം കൂടിയ, മുഖം വടിച്ച ഒരു മനുഷ്യൻ മീഷയുടെയടുത്തേക്കു ചെറുചിരിയോടെ നടന്നുവന്നു.

"എവിടുന്നാണു നീ വന്നത്?" അയാൾ ചോദിച്ചു.

മീഷ സഗൗരവം തോൾ വിടർത്തി ട്രൗസർ വലിച്ചിട്ടു.

"ഞാൻ നിങ്ങളോടൊപ്പം യുദ്ധം ചെയ്യാൻ പോവുകയാണ്," അവൻ ഉറപ്പിച്ചുപറഞ്ഞു.

"സഖാവ് ബറ്റാലിയൻ കമാണ്ടർ!" ചുവപ്പുസേനക്കാരിലൊരാൾ പറഞ്ഞു. "ഇവനെ കൊണ്ടുപോയി നിങ്ങളുടെ അഡ്ജ്യൂട്ടന്റാക്കാം."

എല്ലാവരും ഉച്ചത്തിൽ പൊട്ടിച്ചിരിച്ചു. മീഷയുടെ കണ്ണു നിറഞ്ഞു. പക്ഷെ ബറ്റാലിയൻ കമാണ്ടർ എന്ന വിചിത്രമായി സംബോധന ചെയ്യപ്പെട്ട ആൾ ഈ ബഹളംകേട്ട് നെറ്റി ചുളിച്ചുകൊണ്ട് പരുഷമായി പറഞ്ഞു:

"മരത്തലയന്മാരേ, നിങ്ങൾ എന്തിനാണ് ചിരിക്കുന്നത്? നമ്മൾ തീർച്ചയായും ഇവനെ എടുക്കും. പക്ഷെ ഒരു വ്യവസ്ഥയിൽമാത്രം." അയാൾ മീഷയുടെ നേർക്കു തിരിഞ്ഞു. "നിന്റെ ഈ ട്രൗസറുണ്ടല്ലോ. അതിന് ഒരു വാറേയുള്ളൂ. ഇതുമിട്ടുകൊണ്ടു നിന്നെ ഞങ്ങളുടെ കൂട്ടത്തി ലെടുക്കാൻ നിവൃത്തിയില്ല. നീ ഞങ്ങൾക്ക് അപമാനം വരുത്തിവയ്ക്കും. നോക്ക്, എന്റെ ട്രൗസറിനു രണ്ടു വാറുണ്ട്. അതുപോലെ മറ്റുള്ളവരുടേ യും. നീ കഴിയുന്നത്രവേഗം വീട്ടിലേക്കോടിച്ചെന്ന് അമ്മയെക്കൊണ്ട് ഒരുവാറുകൂടി തയ്പിച്ചുകൊണ്ടു വാ. ഞങ്ങൾ നിനക്കുവേണ്ടി ഇവിടെ ത്തന്നെ കാത്തിരിക്കാം. മതിലിന്റെ തണലിൽ വിശ്രമിക്കുന്ന പട്ടാള ക്കാരുടെ നേരെ കണ്ണിറുക്കിക്കാട്ടിക്കൊണ്ട് അയാൾ വിളിച്ചുപറഞ്ഞു: "തെരേഷ്ചെൻകൊ! പോയി നമ്മുടെ പുതിയ ചുവപ്പുസേനക്കാരന് ഒരു തോക്കും പട്ടാളക്കോട്ടും കൊണ്ടുവരൂ."

പട്ടാളക്കാരിലൊരാൾ എഴുന്നേറ്റ് സല്യൂട്ടു ചെയ്തു പറഞ്ഞു:

"ഇതാ കൊണ്ടുവരാം."

അയാൾ വേഗം നടന്നുപോയി.

"വേഗമാവട്ടെ," ബറ്റാലിയൻ കമാണ്ടർ മീഷയോടു പറഞ്ഞു. "കഴിയുന്നതും വേഗം ഒരു വാറു കൂടി തയ്ച്ചുതരാൻ അമ്മയോടു പറ."

മീഷ അയാളെ പരുഷമായി നോക്കി.

"നിങ്ങൾ വാക്കു മാറുകയില്ലല്ലൊ?"

"അതേപ്പറ്റി വിഷമിക്കേണ്ട."

ഗ്രാമത്തിലെ മൈതാനത്തുനിന്നും വീട്ടിലേക്ക് ഒരുപാടു ദൂരമുണ്ട്. പടിക്കലെത്തിയപ്പോഴേക്കും മീഷ കിതപ്പുകൊണ്ട് ശ്വാസം വിടാൻ വിഷമിച്ചു. ഓടുന്ന വഴിതന്നെ ട്രൗസറൂരിക്കൊണ്ട് അവൻ വെറുംകാലിൽ വീട്ടിനകത്തേക്ക് ഓടിക്കയറി വിളിച്ചുപറഞ്ഞു:

"അമ്മേ, എന്റെ ട്രൗസർ! ഒരു വാറ്!"

പക്ഷെ വീട്ടിൽ ആളും അനക്കവുമുണ്ടായിരുന്നില്ല. ഒരു കൂട്ടം കറുത്ത ഈച്ചകൾ മുരണ്ടുകൊണ്ട് അടുപ്പിനു ചുറ്റും പറക്കുന്നുണ്ട്.

മുറ്റത്തും മെതിസ്ഥലത്തും പച്ചക്കറിത്തോട്ടത്തിലും - സകലടത്തും മീഷ നോക്കി. പക്ഷെ അമ്മയോ അച്ഛനോ മുത്തച്ഛനോ ആരും ഒരിടത്തുമില്ല. ചുറ്റും നോക്കിയപ്പോൾ ഒരു കാലിച്ചാക്ക് കിടക്കുന്നു. ഒരു പേനാക്കത്തികൊണ്ട് അതിൽ നിന്നും അവൻ നീണ്ട ഒരു കഷണം മുറിച്ചെടുത്തു. തയ്ക്കുന്നതിനു വേണ്ടി സമയം കളയാനില്ല. പോരെങ്കിൽ അവൻ തയ്ക്കാൻ പഠിച്ചിട്ടുമില്ല. അവൻ തിടുക്കത്തിൽ ആ വാറ് ട്രൗസറിന്റെ പുറകിൽ കെട്ടി. തോളിന്റെ മുകളിലൂടെയെടുത്ത് മുമ്പിലും കെട്ടി. ഇത്രയും ചെയ്തുകഴിഞ്ഞ് അവൻ വീട്ടിനു പുറത്തേക്കോടി കളപ്പുരയുടെ അടിയിലേക്കിഴഞ്ഞുകയറി.

കിതച്ചുകൊണ്ട് അവൻ കല്ലുരുട്ടിമാറ്റി ഫോട്ടോയിൽ നോക്കി. ലെനിന്റെ നീട്ടിപ്പിടിച്ച കൈ നേരെ അവന്റെ നേർക്കാണു ചൂണ്ടിയിരിക്കുന്നത്.

"ദാ!" മീഷ അടക്കിപ്പറഞ്ഞു. "ഞാനിതാ നിങ്ങളുടെ പട്ടാളത്തിൽ ചേർന്നു."

അവൻ ആ ചിത്രം സൂക്ഷിച്ച് ഇലയിൽ പൊതിഞ്ഞ് അവന്റെ ഷർട്ടിന്റെ അടിയിൽ തിരുകി. ഒരു കൈ അതിന്മേൽ അമർത്തിപ്പിടിച്ചുകൊണ്ടും മറ്റേ കൈകൊണ്ട് ട്രൗസർ പൊക്കിപ്പിടിച്ചുകൊണ്ടും അവൻ തെരുവിലൂടെ ഓടി. അയൽക്കാരുടെ വേലിക്കരികിലൂടെ ഓടുമ്പോൾ അവൻ വിളിച്ചു:

"അനീസിമൊവ്ന!"

"എന്താ കാര്യം?" അനീസിമൊവ്ന ചോദിച്ചു.

"എന്നെ ഉച്ചഭക്ഷണത്തിനു കാക്കണ്ട എന്ന് എന്റെ വീട്ടുകാരോടു പറയണം."

"എങ്ങോട്ടാടാ, കൊച്ചുതെമ്മാടി, നീ പോകുന്നത്?"

"യുദ്ധത്തിന്!" - എന്നു പറഞ്ഞുകൊണ്ട് മീഷ കൈ വീശി വിടവാങ്ങി.

പക്ഷെ മൈതാനത്തെത്തിയപ്പോൾ മീഷ സ്തംഭിച്ചുനിന്നുപോയി. ഒരൊറ്റ ജീവജാലം പോലും അവിടെങ്ങുമില്ല. മതിലിന്നടുത്തുള്ള നിലത്ത് സിഗററ്റുകുറ്റികളും ഒഴിഞ്ഞ ടിന്നുകളും ചിതറിക്കിടപ്പുണ്ട്. ആരുടേയോ കീറിയ പട്ടീസും കിടക്കുന്നു. ഗ്രാമത്തിന്റെ അങ്ങേത്തലയ്ക്കൽ ബാൻഡുവാദ്യം വീണ്ടും മുഴങ്ങി. ഉറപ്പുള്ള റോഡിൽ മാർച്ചു ചെയ്തുപോകുന്ന ശബ്ദം കേൾക്കാം.

നൈരാശ്യത്തോടെ ഒന്നു നീട്ടി വിളിച്ചുകൊണ്ട് മീഷ ആകാവുന്നത്ര വേഗത്തിൽ അവരുടെ പിന്നാലെ ഓടി. തീർച്ചയായും അവൻ അവരുടെ ഒപ്പം എത്തുമായിരുന്നു - തോലുറയ്ക്കിടുന്ന സ്ഥലത്തിനടുത്ത്

മഞ്ഞനിറത്തിലുള്ള വലിയൊരു പട്ടി പല്ലിളിച്ചുകാട്ടി മുരണ്ടുകൊണ്ട് നടുറോഡിൽ കിടക്കുന്നില്ലായിരുന്നെങ്കിൽ. മീഷ ആ പട്ടിയെ മറികടന്നപ്പോഴേക്ക് ബാൻഡുവാദ്യവും കാലടിശബ്ദവും കേൾക്കാതായിക്കഴിഞ്ഞിരുന്നു.

***

ഒന്നുരണ്ടു ദിവസം കഴിഞ്ഞ് പത്തുനാല്പതു പേരുടെ ഒരു സംഘം ഗ്രാമത്തിൽ വന്നു. ഈ പട്ടാളക്കാർ യൂണിഫോറമിട്ടിരുന്നില്ല. മെഴുക്കുപുരണ്ട പണിയുടുപ്പുകളും വൃത്തികെട്ട കമ്പിളിച്ചെരിപ്പുകളുമാണ് അവർ ധരിച്ചിരുന്നത്. അച്ഛൻ ഗ്രാമസോവിയറ്റിൽ നിന്ന് ഉച്ചയ്ക്ക് ഭക്ഷണം കഴിക്കാൻ വീട്ടിൽ വന്നപ്പോൾ മുത്തച്ഛനോടു പറഞ്ഞു:

"നമ്മുടെ ഗോതമ്പ് കളപ്പുരയിൽ ഒരുക്കിവയ്ക്കണം. മിച്ചധാന്യമെടുക്കാൻവേണ്ടി ഒരു ഭക്ഷ്യശേഖരസംഘം വന്നിട്ടുണ്ട്."

പട്ടാളക്കാർ വീടുതോറും കയറി പുരകളുടെ മൺതറകൾ ബയനറ്റുകൊണ്ട് കുത്തിനോക്കുകയും കുഴിച്ചിട്ടിരുന്ന ധാന്യം പുറത്തെടുത്തു പൊതു പത്തായപ്പുരയിലേക്കയയ്ക്കാൻവേണ്ടി വണ്ടികളിൽ കയറ്റുകയും ചെയ്തു.

ചെയർമാന്റെ മുറയും വന്നു. ഒരു പൈപ്പ് വലിച്ചുകൊണ്ട് പട്ടാളക്കാരിലൊരാൾ മുത്തച്ഛനോടു ചോദിച്ചു:

"നേരു പറയണം, അപ്പൂപ്പാ. എത്ര ധാന്യം കുഴിച്ചിട്ടിട്ടുണ്ട്?'

പക്ഷെ മുത്തച്ഛൻ താടി തടവി ഇരുന്നതേയുള്ളൂ.

"എന്റെ മോൻ ഒരു കമ്മ്യൂണിസ്റ്റാണ്," മുത്തച്ഛൻ അഭിമാനപൂർവ്വം പറഞ്ഞു.

അവർ കളപ്പുരയിൽ പോയി. പൈപ്പു വലിച്ചിരുന്ന പട്ടാളക്കാരൻ പത്തായങ്ങൾ നോക്കി ചിരിച്ചു.

"ഒരു പത്തായം നിറയെ ധാന്യം പത്തായപ്പുരയിലേക്കയ്ക്കു," അയാൾ പറഞ്ഞു. "ബാക്കി ഭക്ഷണത്തിനും വിത്തിനുമായി വച്ചുകൊള്ളൂ."

മുത്തച്ഛൻ സവ്രാസ്ക്കയെന്ന വയസ്സൻ കുതിരയെ വണ്ടിയിൽ പൂട്ടി. ഒന്നുരണ്ടുതവണ നെടുവീർപ്പിടുകയും തന്നെത്താൻ പിറുപിറുക്കുകയും ചെയ്തെങ്കിലും മുത്തച്ഛൻ ഗോതമ്പു വണ്ടിയിൽ കയറ്റി - അത് എട്ടു ചാക്ക് നിറച്ചുണ്ടായിരുന്നു. നിസ്സഹായതയോടെ തോളിളക്കിക്കൊണ്ട് അദ്ദേഹം പത്തായപ്പുരയിലേക്ക് വണ്ടിയോടിച്ചുപോയി. ഗോതമ്പു പോയതിൽ സങ്കടപ്പെട്ടുകൊണ്ട് അമ്മ അല്പം കരഞ്ഞു.

ചാക്കുകൾ നിറയ്ക്കാൻ മുത്തച്ഛനെ സഹായിച്ചുകഴിഞ്ഞ് മീഷ വീത്യയുമായി കളിക്കാൻ പുരോഹിതന്റെ വീട്ടിലേക്കു പോയി.

കുട്ടികൾ രണ്ടുപേരും കടലാസിൽനിന്നു വെട്ടിയെടുത്ത കുറെ കുതിരകളുമായി അടുക്കളത്തറയിൽ ഇരിക്കുകയായിരുന്നു. അപ്പോഴാണ് പട്ടാളക്കാർ വന്നത് - മീഷയുടെ വീട്ടിൽ വന്ന അതേ കൂട്ടർ. പുരോഹിതൻ അവരെ സ്വീകരിക്കാൻ തിരക്കിട്ടു ചെന്നു. പരിഭ്രമത്തിനിടയിൽ തന്റെ പുരോഹിതവസ്ത്രത്തിന്റെ വക്കിൽത്തട്ടി വീഴാൻ ഭാവിച്ചു. അദ്ദേഹം അവരെ വിരുന്നുമുറിയിലേക്കു ക്ഷണിച്ചു. പക്ഷെ പൈപ്പുവലിക്കുന്ന പട്ടാളക്കാരൻ പരുഷമായി പറഞ്ഞു:

"നിങ്ങളുടെ കളപ്പുരയാണ് ഞങ്ങൾക്കു കാണേണ്ടത്. ധാന്യം എവിടെയാണ് സൂക്ഷിക്കുന്നത്?"

തലമുടി പറത്തിയിട്ടുകൊണ്ട് പുരോഹിതന്റെ ഭാര്യ അടുക്കളയിലേക്കു തിടുക്കത്തിൽ വന്നു.

"പറഞ്ഞാൽ വിശ്വസിക്കുമോ, മാന്യരേ, ഞങ്ങളുടെ പക്കൽ ഒരുമണി ധാന്യമില്ല, കൗശലം നിറഞ്ഞ പുഞ്ചിരിയോടെ അവർ പറഞ്ഞു. എന്റെ ഭർത്താവ് ഇതേവരെ ഇടവകയിൽ ഇറങ്ങിയില്ല."

"നിങ്ങൾക്ക് എവിടെങ്കിലും ഒരു അറയുണ്ടോ?"

"ഇല്ല, അറ ഇല്ല. ഞങ്ങളെപ്പോഴും കളപ്പുരയിലാണു ധാന്യം സൂക്ഷിക്കാറ്."

അടുക്കളയിൽനിന്നിറങ്ങിച്ചെല്ലാവുന്ന വിശാലമൊയൊരു അറയിൽ താനും വീത്യയും കളിച്ച കാര്യം മീഷയ്ക്ക് നല്ല ഓർമ്മയുണ്ടായിരുന്നു.

"ഞാനും വീത്യയും കൂടി കളിച്ച, അടുക്കളയുടെ ചുവട്ടിലെ വലിയ അറയോ?" പുരോഹിതന്റെ ഭാര്യയുടെ നേരെ തിരിഞ്ഞ് അവൻ ചോദിച്ചു. "നിങ്ങളതു മറന്നുകാണും."

പുരോഹിതന്റെ ഭാര്യ ചിരിച്ചെങ്കിലും അവരുടെ മുഖം വിളറിയിരുന്നു.

"നിനക്കു വെറുതെ തോന്നുന്നതാണ്, കുട്ടി, അവർ പറഞ്ഞു. വീത്യ, നിങ്ങൾ രണ്ടുപേരും പഴത്തോട്ടത്തിൽ പോയി കളിക്കാത്തതെന്ത്?" പൈപ്പുള്ള പട്ടാളക്കാരൻ കണ്ണ് ചെറുതാക്കിക്കൊണ്ട് മീഷയെ നോക്കി ചിരിച്ചു.

"ആ അറയിലേക്ക് കടക്കേണ്ടതെങ്ങിനെയാണ്, അനിയാ?" അയാൾ ചോദിച്ചു.

"ആ വിവരംകെട്ട പയ്യൻ പറയുന്നതു വിശ്വസിക്കണ്ട,"

ഞൊട്ടയൊടിയുമാറ് കൈ രണ്ടും അമർത്തിക്കൊണ്ട് പുരോഹിത പത്നി പറഞ്ഞു. "ഞങ്ങൾക്ക് അറയില്ല, മാന്യരെ. ഞാൻ തീർത്തു പറയാം."

"ഒരുപക്ഷെ സഖാക്കൾക്ക് വിശക്കുന്നുണ്ടാവും," തന്റെ വസ്ത്രത്തിന്റെ മടക്കുകളിലൂടെ വിരലോടിച്ചുകൊണ്ട് പുരോഹിതൻ പറഞ്ഞു. "നമുക്ക് വിരുന്നുമുറിയിലേക്കു പോകാം."

കുട്ടികളെ കടന്നുപോകുമ്പോൾ പുരോഹിതന്റെ ഭാര്യ മീഷയെ വേദനിക്കത്തക്കവണ്ണം നുള്ളിയെങ്കിലും അങ്ങേയറ്റം അനുകമ്പാപൂർണ്ണമായ പുഞ്ചിരിയോടെ അവർ പറഞ്ഞതിങ്ങനെയാണ്:

"പഴത്തോട്ടത്തിൽ പോയി കളിക്കിൻ, കുട്ടികളേ. നിങ്ങൾ വഴി മുടക്കുകയാണ്."

പട്ടാളക്കാർ പരസ്പരം നോക്കിയശേഷം അടുക്കള നിഷ്ക്കർഷയോടെ പരിശോധിക്കാൻ തുടങ്ങി. അവർ തോക്കിന്റെ പാത്തികൊണ്ട് തറയിൽ മുട്ടിനോക്കി. ചുമരിനോടു ചേർന്നു നിന്നിരുന്ന ഒരു മേശ അവർ മാറ്റിയിട്ട് അതിന്റെ ചുവട്ടിൽ കിടന്നിരുന്ന ചാക്കുകഷണം നീക്കി. പൈപ്പുള്ള പട്ടാളക്കാരൻ തറപ്പലകകളിലൊരെണ്ണം പൊക്കി അടിയിൽ അറയിലേക്കു നോക്കി.

"നിങ്ങൾക്കു ലജ്ജയില്ലല്ലോ," അയാൾ തലയാട്ടിക്കൊണ്ടു പറഞ്ഞു. "നിങ്ങളുടെ അറ നിറയെ ഗോതമ്പ് കുമിച്ചിട്ടിട്ട് ധാന്യമില്ലെന്നു ഞങ്ങളോടു പറയുന്നു."

പുരോഹിതന്റെ ഭാര്യ തന്റെ നേർക്കയച്ച നോട്ടം കണ്ട് മീഷ ഭയന്നു. അവന് കഴിയുന്നതും വേഗം വീട്ടിലെത്തിയാൽ മതിയെന്നായി. അവൻ എഴുന്നേറ്റ് വാതുക്കലേക്കു നടന്നു. പടിക്കൽവച്ച് പുരോഹിതപത്നി ഒപ്പമെത്തി അവനെ തലമുടിക്കു പിടിച്ചു കുലുക്കാൻ തുടങ്ങി. അവർ കരയുകയായിരുന്നു.

അവൻ കുടഞ്ഞുമാറി വീട്ടിലേക്കോടി. കണ്ണീരുകൊണ്ടു വീർപ്പുമുട്ടി അവൻ നടന്ന കാര്യങ്ങൾ·അമ്മയോടു പറഞ്ഞു. അവരുടെ കൈകൾ പേടിച്ചു മുകളിലേക്കുയർന്നു.

"ഞാൻ എന്താണു നിന്നെ ചെയ്യേണ്ടത്?" അവർ പറഞ്ഞു. "അടി കൊള്ളണ്ടെങ്കിൽ പോ എന്റെ മുമ്പിൽനിന്ന്!"

അതിനുശേഷം മീഷയുടെ മനസ് നോവുമ്പോഴെല്ലാം അവൻ നേരെ കളപ്പുരയുടെ ചുവട്ടിൽ വന്ന് കല്ലുരുട്ടിമാറ്റി ഇലപ്പൊതി അഴിച്ച് ചിത്രത്തിന്മേൽ കണ്ണീരൊഴുക്കിക്കൊണ്ട് തന്റെ എല്ലാ വൈഷമ്യങ്ങളും ലെനിനോടു തുറന്നു പറയും.

ഒരാഴ്ച കഴിഞ്ഞു. മീഷയ്ക്കു വല്ലാത്ത ഏകാന്തത അനുഭവപ്പെട്ടു. കൂടെ കളിക്കാനാരുമില്ല. അടുത്തുള്ള കുട്ടികളാരും അവന്റെയടുക്കൽ വരില്ല. ഇപ്പോൾ അവർ അവന്റെ പിന്നാലെ 'തന്തയില്ലാത്തവൻ' എന്നു മാത്രമല്ല വിളിച്ചുപറയുന്നത്. മുതിർന്നവർ പറയുന്നതുകേട്ട് കുട്ടികൾ പുതിയ പേരുകൾ പഠിച്ചിരുന്നു.

"കമ്മ്യൂണിസ്റ്റ് ചെറുക്കൻ," അവർ വിളിച്ചുപറയും. "വൃത്തികെട്ട കമ്മ്യൂണിസ്റ്റുകാരൻ."

ഒരു ദിവസം വൈകുന്നേരം കുളത്തിൽനിന്നു മടങ്ങിവരുമ്പോൾ മീഷ വീട്ടിൽ അച്ഛന്റെ ഉച്ചത്തിലുള്ള പരുഷമായ ശബ്ദം കേട്ടു. ആളുകൾ മരിച്ചുപോകുമ്പോഴെന്നപോലെ അമ്മ നിലവിളിക്കുക യാണ്. മീഷ അകത്തു കയറി. അച്ഛൻ ബൂട്സിടുകയാണ്. പട്ടാള ക്കോട്ട് അടുത്തുതന്നെ ചുരുട്ടിവച്ചിട്ടുണ്ട്.

"അച്ഛൻ എവിടെയാണു പോകുന്നത്?"

അച്ഛൻ പൊട്ടിച്ചിരിച്ചു.

"മോനേ, പറ്റുമെങ്കിൽ നീ ചെന്ന് അമ്മയെ സമാധാനിപ്പിക്ക്. അമ്മ കരഞ്ഞ് എന്റെ ചങ്കു പൊട്ടിക്കുകയാണ്. എനിക്കിനിയും യുദ്ധത്തിൽ പോയേ തീരൂ. അമ്മ സമ്മതിക്കുന്നില്ല."

"എന്നെക്കൂടി കൊണ്ടുപോകൂ, അച്ഛാ."

അച്ഛൻ ബെൽട്ടു മുറുക്കിക്കെട്ടി റിബൺവച്ച തൊപ്പി ധരിച്ചു.

"നിനക്കിത്ര വിവരമില്ലേ? നമുക്കു രണ്ടുപേർക്കും കൂടി എങ്ങിനെ പോകാൻ കഴിയും? ഞാൻ മടങ്ങിവരുന്നതുവരെ നീ പോകരുത്. അല്ലെങ്കിൽ പിന്നാരാണ് കൊയ്ത്തുകാലത്ത് ഗോതമ്പ് കൊണ്ടുവരു ന്നത്? അമ്മയ്ക്കു വീട്ടുജോലികളുണ്ട്. മുത്തച്ഛനാണെങ്കിൽ വയസ്സായി.

മീഷ കണ്ണുനീർ പിടിച്ചുനിർത്തി. അച്ഛനോടു യാത്രപറയാൻ നേരത്ത് ചിരിക്കുകപോലും ചെയ്തു. അച്ഛൻ വന്നപ്പോഴെന്നപോലെ അമ്മ അച്ഛന്റെ കഴുത്തിൽ തൂങ്ങിനിന്നു. അമ്മയെ പിടിച്ചുമാറ്റാൻ അച്ഛൻ കുറെ പാടുപെട്ടു. മുത്തച്ഛൻ നെടുവീർപ്പിട്ടു. അച്ഛനെ ചുംബിച്ചു വിടനൽകിക്കൊണ്ട് ചെവിട്ടിൽ പറഞ്ഞു, "ഫൊമാ, നോക്ക്, നീ വീട്ടിൽ നിന്നാലെന്താണ്? നിന്നെക്കൂടാതെ അവർക്കു പൊയ്ക്കൂടേ? നീ കൊല്ലപ്പെടുകയാണെങ്കിൽ ഞങ്ങൾ എന്തു ചെയ്യും?"

"കളയൂ, അച്ഛാ. ഇങ്ങനെ പറയുന്നതുകൊണ്ട് ഒരുഗുണവുമില്ല. ആണുങ്ങളെല്ലാവരും പെണ്ണുങ്ങളുടെ പാവാടയ്ക്കു പിന്നിലൊളിച്ചാൽ ആരാണ് സോവിയറ്റുകൾക്കുവേണ്ടി പൊരുതുന്നത്?

"ഉം. ശരി. ധർമ്മമായിട്ടുള്ളതിനുവേണ്ടിയാണു നീ പൊരുതുന്ന തെങ്കിൽ പോയി വാ."

തല തിരിച്ചുകൊണ്ട് മുത്തച്ഛൻ ആരും കാണാതെ ഒരു തുള്ളി കണ്ണുനീർ തുടച്ചുകളഞ്ഞു.

അച്ഛനെ യാത്രയയ്ക്കാൻ അവർ വില്ലേജ്സോവിയറ്റു വരെ ഒപ്പം പോയി. പത്തിരുപതുപേർ അവിടെ കാത്തുനില്പുണ്ടായിരുന്നു. എല്ലാവരുടേയും കയ്യിൽ തോക്കുണ്ട്. അച്ഛനും ഒരു തോക്കെടുത്തു. മീഷയെ ഒരിക്കൽക്കൂടി ചുംബിച്ചുകൊണ്ട് അച്ഛൻ മറ്റുള്ളവരോടൊപ്പം ഗ്രാമത്തിനു വെളിയിലേക്കു പോകുന്ന റോഡിലൂടെ നടന്നുപോയി.

മീഷ മുത്തച്ഛനോടൊപ്പം വീട്ടിലേക്കു മടങ്ങി. അമ്മ വേച്ചുവേച്ചു പുറകിൽ വരുന്നുണ്ട്. ഗ്രാമത്തിൽ അവിടവിടെ പട്ടികളുടെ കുര കേൾക്കാം. അവിടവിടെ ഏതെങ്കിലും വീടിന്റെ ജനാലയിലൂടെ വെളിച്ചം കാണാം. ഒരു വൃദ്ധ കറുത്ത കരിമ്പടം കൊണ്ടു പുതയ്ക്കുന്നതു പോലെ ഗ്രാമത്തെ രാത്രിയുടെ ഇരുട്ടു പൊതിഞ്ഞു. ചാറ്റൽമഴ പെയ്യുന്നുണ്ട്. പുൽക്കാട്ടിലെവിടെയോ മിന്നൽ തെളിയുന്നതു കാണാം. തുടർന്ന് ഇടിയുടെ പതിഞ്ഞ മുഴക്കവും കേൾക്കാം.

അവർ മൗനമായിട്ടാണ് വീട്ടിലേക്കു നടന്നത്. പക്ഷെ പടിക്കലെത്തിയപ്പോൾ മീഷ ചോദിച്ചു:

"മുത്തച്ഛാ, അച്ഛൻ ആരോടു പൊരുതാനാണു പോയിരിക്കുന്നത്?"

"എന്നെ ശല്യപ്പെടുത്തരുത്."

"മുത്തച്ഛാ!"

"ഉം?"

"ആരോടുപൊരുതാനാണ് അച്ഛൻ പോയിരിക്കുന്നത്?"

പടി കുറ്റിയിട്ടുകൊണ്ട് മുത്തച്ഛൻ പറഞ്ഞു: "ഗ്രാമത്തിനു തൊട്ടടുത്ത് കുറെ ദുഷ്ടന്മാർ ഒത്തുകൂടിയിട്ടുണ്ട്. ഒരു സംഘമെന്നാണ് ആളുകൾ അവരെ വിളിക്കുന്നത്. എന്റെ കണ്ണിൽ അവർ വെറും കവർച്ചക്കാരാണ്. അവരോടു പൊരുതാനാണ് നിന്റെ അച്ഛൻ പോയിരിക്കുന്നത്."

"അവരെത്രപേരുണ്ട്, മുത്തച്ഛാ?"

"പത്തിരുന്നൂറുപേര് കാണുമെന്നാണ് ആളുകൾ പറയുന്നത്. ഇനി മിണ്ടാതിരി. നീ ഉറങ്ങേണ്ട സമയം അതിക്രമിച്ചു."

രാത്രിയിൽ ആളുകളുടെ സംസാരം കേട്ട് മീഷ ഉണർന്നു.

മുത്തച്ഛനെ ഉണർത്താൻ കൈ നീട്ടി. പക്ഷേ മുത്തച്ഛൻ കിടക്കയിൽ ഇല്ലായിരുന്നു.

"മുത്തച്ഛൻ എവിടെയാണ്?"

"ശ്ശ്! മിണ്ടാതെ കിടന്നുറങ്ങ്!"

മീഷ എഴുന്നേറ്റ് ഇരുട്ടിൽ അട്ടക്കളയിലൂടെ തപ്പിത്തടഞ്ഞ് ജനാലയുടെ അടുത്തെത്തി. മുത്തച്ഛൻ അടിയുടുപ്പ് മാത്രമിട്ടുകൊണ്ട് അവിടെ ഒരു ബെഞ്ചിലിരിപ്പുണ്ടായിരുന്നു. തുറന്ന ജനാലയിലൂടെ തല പുറത്തിട്ട് അദ്ദേഹം ശ്രദ്ധിക്കുകയായിരുന്നു. മീഷയും ചെവി യോർത്തു. ഗ്രാമത്തിനപ്പുറത്തെവിടയോ വെടി വയ്ക്കുന്നതിന്റെ ശബ്ദം രാത്രിയുടെ നിശ്ശബ്ദതയിൽ അവൻ വ്യക്തമായി കേട്ടു. ആദ്യം ഇടയ്ക്കിടെ മാത്രമേ വെടിപൊട്ടിയുള്ളൂ. പിന്നീടതു തുടർച്ചയായി കേട്ടു.

ഠേ! ഠേ! ഠേ!

ആരോ ആണിയടിച്ചുകയറ്റുന്നതുപോലെ.

മീഷയ്ക്കു പേടിയായി. അവൻ മുത്തച്ഛനോടു ചേർന്നിരുന്നു.

"എന്റെ അച്ഛൻ വെടിവയ്ക്കുന്നതാണോ ആ കേൾക്കുന്നത്?"

മുത്തച്ഛൻ മിണ്ടിയില്ല. അമ്മ വീണ്ടു കരഞ്ഞുതുടങ്ങി.

രാത്രി മുഴുവൻ വെടി തുടർന്നു. നേരം പുലർന്നപ്പോൾ എല്ലാം നിശ്ശബ്ദമായി. മീഷ ബെഞ്ചിൽ ചുരുണ്ടുകൂടി അസുഖകരമായ ദീർഘനിദ്രയിൽ ലയിച്ചു. താമസിയാതെ കുറേപ്പേർ തെരുവിലൂടെ വില്ലേജ്സോവിയറ്റിന്റെ നേരെ കുതിരയോടിച്ചുചെന്നു. മുത്തച്ഛൻ മീഷയെ ഉണർത്തി തിടുക്കത്തിൽ മുറ്റത്തിറങ്ങി.

വില്ലേജ് സോവിയറ്റിന്റെ മീതെ ഒരു കറുത്ത തൂൺപോലെ പുക പൊങ്ങി. അടുത്തുള്ള കെട്ടിടങ്ങളിലുരസിക്കൊണ്ട് തീജ്വാലകൾ ആളിക്കത്തി. കുതിരസവാരിക്കാർ തെരുവുകളിലൂടെ അങ്ങോട്ടുമി ങ്ങോട്ടും പാഞ്ഞു നടന്നു. ഒരാൾ മുത്തച്ഛനോടു വിളിച്ചുചോദിച്ചു:

"കുതിരയുണ്ടോ, മൂപ്പീന്നേ?"

"ഉണ്ട്."

"എന്നാൽ കുതിരയെ പൂട്ടി പോയി നിങ്ങളുടെ കമ്മ്യൂണിസ്റ്റുകാരെ എടുത്തുകൊണ്ടുവരൂ. അവരെ ആ കുറ്റിക്കാട്ടിൽ കൂട്ടിയിട്ടിട്ടുണ്ട്. എടു ത്തുകൊണ്ടുപോയി കുഴിച്ചിടാൻ അവരുടെ വീട്ടുകാരോടു പറയൂ."

മുത്തച്ഛൻ വേഗം സവ്രാസ്ക്കയെ പൂട്ടി വിറയ്ക്കുന്ന കൈകളിൽ കടിഞ്ഞാൺ പിടിച്ച് വണ്ടിയോടിച്ചുപോയി.

ഗ്രാമത്തിൽ അട്ടഹാസങ്ങളും നിലവിളികളും ഉയർന്നു. കൊള്ള ക്കാർ വയ്ക്കോലെടുത്തുകൊണ്ടുപോവുകയും ആടുകളെ കൊല്ലുകയും ചെയ്തു. ഒരുത്തൻ അനീസിമൊവ്നയുടെ വേലിക്കരികിൽ കുതിരപ്പു റത്തുനിന്നിറങ്ങി അവരുടെ വീട്ടിലേക്കോടി കയറി. അനീസിമൊ വ്നയുടെ നിലവിളി മീഷ കേട്ടു. കൊള്ളക്കാരൻ പുറത്തിറങ്ങിവന്നു. അയാളുടെ വാൾ കതകിൽ മുട്ടി കിലുങ്ങി. അയാൾ തിണ്ണയിലിരുന്ന് തന്റെ ബൂട്സ്ഊരിമാറ്റി, വൃത്തികെട്ട പട്ടീസ് വലിച്ചു ദൂരെക്കളഞ്ഞ് പകരം അനീസിമൊവ്നയുടെ നിറപ്പകിട്ടുള്ള ഉുവാല രണ്ടായി കീറി കാലിൽ ചുറ്റി.

മീഷ അമ്മയുടെ കിടക്കയിൽ കയറിക്കിടന്ന് തല തലയിണക്ക ടിയിലൊളിച്ചുവച്ചു.പടിവാതിലിന്റെ കിരുകിരശബ്ദം കേൾക്കുന്ന തുവരെ അവനവിടെക്കിടന്നു. അപ്പോളവൻ മുറ്റത്തേക്കോടി. താടി മുഴുവൻ കണ്ണുനീരിൽ കുതിർന്ന് മുത്തച്ഛൻ കുതിരയെ മുറ്റത്തേക്കു കയറ്റുന്നതാണ് അവൻ കണ്ടത്.

കാലിൽ ചെരുപ്പില്ലാതെ, കൈ രണ്ടും മലർത്തിയിട്ട് ഒരാൾ വണ്ടിയിൽ കിടക്കുന്നു. തല വണ്ടിയുടെ പിറകിൽ മുട്ടിക്കൊണ്ടിരി ക്കുന്നുണ്ട്. പലകകളിൽ ചോര ഇരുണ്ട നിറത്തിൽ തളം കെട്ടി നിൽക്കുന്നു.

കാലുറയ്ക്കാതെ മീഷ വണ്ടിയുടെ അടുത്തേക്കു നടന്ന് ആ മനു ഷ്യന്റെ മുഖത്തു നോക്കി. മുഖം മുഴുവൻ വാൾവെട്ടേറ്റ പാടുകളുണ്ട്. പല്ലുകൾ പുറത്തു കാണാം. വെട്ടിമാറ്റപ്പെട്ട ഒരു കവിൾ ലേശം തൊലിയിൽ തൂങ്ങിക്കിടക്കുന്നു. ചുവന്നു തുറിച്ച ഒരു കണ്ണിൽ പച്ച നിറമുള്ള വലിയൊരു ഈച്ച ഇരിപ്പുണ്ട്.

മീഷ ഭയന്നു വിറച്ചു. പക്ഷെ അവന് പെട്ടെന്ന് കാര്യം മനസ്സി ലായില്ല. തിരിഞ്ഞുപോകാൻ ഭാവിച്ചപ്പോഴാണ് നീലയും വെള്ളയും വരകളോടുകൂടിയ നാവികഷർട്ട് ചോരയിൽ കുതിർന്നു കിടക്കുന്നതു കണ്ടത്. ആരോ അടിച്ചപ്പോലെ അവൻ ഭയങ്കരമായി ഞെട്ടി. ഒന്നുകൂടി തിരിഞ്ഞ് നിശ്ചലമായി കിടക്കുന്ന ആ ഇരുണ്ട മുഖത്തേക്കു തുറിച്ചുനോക്കി.

“അച്ഛാ!” വണ്ടിയിലേക്കു ചാടിക്കയറി അവൻ വിളിച്ചു. “അച്ഛാ, എഴുന്നേൽക്കു! അച്ഛാ!”

അവൻ വണ്ടിയിൽനിന്നു താഴെ വീണു. ഓടാൻ ശ്രമിച്ചെങ്കിലും കാൽ കുഴഞ്ഞു വീണു. ഇഴഞ്ഞിഴഞ്ഞ് അവൻ പൂമുഖം വരെ എത്തി. അവിടെ മുഖം മണലിലമർത്തി അവൻ വീണു.

***

മുത്തച്ഛന്റെ കണ്ണുകൾ കുഴിഞ്ഞ് വളരെ ഉള്ളിലേക്കു പോയിരുന്നു. തല ഇളകിക്കൊണ്ടിരുന്നു. ചുണ്ടുകൾ നിശ്ശബ്ദം അനങ്ങിക്കൊണ്ടിരുന്നു.

ഏറെനേരം അദ്ദേഹം ഒന്നും മിണ്ടാതെ മീഷയുടെ മുടി തലോടിക്കൊണ്ട് ഇരുന്നു. പിന്നീട് കട്ടിലിൽ മോഹാലസ്യപ്പെട്ടു കിടക്കുന്ന അമ്മയെ ഒന്നു നോക്കിയശേഷം അടക്കിയ സ്വരത്തിൽ പറഞ്ഞു: "വാ, മോനെ. നമുക്കിവിടന്നു പുറത്തു കടക്കാം."

മുത്തച്ഛൻ മീഷയെ കൈയ്യു പിടിച്ച് പൂമുഖത്തേക്കു വന്നു. മറ്റേ മുറിയുടെ തുറന്ന കതകു കടന്നപ്പോൾ മീഷ കിടുകിടവിറച്ചുകൊണ്ട് താഴോട്ടു നോക്കി. അവിടെ മേശപ്പുറത്ത് അച്ഛൻ കിടന്നിരുന്നു - ഉഗ്രഭാവത്തിൽ, നിശ്ചലനായി. ചോരയുടെ പാടുകൾ കഴുകിക്കളഞ്ഞിരുന്നു. പക്ഷെ ആ ചുവന്നു തുറിച്ച കണ്ണും അതിലിരുന്നിരുന്ന പച്ചനിറമുള്ള ഈച്ചയേയും മീഷയ്ക്കു മറക്കാൻ കഴിഞ്ഞില്ല.

കിണറ്റിൻകരയിൽ മുത്തച്ഛൻ വളരെ നേരം പണിപ്പെട്ടശേഷം തൊട്ടിയുടെ കയറഴിച്ചു. പിന്നീട് സവ്രാസ്ക്കയെ കളപ്പുരയിൽനിന്നു പുറത്തേക്കു കൊണ്ടുവന്ന് കുപ്പായക്കൈകൊണ്ട് കുതിരയുടെ വായിൽനിന്നു നുരയെല്ലാം തുടച്ചുകളഞ്ഞ് കടിവാളമിട്ടു. ഒരുനിമിഷം അദ്ദേഹം ചെവിയോർത്തു. ഗ്രാമത്തിൽ ചിരിയും ആർപ്പുവിളികളും മുഴങ്ങിക്കേൾക്കാം. രണ്ടു കൊള്ളക്കാർ ആ വഴി കുതിരയോടിച്ചു പോയി. അവരുടെ സിഗററ്റിന്റെ അറ്റം സന്ധ്യാവെളിച്ചത്തിൽ മിന്നുന്നുണ്ടായിരുന്നു.

"അവരുടെ മിച്ചധാന്യമെടുത്ത് എന്തുചെയ്യണമെന്നു നാമവർക്കു കാട്ടിക്കൊടുത്തു," അതിലൊരാൾ പറഞ്ഞു. "ആളുകളുടെ ധാന്യമെടുത്താലത്തെ അനുഭവമെന്താണെന്ന് പരലോകത്തിൽ ചെല്ലുമ്പോൾ അവർക്കു മനസ്സിലാവും."

കുളമ്പടിശബ്ദം കേൾക്കാതായപ്പോൾ മുത്തച്ഛൻ കുനിഞ്ഞ് മീഷയുടെ ചെവിയിൽ പറഞ്ഞു.

"എനിക്കു വയസ്സായി. കുതിരപ്പുറത്തു കയറാൻ വയ്യ. മോനേ, ഞാൻ നിന്നെ കുതിരപ്പുറത്തു കയറ്റാം. നീ നേരെ പ്രോനിൻ കൃഷിക്കളത്തിൽ ചെല്ലണം. ഞാൻ വഴി കാട്ടിത്തരാം. കഴിഞ്ഞ ദിവസം പെരുമ്പറയും കുഴലുമായി ഈ ഗ്രാമത്തിലൂടെ കടന്നുപോയ പട്ടാളക്കാർ അവിടുണ്ട്. കൊള്ളക്കാർ ഇവിടുള്ളതുകൊണ്ട് അവരോടു വേഗം വരാൻ പറയണം. അവരോടു പറയേണ്ടതെന്താണെന്നു നീ ഓർക്കുമോ?"

മീഷ തലയാട്ടി. മുത്തച്ഛൻ അവനെ എടുത്തുപൊക്കി കുതിരപ്പുറത്തു കയറ്റിയിരുത്തി. വീഴാതിരിക്കാൻ തൊട്ടിയിൽനിന്നഴിച്ചെടുത്ത കയറുകൊണ്ട് അവന്റെ കാലുകൾ ജീനിയോടു ചേർത്തു കെട്ടി. കുതിരയേയും പിടിച്ചുകൊണ്ട് മെതിസ്ഥലവും കുളവും കൊള്ളക്കാരുടെ സങ്കേതങ്ങളും കടന്ന് തുറന്ന പുൽപ്രദേശത്തെത്തി.

“കുന്നിന്റെ നേർക്കൊഴുകുന്ന ആ ചാലു കണ്ടോ?” മുത്തച്ഛൻ പറഞ്ഞു. ആ ചാലിന്റെ വക്കു പിടിച്ചു പൊക്കോ. ഒരിടത്തും തിരിയണ്ട. നീ നേരെ കൃഷിക്കളത്തിലെത്തും. ശരി. നിനക്കു നല്ലതു വരട്ടെ, മോനെ”

മുത്തച്ഛൻ മീഷയെ ചുംബിച്ചു. സവ്രാസ്ക്കയുടെ ചുമലിൽ മെല്ലെ അടിച്ചു.

ചന്ദ്രികയുള്ള തെളിഞ്ഞ ഒരു രാത്രിയായിരുന്നു അത്. ഇടയ്ക്കിടെ തുമ്മുകയും ചീറുകയും ചെയ്തുകൊണ്ട് സവ്രാസ്ക്ക പതുക്കെ ഓടിപ്പോയി. ജീനിയിലിരുന്നു പൊങ്ങുകയും താഴുകയും ചെയ്തുകൊണ്ടിരുന്ന സവാരിക്കാരനു തീരെ ഭാരമില്ലാതിരുന്നതിനാൽ കുതിര പലപ്പോഴും ഓട്ടത്തിന്റെ വേഗത കുറച്ചു. അപ്പോൾ മീഷ കടിഞ്ഞാണൊന്നിളക്കുകയോ കുതിരയുടെ കഴുത്തിലടിക്കുകയോ ചെയ്യും.

വിളഞ്ഞുവരുന്ന ധാന്യം പച്ചനിറത്തിൽ തിങ്ങിനിന്നിരുന്ന പാടങ്ങളിൽ കാടപ്പക്ഷികൾ ഉന്മേഷത്തോടെ കൂവിവിളിച്ചു. ചാലിൽ നിന്നും വെള്ളത്തിന്റെ മർമ്മരശബ്ദം ഉയർന്നു. കുളിർമയേറിയ ഒരിളംകാറ്റടിച്ചു.

ഈ പുൽപ്രദേശത്ത് ഒറ്റയ്ക്കിങ്ങനെ പോകാൻ മീഷയ്ക്കു ഭയം തോന്നി. അവൻ സവ്രാസ്ക്കയുടെ കഴുത്തിൽ കെട്ടിപ്പിടിച്ചു. കുതിരയുടെ ചൂടുപകരുന്ന ശരീരത്തോടൊട്ടിക്കിടക്കുന്ന വിറയാർന്ന ഒരു മനുഷ്യശകലമായിരുന്നു അവൻ.

വഴി കുന്നിലൂടെ മേലോട്ടും പിന്നീട് അല്പം താഴോട്ടും വീണ്ടും മേലോട്ടും നീണ്ടുകിടന്നിരുന്നു. മീഷ സ്വയം മന്ത്രിച്ചുകൊണ്ടിരുന്നു. പുറകോട്ടു തിരിഞ്ഞുനോക്കാൻ, ചിന്തിക്കാൻ പോലും, അവൻ ഭയന്നു. അവൻ കണ്ണടച്ചു. ആ നിശ്ശബ്ദത അവന്റെ കാതുകളുമടച്ചു.

പെട്ടെന്ന് സവ്രാസ്ക്ക തലയാട്ടുകയും ചീറുകയും ചെയ്തുകൊണ്ട് ഓട്ടത്തിന്റെ വേഗത കൂട്ടി. മീഷ കണ്ണു തുറന്നു. അങ്ങു താഴെ, കുന്നിൻ ചുവട്ടിൽ, വിളക്കുകൾ മങ്ങിക്കത്തുന്നുണ്ട്. പട്ടികൾ കുരയ്ക്കുന്ന ശബ്ദം കാറ്റടിച്ചു ചെവിയിലെത്തി.

ഒരു നിമിഷത്തേക്ക് മീഷയുടെ തണുത്ത ഹൃദയം ആഹ്ലാദംകൊണ്ട് ഊഷ്മളമായി.

“ഓട്, വേഗം,” ഉപ്പൂറ്റി കുതിരയുടെ പള്ളയ്ക്കമർത്തിക്കൊണ്ട് അവൻ വിളിച്ചുപറഞ്ഞു.

പട്ടികളുടെ കുര അടുത്തടുത്തു വന്നു. കുന്നിൻചരിവിൽ ഒരു കാറ്റാടിമില്ലിന്റെ രൂപം ഇരുട്ടിൽ അവ്യക്തമായി കണ്ടു.

“ആരവിടെ?” മില്ലിനകത്തുനിന്നും ചോദ്യമുയർന്നു.

മീഷ നിശ്ശബ്ദനായി സവ്രാസ്ക്കയെ മുന്നോട്ടു പോകാൻ നിർബ്ബന്ധിച്ചുകൊണ്ടിരുന്നു. കോഴി കൂവി.

“നിൽക്ക്! ആരവിടെ? നിന്നില്ലെങ്കിൽ വെടിവയ്ക്കും!”

അതുകേട്ട് മീഷ പേടിച്ചു. അവൻ കടിഞ്ഞാൺ വലിച്ചു. പക്ഷെ മറ്റു കുതിരകളുടെ സാമിപ്യം മണത്തറിഞ്ഞ സവ്രാസ്ക്ക ഉച്ചത്തിൽ ചീറിക്കൊണ്ട് മുന്നോട്ടു കുതിച്ചു.

“നിൽക്ക്!”

കാറ്റാടിമില്ലിനടുത്തെവിടെയോ നിന്ന് വെടികൾ മുഴങ്ങി. മീഷയുടെ നിലവിളി കുളമ്പടിശബ്ദത്തിനിടയിൽ പുറത്തു കേട്ടില്ല. സവ്രാസ്ക്ക കിതച്ചുകൊണ്ട് മുൻകാലുകൾ ഉയർത്തി വലതുവശം തിരിഞ്ഞ് നിലത്തേക്ക് ആഞ്ഞുവീണു.

മീഷയുടെ കാലിലൂടെ വേദന തുളച്ചുകയറി. അവനു കരയാൻപോലും കഴിയാത്തവണ്ണം അത്ര ഭയങ്കരമായ, ദുസ്സഹമായ വേദനയായിരുന്നു അത്. സവ്രാസ്ക്കയുടെ ഭാരം അവന്റെ വേദനിക്കുന്ന കാലിൽ അധികമധികം അമർന്നു.

കുളമ്പടിശബ്ദം അടുത്തടുത്തു വന്നു. രണ്ടു സവാരിക്കാർ പ്രത്യക്ഷപ്പെട്ടു. വാളിളക്കിക്കൊണ്ട് അവർ താഴെയിറങ്ങി മീഷയുടെ നേരെ കുനിഞ്ഞു.

“ദൈവം നമ്മെ രക്ഷിക്കട്ടെ! വെറുമൊരു കൊച്ചു പയ്യനാണിത്!”

“കൊല്ലപ്പെട്ടോ?”

ഒരു കൈ മീഷയുടെ ഷർട്ടിനടിയിലേക്കു തിരുകപ്പെട്ടു. പുകയിലയുടെ മണമുള്ള ചുടുശ്വാസം അവന്റെ മുഖത്തടിച്ചു.

“ജീവനുണ്ട്,” ആദ്യത്തെയാളിന്റെ ശബ്ദം ആശ്വാസത്തോടെ പറഞ്ഞു. “കുതിര വീണ് കാലിനു പരുക്കേറ്റിട്ടുണ്ടെന്നാണു തോന്നുന്നത്.”

ബോധം പാതി നഷ്ടപ്പെട്ടുകൊണ്ട് മീഷ കഷ്ടിച്ച് ഇത്രയും പറഞ്ഞു: "ഗ്രാമത്തിൽ കൊള്ളക്കാരുണ്ട്. അവർ എന്റെ അച്ഛനെ കൊന്നു. സോവിയറ്റിന്റെ കെട്ടിടം തീവച്ചു നശിപ്പിച്ചു. മുത്തച്ഛൻ പറഞ്ഞു നിങ്ങൾ കഴിയുന്നത്രവേഗം വരണമെന്ന്."

പിന്നീട് സർവ്വതും മങ്ങിമറഞ്ഞു. നാനാവർണ്ണത്തിലുള്ള വൃത്തങ്ങൾ മീഷയുടെ കൺമുമ്പിൽ ചുറ്റിക്കറങ്ങാൻ തുടങ്ങി.

പൊട്ടിച്ചിരിക്കുകയും ചെമ്പിച്ച മീശ പിരിക്കുകയും ചെയ്തുകൊണ്ട് അച്ഛൻ കടന്നുപോയി. പച്ചനിറത്തിലുള്ള വലിയൊരു ഈച്ച കൃഷ്ണമണിയിൽ ആടിയാടി നിൽക്കുന്നുണ്ട്. അതാ മുത്തച്ഛൻ ശാസനാഭാവത്തിൽ തലയാട്ടിക്കൊണ്ടു പോകുന്നു. അടുത്തത് അമ്മയാണ്. മീഷയുടെ നേർക്കുതന്നെ കൈ ചൂണ്ടിക്കൊണ്ട് ഉയർന്ന നെറ്റിയോടുകൂടിയ ഒരു ചെറിയ മനുഷ്യനാണു പിന്നീടു വന്നത്.

"സഖാവു ലെനിൻ......!" വീർപ്പുമുട്ടിയ സ്വരത്തിൽ മീഷ വിളിച്ചു. വളരെ ആയാസപ്പെട്ടുകൊണ്ട് അവൻ തല ഉയർത്തി നോക്കി പുഞ്ചിരിച്ച് കൈ രണ്ടും നീട്ടി.

അലെക്സാണ്ടർ ഫദേയെവ്

"സോഷ്യലിസ്റ്റ് ജീവിതരീതിയെക്കുറിച്ചും അതെങ്ങിനെ നേടിയെന്നതിനെക്കുറിച്ചും ജനങ്ങളോട് ആദ്യം പറയാനുള്ള ഭാഗ്യം ഞങ്ങൾക്കു ലഭിച്ചു," ഒക്ടോബർ വിപ്ലവത്തിന്റെ സമയത്ത് സാഹിത്യരംഗത്തു പ്രവേശിച്ച എഴുത്തുകാരുടെ തലമുറയെ പരാമർശിച്ചു കൊണ്ട് അലെക്സാണ്ടർ ഫദേയെവ് പറഞ്ഞു.

അലെക്സാണ്ടർ ഫദേയെവ്(1901-1956) വിദൂരപൗരസ്ത്യദേശത്ത് വിപ്ലവത്തിലും ആഭ്യന്തരയുദ്ധത്തിലും പങ്കെടുത്തു. പതിനേഴ വയസ്സുള്ള ബാലനെന്ന നിലയ്ക്ക് അദ്ദേഹം ഒളിപ്പോരുകാരുടെ ഒരു സേനാവിഭാഗത്തോടൊപ്പം അനേകായിരം കിലോമീറ്റർ ദൂരം കാട്ടിലൂടെ സഞ്ചരിച്ചിട്ടുണ്ട്. ആ പോരാട്ടത്തിന്റെ വർഷങ്ങളിൽനിന്നുള്ള ധീരോദാത്തവും ശോകപൂർണ്ണവുമായ ഒട്ടേറെ കാര്യങ്ങൾ ഫദേയെവിന്റെ മനസ്സിൽ മായാത്ത മുദ്രകൾ പതിപ്പിച്ചു. വിദൂരപൗരസ്ത്യദേശത്തെ ഒളിപ്പോരുകാരുടെ നേതാവായ സെർഗേയ് ലസോവിനേയും ഫദേയെവിന്റെ സ്വന്തം മച്ചുനനായ വ്സേവൊളൊദ് സിബീർത്സെവിനേയും ജപ്പാനിലെ ഇടങ്കോലിടൽ സേനകൾ തീവണ്ടി എഞ്ചിനിൽ തീക്കൂട്ടുന്നിടത്തിട്ട് ജീവനോടെ ചുട്ടെരിച്ചു.

ഫദേയെവെഴുതിയ 'തുരത്തൽ,' 'അവസാനത്തെ ഉദെഗേ' എന്നീ നോവലുകളും ഒട്ടേറെ ചെറുകഥകളും വിദൂരപൗരസ്ത്യദേശത്തു നടന്ന ആഭ്യന്തരയുദ്ധത്തെ സംബന്ധിച്ചുള്ളതാണ്. 'തുരത്തൽ' എന്ന നോവലിൽനിന്നുള്ള ഒരദ്ധ്യായമാണ് ചുവടെ ചേർക്കുന്ന കഥ.

മെത്തേലിത്സ പരിശോധനയ്ക്കിറങ്ങുന്നു

ഒളിപ്പോർസംഘത്തെ നയിച്ചിരുന്ന ലെവിൻസോൻ ശത്രുസാങ്കേതികപരിശോധനയ്ക്കായി മെത്തേലിത്സയെ അയച്ചപ്പോൾ അന്നു രാത്രി തന്നെ മടങ്ങിയെത്തണമെന്നു പറഞ്ഞിരുന്നു. പക്ഷെ അയാൾ എത്തേണ്ട ഗ്രാമം ലെവിൻസോൻ ഉദ്ദേശിച്ചതിലും വളരെ അകലെയായിരുന്നു. ഉച്ചതിരിഞ്ഞു നാലു മണിക്ക് മെത്തേലിത്സ ഒളിപ്പോർസംഘത്തെ പിരിഞ്ഞു. അയാൾ അതിവേഗത്തിൽ കുതിരയോടിച്ചു. ഒരു പരുന്തിനെപ്പോലെ അതിന്റെ കഴുത്തിൽ പറ്റിപ്പിടിച്ചു കിടന്നു. ആ വിടർന്ന നാസാദ്വാരങ്ങളിൽ ക്രൗര്യത്തിന്റേയും ആഹ്ലാദത്തിന്റേയും ഭാവമുണ്ടായിരുന്നു. സാവധാനത്തിലുള്ള അഞ്ചു ദിവസത്തെ മുഷിപ്പൻയാത്രയ്ക്കുശേഷമുള്ള ഈ കുതിച്ചോട്ടം അയാളെ മത്തു പിടിപ്പിച്ചതുപോലെ തോന്നി. നേരം സന്ധ്യയായിട്ടും അയാൾ ശരൽക്കാലത്തെ തൈഗാവനത്തിന്റെ നടുവിലായിരുന്നു. അതവസാനിക്കുന്ന ലക്ഷണമില്ല. ഊർദ്ധ്വം വലിക്കുന്ന പകലിന്റെ നിരുന്മേഷകരവും ശോകപൂർണ്ണവുമായ വെളിച്ചത്തിൽ പുല്ലിന്റെ അന്തമില്ലാത്ത മർമ്മരശബ്ദമാണ് ഇപ്പോഴും കേൾക്കാവുന്നത്. നേരം വളരെ ഇരുട്ടിയതിനുശേഷമാണ് അയാൾ കാടിനു പുറത്തു കടന്നത്. ശൈത്യകാലത്ത് തേനീച്ചക്കൂട്ടുകൾ സൂക്ഷിച്ചിരുന്ന, പഴകിദ്രവിച്ച ഒരു മരപ്പുരയ്ക്കു സമീപം അയാൾ കുതിരയെ നിർത്തി. മേൽക്കൂര ഇടിഞ്ഞു വീണിട്ടുണ്ട്. അതുപേക്ഷിച്ചിട്ട് വളരെക്കാലമായ മട്ടുണ്ട്.

കുതിരയെ കെട്ടിയിട്ടശേഷം അയാൾ തടിയുടെ അറ്റത്തുപിടിച്ചു. അത് അയാളുടെ കൈയ്ക്കു കീഴിൽ പൊടിഞ്ഞു. അയാൾ പതുക്കെ പിടിച്ചുപിടിച്ച് മേൽക്കൂരയുടെ മുകളിലേക്കു കയറി. ഏതു നിമിഷവും ഇരുണ്ട ഒരു കുഴിയിൽ വീഴാനിടയുണ്ട്. മരവും പുല്ലും അഴുകിയതിന്റെ ദുസ്സഹമായ ദുർഗ്ഗന്ധം അതിൽ നിന്നു വമിച്ചിരുന്നു. പത്തു മിനിട്ടോളം അയാൾ തന്റെ കരുത്തുറ്റ കാലുകളിൽ പാതി എഴുന്നേറ്റു നിന്നു. കാടിന്റെ ഇരുണ്ട പശ്ചാത്തലത്തിൽ അദൃശ്യനായി ഇരുട്ടിലൂടെ സൂക്ഷിച്ചുനോക്കുകയും ചെവിയോർക്കുകയും ചെയ്തുകൊണ്ടുള്ള ഈ നിൽപ് പൂർവ്വാധികം ഒരു പരുന്തിന്റെ പ്രതീതി ഉളവാക്കി. താഴെ ശത്രുതാഭാവത്തിൽ നക്ഷത്രങ്ങളുമായി ശോഭിച്ച ആകാശത്തിനെതിരെ കറുപ്പ് പൂണ്ടുനിന്നിരുന്ന രണ്ടുവരി കുന്നുകൾക്കിടയിൽ നിറയെ ഇരുണ്ട വയ്ക്കോൽക്കൂനകളും ചെറുചെറു വൃക്ഷക്കൂട്ടങ്ങളുമായി ഒരു താഴ്‌വര ഇടുങ്ങിക്കിടന്നിരുന്നു.

മെത്തേലിത്‌സ ജീനിയിലേക്കു ചാടിക്കയറി റോഡിനെ ലാക്കാക്കി തിരിച്ചു. കട്ടവണ്ടികൾ ആ വഴി പോയിട്ടു വളരെക്കാലമായി. ചക്രച്ചാലുകൾ പുല്ലിനിടയിൽ മിക്കവാറും അദൃശ്യമായിരുന്നു. ബർച്ചുമരങ്ങളുടെ നേർത്ത തായ്ത്തണ്ടുകൾ കെട്ടുപോയ മെഴുകുതിരികൾ പോലെ ഇരുട്ടിൽ ശാന്തമായി, വെണ്മ പൂണ്ടു തിളങ്ങി.

ഒരു ചെറിയ കുന്നിന്റെ നേരെ അയാൾ കുതിരയോടിച്ചു പോയി. ഇടതുവശത്തിപ്പോഴും കറുത്തിരുണ്ട കുന്നുകളുടെ നിര ഏതോ ഒരു ഭയങ്കരജന്തുവിന്റെ നട്ടെല്ലുപോലെ വളഞ്ഞുകിടപ്പുണ്ട്. ഒരരുവിയുടെ ശബ്ദം കേൾക്കാം. ഏതാണ്ട് രണ്ടു മൈലകലെ ഒരു പക്ഷെ ആ അരുവിയുടെ കരയിൽ, തീ കത്തുന്നുണ്ട്. അത് മെത്തേലിത്‌സയെ കന്നുകാലി മേയ്ക്കുന്നവരുടെ ഈർപ്പം നിറഞ്ഞ ഏകാന്തജീവിതത്തെ അനുസ്മരിപ്പിച്ചു. കുറേയപ്പുറത്ത് റോഡിനിരുപുറവും ഗ്രാമത്തിലെ വിളക്കുകൾ കെടാതെ കത്തുന്നുണ്ട്. വലതുവശത്തെ കുന്നിൽനിര അകന്നുപോയി നീലിമ പൂണ്ട ഇരുട്ടിൽ മറഞ്ഞു. ആ ഭാഗത്ത് ഭൂമി വളരെ താണാണു കിടന്നിരുന്നത്. ഒരുപക്ഷെ വല്ല പഴയ തോടും ആ വഴി പോകുന്നുണ്ടാവും. കറുത്ത് നിഷ്പ്രഭമായ മരങ്ങൾ ആ ചെരുവിന്റെ വക്കിൽ നില്പുണ്ട്.

"ആ ഭാഗത്ത് ഒരു ചതുപ്പുനിലം കാണും," മെത്തേലിത്‌സ വിചാരിച്ചു. അയാൾക്ക് തണുത്തു തുടങ്ങി. അയാളുടെ കട്ടിയുള്ള ജാക്കറ്റ് ബട്ടനഴിച്ചിട്ടിരുന്നു. ഒരു ബട്ടനുമില്ലാതിരുന്ന പട്ടാളക്കുപ്പായവും കഴുത്തിന്റെ ഭാഗത്ത് തുറന്നു കിടന്നിരുന്നു. ആദ്യം തീയുടെ അടുത്തു ചെല്ലാൻ അയാൾ നിശ്ചയിച്ചു. ഒരു മുൻകരുതലെന്ന നിലയ്ക്ക്

അയാൾ കൈത്തോക്ക് ഉറയിൽനിന്നു പുറത്തെടുത്ത് ജാക്കറ്റിന്റെ അടിയിൽ ബെൽട്ടിൽ തിരുകി. ഉറ ജീൻസഞ്ചിയിലിട്ടു. അയാളുടെ കയ്യിൽ തോക്കുണ്ടായിരുന്നില്ല. ഇപ്പോളയാളെ കണ്ടാൽ പാടത്തു നിന്നു വരുന്ന ഒരു കൃഷിക്കാരനാണെന്നേ തോന്നൂ. ജർമ്മൻകാർ ക്കെതിരായ യുദ്ധത്തിനുശേഷം അവരിൽ പലരും പട്ടാളക്കാരുടെ ജാക്കറ്റാണിട്ടിരുന്നത്.

തീയ്ക്കു വളരെ അടുത്തെത്തിയപ്പോൾ ഇരുട്ടിൽ കുതിരകൾ ചിനയ്ക്കു ന്ന ശബ്ദം കേട്ടു. അയാളുടെ ആൺകുതിര മുന്നോട്ടു കുതിച്ചു. അതിന്റെ കരുത്തുറ്റ ദേഹമാകെ വിറച്ചു. ചെവി പുറകോട്ടമർത്തിപ്പിടിച്ചു. വളരെ വികാരാവേശത്തോടും ദയനീയമായും അതു നീട്ടിച്ചിനച്ചു. ആ നിമിഷം തീയുടെ മുമ്പിലൂടെ ഒരു നിഴൽ നീങ്ങി. മെത്തേലിത്സ ചാട്ടയടിച്ചു കുതിരയെ പിൻകാലുകളിൽ നിർത്തി.

തീയുടെയടുത്ത് കറുത്ത തലമുടിയുള്ള വളരെ ശോഷിച്ച ഒരു ബാലൻ നിന്നിരുന്നു. അവന്റെ ഭയാക്രാന്തമായ കണ്ണുകൾ തുറിച്ചിരു ന്നു. ഒരു കയ്യിൽ ചാട്ടയുണ്ട്. കീറിപ്പറിഞ്ഞ കുപ്പായത്തിനിടയിലൂടെ മറ്റേ കൈ ആത്മരക്ഷാർത്ഥമെന്ന വണ്ണം ഉയർത്തിപ്പിടിച്ചിട്ടുണ്ട്. കീറിയ ട്രൗസറും മരത്തൊലികൊണ്ടുള്ള ചെരിപ്പും ഒരു ചണക്കയ റുകൊണ്ടു കെട്ടിയ ക്രമാധികം നീളമുള്ള ഒരു ജാക്കറ്റുമാണ് അവൻ ധരിച്ചിരുന്നത്. മെത്തേലിത്സ തന്റെ കുതിരയെ ബാലന്റെ തൊട്ടു മുമ്പിൽ, അവനെ തൊട്ടുതൊട്ടില്ലെന്ന മട്ടിൽ, രൂക്ഷമായി നിർത്തി. വളരെ പരുഷമായി അവനോടാജ്ഞാപിക്കാൻ അയാൾക്കു തോന്നി. പക്ഷെ തന്റെ നേരെ നോക്കുന്ന ഭയചകിതമായ കണ്ണുകളും തൂങ്ങി ക്കിടക്കുന്ന കുപ്പായക്കയ്യും കീറിയ ട്രൗസറിനിടയിലൂടെ വെളിയിൽ കാണാവുന്ന കാൽമുട്ടുകളും അവന്റെ യജമാനന്റേതാകാനിടയുള്ള പഴയ ജാക്കറ്റും കണ്ടപ്പോൾ അയാൾ ഒന്നറച്ചു. ആ കുട്ടിത്തം തോന്നി ക്കുന്ന കഴുത്ത് എത്ര അവിശ്വസനീയമാംവണ്ണം മെലിഞ്ഞാണിരിക്കു ന്നത്! എത്ര ദയനീയമായി. അപരാധബോധത്തോടെയാണത് ആ ജാക്കറ്റിനു വെളിയിൽ തള്ളിനിൽക്കുന്നത്!

“നീ എന്തിനാണവിടെ നിൽക്കുന്നത്? പേടിച്ചുപോയി, ഇല്ലേ? നീയൊരു വിഡ്ഢിയാണ്. എന്റെ കൊച്ചു ചങ്ങാതീ. സംശയമില്ല.” മെത്തേലിത്സയ്ക്കു വിഷമം തോന്നി. മനുഷ്യരോടല്ല, കുതിരകളോടു സംസാരിക്കുമ്പോൾ പ്രകടിപ്പിച്ചിരുന്ന പരുപരുത്ത വാത്സല്യത്തോ ടെയാണ് അയാൾ സംസാരിച്ചത്. “നീ ഒരടി അനങ്ങുകയില്ലെ ന്നാണോ? ഞാൻ നിന്നെ ചതച്ചു ഞെരിച്ചെങ്കിലോ?... വിവരംകെട്ട കൊച്ചു വിഡ്ഢി.” തികച്ചും മനസ്സലിഞ്ഞ് അയാൾ വീണ്ടും പറഞ്ഞു.

ഈ കുട്ടിയേയും അവന്റെ ദാരിദ്ര്യത്തേയും കണ്ടതോടെ അത്രതന്നെ ദയനീയവും പരിഹാസ്യവും ബാലസഹജവുമായ എന്തോ ഒന്ന് തന്നിൽത്തന്നെ തട്ടിയുണർത്തപ്പെട്ടതായി അയാൾക്കു തോന്നി... ബാലന് ഭയം കൊണ്ട് ശ്വാസം വിടാൻ പോലും കഴിഞ്ഞില്ല. അവൻ കൈ താഴെയിട്ടു.

"നിങ്ങളെന്താണ് ഒരു ഭ്രാന്തനെപ്പോലെ എന്റെ നേരെ പാഞ്ഞുവന്നത്?" അവൻ ചോദിച്ചു. ഒരു മുതിർന്നയാളെപ്പോലെ യുക്തിയോടും സ്വാതന്ത്ര്യബോധത്തോടും എന്നാലതേസമയം സൗമ്യമായും സാസാരിക്കാനായിരുന്നു അവന്റെ ശ്രമം. "ആരാണ് പേടിക്കാത്തത്? എനിക്കിവിടെ കുതിരകളുണ്ട്...."

"കുതിരകളോ?" മെത്തേലിത്സ പരിഹാസസ്വരത്തിൽ നീട്ടിച്ചോദിച്ചു. "വാസ്തവം?" അയാൾ നടുനിവർത്തി അരയിൽ കയ്യും വച്ച് മൃദുവായ പുരികങ്ങൾ അല്പം ഉയർത്തി കണ്ണുകൾ ചെറുതാക്കിക്കൊണ്ട് ബാലനെ ഒന്നുകൂടി നോക്കി. പെട്ടെന്നയാൾ ഉറക്കെ, വളരെ ഉറക്കെ പൊട്ടിച്ചിരിച്ചു. തന്റെ ചിരിയിലടങ്ങിയിരുന്ന വാത്സല്യത്തിന്റേയും ആഹ്ലാദത്തിന്റേയും സ്വരം കേട്ട് അയാൾ തന്നെ അത്ഭുതപ്പെട്ടു.

ബാലൻ അപ്പോഴും മനസ്സു വിഷമിച്ച്, വിശ്വാസമില്ലാതെ, മൂക്കു ചീറ്റി നിന്നു. പക്ഷെ ഭയപ്പെടാനൊന്നുമില്ലെന്നും നേരെമറിച്ച് എല്ലാം ശരിക്കും ഒരു തമാശയായിത്തീർന്നിരിക്കുകയാണെന്നും അവനു മനസ്സിലായി. അറ്റം പോലും മുകളിലോട്ടു വളയത്തക്കവണ്ണം ശക്തിയായി മൂക്ക് ചുളിച്ചുകൊണ്ട് അവൻ പൊട്ടിച്ചിരിച്ചു. നേർത്ത സ്വരത്തിലുള്ള, ബാലസഹജമായ ഒരു ചിരിയായിരുന്നു അത്. അതിന്റെ അപ്രതീക്ഷിതത്വം മെത്തേലിത്സയുടെ ചിരി കൂടുതലുച്ചത്തിലാക്കി. അറിഞ്ഞുകൊണ്ടല്ലെങ്കിലും പരസ്പരം പ്രോത്സാഹിപ്പിച്ചുകൊണ്ട് അവർ ഏറെനേരം ചിരിച്ചു - ഒരാൾ തീവെട്ടത്തിൽ തിളങ്ങുന്ന പല്ലുകളുമായി ജീനിയിലിരുന്നുകൊണ്ട് മുമ്പോട്ടും പുറകോട്ടും ആടി; അപരൻ കലുങ്ങിക്കലുങ്ങിച്ചിരിച്ചുകൊണ്ട് നിലത്ത് കൈകുത്തി ഇരുന്നു.

"നീ എന്നെ കുറെ ചിരിപ്പിച്ചു," അങ്കപടിയിൽനിന്നു കാലൂരിക്കൊണ്ട് മെത്തേലിത്സ ഒടുവിൽ പറഞ്ഞു. "നീയൊരു അസാധാരണ ബാലൻ തന്നെ..." അയാൾ നിലത്തേക്കു ചാടിയിറങ്ങി തീയുടെ നേരെ കൈ നീട്ടി.

ബാലൻ ചിരി നിർത്തി. കൂടുതൽ അത്ഭുതകരമായ വൈചിത്ര്യങ്ങൾ പ്രതീക്ഷിക്കുന്ന മട്ടിൽ അവൻ അയാളെ ഗൗരവവും സന്തോഷവും കലർന്ന ആശ്ചര്യത്തോടെ നോക്കി.

"നിങ്ങളൊരു രസികനാണല്ലോ," തന്റെ ഉറച്ച ബോദ്ധ്യങ്ങളുടെ ഒരു സംഗ്രഹമെന്ന മട്ടിൽ അവൻ അവസാനം വളരെ സ്പഷ്ടമായി പറഞ്ഞു.

മെത്തോലിത്സ ചിരിച്ചു. "ഞാനോ? അതെ, ഞാനൊരു രസികനാണ്, കുട്ടീ..."

"ഞാൻ ഭയന്നു വിറച്ചുപോയി," ബാലൻ തുറന്നു പറഞ്ഞു.

"ഞാനിവിടെ കുതിരകളെ നോക്കുകയാണ്. ഞാൻ കുറെ ഉരുള ക്കിഴങ്ങ് ചുടുകയായിരുന്നു."

"ഉരുളക്കിഴങ്ങോ? കൊള്ളാം...!" മെത്തോലിത്സ അവന്റെ അടുത്തിരുന്നു. പക്ഷെ കടിഞ്ഞാണിൽനിന്നു പിടിവിട്ടില്ല. "നിന ക്കെവിടന്നു കിട്ടി?"

"ദാ അവിടന്ന്... ഒരുപാടുണ്ട്!" ബാലൻ അവന്റെ കൈ ചുറ്റും വീശി.

"നീയവ മോഷ്ടിച്ചതാണോ?"

"അതെ. ഞാൻ ആ കുതിരയെ ഒന്നു പിടിക്കട്ടെ. ആൺ കുതിരയാണ്, അല്ലേ? ഞാനതിനെ വിടുകയില്ല, വിഷമിക്കണ്ട... നല്ല കുതിരയാണ്, അല്ലേ?" അതിന്റെ ബലിഷ്ഠശരീരത്തിലൂടെ തഴക്കമു ള്ള കണ്ണോടിച്ചുകൊണ്ട് അവൻ ചോദിച്ചു, "നിങ്ങൾ എവിടുന്നാണ് വരുന്നത്?"

"അതെ. കുതിര മോശമില്ല," മെത്തോലിത്സ യോജിച്ചു. "നീ എവിടുന്നാണ്?"

"ദാ അവിടുന്ന്." വിളക്കുകളുടെ നേരെ ബാലൻ തലയാട്ടി. "ഹനിഹേസ. അതാണ് ഞങ്ങളുടെ ഗ്രാമം... നൂറ്റിരുപതു കൃഷിക്കള ങ്ങളുണ്ട്. കൂടുതലുമില്ല, കുറവുമില്ല," മറ്റാരുടേയോ വാക്കുകൾ ആവർ ത്തിച്ചുകൊണ്ട് അവൻ നിലത്തു തുപ്പി.

"ഓ, ഞാൻ മലയ്ക്കപ്പുറത്തുള്ള വോറൊബ്യോവ്ക്കയിൽ നിന്നാണ്. നീ കേട്ടിട്ടുണ്ടോ?"

"വൊറൊബ്യോവ്ക്കയിൽ നിന്നോ? ഇല്ല, ഞാൻ കേട്ടിട്ടേയില്ല. വളരെ അകലെയായിരിക്കും..."

"അതെ...."

"ഇവിടെ എന്തു ചെയ്യുന്നു?"

"ഞാനെന്തു പറയാനാണ്? അതൊരു നീണ്ടകഥയാണ്... ഞാനിവിടെ വന്ന് കുറെ കുതിരകളെ വാങ്ങാമെന്നാലോചിച്ചു.

ഇവിടെ ധാരാളമുണ്ടെന്നു കേട്ടു... കുട്ടി, എനിക്ക് കുതിരകളെ വളരെ ഇഷ്ടമാണ്." മെത്തേലിത്സ സ്വകാര്യമായി പറഞ്ഞു, "ഞാൻ ജീവിതകാലം മുഴുവൻ കുതിരകളെ നോക്കുകയായിരുന്നു. എന്റേത ല്ലെന്നു മാത്രം."

"ഇവ എന്റേതാണെന്നു വിചാരിച്ചോ? യജമാനന്റേതാണ്...."

തൂങ്ങിക്കിടന്നിരുന്ന കുപ്പായക്കയ്യിന്റെ അകത്തുനിന്ന് ബാലൻ ഒരു ശോഷിച്ച, വൃത്തികെട്ട കൈ പുറത്തെടുത്ത് ചാട്ടയുടെ പിടികൊണ്ട് ചാരത്തിലിട്ടിളക്കി. പുറം കരിഞ്ഞ ഉരുളക്കിഴങ്ങുകൾ കൊതി തോന്നുമാറ് ഉരുണ്ടുരുണ്ട് പുറത്തേക്കു വന്നു.

"കുറച്ച് വേണോ?" ബാലൻ ചോദിച്ചു. "കുറേ റൊട്ടിയുമുണ്ട്. അധികമില്ല."

"നന്ദി. ഞാനിപ്പോൾ കഴിച്ചതേയുള്ളൂ. ദാ, ഇതുവരെ നിറഞ്ഞു." തൊണ്ടയിൽ കൈവച്ചുകൊണ്ട് മെത്തേലിത്സ കളവു പറഞ്ഞു. തനിക്കെത്രത്തോളം വിശക്കുന്നുണ്ടെന്ന് അപ്പോൾ മാത്രമാണയാൾ ക്കു തോന്നിയത്.

ബാലൻ ഒരു ഉരുളക്കിഴങ്ങ് അടർത്തി ഊതിയതിനുശേഷം പകുതി കഷണം തൊലിയോടെ വായിലിട്ടു. നാക്കുകൊണ്ടുരുട്ടി അങ്ങേയറ്റത്തെ സംതൃപ്തിയോടെ ചവയ്ക്കാൻ തുടങ്ങി. താടിയെല്ലുക ളോടൊപ്പം അവന്റെ കൂർത്ത ചെവികളും അനങ്ങിക്കൊണ്ടിരുന്നു. ആ കഷണം തിന്നുകഴിഞ്ഞ് അവൻ മെത്തേലിത്സയെ നോക്കി. അയാളെ ആദ്യം രസികനെന്നു വിളിച്ച അതേ വ്യക്തവും സ്ഫുടവുമായ സ്വരത്തിൽ വീണ്ടും സംസാരിച്ചുതുടങ്ങി.

"ഞാനൊരു അനാഥബാലനാണ്. അങ്ങിനെയായിട്ട് ആറു മാസമായി. കൊസാക്കുകാർ എന്റെ അച്ഛനെ കൊന്നു, അമ്മയെ ബലാൽസംഗം ചെയ്തശേഷം കൊന്നു. സഹോദരനേയും..."

"കൊസാക്കുകളോ?" മെത്തേലിത്സ ജാഗരൂകനായി ചോദിച്ചു.

"വേറാര്? അതും യാതൊരു കാരണവും കൂടാതെ. മാത്രമല്ല. അവർ കൃഷിസ്ഥലം ചുട്ടെരിച്ചു. ഞങ്ങളുടേതു മാത്രമല്ല ചുരുങ്ങിയതു മറ്റൊരു ഡസൻ പേരുടെയെങ്കിലും. അവർ ഓരോ മാസവും ഞങ്ങളെ വന്നാ ക്രമിക്കും. ഇപ്പോൾ അവർ നാല്പതോളം പേരുണ്ട്. വോളൊസ്റ്റിന്റെ കേന്ദ്രമായ റക്കീത്നൊയെ വളരെ അകലെയല്ല. ഈ വേനൽ മുഴുവനും ഒരു റജിമെന്റാകെ അവിടെ താവളമടിച്ചിരിക്കുകയാണ്. കാടന്മാരാണവർ.... ഒരു ഉരുളക്കിഴങ്ങു തിന്നുന്നോ...."

"നിന്റെ ആൾക്കാർ ഓടിപ്പോകാഞ്ഞതെന്ത്?.... ഇവിടെ ഇഷ്ടംപോലെ കാടുണ്ടല്ലോ...." മെത്തേലിത്സ എഴുന്നേറ്റിരുന്നു.

"കാടുകൊണ്ടെന്തു പ്രയോജനം? എന്നെന്നേക്കും അതിലൊളിച്ചിരിക്കാൻ പറ്റില്ല. കൂടാതെ അവിടെ ചതുപ്പുനിലങ്ങളുണ്ട്. അവയിലകപ്പെട്ടാൽ രക്ഷയില്ല...."

"ഞാൻ വിചാരിച്ചതുപോലെ തന്നെ," ഭൂമിയുടെ കിടപ്പിനെപ്പറ്റി താൻ കുറച്ചു മുമ്പ് വിലയിരുത്തിയത് ഓർത്തുകൊണ്ട് മെത്തേലിത്സ സ്വയം പറഞ്ഞു.

"ഒരു കാര്യം ചെയ്യ്," എഴുന്നേറ്റുകൊണ്ട് അയാൾ പറഞ്ഞു. "നീ എന്റെ കുതിരയെ മേച്ചിൽസ്ഥലത്തു കൊണ്ടുവിട്. ഞാൻ ഗ്രാമത്തിലേക്കു കാൽനടയായി പോകാം. ഇവിടുന്നു വാങ്ങാനൊന്നുമില്ലെന്ന് എനിക്കു മനസ്സിലായി. അവസാനത്തെ കുപ്പായവും ഊരിയെടുക്കാനാണ് കൂടുതൽ സാദ്ധ്യത..."

"തിരക്കെന്താണ്? ഇരുക്കൂ." കുതിരയെ മേയ്ക്കുന്ന ബാലൻ നിരാശയോടെ പറഞ്ഞു. അവനും എഴുന്നേറ്റു. "ഇവിടെ ഒറ്റക്കിരിക്കാൻ ഒരു രസവുമില്ല." അപേക്ഷ സ്ഫുരിക്കുന്ന വലിയ നനഞ്ഞ കണ്ണുകളോടെ മെത്തേലിത്സയെ നോക്കിക്കൊണ്ട് അവൻ യാചനാസ്വരത്തിൽ പറഞ്ഞു.

"നിൽക്കാൻ നിവൃത്തിയില്ല, ചങ്ങാതി," പോകേണ്ടതിന്റെ അനിവാര്യത സൂചിപ്പിച്ചുകൊണ്ട് മെത്തേലിത്സ കൈ മലർത്തി. "രാത്രി തന്നെ പോയി കാണണം... ഞാൻ വേഗം മടങ്ങിയെത്തും. അതിനിടയിൽ നമുക്ക് കുതിരയെ അയച്ചുകെട്ടാം. കൊസാക്കുകളുടെ തലവന്റെ താമസമെവിടെയാണ്?"

സ്ക്വാഡ്രൺ കമാണ്ടർ പാർക്കുന്ന വീട് എങ്ങിനെ കണ്ടുപിടിക്കാമെന്നും പുറകുവശത്തുടെ അവിടെ എങ്ങിനെ എത്തിച്ചേരാമെന്നും ബാലൻ വിശദീകരിച്ചു.

"പട്ടികളൊരുപാടുണ്ടോ?"

"ഉണ്ട്, പക്ഷെ ഭയങ്കരന്മാരല്ല."

ബാലൻ പറഞ്ഞതനുസരിച്ച് മെത്തേലിത്സ പല ഇടവഴികളിലൂടെയും പോയി പള്ളിയ്ക്കുട്ടത്തുവച്ചു തിരിഞ്ഞ് അവസാനം പുരോഹിതന്റെ തോട്ടത്തിന്റെ ചായംപൂശിയ മതിലിന്നടുത്തെത്തി. (സ്ക്വാഡ്രൺ കമാണ്ടറുടെ താമസം പുരോഹിതന്റെ വീട്ടിലായിരുന്നു.) മെത്തേലിത്സ അകത്തേക്കും ചുറ്റുപാടും നോക്കി, ശ്രദ്ധയോടെ

ചെവിയോർത്തു. സംശയാസ്പദമായി ഒന്നും കാണാത്തപ്പോൾ ഒച്ച കോൾപ്പിക്കാതെ മതിൽ ചാടിക്കടന്നു.

ഫലവൃക്ഷങ്ങൾ തിങ്ങിനിൽക്കുന്ന ഒരു തോട്ടത്തിലാണയാൾ നിന്നത്. പക്ഷെ പടർന്നു നിന്നിരുന്ന കൊമ്പുകളിൽ നിന്നും ഇലകൾ കൊഴിഞ്ഞുപോയിരുന്നു. ശ്വാസം പിടിച്ചുകൊണ്ടും തന്റെ ഹൃദയത്തിന്റെ ശക്തിയായ മിടുപ്പ് നിയന്ത്രിക്കാൻ ശ്രമിച്ചുകൊണ്ടും മെത്തേലിത്സ മുന്നോട്ടു നീങ്ങി. പെട്ടെന്നയാൾ തോട്ടത്തിനു കുറുകെ ഒരു വഴി കിടക്കുന്നതുകണ്ടു. ഇരുപതു വാരയോളമപ്പുറത്ത് വഴിയുടെ ഇടതുവശത്തായി അയാൾ ഒരു ജനലിലൂടെ വെളിച്ചം കണ്ടു; അത് തുറന്നിട്ടിരുന്നു. മുറിയിൽ ആളുണ്ട്. നിർജ്ജീവമായി കിടക്കുന്ന ഇലകളുടെ മേൽ വെളിച്ചം ഒരുപോലെ വീശുന്നുണ്ട്. ആപ്പിൾ വൃക്ഷങ്ങളുടെ കൊമ്പുകളിൽ വെളിച്ചം അടിച്ച ഭാഗങ്ങൾ വിചിത്രമായ സുവർണ്ണപ്രഭ പൂണ്ടു കാണപ്പെട്ടു.

“അതാ അവിടുണ്ടവർ,” മെത്തേലിത്സ വിചാരിച്ചു. സാധാരണ അങ്ങേയറ്റം കുസലില്ലാത്ത പരാക്രമങ്ങളിലേക്ക് അയാളെ തള്ളിവിട്ടിരുന്ന, നിർഭയമായ സാഹസത്തിനുള്ള ഉഗ്രവും അനിവാര്യവുമായ വെമ്പൽ തന്നിൽ ആളിക്കത്തുന്നതായി തോന്നിയപ്പോൾ അയാളുടെ മുഖം പിടഞ്ഞു. വെളിച്ചമുള്ള മുറിയിലെ ഈയാളുകളുടെ സംഭാഷണം കേൾക്കണമെന്നു തന്നോടാരെങ്കിലും ആവശ്യപ്പെട്ടിട്ടുണ്ടോ എന്ന് അപ്പോഴും അയാൾക്കു തീർച്ചയില്ലായിരുന്നു. എന്നാൽ അതേസമയം അത് കേൾക്കാതെ പരമാർത്ഥത്തിൽ താൻ അവിടം വിടുകയില്ലെന്ന് അയാൾക്കറിയാമായിരുന്നു. ഏതാനും മിനിട്ടുകൾ കഴിഞ്ഞ് അയാൾ ജനാലയുടെ നേരെതാഴെ ഒരു ആപ്പിൾമരത്തിന്റെ പിന്നിൽ നിന്നുകൊണ്ട് മനസ്സിരുത്തി ശ്രദ്ധിക്കുകയും അവിടെ നടന്ന സർവ്വതും ഓർമ്മയിൽ വയ്ക്കുകയും ചെയ്തു.

മുറിയുടെ മറ്റേ വശത്ത് ഒരു മേശയ്ക്കു ചുറ്റും നാലു പേരിരുന്ന് ചീട്ടുകളിക്കുന്നുണ്ട്. വലതുവശത്ത് ഇരുന്നിരുന്നത് തലമുടി പുറകോട്ടു കൊതിവച്ച ഒരു ഉയരംകുറഞ്ഞ വൃദ്ധപുരോഹിതനാണ്. കൊച്ചു കൈകൾകൊണ്ട് സമർത്ഥമായി ചീട്ട് കശക്കിയിടുമ്പോൾ അവ ഓരോന്നും കാണാൻ വളരെയധികം ശ്രമിച്ചുകൊണ്ട് അയാൾ തന്റെ മൂർച്ചയേറിയ കണ്ണുകൾ ചുറ്റും ഓടിച്ചുകൊണ്ടിരുന്നു. ഇതു കണ്ട് മെത്തേലിത്സയുടെ നേരെ പുറംതിരിഞ്ഞുകൊണ്ട് തൊട്ടടുത്തിരുന്നയാൾ ചീട്ടുകൾ ഇടുന്നവഴിതന്നെയെടുത്ത് ആകാംക്ഷയോടെ തിടുക്കത്തിലൊന്നു നോക്കി മേശയ്ക്കടിയിലൊളിച്ചുവച്ചു. അലസഭാവവും പ്രത്യക്ഷത്തിൽ നർമ്മബോധവുമുള്ള സുമുഖനായ ഒരു തടിച്ച

ആഫീസർ ഒരു പൈപ്പ് വലിച്ചുകൊണ്ട് മെത്തേലിത്സയ്ക്ക് അഭിമുഖമായി ഇരുന്നിരുന്നു. ഒരു പക്ഷെ ഇത്രയ്ക്ക് തടിച്ചിരുന്നതുകൊണ്ടായിരിക്കാം, അയാളാണ് സ്ക്വാഡ്രൺ കമാണ്ടറെന്നു മെത്തേലിത്സ ധരിച്ചു. പക്ഷെ എന്തുകൊണ്ടോ നാലാമത്തെ കളിക്കാരനെയാണ് മെത്തേലിത്സ ഏറ്റവുമധികം ശ്രദ്ധിച്ചത്. വിളറി വീർത്ത മുഖം. ഇമ പൂട്ടാത്ത കണ്ണുകൾ. ആട്ടിൻതോലുകൊണ്ടുള്ള കറുത്ത ഒരു തൊപ്പിയും തോൾപ്പട്ടകളില്ലാത്ത ഒരു കൊക്കേഷ്യൻ ആട്ടിൻതോൽ ക്കോട്ടുമാണ് അയാൾ ധരിച്ചിരുന്നത്. ഓരോ തവണ ചീട്ടിടുമ്പോഴും അയാൾ കോട്ട് കൂട്ടുതലടുപ്പിച്ചിട്ടു.

മെത്തേലിത്സയുടെ പ്രതീക്ഷയ്ക്കു വിരുദ്ധമായി ഏറ്റവും സർവ്വസാധാരണവും വിരസവുമായ കാര്യങ്ങളെക്കുറിച്ചാണ് അവർ സംസാരിച്ചത്. അവരുടെ സംഭാഷണം ചുരുങ്ങിയത് പകുതിയെങ്കിലും ചീട്ടുകളിയെക്കുറിച്ചായിരുന്നു.

"എൺപത്," മെത്തേലിത്സയ്ക്കു പുറം തിരിഞ്ഞിരുന്നയാൾ പറഞ്ഞു.

"വളരെ കുറഞ്ഞുപോയി, തിരുമനസ്സേ," കറുത്ത ആട്ടിൻ തോൽ ത്തൊപ്പിയിട്ട ആൾ പറഞ്ഞു. "നൂറ് ബ്ലൈൻഡ്," അയാൾ അശ്രദ്ധമായി കൂട്ടിച്ചേർത്തു.

തടിച്ച സുമുഖനായ ആഫീസർ കണ്ണ് ചെറുതാക്കി തന്റെ ചീട്ടുകൾ പരിശോധിച്ചു. വായിൽനിന്ന് പൈപ്പ് പുറത്തെടുത്തുകൊണ്ട് പന്തയം നൂറ്റഞ്ചാക്കി ഉയർത്തി.

"പാസ്സ്," ബാക്കി ചീട്ടുകൾ കൈവശം വച്ചിരുന്ന പുരോഹിതന്റെ നേരെ തിരിഞ്ഞുകൊണ്ട് ഒന്നാമൻ പറഞ്ഞു.

"ഞാൻ വിചാരിച്ചപോലെതന്നെ." ആട്ടിൻതോൽത്തൊപ്പിക്കാരൻ ചിരിച്ചുകൊണ്ട് പറഞ്ഞു.

"ചീട്ടൊന്നും കിട്ടാത്തത് എന്റെ കുറ്റമാണോ?" അനുഭാവത്തിനു പുരോഹിതന്റെ നേരെ തിരിഞ്ഞുകൊണ്ട് മറ്റേയാൾ പ്രതിവചിച്ചു.

"പല തുള്ളി പെരുവെള്ളം," കണ്ണിറുക്കിക്കാട്ടി ചെറുതായൊന്നു ചിരിച്ചുകൊണ്ട് പുരോഹിതൻ തമാശയായി പറഞ്ഞു. തന്റെ സ്നേഹിതൻ എത്ര നിസ്സാരമായിട്ടാണ് കളിക്കുന്നതെന്ന് ഊന്നിപ്പറയാൻ വേണ്ടിയുള്ളതുപോലെ തോന്നി. ആ നിസ്സാരമായ ചിരി. "കുറേശ്ശെക്കുറേശ്ശെയായി നിങ്ങൾ ഇരുനൂറു പോയിന്റ് എഴുതി. ഞങ്ങൾക്കു നിങ്ങളെ അറിഞ്ഞുകൂടേ....!"

അയാൾ ഭീഷണഭാവത്തിൽ വിരലാട്ടുകയും വാത്സല്യപൂർവ്വമായ കൗശലത്തോടെ പുഞ്ചിരിക്കുകയാണെന്നു നടിക്കുകയും ചെയ്തു.

എന്തൊരു ചെറ്റയാണയാൾ. മെത്തേലിത്സ വിചാരിച്ചു.

"നിങ്ങളും പാസ്സാണോ?" പുരോഹിതൻ അലസഭാവത്തിലിരുന്ന ആഫീസറോടു ചോദിച്ചു. "ഇതു നിങ്ങൾക്കാണ്." അവസാനത്തെ വാക്കുകൾ പറഞ്ഞത് ആട്ടിൻതോൽത്തൊപ്പിക്കാരനോടാണ്. അയാൾക്ക് പുരോഹിതൻ കൂടുതൽ ചീട്ടുകൾ കമഴ്ത്തിയിട്ടു കൊടുത്തു.

ഒരുമിനിട്ടുനേരം അവർ വീറോടെ മേശപ്പുറത്ത് ചീട്ടടിച്ചു. അവസാനം ആട്ടിൻതോൽത്തൊപ്പിക്കാരൻ തോറ്റു. സൂത്രശാലി, നിങ്ങൾ വേണ്ടതിലധികം പൊങ്ങച്ചം പറഞ്ഞു, മെത്തേലിത്സ വെറുപ്പോടെ വിചാരിച്ചു. പോകണോ അല്പംകൂടി കാക്കണോ എന്ന യാൾക്കു തീർച്ചയില്ലായിരുന്നു. ഏതായാലും അപ്പോൾ അയാൾക്ക് പോകാൻ സാദ്ധ്യമായിരുന്നില്ല. കാരണം കളിയിൽ തോറ്റയാൾ ജനാലയുടെ നേരെ തിരിഞ്ഞു. ഇമപൂട്ടാതുള്ള അയാളുടെ തുളഞ്ഞുനോട്ടം തന്റെ മേൽത്തന്നെ പതിയുന്നതായി മെത്തേലിത്സയ്ക്കു തോന്നി.

ഇതിനിടയിൽ ജനാലയ്ക്കു പുറംതിരിഞ്ഞിരിക്കുന്നയാൾ ചീട്ടു കശക്കാൻ തുടങ്ങി. പ്രാർത്ഥിച്ചുകൊണ്ടുനിൽക്കുന്ന ഒരു വൃദ്ധയെപ്പോലെ വളരെ സൂക്ഷിച്ച്, വളരെക്കുറച്ചു മാത്രം ദേഹമനക്കിയാണ യാളതു ചെയ്തത്.

"നെചിത്തായ്‌ളൊ ഇനിയും മടങ്ങിയെത്തിയില്ല," അലസഭാവമുള്ളയാൾ കോട്ടുവായിട്ടുകൊണ്ടു പറഞ്ഞു. "എന്തോ കോള് കിട്ടിയെന്നു തോന്നുന്നു. ഞാൻ കൂടെ പോകാതിരുന്നതു കഷ്ടമായിപ്പോയി..."

"നിങ്ങൾ രണ്ടുപേരോ?" ജനാലയിൽനിന്നു മുഖം തിരിച്ചുകൊണ്ട് ആട്ടിൻതോൽത്തൊപ്പിക്കാരൻ ചോദിച്ചു. "എന്തു കൊണ്ടായിക്കൂടാ? അവളൊരു ഉരുപ്പടിയാണ്." മുഖം കോട്ടിക്കൊണ്ട് അയാൾ പറഞ്ഞു.

"വസ്യ്യോൻകയാണോ?" പുരോഹിതൻ തിരക്കി. "ഹ്ഹം.... അതെ, തീർച്ചയായും. ഞങ്ങൾക്കിവിടെ നല്ല തടിച്ചുകൊഴുത്ത ഒരു പാട്ടുകാരനുണ്ടായിരുന്നു - ഞാനയാളെപ്പറ്റി നിങ്ങളോട് പറഞ്ഞിട്ടുണ്ടെന്നു തോന്നുന്നു... സെർഗേയ് ഇവാനൊവിച്ച് യോജിക്കുകയില്ലെന്നേയുള്ളൂ. ഒരിക്കലുമില്ല... ഇന്നലെ അയാൾ എന്നോട് രഹസ്യമായി പറഞ്ഞതെന്താണെന്നോ? 'ഞാനവളെ കൂടെ കൊണ്ടുപോകും.' അയാൾ പറയുകയാണ്, 'എനിക്കവളെ കെട്ടാൻ പേടിയുമില്ല.'... ഓ!" പുരോഹിതൻ സംസാരം നിർത്തി കൈകൊണ്ടു വാ മൂടി. അയാളുടെ കൗശലം നിറഞ്ഞ കൊച്ചുകണ്ണുകളിൽ ഒരു തിളക്കമുണ്ടായിരുന്നു.

“എനിക്ക് തീരെ ഓർമ്മയില്ലാതെപോയി. ഞാനുദ്ദേശിച്ചതല്ലെങ്കിലും പൂച്ച പുറത്തുചാടി. ഇതു ഞാൻ പറഞ്ഞ കാര്യം മിണ്ടല്ലേ!” അയാൾ ഭയം നടിച്ചു കൈ വീശി. ഓരോ വാക്കിലും ആംഗ്യത്തിലും അയാളുടെ ആത്മാർത്ഥതയില്ലായ്മയും ഗൂഢമായ വിധേയത്വവും മെത്തോലിത്സ യെപ്പോലെ അവർക്കെല്ലാവർക്കും കാണാമായിരുന്നെങ്കിലും ആരും അതേപ്പറ്റി പരാമർശിച്ചില്ല, എല്ലാവരും ചിരിക്കുകയും ചെയ്തു.

മെത്തോലിത്സ പതുങ്ങിപ്പതുങ്ങി ജനാലയ്ക്കു കീഴിൽ നിന്നും പുറകോട്ടു മാറി. തോട്ടത്തിലൂടെയുള്ള വഴിയിലേക്ക് അയാൾ തിരിയു കയായിരുന്നു. അപ്പോഴാണ് ഒരു തോളിന്റെ മീതേക്കൂടി കൊസാക്ക് ഓവർക്കോട്ടിട്ടിരുന്ന ഒരാളിന്റെ ദേഹത്തു ചെന്നു മുട്ടിയത്. അയാളുടെ പിന്നിൽ വേറെ രണ്ടു പേരുണ്ടായിരുന്നു.

“നിങ്ങളിവിടെ എന്തു ചെയ്യുന്നു?” മെത്തോലിത്സ വന്നുമുട്ടിയ പ്പോൾ മിക്കവാറും ഊരി താഴെവീണ ഓവർകോട്ട് വലിച്ചിട്ടുകൊണ്ട് അയാൾ അത്ഭുതത്തോടെ ചോദിച്ചു.

മെത്തോലിത്സ പുറകോട്ടു ചാടി കുറ്റിക്കാട്ടിനുള്ളിലേക്ക് ഓടി.

“പിടിയവനെ! അതാ അവർ!” പലരും വിളിച്ചുപറഞ്ഞു. അയാളുടെ പിന്നിൽ ഏതാനും വെടികൾ പൊട്ടി. കുറ്റിക്കാട്ടിൽ മെത്തോലിത്സ യ്ക്കു വഴിതെറ്റി അയാളുടെ തൊപ്പിപോയി. ഊഹംവച്ചാണയാളോടി യത്. പക്ഷെ ഇപ്പോൾ മുമ്പിൽനിന്നാണ് കൂവലും വിളിയും കേട്ടത്. തെരുവിൽ നിന്നും ഒരു പട്ടിയുടെ കുപിതമായ കുര കേട്ടു.

“അതാ അവൻ! പിടിയവനെ!” എന്നു വിളിച്ചുപറഞ്ഞുകൊണ്ട് ആരോ ഒരു കൈ നീട്ടിപ്പിടിച്ച് അയാളുടെ നേരെ ചാടി. ഒരു വെടിയുണ്ട മെത്തോലിത്സയുടെ ചെവിയ്ക്കടുത്തുകൂടി ഇരമ്പിപ്പാഞ്ഞു. മെത്തോലിത്സ തിരിച്ചു വെടിവച്ചു. പിന്നിലോടിയിരുന്നയാൾ കാലിടറി വീണു.

“നിങ്ങളെന്നെ പിടിക്കില്ല!” മെത്തോലിത്സ വിജയഭാവത്തിൽ ഉൽഘോഷിച്ചു. അവർക്കു തന്നെ പിടിക്കാൻ കഴിയുമെന്ന് അവസാ നനിമിഷം വരെ അയാൾ വാസ്തവത്തിൽ വിശ്വസിച്ചിരുന്നില്ല.

പക്ഷെ വളരെ വലിപ്പവും ഭാരവുമുള്ള ആരോ ഒരാൾ പിന്നിൽനി ന്നു ചാടിവീണ് അയാളെ തറപറ്റിച്ചു. കൈ വിടുവിക്കാൻ നോക്കിയെ ങ്കിലും തലയിൽ ശക്തിയായ ഒരടിയേറ്റ് അയാൾ സ്തംഭിച്ചുപോയി...

പിന്നീട് അവരെല്ലാവരും മാറിമാറി അയാളെ തല്ലി. ബോധം കെടുമ്പോൾപ്പോലും തന്റെ നിസ്സഹായശരീരത്തിൽ അടിവന്നു വീഴുന്നത് അയാൾക്കനുഭവപ്പെടുന്നുണ്ടായിരുന്നു...

ഒരു വലിയ ഇരുണ്ട തൊഴുത്തിലാണ് മെത്തേലിത്സ്സ വീണ്ടും ബോധം തെളിഞ്ഞത്. ഈർപ്പമുള്ള നിലത്ത് കിടക്കുകയായിരുന്നു അയാൾ. മണ്ണിന്റെ ഈർപ്പവും തണുപ്പും അരിച്ചു കയറുന്നതായിട്ടാണ് അയാൾക്ക് ആദ്യം തോന്നിയത്. സംഭവിച്ചതെന്താണെന്ന് അയാൾ ഉടനോർത്തു. അയാൾക്കു കിട്ടിയ പ്രഹരങ്ങൾ ഇപ്പോഴും തലയിൽ മുഴങ്ങുന്നുണ്ട്. മുടിയിൽ ചോര കട്ടപിടിച്ചിരിക്കുന്നു. കവിളിലും നെറ്റിയിലും ചോര ഉണങ്ങിയിരിക്കുന്നത് അയാൾക്കറിയാൻ കഴിഞ്ഞു.

എങ്ങിനെ രക്ഷപ്പെടണമെന്നതായിരുന്നു അയാളുടെ മനസ്സിൽ വ്യക്തമായി രൂപംകൊണ്ട ആദ്യത്തെ ചിന്ത. ഇത്രയെല്ലാം ജീവിതത്തിൽ അനുഭവിക്കുകയും ഇത്രയെല്ലാം പരാക്രമങ്ങൾ കാട്ടുകയും ഇത്രയെല്ലാം നേട്ടങ്ങളുണ്ടാക്കിക്കൊണ്ടു പ്രസിദ്ധിയാർജ്ജിക്കുകയും ചെയ്തശേഷം താൻ അവസാനം ബാക്കിയുള്ളവരെപ്പോലെ കിടന്നു നരകിക്കുമെന്നത് അയാൾക്ക് വിശ്വസിക്കാൻ കഴിഞ്ഞില്ല. അയാൾ ആ പുര ആകെയൊന്നു പരിശോധിച്ചു. ഓരോ കൊച്ചുവിടവും തപ്പിനോക്കി. കതകുപൊളിക്കാൻ പോലും ശ്രമിച്ചു. പക്ഷെ ഫലമുണ്ടായില്ല. ചുറ്റും മരവിച്ച നിർജ്ജീവമായ തടിയല്ലാതൊന്നുമില്ല. വിടവുകളാണെങ്കിൽ ഇടയിലൂടെ കാണാൻപോലും കഴിയാത്തവണ്ണം ചെറുതായിരുന്നു. ശരൽക്കാലത്തിന്റെ വിരസമായ പ്രഭാതവെളിച്ചം പോലും അവയിലൂടെ കടന്നുവന്നില്ല.

എങ്കിലും അയാൾ തപ്പിത്തടഞ്ഞു നടന്നു. അവസാനം, ഇത്തവണ രക്ഷപ്പെടാനാവില്ലെന്ന് അയാൾക്ക് സംശയാതീതമാംവണ്ണം ഉറപ്പായി. അത് ബോദ്ധ്യമായതോടെ തന്റെ ജീവന്മരണപ്രശ്നത്തിൽ അയാൾക്ക് താല്പര്യമില്ലാതായി. അയാളുടെ ജീവന്മരണപ്രശ്നവുമായി തട്ടിച്ചുനോക്കുമ്പോൾ യഥാർത്ഥത്തിൽ നിസ്സാരമെങ്കിലും മറ്റെന്തിനെക്കാളും പ്രധാനമായി അയാൾ കണ്ട പ്രശ്നത്തിൽ മെത്തേലിത്സ തന്റെ ആത്മീയവും കായികവുമായ മുഴുവൻ ശക്തിയും കേന്ദ്രീകരിച്ചു: തന്നെ വധിക്കാൻപോകുന്നവരെ തനിക്കു ഭയമില്ലെന്നും താനവരെ തൃണവൽ ഗണിക്കുന്നുവെന്നും പേരുകേട്ട പരാക്രമിയായ താൻ - മെത്തേലിത്സ - എങ്ങിനെ അവർക്കു കാണിച്ചുകൊടുക്കണം എന്നതായിരുന്നു ആ പ്രശ്നം.

ഇക്കാര്യം വേണ്ടത്ര ആലോചിക്കാൻ കഴിയുന്നതിനുമുമ്പ് അയാൾ കതകിനു പുറത്ത് ശബ്ദം കേട്ടു. കൊളുത്തുമാറ്റി യൂണിഫോറമിട്ട സായുധരായ രണ്ടു കൊസാക്കുകൾ വിറയാർന്ന, മങ്ങിയ വെളിച്ചത്തോടൊപ്പം അകത്തു പ്രവേശിച്ചു. കാൽകവച്ചുനിന്നിരുന്ന

മെത്തേലിത്സ അവരെ കണ്ണു ചെറുതാക്കിനോക്കി.

അയാളെ കണ്ടപ്പോൾ അവർ വാതുക്കൽ അറച്ചുനിന്നു. പുറകിൽ നിന്നിരുന്നയാൾ മനപ്രയാസത്തോടെ മൂക്കു ചീറ്റി.

"പുറത്തേക്കു വരൂ, ചങ്ങാതി," മുമ്പിൽ നിന്നിരുന്നയാൾ സൗമ്യമായി, ഏതാണ്ടൊരു അപരാധസ്വരത്തിൽ പറഞ്ഞു.

മെത്തേലിത്സ വാശിയോടെ തല താഴ്ത്തിപ്പിടിച്ചുകൊണ്ട് പുറത്തേക്കു കടന്നു.

താമസിയാതെ, പുരോഹിതന്റെ തോട്ടത്തിൽ നിന്നുകൊണ്ട് രാത്രി കണ്ട മുറിയിൽ, പരിചയമുള്ള ഒരാളിന്റെ മുമ്പിൽ അയാൾ നിൽക്കുകയായിരുന്നു. കറുത്ത ആട്ടിൻതോൽത്തൊപ്പിയും കൊക്കേഷ്യൻ കോട്ടും ധരിച്ച മനുഷ്യനായിരുന്നു അത്. സ്ക്വാഡ്രൺ കമാണ്ടറാണെന്നു മെത്തേലിത്സ ധരിച്ച സുമുഖനും സൽപ്രകൃതക്കാരനുമായ തടിച്ച ആഫീസറും അവിടെ ഒരു കസേരയിൽ നിവർന്നിരിപ്പുണ്ട്; അയാൾ മെത്തേലിത്സയെ അത്ഭുതത്തോടെയാണെങ്കിലും രൂക്ഷമായിട്ടല്ലാതെ നോക്കി. അവരെ രണ്ടുപേരേയും നോക്കിയപ്പോൾ മിക്കവാറും ദൃഷ്ടിഗോചരമല്ലാത്ത ചില ലക്ഷണങ്ങളിൽനിന്ന് മെത്തേലിത്സയ്ക്കു മനസ്സിലായി കൊക്കേഷ്യൻ കോട്ടിട്ടയാളാണ്, കാരുണ്യം ദ്യോതിപ്പിക്കുന്ന ആഫീസറല്ല കമാണ്ടറെന്ന്.

"നിങ്ങൾക്കു പോകാം," വാതുക്കൽ നിൽക്കുന്ന രണ്ടു കൊസാക്കുകളോട് കമാണ്ടർ ആജ്ഞാപിച്ചു.

പരസ്പരം തള്ളിമാറ്റിക്കൊണ്ട് അവർ മുറി വിട്ടു.

"നീ ഇന്നലെ തോട്ടത്തിൽ എന്തു ചെയ്യുകയായിരുന്നു?" മെത്തേലിത്സയുടെ മുമ്പിൽ നിന്നുകൊണ്ട്, അയാളെ ഇമപൂട്ടാതെ തുറിച്ചു നോക്കിക്കൊണ്ട്, കമാണ്ടർ തിടുക്കത്തിൽ ചോദിച്ചു.

മറുപടി പറയാതെ മെത്തേലിത്സ ആഫീസറുടെ നോട്ടത്തിനൊപ്പം അയാളെ തിരികെ അവജ്ഞാപൂർവ്വം നോക്കിക്കൊണ്ടു നിന്നു. അയാളുടെ മിനുസമുള്ള കറുത്ത പുരികങ്ങൾ അല്പം വിറച്ചു. എന്തെല്ലാം ചോദ്യങ്ങൾ ചോദിച്ചാലും, അവയ്ക്കു തന്നെക്കൊണ്ടു മറുപടി പറയിക്കാൻ എന്തെല്ലാം ചെയ്താലും, തന്റെ ദണ്ഡകരെ തൃപ്തിപ്പെടുത്തുന്ന യാതൊന്നും പറയില്ലെന്ന മട്ടിലായിരുന്നു അയാളുടെ നിൽപ്പ്.

"അതു കള," അല്പം പോലും കോപിക്കാതെ കമാണ്ടർ പറഞ്ഞു. അയാൾ ശബ്ദമുയർത്തിയില്ല. നേരേമറിച്ച് ആ നിമിഷത്തിൽ മെത്തേലിത്സയുടെ മനസ്സിൽ നടക്കുന്നതെന്താണെന്ന് അയാൾക്ക് സൂക്ഷ്മമായി മനസ്സിലാകുന്നതായി അയാളുടെ സ്വരം വെളിപ്പെടുത്തി.

“വെറുതെ എന്തിനു സംസാരിക്കണം?” മെത്തേലിത്സ സൗജന്യഭാവത്തിൽ പറഞ്ഞു.

ചോര ഉണങ്ങിപ്പിടിച്ചിരിക്കുന്ന, വസൂരിക്കുത്തുള്ള ആ നിശ്ചലമായ മുഖം ഏതാനും നിമിഷത്തേക്ക് സ്ക്വാഡ്രൺ കമാണ്ടർ സാകൂതം പരിശോധിച്ചു.

“വസൂരി വന്നിട്ട് ഒരുപാടു നാളായോ?”

“എന്ത്?” മെത്തേലിത്സ കുഴങ്ങിക്കൊണ്ടു ചോദിച്ചു. കമാണ്ടറുടെ ചോദ്യത്തിൽ അവജ്ഞയോ പരിഹാസമോ അടങ്ങാതിരുന്നതാണ് അയാളെ കുഴക്കിയത്. പ്രത്യക്ഷത്തിൽ തന്റെ വസൂരിക്കുത്തുള്ള മുഖത്തിൽ മാത്രമായിരുന്നു ആഫീസറുടെ താല്പര്യം. പക്ഷെ അതു മനസ്സിലായതോടെ, തന്നെ പരിഹസിക്കുകയോ അധിക്ഷേപിക്കുകയോ ചെയ്തിരുന്നെങ്കിൽ തോന്നുമായിരുന്നിതിനേക്കാൾ കൂടുതൽ ദേഷ്യം മെത്തേലിത്സയ്ക്കു തോന്നി. സ്പഷ്ടമായും അവർ തമ്മിൽ ഒരു മാനുഷിക ബന്ധം സ്ഥാപിക്കാനുള്ള ഒരു ശ്രമമാണ് ആഫീസറുടെ ആ ചോദ്യത്തിലടങ്ങിയിരുന്നത്.

“നീ ഇവിടത്തുകാരനാണോ അതോ മറ്റെവിടന്നെങ്കിലും വന്നതോ?”

“കുള, അങ്ങുന്നേ!....” കോപത്തോടും നിശ്ചയദാർഢ്യത്തോടും മെത്തേലിത്സ പറഞ്ഞു. അയാൾ മുഷ്ടി ചുരുട്ടി. മുഖം ചുവന്നു. ആഫീസറെ കടന്നാക്രമിക്കാതിരിക്കാൻ അയാൾ വളരെ പാടുപെട്ടു. എന്തെങ്കിലും കൂടി പറയണമെന്നുണ്ടായിരുന്നു. പക്ഷെ അസുഖകരമാംവണ്ണം അക്ഷോഭ്യമായ വീർത്ത മുഖത്തോടും ചെമ്പിച്ച താടിയോടും കൂടിയ ഈ കരിവേഷക്കാരനെ പിടിച്ചു കഴുത്തു ഞെരിക്കാൻ കഴിയുമെന്ന ചിന്ത പെട്ടെന്നു ശക്തിയായി ഉള്ളിൽ കടന്നുവന്നതോടെ താൻ പറയാൻ വന്ന കാര്യം മെത്തേലിത്സ മറന്നുപോയി. വസൂരിക്കുത്തുള്ള മുഖത്ത് വിയർപ്പു പൊടിഞ്ഞു. വിരലുകൾ ഞെരിച്ചുകൊണ്ട് ഒരു ചുവട് മുന്നോട്ടു വച്ചു.

“ഓഹോ!” ആദ്യമായി അത്ഭുതം പ്രകടിപ്പിച്ചുകൊണ്ട് ആഫീസർ ഉറക്കെ ഉൽഘോഷിച്ചു. പക്ഷെ അയാൾ പുറകോട്ട് മാറുകയോ തീ പാറുന്ന കണ്ണുകളുമായി ശങ്കിച്ച് അനങ്ങാതെ നിന്നിരുന്ന മെത്തേലിത്സയുടെ മുഖത്തുനിന്നും കണ്ണെടുക്കുകയോ ചെയ്തില്ല.

ആഫീസർ റിവോൾവറെടുത്ത് മെത്തേലിത്സയുടെ മൂക്കിനു കീഴിൽ പിടിച്ചു. അതോടെ മെത്തേലിത്സയ്ക്ക് ആത്മനിയന്ത്രണം വീണ്ടുകിട്ടി. അയാൾ ജനാലയുടെ നേരെ തിരിഞ്ഞ്

അവജ്ഞാപൂർവ്വമായ മൗനം പൂണ്ടുമരവിച്ചുനിന്നു. അതിനുശേഷം, റിവോൾവർ കാട്ടി എത്രയെല്ലാം ഭീഷണിപ്പെടുത്തിയിട്ടും, വരാനിരിക്കുന്ന ഭയങ്കരശിക്ഷകളെപ്പറ്റി എത്രയെല്ലാം പറഞ്ഞിട്ടും, എല്ലാ കാര്യങ്ങളും വാഗ്ദാനം ചെയ്തിട്ടും, അയാൾ ഒരക്ഷരം മിണ്ടിയില്ല. തന്നെ ചോദ്യം ചെയ്തവരുടെ നേരെ ഒന്നു നോക്കുക പോലും ചെയ്തില്ല.

ചോദ്യം ചെയ്യൽ നടന്നുകൊണ്ടിരിക്കുന്നതിനിടയിൽ കതകു മെല്ലെ തുറന്ന് നിറയെ മുടിയും പേടിച്ച വിരണ്ട മൂഢമായ രണ്ടു വലിയ കണ്ണുകളുമുള്ള ഒരു തല മുറിക്കകത്തേക്കെത്തിനോക്കി.

"അപ്പോൾ അവർ തയ്യാറായി. ഇല്ലേ?" സ്ക്വാഡ്രൻ കമാണ്ടർ പറഞ്ഞു. "ശരി, ഇയാളെ കൂട്ടിക്കൊണ്ടുപോകാൻ പറ."

മുമ്പിലത്തെ രണ്ടു കൊസാക്കുകാർ തന്നെ മെത്തേലിത്സയെ മുറ്റത്തേക്ക് ആനയിച്ചുകൊണ്ട് തുറന്ന ഗേറ്റ് ചൂണ്ടിക്കാട്ടുകയും അതു കടന്ന് അയാളെ അനുഗമിക്കുകയും ചെയ്തു. തിരിഞ്ഞുനോക്കിയില്ലെങ്കിലും അയാൾക്കു തോന്നി, രണ്ട് ആഫീസർമാരും പുറകിൽ വരുന്നുണ്ടെന്ന്. അവർ പള്ളി മൈതാനത്തെത്തി. പള്ളിക്കാര്യസ്ഥന്റെ വീടിനു മുമ്പിൽ ഒരാൾക്കൂട്ടം നിൽക്കുന്നുണ്ടായിരുന്നു. ചുറ്റും കുതിരപ്പുറത്ത് കൊസാക്കുകാർ നില്പുണ്ട്.

നിസ്സാരവും അപ്രധാനവുമായ കാര്യങ്ങളിൽ മുഴുകിയിരിക്കുന്ന ജനങ്ങളോട് തനിക്ക് വെറുപ്പും അവജ്ഞയുമാണുള്ളതെന്ന് മെത്തേലിത്സയ്ക്ക് എപ്പോഴും തോന്നിയിരുന്നു. തന്നെപ്പറ്റി അവർ വിചാരിക്കുന്നതും പറയുന്നതും എന്തായാലും തനിക്കൊന്നുമില്ല എന്ന മനോഭാവമാണ് തനിക്കുള്ളതെന്ന് അയാൾ കരുതിയിരുന്നു. അയാൾക്ക് ഒരിക്കലും സ്നേഹിതന്മാരുണ്ടായിരുന്നില്ല. ഉണ്ടാകാൻ അയാൾ ശ്രമിച്ചിട്ടുമില്ല. എങ്കിലും അയാളതു കണ്ടിട്ടില്ലെങ്കിൽപ്പോലും, ജീവിതത്തിൽ ചെയ്തിട്ടുള്ള പ്രധാനപ്പെട്ട എല്ലാ കാര്യങ്ങളും ജനങ്ങൾക്കുവേണ്ടിയാണ്, അവരെ ഉദ്ദേശിച്ചാണ്, അവർ തന്നെ ഉറ്റുനോക്കുകയും അഭിമാനം കൊള്ളുകയും പ്രശംസിക്കുകയും വാഴ്ത്തുകയും ചെയ്യുമെന്നു കരുതിയാണ്, അയാൾ ചെയ്തിട്ടുള്ളത്. ഇപ്പോൾ തല ഉയർത്തിനോക്കിയപ്പോൾ അയാളുടെ കണ്ണുകൾ മാത്രമല്ല ഹൃദയമാകെത്തന്നെ നിറപ്പകിട്ടാർന്ന വേഷങ്ങളുമണിഞ്ഞ് നിശ്ശബ്ദരായി, അസ്വസ്ഥരായി നിൽക്കുന്ന ആ ജനക്കൂട്ടത്തിലേക്ക് ഇറങ്ങിച്ചെന്നു. കർഷകർ, ബാലന്മാർ, വീട്ടിൽ നെയ്തെടുത്ത കടുംനിറങ്ങളിലുള്ള പാവാടകൾ ധരിച്ച സ്ത്രീകൾ, പുഷ്പങ്ങളുടെ ചിത്രങ്ങളുള്ള വെളുത്ത തുവാലകൾ കെട്ടിയ ബാലികമാർ, നെറ്റിയിലേക്കു മുടിയിറങ്ങിക്കിടക്കുന്ന ചുറുചുറുക്കുള്ള കുതിരസവാരിക്കാർ - ഇവരെല്ലാവരും

തന്നെ വർണ്ണശബളമായ വില കുറഞ്ഞ വസ്ത്രങ്ങൾ വൃത്തിയായും ചൊടിയായും അണിഞ്ഞുകൊണ്ടാണ് നിന്നത്. ഇളകിക്കൊണ്ടിരു ന്ന അവരുടെ നീണ്ട നിഴലുകൾ പുൽത്തകിടിയിൽ നൃത്തം വച്ചു. ശൈത്യമാർന്ന ആകാശത്തിനെതിരെ നിശ്ചലമായി ഉയർന്നുനി ന്നിരുന്ന പള്ളിയുടെ പുരാതനതാഴികക്കുടങ്ങൾ പോലും നേരിയ സൂര്യപ്രകാശം തട്ടി ശോഭിച്ചു.

"കൊള്ളാം, എനിക്ക് പിടിച്ചു!" അയാൾ ഉൽഘോഷിച്ചു. ഇതെല്ലാം കണ്ട്, ഈ ജീവിതവും വർണ്ണശബളിമയും ദാരിദ്ര്യവും കണ്ട്, ചുറ്റുമുള്ള സർവ്വതും ചലിക്കുകയും ശ്വസിക്കുകയും ശോഭിക്കു കയും ചെയ്യുന്നതു കണ്ട്, അയാൾ ആഹ്ലാദിച്ചു, രോമാഞ്ചം കൊണ്ടു. ഒരു മൃഗത്തിന്റെ ലാഘവത്തോടെ, ഭൂമി സ്പർശിക്കുന്നുണ്ടോ എന്നു സംശയം തോന്നുമാറ്, അയാൾ അതിവേഗം കാലുകൾ നീട്ടിവച്ചു നടന്നു. നടക്കുമ്പോൾ അയാളുടെ വഴക്കമുള്ള ശരീരം അങ്ങോട്ടുമി ങ്ങോട്ടും ആടി. മൈതാനത്തുണ്ടായിരുന്ന സകലരും അയാളുടെ നേരെ തിരിഞ്ഞു. ആ കാൽവയ്പുപോലെതന്നെ ലാഘവമേറിയ ഒരു മൃഗീയശക്തി അയാളുടെ വഴക്കമുള്ള ഉദ്വേഗഭരിതമായ ശരീരത്തിനു ള്ളിൽ കുടികൊള്ളുന്നുണ്ടെന്ന് പെട്ടെന്ന് അവർക്കു തോന്നി.

അവരുടെ തലയ്ക്കു മുകളിലൂടെ നോക്കിക്കൊണ്ടും അതേസമയം അവർ തന്നെ നിശ്ശബ്ദമായി സാകൂതം ശ്രദ്ധിക്കുകയാണെന്നറിഞ്ഞു കൊണ്ടും അയാൾ ആൾക്കൂട്ടത്തിനിടയിലൂടെ നടന്ന് പള്ളിക്കാര്യ സ്ഥന്റെ വീട്ടുപടിക്കൽ ചെന്നു നിന്നു. ആഫീസർമാർ അയാളുടെ മുമ്പിലെത്തി തിണ്ണയിൽ കയറി നിന്നു.

"ഇവിടെ, ഇവിടെ," ആഫീസർമാരുടെ സമീപം ഒരിടം ചൂണ്ടി ക്കാണിച്ചുകൊണ്ട് സ്ക്വാഡ്രൺ കമാണ്ടർ മെത്തേലിത്സയോടു പറഞ്ഞു. പടവുകൾ ഒറ്റക്കുതിക്ക് ചാടിക്കയറി മെത്തേലിത്സ അയാളുടെയടുത്തു ചെന്നു നിന്നു.

ഇപ്പോൾ അയാളെ എല്ലാവർക്കും വ്യക്തമായി കാണാമായിരുന്നു - വഴക്കമുള്ള നീണ്ടുനിവർന്ന രൂപം. കറുത്ത തലമുടി. മാൻതോൽ കൊണ്ടുള്ള കാലുറയും അരയിൽ ചരടിട്ടുകെട്ടിയ, ബട്ടൻ തുറന്നിട്ട ഷർട്ടുമാണ് ധരിച്ചിരിക്കുന്നത്. ചരടിന്റെ പച്ചത്തൊങ്ങലുകൾ തടിച്ച ജാക്കറ്റിനിടയിലൂടെ കാണാം. പുലരിയുടെ മൂടൽമഞ്ഞിൽ നിശ്ചലമായി ഉയർന്നു നിന്നിരുന്ന പർവ്വതശിഖരങ്ങളിലേക്കു നോക്കിയ അയാളുടെ അസ്വസ്ഥനയനങ്ങളിൽ വിദൂരമായൊരു മൃഗീയകാന്തി ദൃശ്യമായിരുന്നു.

"ഇയാളെ ആർക്കറിയാം?" തന്റെ തുളച്ചുകയറുന്ന കണ്ണുകൾ

ആൾക്കൂട്ടത്തിന്റെ നേർക്കയച്ചുകൊണ്ട് സ്ക്വാഡ്രൺ കമാണ്ടർ ചോദിച്ചു. അയാൾ ഓരോരുത്തരേയും മാറിമാറിനോക്കി.

ആ നോട്ടമേറ്റ ഓരോരുത്തരും പരുങ്ങലോടെ മുഖം കുനിച്ചു. അയാളുടെ മുഖത്തുനിന്നു കണ്ണെടുക്കാൻ അശക്തരായിരുന്ന സ്ത്രീകൾ മാത്രം അയാളെ ഭീതി കലർന്ന ജിജ്ഞാസപൂണ്ട്, മൗനമായി, മന്ദബുദ്ധിയോടെ, തുറിച്ചുനോക്കിക്കൊണ്ടു നിന്നു.

"ആർക്കും ഇയാളെ അറിഞ്ഞുകൂടേ?" കമാണ്ടർ വീണ്ടും ചോദിച്ചു. "ഇയാളെ" എല്ലാവർക്കും അറിയാം അഥവാ അറിഞ്ഞിരിക്കണം എന്നു തനിക്ക് തീർച്ചയുണ്ടെന്ന മട്ടിൽ "ആർക്കും" എന്ന വാക്ക് പരിഹാസദ്യോതകമായി ഊന്നിക്കൊണ്ടിരുന്നു അയാളുടെ ചോദ്യം. "നമുക്കെട്ടുത്തുതന്നെ അറിയാം... നെചിത്തായ്ളോ!" അയാൾ ഉറക്കെ വിളിച്ചു. ചാടിച്ചാടി നിന്നിരുന്ന തവിട്ടുനിറത്തിലുള്ള ഒരു കുതിരയുടെ പുറത്ത് നീണ്ട ഒരു കൊസാക്ക് ഓവർകോട്ടും ധരിച്ച് ഇരുന്ന ഒരു ഉയരംകൂടിയ ആഫീസറുടെ നേരെ അയാൾ കൈ വീശി.

ആൾക്കൂട്ടത്തിനിടയിൽ ഒരു അടക്കിയ ഉദ്വേഗം കാണപ്പെട്ടു. മുമ്പിൽ നിന്നവർ തിരിഞ്ഞുനോക്കി. കറുത്ത വെയിസ്റ്റ് കോട്ടിട്ട ഒരാൾ ആൾക്കൂട്ടത്തിനിടയിലൂടെ തിക്കിത്തള്ളി വരുന്നുണ്ടായിരുന്നു. തല വളരെ കുനിച്ചുപിടിച്ചിരുന്നതുകൊണ്ട് രോമത്തൊപ്പി മാത്രമേ കാണാമായിരുന്നുള്ളൂ.

"എന്നെ കടത്തിവിടൂ, എന്നെ കടത്തിവിടൂ," അയാൾ അതിവേഗം പറഞ്ഞു. ഒരു കൈകൊണ്ട് ആളെ തള്ളിമാറ്റി വഴിയുണ്ടാക്കി. മറ്റേ കൈകൊണ്ട് ആരെയോ പിടിച്ചു വലിച്ചു കൊണ്ടുവരുന്നുണ്ട്.

അവസാനം അയാൾ തിണ്ണയിലെത്തി. ഒരു നീണ്ട ജാക്കറ്റിട്ട, വളരെ ശോഷിച്ച, കറുത്ത തലമുടിയുള്ള ഒരു ബാലനെയാണ് അയാൾ കൂടെ കൊണ്ടുവന്നത്. അവർ ഭയന്ന് പുറകോട്ടു മാറാൻ ശ്രമിക്കുകയും ആദ്യം മെത്തേലിത്സയേയും പിന്നീട് സ്ക്വാർഡ്രൺ കമാണ്ടറേയും തുറിച്ചുനോക്കുകയും ചെയ്തു. ആൾക്കൂട്ടത്തിനിടയിൽ ശബ്ദം കൂടുതൽ കേട്ടുതുടങ്ങി. നെടുവീർപ്പുകളും സ്ത്രീകളുടെ കുശുകുശുപ്പും കേൾക്കാം. മെത്തേലിത്സ കുനിഞ്ഞുനോക്കിയപ്പോൾ ആ കറുത്ത മുടിക്കാരൻ ബാലൻ താൻ തലേദിവസം കുതിരയെ ഏല്പിച്ചുപോന്ന പയ്യനാണെന്നു തിരിച്ചറിഞ്ഞു. അതേ ഭയാക്രാന്തമായ കണ്ണുകൾ. അതേ പരിഹാസ്യമാംവണ്ണം നേർത്ത, ശിശുസഹജമായ കഴുത്ത്.

ബാലനെ പിടിച്ചിരുന്നയാൾ തൊപ്പി മാറ്റിയപ്പോൾ അസാധാരണമാംവണ്ണം പരന്ന തല വെളിയിൽ കണ്ടു. അയാളുടെ തവിട്ടുനിറത്തിലുള്ള മുടിയിൽ കുറേശ്ശെ നര ബാധിച്ചിട്ടുണ്ട്. അവിടവിടെ ഉപ്പ

വിതറിയ പോലെ. ആഫീസർമാരെ വന്ദിച്ചുകൊണ്ട് അയാൾ തന്റെ കഥ പറഞ്ഞുതുടങ്ങി.

"എന്റെ കുതിരകളെ നോക്കുന്ന ഈ പയ്യൻ..."

പക്ഷെ പെട്ടെന്നയാൾ ഭയന്നു, തനിക്കു പറയാനുള്ളതു മുഴുവൻ അവർ കേൾക്കുകയില്ലെന്ന്. അതുകൊണ്ടയാൾ ബാലന്റെ നേരെ കുനിഞ്ഞ് മെത്തേലിത്സയുടെ നേർക്കു വിരൽ ചൂണ്ടി.

"ഇയാളാണോ?"

ഏതാനും നിമിഷനേരം ആ ബാലനും മെത്തേലിത്സയും പരസ്പരം കണ്ണുകളിലേക്ക് ഉറ്റുനോക്കി - മെത്തേലിത്സ ഉദാസീനത നടിച്ചുകൊണ്ടും ബാലൻ ഭയവും അനുകമ്പയും അനുഭാവവും ചേർന്ന സമ്മിശ്രവികാരങ്ങളോടും. പിന്നീട് അവർ സ്ക്വാഡ്രൺ കമാണ്ടറുടെ നേരെ കണ്ണുകൾ തിരിച്ച് ഒരു നിമിഷത്തേക്കു നിർവികാരനായി നോക്കി. അവസാനം തന്റെ മറുപടി കാത്തുകൊണ്ട് തല കുനിച്ചു നിൽക്കുന്ന, തന്റെ കൈയ്യു പിടിച്ചിരിക്കുന്നയാളേയും നോക്കി. വേദനാപൂർണ്ണമായി നെടുതായൊന്നു നിശ്വസിച്ചുകൊണ്ട് അവൻ നിഷേധാർത്ഥത്തിൽ തലയാട്ടി... കപ്പിയാരുടെ തൊഴുത്തിലെ പശുക്കിടാവ് അനങ്ങുന്നതു കേൾക്കാവുന്നത്ര നിശ്ശബ്ദമായി നിന്നിരുന്ന ആൾക്കൂട്ടം തെല്ലൊന്നനങ്ങുകയും വീണ്ടും നിശ്ചലമാവുകയും ചെയ്തു....

"പേടിക്കണ്ട, മറയാ, പേടിക്കണ്ട," അയാൾ സൗമ്യമായി പറഞ്ഞു. എങ്കിലും അയാൾതന്നെ ഭയന്നു തുടങ്ങിയിരുന്നു. അയാൾ സിരാകമ്പത്തോടെ മെത്തേലിത്സയുടെ നേരെ വിരൽ ചൂണ്ടിക്കൊണ്ടിരുന്നു. "ഇതയാളല്ലെങ്കിൽ പിന്നാരാണ്?.... നീ സമ്മതിക്ക്, അല്ലെങ്കിൽ... പോയി തുലയ്!" പെട്ടെന്ന് അയാൾ ബാലന്റെ കൈ രൂക്ഷമായി പിടിച്ചു വലിച്ചശേഷം വിട്ടു. "ഇതയാളാണ്, അങ്ങുന്നേ, വേറെ ആരാണ്!" ക്ഷമാപണസ്വരത്തിൽ അയാൾ ഉച്ചത്തിൽ ഉൽഘോഷിച്ചു. വിനയഭാവത്തിൽ അയാൾ തൊപ്പി കയ്യിൽ തിരിച്ചുകൊണ്ടിരുന്നു. "ഇവന് പേടിയാണെന്നേയുള്ളൂ. വേറെ ആരാണ്? ആ കുതിരയുടെ പുറത്ത് ജീനിയുണ്ട്. പോരെങ്കിൽ സഞ്ചിക്കകത്ത് ഒരു കൈത്തോക്കുറയുമുണ്ട്.... ഇയാൾ രാത്രി തീയുടെയടുത്തേക്ക് കുതിരയോടിച്ചു വന്നു. "കുതിരയ്ക്കു തീറ്റികൊടുക്ക്," എന്നു പറഞ്ഞുകൊണ്ട് അയാൾ ഗ്രാമത്തിലേക്കു തിരിച്ചു. പയ്യൻ നേരം വെളുക്കുന്നതുവരെ കാത്തിരുന്നു. എന്നിട്ട് കുതിരയെ എന്റെയടുത്തേക്കു കൊണ്ടുവന്നു. കുതിരയുടെ പുറത്ത് ജീനിയുണ്ട്. ജീനിസഞ്ചിയിൽ കൈത്തോക്കുറയുണ്ട്... വേറെ ആരാണ്?"

"ആര് കുതിരയോടിച്ചു വന്നു? ഏത് കൈത്തോക്കുറ?" അയാൾ പറയുന്നതു മനസ്സിലാക്കാൻ ആവതു ശ്രമിച്ചുകൊണ്ട് കമാണ്ടർ ചോദിച്ചു. അയാൾ പൂർവ്വാധികം കുഴങ്ങി തൊപ്പി കയ്യിലിട്ടു തിരിച്ചുകൊണ്ടിരുന്നു. വീണ്ടും, തന്റെ കുതിരകളെ നോക്കുന്ന ബാലൻ അന്നു രാവിലെ ജീനിയോടും ജീനിസഞ്ചിയിൽ ഒരു തോക്കുറയോടും കൂടിയ, മുമ്പെങ്ങും കണ്ടിട്ടില്ലാത്ത ഒരു കുതിരയുമായി തന്റെ വീട്ടിൽ വന്ന കാര്യം അയാൾ വിക്കിയും നിർത്തിയും പറഞ്ഞു.

"അപ്പോൾ അതാണ് കാര്യം, അല്ലേ?" സ്ക്വാഡ്രൺ കമാണ്ടർ സാവധാനം ചോദിച്ചു. "പക്ഷെ ഇവനതു സമ്മതിക്കാൻ ഇഷ്ടമല്ല, അല്ലേ?" അയാൾ ബാലനെ നോക്കി തലയാട്ടി, "ശരി, അവനെ ഇവിടെ കൊണ്ടുവരു. ഞങ്ങൾ ഞങ്ങളുടെ വഴിക്ക് ഒന്നു ചോദിച്ചു നോക്കട്ടെ."

ബാലനെ പിന്നിൽനിന്നു തള്ളി തിണ്ണവരെ കൊണ്ടുവന്നു. പക്ഷെ അവൻ അങ്ങോട്ടു കയറിച്ചെല്ലാൻ ആഫീസർ വേഗം പടിയിറങ്ങി ച്ചെന്ന് അവന്റെ വിറയ്ക്കുന്ന ശോഷിച്ച ചുമലുകളിൽ പിടിച്ചുകൊണ്ട് അയാളുടെ തുളച്ചുകയറുന്ന, ഭയാനകമായ കണ്ണുകൾ തുറിച്ച് അവനെ നോക്കി....

ബാലൻ പെട്ടെന്ന് കണ്ണുരുട്ടി ഉച്ചത്തിൽ നിലവിളിക്കാൻ തുടങ്ങി.

"ഇതിനെന്താണ് പേരു പറയേണ്ടത്?" സ്ത്രീകളിലൊരാൾ സഹിക്കവയ്യാതെ വിളിച്ചുപറഞ്ഞു.

പക്ഷെ ആ നിമിഷം വഴക്കമുള്ള ഒരു ദേഹം തിണ്ണയിൽ നിന്നു പറന്നുവന്നു. ഒരാറ്റ ശരീരമെന്നപോലെ കയ്യിളക്കിക്കൊണ്ട് ആൾക്കൂട്ടം പുറകോട്ടു മാറി. ശക്തിയായ ഒരടിയേറ്റ് സ്ക്വാഡ്രൺ കമാണ്ടർ തറപറ്റി...

"വെടിവയ്ക്കുവനെ! എന്താണൊന്നും ചെയ്യാത്തത്?" തന്റെ കൈ നിസ്സഹായമായി നീട്ടിക്കൊണ്ട് ഇതികർത്തവ്യതാമൂഢനായി നിന്ന സുമുഖനായ ആഫീസർ വിളിച്ചുപറഞ്ഞു. തനിക്കുതന്നെ മെത്തേലിത്സയെ വെടിവയ്ക്കാമെന്ന കാര്യം ആ മന്ദബുദ്ധി മറന്നുപോയി.

കുതിരപ്പട്ടാളക്കാരിൽ ചിലർ ആൾക്കൂട്ടത്തിനിടയിലേക്കു കുതിരയോടിച്ചു ചെന്ന് അവരെ പുറകോട്ടു തള്ളിമാറ്റി. മെത്തേലിത്സ തന്റെ മുഴുവൻ ഭാരവുമുപയോഗിച്ച് ശത്രുവിനെ അമർത്തിപ്പിടിച്ചുകൊണ്ട് തൊണ്ടയ്ക്കു കയറിപ്പിടിക്കാൻ ശ്രമിച്ചു. പക്ഷെ ഒരു വനപിശാചിനെപ്പോലെ ആഫീസർ കിടന്നു പിടഞ്ഞു. അയാളുടെ ആട്ടിൻതോൽത്തൊപ്പി കറുത്ത ചിറകുകൾപോലെ നിലത്തു പരന്നു കിടന്നു.

ഒരു കൈ ബെൽട്ടിൽ തിരുകിയിട്ടുള്ള റിവോൾവറിനുവേണ്ടി ഭ്രാന്തുപിടിച്ചു പരതി. അവസാനം അയാൾക്ക് തോക്കുറ തുറക്കാൻ കഴിഞ്ഞു. മെത്തേലിത്സ കൊങ്ങയ്ക്കു പിടിച്ച അതേ നിമിഷത്തിൽ അയാൾ തന്റെ ശത്രുവിന്റെ ദേഹത്തേക്ക് തിരയൊഴിച്ചു....

ഓടിവന്ന കൊസാക്കുകൾ മെത്തേലിത്സയെ കാലിനു പിടിച്ചുമാറ്റിയപ്പോൾ അയാൾ അപ്പോഴും പുല്ലിൽ അള്ളിപ്പിടിച്ചിരുന്നു. അയാൾ പല്ലു കടിച്ചു. തല പൊക്കാൻ ശ്രമിച്ചു. പക്ഷെ അതു നിസ്സഹായമായി കുഴഞ്ഞു വീണു. അത് നിലത്തൂടെ വലിച്ചിഴയ്ക്കപ്പെട്ടു.

"നെചിത്തായ്‌ളോ!"സുമുഖനായ ആഫീസർ വിളിച്ചു. "സ്ക്വാഡ്രൺ ഒരുക്ക്...! നിങ്ങളും വരുന്നുണ്ടോ?" അയാൾ സവിനയം, എന്നാൽ മുഖത്തു നോക്കാതെ, കമാണ്ടറോടു ചോദിച്ചു.

"ഉണ്ട്"

"സ്ക്വാഡ്രൺ കമാണ്ടറുടെ കുതിരയെ തയ്യാറാക്ക്....!"

അരമണിക്കൂർ കഴിഞ്ഞ് കൊസാക്ക് സ്ക്വാഡ്രൺ ശരിക്കും യുദ്ധമുറയിൽ ആ ഗ്രാമം വിട്ടു. തലേന്നു രാത്രി മെത്തേലിത്സ വന്ന അതേ വഴിയിലൂടെ മുകളിലോട്ടു കയറി.

അബ്ദുള്ളാ കഹർ

അലഞ്ഞുനടന്നിരുന്ന ഒരു കൊല്ലന്റെ മകനാണ് അബ്ദുള്ളാ കഹർ. ഏറ്റവും പുരാതനമായ ഉസ്ബെക് നഗരങ്ങളിലൊന്നായ കൊക്കാന്ദിൽ 1907-ൽ ജനിച്ചു. അച്ഛൻ തന്റെ അലഞ്ഞുതിരിയലിനിടയിൽ ജോലിയന്വേഷിച്ചുപോയ ഫെർഗ്ഗനാ താഴ്വരയിലെ വിവിധ ഗ്രാമങ്ങളിലാണ് ബാല്യകാലം ചിലവഴിച്ചത്. അബ്ദുള്ള പിതാവിനേക്കാൾ ഭാഗ്യവാനായിരുന്നു. കാരണം 'ഭാവി' എന്ന ആകർഷകനാമത്തോടുകൂടിയ ആദ്യത്തെ സോവിയറ്റ് ഗ്രാമീണ പാഠശാല ലേഖകനെ പുതിയൊരു ജീവിതത്തിലേക്കുള്ള വഴിയിലാക്കിക്കൊടുത്തു. അബ്ദുള്ളയുടെ കൃതികൾ ആദ്യം പത്രങ്ങളിൽ വന്നത് 1925-ലാണ്. പിന്നീടദ്ദേഹം പത്രങ്ങളിൽ പ്രവർത്തിച്ചു. "സൊവിയറ്റ് സാഹിത്യ"മെന്ന മാസികയിൽ കഥകൾ പ്രസിദ്ധീകരിച്ചിട്ടുണ്ട്. വളരെക്കാലം അദ്ദേഹം ഉസ്ബെക് സാഹിത്യകാരന്മാരുടെ യൂണിയന്റെ തലവനായിരുന്നു.

അബ്ദുള്ളയുടെ കഥകൾ സോവിയറ്റ് യൂണിയനിലെ പല ഭാഷകളിലേക്കും വിവർത്തനം ചെയ്തിട്ടുണ്ട്.

ഗോർക്കി, പുഷ്കിൻ, ഗോഗൊൽ എന്നിവരുടെ കൃതികളും ലിയൊ ടോൾസ്റ്റോയിയുടെ 'യുദ്ധവും സമാധാനവും' എന്ന മഹത്തായ ഇതിഹാസകൃതിയും പരിഭാഷപ്പെടുത്തിയ ആളെന്ന നിലയ്ക്കും അദ്ദേഹം പ്രസിദ്ധനാണ്. സോവിയറ്റ് യൂണിയനിലേയും ഉസ്ബക്ക് റിപ്പബ്ലിക്കിലേയും സാഹിത്യ സമ്മാനങ്ങൾ അദ്ദേഹം നേടിയിട്ടുണ്ട്.

അന്ധന്മാർക്ക് കാഴ്ച നൽകുന്നവർ

മുള്ളാ ഉമാർ, അതു നീയാണോ?
നായാട്ടുകാരൻ ഉന്നം വയ്ക്കുന്നതു
നിന്നെയാണോ?
(ഒരു പഴയ പാട്ടിൽ നിന്ന്)

അങ്ങിനെ ആഹ്മാദ് പൽവാൻ* മരണവും കാത്തുനിന്നു. ഒരുപക്ഷെ മരണം ആഹ്മാദ് പൽവാനെ കാത്തുനിന്നുവെന്നു പറയുന്നതായിരിക്കും കൂടുതൽ ശരി... പരലോകത്തേക്കു യാത്ര ചെയ്യാൻ അയാൾക്ക് യാതൊരു മോഹവുമില്ലായിരുന്നു. പക്ഷെ ഒരു ആടിനെപ്പോലെ വരിഞ്ഞുകെട്ടി, വധിക്കാനുള്ള കല്പനയുമായി നിൽക്കുന്ന സാർജന്റിന്റെ തൊട്ടടുത്തു നിർത്തിയിരിക്കുന്ന തനിക്ക് ഒരു വശത്തേക്കു നോക്കി 'വേണം' എന്നും മറുവശത്തേക്കു നോക്കി 'വേണ്ട' എന്നും എങ്ങിനെ പറയാൻ കഴിയും?

കുറുകിത്തടിച്ച ഒരു യുവാവായിരുന്നു ആരാച്ചാർ. അയാൾ തള്ളിയപ്പോൾ പൽവാൻ ഈറൻതണ്ടുപോലെ ആടി പുറകോട്ടു മറിഞ്ഞു വീണു. വിലങ്ങനെ പിന്നിൽ കെട്ടിയിരുന്ന കൈകൾ അടിയിലായി.

ഊക്കോടെ ഒരു തൊഴി കൊടുത്ത് ആരാച്ചാർ പൽവാനെ വീണ്ടും എഴുന്നേൽപ്പിച്ചു.

എഴുന്നേൽക്കുന്നവഴി, എവിടെയെങ്കിലും ഉളുക്കുകയോ

*പൽവാൻ—ബലവാൻ ഭീമൻ.

ഒടിയുകയോ ചെയ്തിട്ടുണ്ടോ എന്നു നോക്കാൻ പൽവാൻ തോളിളക്കി. പക്ഷെ ഉളുക്കിയാലും ഒടിഞ്ഞാലും ഇപ്പോൾ തനിക്കൊന്നുമില്ലെന്ന് വിഷാദപൂർവ്വമായ എളിമയോടെ പെട്ടെന്നയാൾ ഓർത്തു.

ആരാച്ചാർ പൽവാനെ അല്പം പതുക്കെ ഒരിക്കൽക്കൂടി മുന്നോട്ടു തള്ളി. അയാൾ ഏതാനും പടികൾ ഓടിക്കയറി. അഥവാ തൊങ്കിക്കയറി, മണ്ണുകൊണ്ടുണ്ടാക്കിയ ഒരു പീഠത്തിന്റെ മുമ്പിൽ ചെന്നു നിന്നു. അവിടെ ഒറ്റക്കണ്ണൻ കുർബ്ബഷി (കവർച്ചാസംഘത്തലവൻ) വരകളോടുകൂടിയ അങ്ങേയറ്റം വഴുവഴുത്ത ഒരു വസ്ത്രം ധരിച്ചുകൊണ്ട് കുഷനുകളുടെ മേൽ കിടക്കുന്നുണ്ടായിരുന്നു. കുർബ്ബഷിയുടെ വലതുഭാഗത്ത് അവരുടെ ഉലേം (മതഗുരു) കൂനമായി ഇരിപ്പുണ്ട്. ഇടതുവശത്തുള്ളത് മഞ്ഞമുഖത്തോടുകൂടിയ ഒരു ഇന്ത്യൻ തബീബ്(ഡോക്ടർ) ആണ്. വീട്ടുടമസ്ഥൻ പുറകിൽ ഒരിടം കണ്ടുപിടിച്ച് ഇരിക്കുന്നുണ്ട്. വെപ്രാളത്തോടെ ഇരുന്നിരുന്ന ആ കൊച്ചുവൃദ്ധന് ഒരു വാവലിന്റെ ഛായയുണ്ടായിരുന്നു.

കുർബ്ബഷി ഒരു പാത്രം നിറയെ പുലാവ് ഇപ്പോൾ തിന്നു കഴിഞ്ഞതേയുള്ളൂ. വസൂരിക്കുത്തുള്ള അയാളുടെ കവിളുകളിൽ അവിടവിടെ മെഴുക് പറ്റിപ്പിടിച്ചിട്ടുണ്ട്. ചീകിയൊതുക്കാത്ത മുറ്റിയ താടിരോമങ്ങൾക്കിടയിൽ വെളുത്ത വറ്റുകൾ കാണാം. മറ്റേതു സമയത്താണെങ്കിലും അയാളുടെ രൂക്ഷമായ ഒരൊറ്റ നോട്ടം ഏതു നിർഭയനേയും കിടിലം കൊള്ളിക്കുമായിരുന്നു. പക്ഷെ മൂക്കറ്റം തിന്നു വയറു നിറഞ്ഞപ്പോൾ അയാൾക്ക് ആലസ്യം തോന്നി. അയാളുടെ ഭാരിച്ച ശരീരത്തിലെ എല്ലാ മാംസപേശികളേയും കലശലായ ഉറക്കം ഗ്രസിച്ചുതുടങ്ങി. അമർന്നു കിടന്നിരുന്ന രോഷത്തെ തട്ടിയുണർത്താനുള്ള ശ്രമം വിഫലമായി.

ആ നിമിഷത്തിൽ ഫലത്തിൽ യാതൊന്നും കാണാൻ കഴിയാതിരുന്ന തന്റെ കാഴ്ചയുള്ള കണ്ണ് വളരെ പ്രയാസപ്പെട്ട് തുറന്നുകൊണ്ട് കുർബ്ബഷി ദീർഘമായി ഉച്ഛ്വസിച്ചശേഷം സർവ്വശക്തിയുമെടുത്ത് അട്ടഹസിച്ചു.

“നരകസന്തതി! നിന്റെ കൂട്ടാളികളുടെ പേരുകൾ കിട്ടാൻ എത്ര നാൾ കൂടി കാക്കണം?”

ആഹ്മാദ് പൽവാൻ അപ്പോഴും മൗനം ഭഞ്ജിച്ചില്ല. താൻ പറഞ്ഞുകഴിഞ്ഞതിന്റെ കൂടെ തനിക്ക് എന്തെങ്കിലും കൂട്ടിച്ചേർക്കാൻ കഴിയുമോ? താൻ തീർച്ചയായും ഇസ്സയിൽ എഫേന്ദിയെ കൊന്നതാണ്. പക്ഷെ കോടാലിയല്ലാതെ മറ്റു സഹായികളാരും തനിക്കില്ലായിരുന്നു.

ഇസ്മയിലിനെ തന്റെ പ്രധാന സഹചാരിയായിട്ടാണ് കുർബ്ബഷി കരുതിവന്നത്. എഫേന്ദി വാസ്തവത്തിൽ ആ കഴുകന്റെ വലത്തേ ചിറകായിരുന്നു. അൽക്കാർ മസാറിനടുത്തുവച്ച് രക്തനക്ഷത്രധാരിയായ ഒരു അശ്വസേനാനിയുടെ വേടിയുണ്ട ഇസ്മയിൽ എഫേന്ദിയുടെ ചങ്കിൽ തറച്ചപ്പോൾ കുർബ്ബഷി പോരിന്റെ നടുമദ്ധ്യത്തിൽനിന്ന് അയാളെ പിടിച്ച് തന്റെ ജീനിയുടെ പുറത്തിട്ട് അയാളേയും കൊണ്ട് മലയിലേക്ക് കുതിരയോടിച്ചുപോയി. പുറകിൽത്തന്നെ ആൾ വരുന്നില്ലായിരുന്നെങ്കിൽ കുർബ്ബഷി തന്റെ വിശ്വസ്തസഹചാരിയുടെ മുറിവു വച്ചുകെട്ടിയേനെ. പക്ഷെ കൂർത്തുയർന്ന തൊപ്പികളിൽ രക്തനക്ഷത്രചിഹ്നങ്ങളണിഞ്ഞ അശ്വഭടന്മാർ രക്ഷപ്പെട്ടവരെ വാശിയോടെ പിന്തുടരുന്നുണ്ടായിരുന്നു. അതുകൊണ്ട് നിമിഷനേരത്തേക്കു പോലും കുതിരയെ നിർത്തുന്ന പ്രശ്നമേയില്ലായിരുന്നു.

തന്റെ കുതിരക്കാരിൽ പകുതിപ്പേരും നഷ്ടപ്പെട്ട കുർബ്ബഷി ആഹ്മാദ് പൽവാൻ താമസിച്ചിരുന്ന മലയിലെ ഗ്രാമത്തിലെത്തിയപ്പോൾ നേരം രാത്രിയായി. എഫേന്ദിയുടെ നെഞ്ചിൽനിന്നും കലശലായി ചോര വാർന്നുകൊണ്ടിരുന്നു. കൂടുതൽ ദൂരം പോകാതെ തന്നെ വിശ്വസ്തനായ ആരുടെയെങ്കിലും വീട്ടിലാക്കാൻ അയാൾ പറഞ്ഞു.

കുർബ്ബഷി പൂർണ്ണമായി വിശ്വസിച്ചിരുന്ന രണ്ടുമൂന്ന് അനുയായികൾ ആ ഗ്രാമത്തിലുണ്ടായിരുന്നു. പക്ഷെ അവർ ധനികകൃഷിക്കാരായിരുന്നു. രക്തനക്ഷത്രധാരികളായ പട്ടാളക്കാർ അക്കാലത്ത് മുൻകരുതലെന്ന നിലയ്ക്ക് എല്ലാ ധനികകർഷകമാന്യന്മാർക്കും എതിരായിരുന്നുവെന്ന് കുർബ്ബഷിക്ക് നല്ലവണ്ണം അറിയാമായിരുന്നു. ഒരു പാവപ്പെട്ടവന്റെ വീടായിരിക്കും എഫേന്ദിക്കുള്ള ഏറ്റവും വിശ്വസ്തസങ്കേതമെന്ന് കുർബ്ബഷി ന്യായമായും തീരുമാനിച്ചു. അങ്ങിനെ മരണപ്രായനായ അയാളെ പൽവാന്റെ ചെറ്റക്കുടിലിലിലാക്കിയിട്ടു പോയി.

ആഹ്മാദ് പൽവാൻ എഫേന്ദിയെ കുർബ്ബഷിയുടെ കൈകളിൽനിന്ന് നേരിട്ടേറ്റെടുത്തു. അയാളെ ശുശ്രൂഷിക്കുക മാത്രമല്ല ആരും ശല്യപ്പെടുത്തുകയില്ലെന്നും പൽവാൻ വാക്കുകൊടുത്തു. കുർബ്ബഷിയും കുതിരക്കാരും കൂടുതൽ സുരക്ഷിതമായ ഇടങ്ങളിലേക്ക് കുതിരയോടിച്ചുപോയി. രാത്രിയുടെ കൂരിരുട്ടിൽ കുതിരകളുടെ കുളമ്പടിശബ്ദം അലിഞ്ഞുചേരുന്നതിനുമുമ്പുതന്നെ പൽവാൻ തന്റെ വാക്കു പാലിച്ചു.

എഫേന്ദി സുഖംപ്രാപിക്കുകയോ മരിക്കുകയോ ചെയ്യുന്നതുവരെ ആഹ്മാദ് പൽവാൻ കാത്തുനിന്നില്ല. കുർബ്ബഷി മടങ്ങിവന്നു തന്റെ

സ്റ്റേഹിതനെ കൊണ്ടുപോകമെന്ന ഭയന്ന് ഒരു കനത്ത കോടാലി കൊണ്ട് ഒറ്റ വെട്ടിന് അയാൾ പരക്കേറ്റു കിടന്ന മനുഷ്യന് ആശ്വാസം നൽകി - ശാശ്വതമായ ആശ്വാസം.

എഫേന്ദിയുടെ മൃതദേഹം ഒരു ആഴമുള്ള കുഴിയിൽ കുഴിച്ചിട്ട് മുപ്പത്തേഴു ദിവസം കഴിഞ്ഞ് ഗ്രാമത്തിലെ ധനികകൃഷിക്കാരിലൊ രാളിൽ നിന്നും പൽവാന്റെ കൃത്യത്തെപ്പറ്റി അറിഞ്ഞ കുർബ്ബഷി അയാളെ പിടിച്ചുകെട്ടി ഒരു ചാക്കുപോലെ കുതിരപ്പുറത്തിട്ടു. കവർ ച്ചാസംഘ നേതാവായ കുർബ്ബഷിയുടെ സുഹൃത്തും വിശ്വസ്തസഹചാ രിയുമായിരുന്ന എഫേന്ദിയുടെ രക്തത്തിന് അയാൾ മരിച്ച് കൃത്യം നാല്പതു ദിവസം കഴിഞ്ഞ് പകവീട്ടാൻവേണ്ടിയാണ് പൽവാനെ രണ്ടു ദിവസംമുഴുവൻ ഇങ്ങനെ കുതിരപ്പുറത്തിട്ടു കുലുക്കിക്കൊണ്ടു പോയത്.

ഇപ്പോൾ അയാൾ തന്റെ ശത്രുവിന്റെ വാക്കും കാത്ത് അയാൾ ക്കഭിമുഖമായി നിൽക്കുകയാണ്.

പക്ഷെ കുർബ്ബഷി സംസാരിച്ചില്ല. കാരണം തന്റെ പ്രതികാ രരോഷം മുഴുവൻ ആളിക്കത്തിക്കാനുള്ള ശ്രമത്തിൽ അയാളുടെ ശക്തിയാകെ തളർന്നു കഴിഞ്ഞിരുന്നു. നിദ്രയ്ക്ക് അടിയറവു പറഞ്ഞ് അയാൾ മാറിലേയ്ക്കു തല താഴ്ത്തിയിട്ടു. അയാളുടെ കൂർക്കംവലികൾ കൂനുള്ള ഉലേമിന്റേയും മഞ്ഞ മുഖത്തോടുകൂടിയ തബീബിന്റേയും വാവലിന്റെ ഛായയുള്ള കൊച്ചു വൃദ്ധന്റെയും ചെവിയിലെത്തി.

പീഠത്തിലിരുന്നുകൊണ്ട് ഉലേമും തബീബും വെപ്രാളം കാട്ടുന്ന വൃദ്ധനും പരസ്പരം അമ്പരന്നു നോക്കിയെങ്കിലും കാത്തുനിന്നു മുഷിഞ്ഞ ആരാച്ചാരുടേയും കുതിരപ്പുറത്തുനിന്നിറങ്ങിയ കവർച്ചാ സംഘാംഗങ്ങളുടേയും മുഖത്തു നോക്കാതിരിക്കാൻ ശ്രമിച്ചു.

ഒടുവിൽ വേണ്ടത്ര ധൈര്യം സംഭരിച്ചുകൊണ്ട് ഉലേം കുർബ്ബ ഷിയ്ക്ക് ഒരു തള്ളു കൊടുത്തു. അയാൾ ഞെട്ടി. തലപുറകോട്ടാക്കി ആകാശത്തേക്കു നോക്കി. നേരമിരുട്ടിക്കഴിഞ്ഞ് തന്റെ സംഘത്തെ നയിച്ചുകൊണ്ട് അടുത്തൊരു ഗ്രാമത്തിലേക്കു പോകേണ്ട കാര്യം അയാൾ ഓർത്തു. അവിടെ തന്നോട് വിരോധമുള്ള കുറെ കൃഷിക്കാ രുമായി കണക്കുതീർക്കാതെ കിടന്നിട്ട് വളരെ നാളായി. സൂര്യൻ താണുതുടങ്ങി. അസ്തമനത്തിന് രണ്ടോ മൂന്നോ മണിക്കൂർ മാത്രമേ ബാക്കിയുള്ളൂ. അതുകൊണ്ട് ഈ തെമ്മാടിയെ വകവരുത്താനുള്ള സമയമായെന്ന് കുർബ്ബഷി നിശ്ചയിച്ചു. ഒരു ചെന്നായയുടേതുപോലെ തിളങ്ങിക്കൊണ്ടിരുന്ന അയാളുടെ ഒറ്റക്കണ്ണ് പൽവാന്റെ മേൽ തറച്ചു.

ആ ഭീഷണമായ നോട്ടമേറ്റ് പൽവാൻ പതറിയില്ല. അയാൾ തന്റെ തളർന്നതെങ്കിലും ഉറച്ച കണ്ണുകൾ താഴ്ത്തിയില്ല.

പെട്ടെന്നു മുന്നോട്ടാഞ്ഞുകൊണ്ട് കുർബ്വഷി അങ്ങേയറ്റം ഉച്ചത്തിൽ ഗർജ്ജിച്ചു.

"വൃത്തികെട്ട നാസ്തികാ! ആരാച്ചാർക്കു പകരം ഒന്നോ രണ്ടോ ജീവിതമാണ് നിന്റെ പിന്നിലുള്ളതെന്നാണോ നിന്റെ വിചാരം?"

പിന്നിൽ തന്റെ വീർത്ത വിരലുകൾ ചലിപ്പിച്ചുകൊണ്ട് പൽവാൻ കുർബ്വഷിയുടെ മുഖത്തുതന്നെ നോക്കി.

"പ്രഭോ!" അയാൾ പറഞ്ഞു. "പറയാനുള്ളതെല്ലാം ഞാൻ പറഞ്ഞുകഴിഞ്ഞു. ഇനി ബാക്കിയൊന്നുമില്ല. എഫേന്ദി പാവപ്പെട്ടവരെ കൊന്നു. ഞാൻ അയാളെ കൊന്നു. അങ്ങ് എന്നെ കൊല്ലാൻ പോകുന്നു... എങ്കിലും ഞാൻ മരിക്കുന്നതിനുമുമ്പ് അള്ളായ്ക്ക് പ്രീതി നൽകുന്ന ഒരു കാര്യം ചെയ്യണമെന്നെനിക്കുണ്ട്. അള്ളാ അങ്ങിനെ..."

"എടാ ഭോഷാ!" കുർബ്വഷി വിളിച്ചുപറഞ്ഞു. "ആ വിശുദ്ധനാമം വെറുതെ ഉച്ചരിക്കാൻ ഒരുമ്പെടരുത്!"

"ദൈവദോഷം പറയണമെന്നു ഞാൻ സ്വപ്നേപി ചിന്തിച്ചിട്ടില്ല," പൽവാൻ വിഷാദപൂർവ്വം പുഞ്ചിരിച്ചുകൊണ്ടു പറഞ്ഞു. "ഇല്ല, പ്രഭോ. എന്റെ അവസാനമണിക്കൂറിൽ എനിക്ക് മറ്റു കാര്യങ്ങളെപ്പറ്റി ചിന്തിക്കേണ്ടതുണ്ട്. അല്ലയോ വിവേകശാലിയായ പ്രഭു, അള്ളായ്ക്ക് പ്രീതികരവും അതേസമയം അങ്ങേയ്ക്ക് പ്രയോജനപ്രദവുമായ ഒരു കൃത്യം ചെയ്യാൻ എന്നെ അനുവദിക്കണമെന്ന് ഞാൻ വിനീതമായി പ്രാർത്ഥിക്കുന്നു."

"നിന്നെക്കൊണ്ട് എനിക്ക് എന്ത് പ്രയോജനമാണ് കിട്ടാവുന്നത്?" കുർബ്വഷി രൂക്ഷമായി അട്ടഹസിച്ചു.

"പ്രഭോ," പൽവാൻ പറഞ്ഞു. "അങ്ങ് ഒരു സിംഹത്തെപ്പോലെ ബലവാനും ഞാൻ ഒരു തേനീച്ചയെപ്പോലെ ദുർബ്ബലനുമാണ്. പക്ഷെ തേനീച്ചയെ അവഗണിച്ചതിന് സിംഹം മരണത്തിന്റെ വക്കത്തെത്തിയ കാര്യം അങ്ങേക്കറിയില്ലേ? ബലവാനായ പ്രഭോ, അങ്ങെന്നെ തള്ളിക്കളയരുത്. ഞാൻ അങ്ങേയ്ക്ക് ഒരു രഹസ്യം വെളിപ്പെടുത്തിത്തരാം."

കോപംകൊണ്ടോ ചിരികൊണ്ടോ എന്നറിഞ്ഞില്ല കുർബ്വഷിയുടെ മുഖമൊന്നു പിടഞ്ഞു. എങ്കിലും അയാൾ അത് ഒതുക്കി ഒരു കോട്ടുവായാക്കി മാറ്റി. സംഭാഷണം തുടരാൻ വൈമുഖ്യം പ്രകടിപ്പിച്ചുകൊണ്ട് കുർബ്വഷി കോപസ്വരത്തിൽ പറഞ്ഞു.

“എടാ നായേ, ഞാൻ നിന്നെ ശരിക്കു കാണുന്നുണ്ട്.”

“അങ്ങ് ഇപ്പോൾ ഒരു കണ്ണുകൊണ്ടാണ് എന്നെ കാണുന്നത്. എന്നാൽ അങ്ങേയ്ക്ക് രണ്ടു കണ്ണും കൊണ്ട് എന്നെ കാണാനൊക്കും!” പൽവാൻ ദൃഢമായി എതിർത്തുപറഞ്ഞു. കുർബ്ബഷിയുടെ മുഖത്ത് കോപവും അമ്പരപ്പും കണ്ട് അയാൾ സാവധാനം തുടർന്നു. “പ്രഭോ. അങ്ങയുടെ ഇടത്തേ കണ്ണിന് കാഴ്ച നഷ്ടപ്പെട്ടത് അതിൽ മലിനജലം കടന്നിട്ടാണ്. എന്നാൽ അങ്ങയുടെ അന്ധമായ കണ്ണിന് കാഴ്ച നൽകാൻ എനിക്കു കഴിയും. കാരണം അന്ധത ഇല്ലാതാക്കാനുള്ള സൂത്രം എനിക്കറിയാം.”

“ഇല്ലാതാക്കാനുള്ള” എന്ന വാക്ക് കേട്ടയുടനെ ഉസ്ബെക്ക് ഭാഷ ശരിക്കു വശമില്ലാതിരുന്ന ഇന്ത്യാക്കാരൻ തബീബ് ഉദ്വേഗം പൂണ്ട് തടവുകാരൻ പറഞ്ഞതെന്താണെന്ന് ഉലേമിനോടു ചോദിച്ചു.

പറഞ്ഞതിന്റെ അർത്ഥം ഉലേം ഉസ്ബെക്ക് ഭാഷയിൽ അറബി വാക്കുകൾ കലർത്തി പറഞ്ഞുകൊടുത്തു. തബീബ് തന്റെ ഉദാസീനത വെടിഞ്ഞ് അങ്ങേയറ്റം ശ്രദ്ധയോടെ പൽവാനെ നോക്കി.

“ഇയാൾ കളവു പറയുകയാണ്. സംശയമില്ല.” അയാൾ വിചാരിച്ചു. എന്നാൽ അപ്പോൾത്തന്നെ തന്റെ സംശയത്തെ അയാൾ സംശയിച്ചു. “ഇയാളുടെ വലിയ കള്ളത്തിൽ ചെറിയൊരു സത്യം എന്തുകൊണ്ടു കണ്ടുകൂടാ?” അയാൾ പരുഷമായി സ്വയം ചോദിച്ചു.

കുർബ്ബഷി പെട്ടെന്ന് തബീബിന്റെ നേരെ തിരിഞ്ഞു.

“തബീബ്,” അയാൾ പറഞ്ഞു, “ഈ നീചന്റെ രഹസ്യം ഞാൻ നിങ്ങൾക്കു സമ്മാനിക്കുന്നു. രോഗം സുഖപ്പെടുത്തുന്ന വിദ്യ നിങ്ങൾക്ക് വലുതായൊന്നും അറിഞ്ഞുകൂട. കാരണം, ചെകുത്താൻ പാപിയെ പിടിച്ചു കുലുക്കുന്നതുപോലെ ആഴ്ചയിൽ മൂന്നു തവണ നിങ്ങൾ വിറയ്ക്കാനിടയാക്കുന്ന രോഗത്തെ സ്വന്തം ശരീരത്തിൽ നിന്നു കളയാൻ പോലും നിങ്ങൾക്കു കഴിയുന്നില്ല. അന്ധന്മാർക്ക് കാഴ്ച നൽകുന്ന ഈ രഹസ്യം സ്വായത്തമാക്കുക. അത് നിങ്ങളുടെ കലയെ കൂടുതൽ മഹത്തരമാക്കാൻ ഉപകരിക്കട്ടെ!”

കുർബ്ബഷി ആർത്തുചിരിച്ചുകൊണ്ട് കുഷനുകളിലേക്കു ചെരിഞ്ഞു. വെപ്രാളക്കാരനായ വലിപ്പംകുറഞ്ഞ വീട്ടുടമസ്ഥൻ തക്കസമയത്ത് ആ കുഷനുകൾ അവിടെ വച്ചില്ലായിരുന്നെങ്കിൽ കുർബ്ബഷി ചിരിച്ചുചിരിച്ച് പൊട്ടിപ്പോയേനെ. അത്ര ഊക്കോടെയാണ് അയാളുടെ കുടവയർ കിടന്നിളകിയത്. കുർബ്ബഷിയുടെ ഈ പെട്ടെന്നുള്ള ആഹ്ലാദപ്രകടനം മറ്റുള്ളവരേയും ബാധിച്ചു. പരുഷമുഖത്തോടുകൂടിയ

ഉലേം പോലും പുഞ്ചിരിച്ചുപോയി. വാവൽഛായയുള്ള കൊച്ചുവൃദ്ധൻ ചിരിയുടെ പ്രതീകം പോലെ തോന്നിച്ചു. തബീബ് മാത്രം നിർമ്മര്യാദമായ ആ ആഹ്ലാദപ്രകടനത്തിൽ പങ്കുകൊണ്ടില്ല.

അവസാനം കുർബ്ബഷി ശാന്തനായി.

"ആ വിഡ്ഢിയുടെ കെട്ടുകഥകൾ കേട്ട് ഞാൻ മടുത്തു!" ശ്വാസം വീണ്ടുകിട്ടിയപ്പോൾ അയാൾ പറഞ്ഞു. "തബീബ്, നിങ്ങൾ അവനോട് സംസാരിക്കു!"

കുഷനുകളിൽ സുഖിച്ചിരുന്നുകൊണ്ട് കുർബ്ബഷി ഒരു ടൂവാല യെടുത്ത് തന്റെ മുഖത്തുനിന്നും വിയർപ്പൊപ്പിക്കളഞ്ഞു. ക്രൗര്യത വിളിച്ചറിയിക്കുന്ന കടക്കണ്ണോടെ അയാൾ പറഞ്ഞു:

"പൂച്ച അതു പിടിച്ച എലിയെ ഉടൻ കൊല്ലുന്നില്ല. ആദ്യം കുറച്ചിട്ടു തട്ടിക്കളിക്കും... നമുക്കും അല്പം തട്ടിക്കളിക്കാം, അല്ലേ തബീബ്?"

തബീബ് തലയാട്ടിക്കൊണ്ട് പൽവാന്റെ നേരെ തിരിഞ്ഞു.

"നിനക്ക് ഇതേവരെ ഒരൊറ്റ അന്ധന് കാഴ്ച നൽകാൻ കഴിഞ്ഞിട്ടുണ്ടോ?" അയാൾ പരുഷമായി ചോദിച്ചു.

"ഇല്ല." ആഹ്മാദ് പൽവാൻ ലളിതമായി പ്രതിവചിച്ചു. "ഞാനിതേവരെ ആരേയും ചികിത്സിച്ചു ഭേദപ്പെടുത്തിയിട്ടില്ല. പക്ഷെ എന്റെ വൃദ്ധനായ ഗുരു ഒരിക്കൽ ഒരു അന്ധന് വീണ്ടും കാഴ്ച നൽകി. ആ അന്ധന് കാഴ്ച കിട്ടി. വൃദ്ധൻ അന്ധനായിത്തീർന്നു മരിച്ചു."

"എങ്ങിനെ മരിച്ചു?"

"തന്റെ കാഴ്ച അന്ധനു നൽകിയതിനാലാണ് അദ്ദേഹം മരിച്ചത്."

മരവിച്ച വിരലുകൾ ഒന്നുകൂടി ചലിപ്പിച്ചുകൊണ്ട് ആഹ്മാദ് പൽവാൻ ശാന്തനായി പറഞ്ഞു:

"പ്രഭുവിന്റെ അന്ധമായ കണ്ണിനു കാഴ്ച നൽകിക്കഴിയുമ്പോൾ ഞാനും അന്ധനാകും."

ഈ മറുപടി തന്നെ തെല്ലും അത്ഭുതപ്പെടുത്തുന്നില്ലെന്നു തബീബ് നടിച്ചു. അയാൾ കൂടുതൽ പരുഷമായി ഇങ്ങനെ ചോദിച്ചു:

"എന്താണ് നിന്റെ ഗുരുവിന്റെ പേര്?"

തനിക്ക് യഥാർത്ഥത്തിൽ അന്ധത മാറ്റാൻ കഴിയുമെന്ന് എല്ലാവരും കണ്ടശേഷം താൻ ഗുരുവിന്റെ പേര് വെളിപ്പെടുത്താമെന്ന് പൽവാൻ മറുപടി നൽകി.

തബീബ് വീണ്ടും തലയാട്ടി. അയാൾ ചിന്തയിലാണ്ടു. വൈദ്യകല അല്പമറിയാമായിരുന്നെങ്കിലും അറിവിനേക്കാൾ

അന്ധവിശ്വാസമാണ് അയാളിൽ മുന്നിട്ടുനിന്നിരുന്നത്.

പൽവാൽ തന്നോടു പറഞ്ഞത് അസാദ്ധ്യം മാത്രമല്ല അപഹാസ്യം പോലുമായി അയാൾ കരുതി. എങ്കിലും പ്രകൃതിയിൽ സാദ്ധ്യവും അസാദ്ധ്യവും തമ്മിൽ ഒരു വിഭജനരേഖ വരയ്ക്കാനാവില്ലെന്ന തന്റെ ഗുരുക്കന്മാരുടെ പണ്ടത്തെ അനുശാസനങ്ങൾ അയാൾ ഓർത്തു. തലച്ചോറില്ലാത്ത കർബ്ബഷിയെപ്പോലുള്ള ഒരു മൂഢൻ മാത്രമേ ഒരു തബീബിനെ സ്വന്തം മലമ്പനി മാറ്റാൻ കഴിയാത്തതിനു കളിയാക്കൂ. ഏറ്റവും മഹാന്മാരായ ഹക്കീമുകൾ പോലും രോഗത്തിന്റെ മുമ്പിൽ തലകുനിക്കുന്നു. എങ്കിലും അഭിജ്ഞരിൽനിന്നു മറച്ചുവയ്ക്കപ്പെട്ടത് അനഭിജ്ഞർക്കു വെളിപ്പെടുത്തിയെന്നു വരുമോ?

തബീബ് പൽവാനെ നോക്കി പെട്ടെന്നൊരു തീരുമാനത്തിലെത്തി. എന്തു വന്നാലും ഈ സന്ദർഭം താൻ പാഴാക്കുകയില്ല.

കർബ്ബഷിയെ ചികിത്സിക്കാൻ എന്തെല്ലാം ഔഷധങ്ങളും പച്ചമരുന്നുകളും വേണ്ടിവരുമെന്ന് അയാൾ പൽവാനോട് തനിക്കു പരിചയമില്ലാത്ത ഭാഷയിൽ തപ്പിത്തടഞ്ഞു ചോദിച്ചു.

തൊട്ടാവാടിച്ചെടിയുടെ ആറു പൂക്കൾ, രണ്ട് ഈന്തപ്പഴം, ഒരു മുട്ട, ഒരു സ്പൂൺ തേൻ, ഒരു നുള്ള് പെരുഞ്ചീരകം, ഇത്രയും വേണമെന്നു പൽവാൻ പറഞ്ഞു. വെപ്രാളക്കാരൻ വൃദ്ധൻ വീടിനെക്കുറിച്ച് അഭിമാനമുള്ള ഒരു ധനികകൃഷിക്കാരനായിരുന്നു. തൊട്ടാവാടിപ്പൂക്കളൊഴികെ മറ്റെല്ലാം അവിടുണ്ടായിരുന്നു. അവയ്ക്കുവേണ്ടി ഒരു കുതിരസവാരിക്കാരനെ അയച്ചു.

"വേറെന്തെങ്കിലും വേണോ?" തബീബ് ചോദിച്ചു.

"വേണം," പൽവാൻ പറഞ്ഞു. "ഒരു ചെമ്പുപാത്രവും ഒരു മെഴുകുതിരിയും വേണം."

വൃദ്ധൻ അവയും കൊണ്ടുവന്നു. കർബ്ബഷിയുടെ കാഴ്ചയില്ലാത്ത കണ്ണിനെതിരെ മെഴുകുതിരി വയ്ക്കണമെന്ന് പൽവാൻ നിർദ്ദേശിച്ചു. ചെമ്പ് അടുപ്പത്തു വയ്ക്കാനും രണ്ടു ചായക്കോപ്പ നിറയെ വെള്ളം അതിലൊഴിക്കാനും അയാൾ പറഞ്ഞു.

പറഞ്ഞതെല്ലാം ചെയ്തു.

പാത്രത്തിൽ വെള്ളം തിളച്ചുകൊണ്ടിരിക്കുമ്പോൾ അതിൽ തേൻ, മുട്ട ഉടച്ചൊഴിച്ചത്, തുടർന്ന് ഈന്തപ്പഴം, പെരുഞ്ചീരകം ഇത്രയുമിടണമെന്ന് പൽവാൻ തബീബിനോടു പറഞ്ഞു.

പാത്രത്തിനടുത്തിരുന്ന് കുഴമ്പിളക്കിക്കൊണ്ടിരുന്ന കുതിരസവാരിക്കാരന്റെ കയ്യിൽ മറ്റേയാൾ കൊണ്ടുവന്ന തൊട്ടാവാടിപ്പൂക്കൾ

കൊടുക്കാൻ പൽവാൻ പറഞ്ഞു. പൂക്കൾ കയ്യിൽ കിട്ടിയപ്പോൾ അവയിൽനിന്ന് ആറെണ്ണം എണ്ണി കുഴമ്പിലിടാൻ പൽവാൻ നിർദ്ദേശിച്ചു.

തബീബ് തന്റെ ജാഗരൂക കണ്ണുകൾ പൽവാന്റെ മുഖത്തു നിന്നെടുത്തില്ല. ചേരുവയുടെ മുറ ഓർത്തിരിക്കാൻ അയാൾ ശ്രമിച്ചു. അതേ സമയം സംശയങ്ങൾ അയാളെ ഗ്രസിക്കുകയും ചെയ്തു.

"ഇയാൾക്ക് ആ രഹസ്യം അറിയാമെന്ന് ഒന്നു തെളിയിച്ചിരുന്നെങ്കിൽ!" അയാൾ ആലോചിച്ചു. ആ മഹൽരഹസ്യം തന്റേതായിത്തീർന്നാലുണ്ടാകാവുന്ന മെച്ചങ്ങൾ അയാൾ എണ്ണാൻ തുടങ്ങി. ഒന്നാമത് കുർബ്ബഷിയുടെ രക്ഷാകർത്തൃത്വം വേണ്ടിവരില്ല. മറ്റാരുടെയെങ്കിലും കഠാരിക്കും വെടിയുണ്ടയ്ക്കും പകരം ശീഘ്രം പ്രവർത്തിക്കുന്ന വിഷത്തിന്റെ സഹായത്തോടെ തനിക്കയാളെ ഒഴിവാക്കാൻ കഴിയും. ഇത്രയും മഹത്തായ ഒരു രഹസ്യം കൈവശമുള്ള ഒരാളിന്റെ മുമ്പിൽ കവാടം തുറന്നിട്ടുകൊടുക്കാൻ കഴിയുകയെന്നത് ഇന്ത്യയിലെ ഏതൊരു നഗരവും ഒരു ഭാഗ്യമായി കരുതുമെന്നിരിക്കെ ഒരു കവർച്ചാസംഘത്തിന്റെ നിർദ്ദയനായ ഈ തലവന്റെ ദയാദാക്ഷിണ്യങ്ങൾ താൻ എന്തിനു തേടണം? എന്തിനധികം, മറ്റു തബീബുമാരുടെ ആണത്തമില്ലാത്ത കുത്തിത്തിരിപ്പുകൾ മൂലം മൂഢനും തട്ടിപ്പുകാരനുമായി തന്നെ പുറന്തള്ളിയ തന്റെ സ്വന്തം നഗരത്തിലേക്കു മടങ്ങാൻ പോലും കഴിയും. കുപ്രസിദ്ധരും അസൂയാലുക്കളുമായ ആ തബീബുകളെല്ലാം അപ്പോൾ എന്തു പറയും? പേരും പെരുമയുമാർജ്ജിച്ചുകൊണ്ട് ലോകം കണ്ടിട്ടുള്ളതിൽവച്ച് ഏറ്റവും മഹാനായ തബീബായി താൻ തിരിച്ചുവരുന്നതു കാണുമ്പോൾ ആ പണ്ഡിതന്മാരായ ഹക്കീമുകളെന്തു പറയും? നിർലജ്ജമായ കണ്ണുകൾ അവർ എവിടെ കൊണ്ടൊളിക്കും?

ഇതും ഇതുപോലുള്ളതുമായ ചിന്തകളാണ് പാത്രത്തിൽ നിന്നും നീലനിറത്തിൽ നീരാവി പൊങ്ങുന്നതു നോക്കിനിന്നപ്പോൾ തബീബിന്റെ മനസ്സിലൂടെ കടന്നുപോയത്.

പൽവാനും പാത്രത്തിൽ നോക്കുകയായിരുന്നു.

നീലനിറത്തിലുള്ള ആവി ചുറ്റിക്കറങ്ങാനും വെള്ളനിറമാകാനും തുടങ്ങിയപ്പോൾ പാത്രം താഴെയിറക്കിവച്ച് ജലസ്പർശനമേൽക്കാത്ത കുറേ കല്ലുകൾ കൊണ്ടുവരാൻ പൽവാൻ നിർദ്ദേശിച്ചു.

"കല്ലുകൾ കൊണ്ടുവരിൻ," കുർബ്ബഷി ആജ്ഞാപിച്ചു. അയൽ ഗ്രാമം ആക്രമിക്കുന്നതിനു മുമ്പ് തന്റെ കുതിരസവാരിക്കാരെ കാഴ്ച

കാട്ടി രസിപ്പിക്കണമെന്നും അതിന്റെ അന്ത്യത്തിൽ രസകരമെങ്കിലും രക്തമയമായ ഒരു ഉപായം താൻ പ്രയോഗിക്കുമെന്നും അയാൾക്കു പെട്ടെന്നു തോന്നി.

കുതിരസവാരിക്കാരിൽ മൂന്നുപേർ കല്ലുകൾ വസ്ത്രങ്ങളിലിട്ടു കൊണ്ടുവന്ന് ആഹ്മാദ് പൽവാന്റെ കാൽച്ചുവട്ടിൽ കൂട്ടിയിട്ടു.

അയാൾ ഓരോ കല്ലും വെവ്വേറെ കാണിക്കാൻ ആവശ്യപ്പെടുകയും അവസാനം ഏഴെട്ടു റാത്തൽ ഭാരമുള്ള ഒരു കല്ല് തിരഞ്ഞെടുക്കുകയും ചെയ്തു.

"അതിൽ വെള്ളം തൊട്ടിട്ടില്ലെന്ന് എനിക്കു തീർച്ചയില്ല," അയാൾ പറഞ്ഞു. മരക്കലപ്പയുടെ ഇരുമ്പുകൊഴുവിന്റെ ആകൃതിയിൽ അത് ചെത്തിയെടുക്കാൻ അയാൾ നിർദ്ദേശിച്ചു.

"അവൻ പറയുന്നതുപോലെ ചെയ്യ്!" കുർബ്ബഷി കല്പിച്ചു. കറുത്തുറ്റ ചെറുപ്പക്കാരനായ ഒരു കുതിരസവാരിക്കാരൻ തിരികല്ലുണ്ടാക്കാൻ ഉപയോഗിക്കുന്ന ചുറ്റികയെടുത്ത് പണിതുടങ്ങി.

പൽവാൻ തബീബിന്റെ നേരെ തിരിഞ്ഞു.

"ഹക്കീം," അയാൾ പറഞ്ഞു. "എനിക്കിനി ആവശ്യം മനുഷ്യന്റെ രക്തമാണ്!"

"എനിക്കെവിടുന്നു കിട്ടാനാണ്?" തബീബ് മനോവൈഷമ്യം സ്ഫുരിക്കുന്ന സ്വരത്തിൽ ചോദിച്ചു. അയാൾ കുർബ്ബഷിയെ നോക്കി.

കുർബ്ബഷി പൽവാനെ തറച്ചുനോക്കി.

"ഞാൻ തരാം രക്തം!" കുർബ്ബഷിയുടെ നേരെ തിരിഞ്ഞ് പൽവാൻ പറഞ്ഞു. "പ്രഭോ, എന്റെ വിരൽ മുറിച്ചുകളയാൻ ആരാച്ചാരോടു കല്പിക്കൂ."

അടക്കിയ ആശ്ചര്യശബ്ദങ്ങൾ ആ വലിയ അങ്കണത്തിലൂടെ അലതല്ലി കെട്ടടങ്ങി.

തന്റെ ചുരുണ്ട താടിരോമങ്ങളിലൂടെ വിരലോടിച്ചുകൊണ്ട് ഉറക്കെ ചിന്തിക്കുന്ന മട്ടിൽ കുർബ്ബഷി പറഞ്ഞു:

"അപ്പോൾ നിന്റെ കൈകളുടെ കെട്ടഴിക്കേണ്ടിവരും."

"എന്ത്! പ്രഭോ, അങ്ങേയ്ക്ക് എന്നെ പേടിയോ?" എന്നു ചോദിച്ചു കൊണ്ട് പൽവാൻ അയാളുടെ മുഖത്ത് നിസ്സങ്കോചം നോക്കി.

വിരലുകൾ താടിരോമങ്ങൾ പിടിച്ചുവലിച്ചു കുർബ്ബഷിയുടെ കവിളുകൾ ചുവന്നുതുടുത്തു. വസൂരിക്കലകൾ കൂടുതൽ തെളിഞ്ഞുകണ്ടു.

“ആ പന്നിയെ കെട്ടഴിക്ക്!” കർബ്ബഷി അട്ടഹസിച്ചു. “ആ പന്നിയെ കെട്ടഴിക്ക്! എന്റെ രണ്ടാളുകൾ വാളൂരിപ്പിടിച്ച് അവന്റെ ഇരുവശത്തും നിൽക്കട്ടെ. എടോ ആരാച്ചാരേ, നീയും വാളൂരി അവനെ ജാഗ്രതയോടെ സൂക്ഷിക്ക്!”

ഊരിപ്പിടിച്ച വാളുകളുമായി മൂന്നുപേരും പൽവാനു ചുറ്റും നിന്നു. കത്തികൊണ്ട് കയററുത്തു. അതു താഴെവീണു. പൽവാൻ കൈകളു യർത്തി തലയുടെ മീതെ ചലിപ്പിച്ചു.

“ഒരു മരമുട്ടിയും ചെറിയൊരു കിണ്ണവും കൊണ്ടുവരൂ,” തന്റെ കണങ്കൈയിലെ പാടുകൾ തിരുമ്മിക്കൊണ്ട് അയാൾ പറഞ്ഞു.

അവർ മരമുട്ടിയും കിണ്ണവും കൊണ്ടുവന്നു. അവ വയ്ക്കേണ്ടതെവി ടെയെന്ന് പൽവാൻ കൈകാട്ടി കാണിച്ചു.

“ആരാച്ചാരേ, തയ്യാറായിക്കോളൂ,” അയാൾ മൃദുവായി പറഞ്ഞു. “വെട്ട് എന്നു ഞാൻ വിളിച്ചുപറയുമ്പോൾ നിങ്ങൾ വെട്ടണം.”

ആരാച്ചാർ എന്തോ പിറുപിറുത്തതു വെളിയിൽ കേട്ടില്ല.

“ഹക്കീം!” പൽവാൻ തബീബിനെ വിളിച്ചുപറഞ്ഞു. “ഇവിടെ വന്നു നിന്ന് ഈ കിണ്ണം പിടിക്കൂ!”

തബീബ് പീഠത്തിൽനിന്നിറങ്ങിവന്ന് കിണ്ണം കയ്യിലെടുത്തുകൊ ണ്ട് പറഞ്ഞിടത്തു ചെന്നുനിന്നു.

പൽവാൻ മുട്ടുകുത്തിനിന്നു. ഇടത്തേ കയ്യിലെ നാലു വിരലുകൾ കൈപ്പത്തിയിലേക്കു മടക്കിവച്ചു. ചെറുവിരൽ നീട്ടി മരമുട്ടിയിൽ വച്ചു.

വെപ്രാളക്കാരൻ വൃദ്ധന്റെ വീട്ടിലും മുറ്റത്തും വ്യാപിച്ച തികഞ്ഞ നിശ്ശബ്ദതയിൽ അതിലേ പറന്നുപോയ ഒരു തുമ്പിയുടെ ചിറകടിശ ബ്ദം വ്യക്തമായി കേൾക്കാമായിരുന്നു.

കൂനനുള്ള ഉലേമിനു പെട്ടെന്ന് ബോധക്ഷയം വരുന്നപോലെ തോന്നി. തന്റെ വിളറിവെളുത്ത മുഖം അയാൾ കൈ രണ്ടും കൊണ്ടു പൊത്തി. “വെട്ട്!” എന്ന വിളിയോ വാളിന്റെ വീശലോ അയാൾ കേട്ടിരിക്കാനിടയില്ല.

അയാൾ കണ്ണുതുറന്നപ്പോൾ പൽവാൻ എഴുന്നേറ്റ് നിവർന്നു നിൽക്കുന്നതാണ് കണ്ടത്. ചോരവാർപ്പ് നിൽക്കാനായി തബീബ് എന്തോ പൊടി മുറിവിൽ കുടഞ്ഞിടുന്നുണ്ടായിരുന്നു. പാൽവാന്റെ മുഖത്തു വലിയ സ്വേദകണങ്ങൾ തിളങ്ങി. അയാൾ ശബ്ദം കേൾ പ്പിച്ചുകൊണ്ട് വിഷമിച്ച് ശ്വാസോച്ഛ്വാസം ചെയ്തു.

കിണ്ണം ഒഴിഞ്ഞിരിക്കുകയല്ലെന്നും അതു നിറയെ എന്തോ ഉണ്ടെന്നും ഉലേം തന്റെ കൺകോണിലൂടെ കാണുകയും ഉടൻ തല തിരിക്കുകയും ചെയ്തു. അതേ നിമിഷത്തിൽത്തന്നെ പൽവാന്റെ പാതിയടഞ്ഞ കണ്ണുകൾ പിടഞ്ഞു. അയാൾ തന്റെ കയ്യിൽ നോക്കി. രക്തവാർപ്പ കുറഞ്ഞെന്നു കണ്ടു.

"കല്ല് തയ്യാറായോ?" അയാൾ ചോദിച്ചു.

"കല്ല് തയ്യാറായോ?" ഒരു പ്രതിധ്വനിപോലെ കുർബ്ബഷി ആവർത്തിച്ചു. കയ്യാട്ടിക്കൊണ്ട് അയാൾ അക്ഷമയോടെ പറഞ്ഞു, "കൊണ്ടുവാ ഇവിടെ."

മരണം ഒഴിവാക്കാനുള്ള ശ്രമത്തിൽ പൽവാൻ തന്നെ മഠയനാക്കുകയാണെന്ന് ആ നിമിഷം വരെ കുർബ്ബാനിക്ക് സംശയമേയില്ലായിരുന്നു. എന്നാലിപ്പോൾ അയാൾ ഏതാണ്ട് ഉറച്ചുതന്നെ വിശ്വസിച്ചു, മനസ്സിലാക്കാനൊക്കാത്ത ഈ മനുഷ്യന് തന്റെ കാണാത്ത കണ്ണിനു കാഴ്ച നൽകാൻ കഴിയുമെന്ന്. ഒരു അവ്യക്തമായ അനുകമ്പ അഥവാ അനുകമ്പയുടെ ഒരു നിഴൽ കുർബ്ബഷിയുടെ ക്രൂരഹൃദയത്തിലൂടെ മിന്നി. പൽവാന്റെ നേർക്കയച്ച നോട്ടത്തിൽ കോപം കുറഞ്ഞിരുന്നു.

പൽവാൻ തന്റെ നിർദ്ദേശങ്ങൾ നൽകിക്കൊണ്ടിരുന്നു. അവയെല്ലാം കുർബ്ബഷിയുടെ കല്പനകളാണെന്ന മട്ടിൽ അനുസരിക്കപ്പെടുകയും ചെയ്തു.

ആജാനബാഹുവായ കുതിരസവാരിക്കാരൻ കല്ല് കൊഴുവിന്റെ രൂപത്തിലാക്കി കൊണ്ടുവന്നു. പൽവാന്റെ നിർദ്ദേശപ്രകാരം തബീബ് അതിന്റെ പുറത്ത് പാത്രത്തിലെ കുഴമ്പു പുരട്ടി പ്രാധാന്യം നടിച്ചുകൊണ്ട് സാവധാനം നീങ്ങിയിരുന്ന തബീബ് അതൊക്കെ മാറ്റി അസാധാരണമായ ചുറുചുറുക്കോടെ പ്രവർത്തിച്ചു. കാരണം പൽവാനെക്കുറിച്ച് അയാൾക്കിപ്പോൾ യാതൊരു സംശയവുമില്ലായിരുന്നു. കുർബ്ബഷിയുടെ കവർച്ചാസംഘത്തിലെ വിഷമകരവും ആപൽക്കരവുമായ സേവനം കൊണ്ടു മടുത്തു കഴിഞ്ഞ തബീബ് വിശ്വസിച്ചു, ആ മഹത്തായ രഹസ്യം മേലിൻ തന്റേതായിരിക്കുമെന്ന്.

തബീബ് കല്ലെടുത്ത് കാറ്റുകൊള്ളിക്കാൻ കൊണ്ടുപോയി. കാരണം കല്ല് ഉണങ്ങിയിരിക്കണമെന്നു പൽവാൻ പറഞ്ഞു. അന്ധത മാറ്റാനുള്ള രഹസ്യമറിയാവുന്ന ആൾ കണ്ണില്ലാത്തവനു കാഴ്ച നൽകുമ്പോൾ സ്വന്തം കാഴ്ചശക്തി നഷ്ടപ്പെടുമെന്നു പൽവാൻ പറഞ്ഞ കാര്യം അയാൾ ആ നിമിഷത്തിലാണോർത്തത്. ആ ചിന്ത തന്നെ തബീബിനെ ഭയവിഹ്വലനാക്കി. അയാൾ കാലിടറി കല്ല്

താഴെയിടാൻ ഭാവിച്ചു. എന്നാലപ്പോൾ മറ്റൊരു ചിന്തകൂടി അയാളിൽ കടന്നുകൂടി: "ഞാൻ പണക്കാരെ മാത്രമേ ചികിത്സിക്കൂ. അപ്പോൾ ഞാൻ വലിയൊരു ധനികനാവും. എനിക്ക് ഒട്ടേറെ പണം കാണും. അതുകൊണ്ട് എനിക്കു പകരം അന്ധനാവാൻ ഏതൊരു യാചകനും സന്നദ്ധനാവും..."

ആ ചിന്ത അയാൾക്ക് ഉന്മേഷം നൽകി. അയാൾ കാറ്റുകൊള്ളുന്ന ഒരിടത്ത് കല്ല് വച്ചുകൊണ്ട് പൽവാനെ ചോദ്യഭാവത്തിൽ നോക്കി.

"ഇനിയുള്ളതെല്ലാം ഞാൻ തന്നെ ചെയ്തോളാം." ആഹ്മാദ് പൽവാൻ പറഞ്ഞു. ശ്രമകരമായ ഒരു ജോലി ചെയ്തുകഴിഞ്ഞയാളിന്റെ ഭാവത്തോടെ തബീബ് പീഠത്തിന്റെ മുകളിലേക്കു കയറി. പൽവാന്റെ കണ്ണുകൾ അയാളെ പിന്തുടർന്നു. വിരൽ മുറിച്ച കൈയിൽ നിന്നു ചോരയൊലിക്കുന്നതു നിന്നിരുന്നു. അയാളത് താഴ്ത്തി തോളിനൊപ്പം പിടിച്ചുകൊണ്ട് കുർബ്ബഷിയുടെ നേരെ തിരിഞ്ഞു. "പ്രഭോ, അവിടുന്നനുവദിക്കുന്ന പക്ഷം ഈ കല്ലുണങ്ങുന്ന സമയത്ത് ഞാനല്പം വിശ്രമിക്കാം."

"ഇരിക്ക്, ഇരിക്ക്," കുർബ്ബഷി തിടുക്കത്തിൽ പറഞ്ഞു. ആ കർക്കശസ്വരത്തിനു സൗമ്യമാകാൻ കഴിഞ്ഞിരുന്നെങ്കിൽ അതിൽ അനുകമ്പയുടേതായ ഒരു ലാഞ്ഛന കേൾക്കാൻ അടുത്തുനിന്നിരുന്നവർക്കു കഴിയുമായിരുന്നു.

തന്റെ മൂന്നു കാവൽക്കാർക്കും നടുവിലായി പൽവാൻ ഉപ്പൂറ്റിയിൽ കുത്തിയിരുന്നു ക്ഷീണിച്ച തലതാഴ്ത്തി. വിരൽ മുറിച്ച കൈ കാൽമുട്ടിൽ വച്ചിട്ടുള്ളതു കാണാമായിരുന്നില്ലെങ്കിൽ, തന്റെ തോട്ടത്തിലോ പാടത്തോ വീണ്ടും പണിക്കിറങ്ങുന്നതിനുമുമ്പ് അല്പനേരം വിശ്രമിക്കാനിരിക്കുന്ന ഒരു കൃഷിക്കാരനാണയാളെന്ന് ആരും ധരിച്ചുപോകുമായിരുന്നു. മരണവക്ത്രത്തിൽ നിൽക്കുന്ന ഈ മനുഷ്യന്റെ ദുർഗ്രഹമായ ശാന്തത കുർബ്ബഷിയെ അത്ഭുതപ്പെടുത്തി. ഒരു പക്ഷെ അതയാളെ ഭയപ്പെടുത്തുകപോലും ചെയ്തിരിക്കണം.

മനുഷ്യാത്മാവിന്റെ ഏറ്റവും അഗാധതലങ്ങൾ പോലും തനിക്കറിയാമെന്നാണ് അതുവരെ അയാൾ വിശ്വസിച്ചിരുന്നത്. അയാൾ പടക്കളത്തിൽ പട്ടാളക്കാരേയും പാടത്തുവച്ചു കൃഷിക്കാരേയും കൊന്നിട്ടുണ്ട്, മരുഭൂമിയിലൂടെയുള്ള സാർത്ഥവാഹകരുടെ പാതകളിലും ചവുട്ടിമെതിച്ച ഗ്രാമങ്ങളുടെ മണ്ണിലും ചോര ചിന്തിയിട്ടുണ്ട്. ചിലപ്പോൾ ശരിയും തെറ്റും ചെയ്തതാരാണെന്നു കണ്ടുപിടിക്കാൻ മിനക്കെടുകപോലും ചെയ്യാതെ സ്ത്രീകളുടേയും പുരുഷന്മാരുടെയും ജീവനെടുത്തിട്ടുണ്ട്. ഇങ്ങനെ ആയിരക്കണക്കിനാളുകളെ കുർബ്ബഷി

കൊന്നിട്ടുണ്ട്. ഇപ്പോൾ ഈ പ്രായം ചെന്ന കർഷകൻ നിൽക്കുന്ന തുപോലെ നൂറുകണക്കിനു തടവുകാർ തന്റെ മുമ്പിൽ നിന്നിട്ടുണ്ട്. എങ്കിലും അനേകംപേരിൽ വളരെക്കുറച്ചാളുകളെ മാത്രമേ അയാൾ ഓർമ്മിച്ചുള്ളൂ. കാരണം ആ പലരിൽ ചിലരേ മരിക്കുന്നതിനു മുമ്പ് അയാളെ ശപിക്കാനും നിന്ദിക്കാനും ധൈര്യപ്പെട്ടുള്ളൂ.

ആഹ്മാദ് പൽവാൻ ശപിക്കുകയോ ദയ യാചിക്കുകയോ ചെയ്യു ന്നതിനു പകരം യുക്തിയുക്തമായും ആദരവോടുകൂടിയും വാദിക്കുന്നു വെന്ന ഒരൊറ്റക്കാരണംകൊണ്ടുതന്നെ അയാളെ മനസ്സിലാക്കാൻ കുർബ്ബഷിക്ക് കഴിഞ്ഞില്ല.

മനസ്സിലാക്കാനൊക്കാത്ത ആ മനുഷ്യൻ എത്ര ശാന്തമായിട്ടാണ് വിശ്രമിക്കുന്നതെന്നു കണ്ടപ്പോൾ കുർബ്ബഷി തനിക്കറിയാവുന്ന എല്ലാ ദണ്ഡനമുറകളെക്കുറിച്ചും ആലോചിച്ചു. പക്ഷെ പൽവാന്റെ അസാധാരണമായ അക്ഷോഭ്യത ഉലയ്ക്കാനിടയുള്ള യാതൊന്നും അയാൾക്ക് കണ്ടെത്താൻ കഴിഞ്ഞില്ല.

“ഈ നിർവ്വികാരനായ പിശാച് എന്റെ സംഘത്തിൽ ചേരാൻ സമ്മതിച്ചിരുന്നെങ്കിൽ മറ്റു പത്തുപേർക്ക് പകരം ഇവനൊരുത്തൻ മതിയായിരുന്നു,” കുർബ്ബഷി ആലോചിച്ചു. കോപവും മതിപ്പും കൂടി ക്കലർന്ന് അയാളുടെ ഹൃദയത്തെ കാർന്നുതിന്നു. കാരണം, ഒരു പാറ പൊട്ടിക്കാമെങ്കിലും അതിനെ വളച്ചൊടിക്കാൻ കഴിയുകയില്ലെന്ന് അയാൾക്കറിയാമായിരുന്നു.

താടി തടവിക്കൊണ്ട് കുർബ്ബഷി തന്റെ ചിന്തകളാകുന്ന ഭാരിച്ച ചക്ക് ആട്ടിക്കൊണ്ടിരുന്നു. അവസാനം ഉലേം അയാളുടെ ചുമലിന്റെ നേരെ കുനിഞ്ഞു.

“പ്രഭോ, നേരം പോകുന്നു!” അയാൾ മന്ത്രിച്ചു. ഉറക്കം തൂങ്ങുന്ന ഒരു ചക്കാട്ടുകാരനെപ്പോലെ ഞെട്ടിയുണർന്നുകൊണ്ട് അയാൾ ഭീഷണമായി വിളിച്ചുചോദിച്ചു.

“എടാ! നിനക്കു പണി തുടരാറായില്ലേ?”

“ഉവ്വ് പ്രഭോ!” തല സാവധാനം ഉയർത്തിക്കൊണ്ട് പൽവാൻ പറഞ്ഞു. “കല്ലുണങ്ങിക്കാണും... അവരത് ഇവിടെ കൊണ്ടുവരട്ടെ.”

ഭീമകായനായ കുതിരസവാരിക്കാരൻ തിടുക്കത്തിൽ ആ നിർദ്ദേശം നടപ്പാക്കി. പൽവാൻ അയാളുടെ കയ്യിൽനിന്നു കല്ലു വാങ്ങി ത്രികോണാകൃതിയിലുള്ള അതിന്റെ കൂർത്തമുന സാവധാനം തൊട്ടുനോക്കി.

"പ്രഭോ!" കല്ല് കാൽക്കൽ വച്ചുകൊണ്ട് അയാൾ പറഞ്ഞു. "ചികിത്സ തുടങ്ങുന്നതിനുമുമ്പ് എനിക്കൊരു അപേക്ഷയുണ്ട്..."

"നിന്റെ ജീവൻ തരണമെന്നല്ലേ?" കുർബ്ബഷി ഇടയ്ക്കു കയറി ചോദിച്ചു. കാഴ്ചയുള്ള അയാളുടെ ഒരു കണ്ണ് വിജയഭാവത്തിൽ ദുഷ്ടതയോടെ തിളങ്ങി. "അത് സാദ്ധ്യമല്ല, എന്റെ കോമാളി! സാദ്ധ്യമല്ല, കാരണം എഫേന്ദിയുടെ ചോര പുരണ്ടതാണ് നിന്റെ കൈകൾ..."

"ശരിയാണ്, പ്രഭോ!" വിനീതമായി, കുർബ്ബഷി പറഞ്ഞത് വാസ്തവമാണെന്നു താൻ സമ്മതിക്കുന്നുവെന്ന മട്ടിൽ, പൽവാൻ പറഞ്ഞു. "പക്ഷെ അങ്ങയുടെ വലംകൈ ആകുന്നതിനുമുമ്പ് എഫേന്ദി ആരായിരുന്നുവെന്നു പറയാമോ?"

"അയാൾ ഒരു യഥാർത്ഥ മുസ്ലീം ദൈവവിശ്വാസിയും ഒരു മുസ്ലീം ഭരണാധിപന്റെ പടയാളിയുമായിരുന്നു!" ഗാംഭീര്യത്തോടെ, മതിപ്പുളവാക്കുന്ന മട്ടിൽ കുർബ്ബഷി പറഞ്ഞു.

"അതു ഞാൻ കേട്ടിട്ടുണ്ട്," പൽവാൻ സമ്മതിച്ചു. "എന്നാൽ ആ വിദേശരാജ്യത്തെ ഭരണാധികാരി കടൽക്കരയിലുള്ള അദ്ദേഹത്തിന്റെ വെളുത്ത അരമനയിൽനിന്നും ആട്ടിയോടിക്കപ്പെട്ടശേഷം എഫേന്ദി തന്റെ നാട്ടിലേക്കു മടങ്ങിച്ചെല്ലാൻ ആഗ്രഹിച്ചില്ലെന്നും ഞാൻ കേട്ടിട്ടുണ്ട്."

കുർബ്ബഷി കരുതലോടെ തലയാട്ടി.

"അങ്ങിനെയായിരുന്നു..." അകൃത്രിമമായ സ്വരത്തിൽ പൽവാൻ തുടർന്നു. "അങ്ങിനെ എഫേന്ദി സ്വന്തം നാടുവിട്ട് വിദേശത്ത്, അതായത് നമ്മുടെ രാജ്യത്ത് കഴിഞ്ഞു. ഇല്ലേ? ഉത്തരം പറയാൻ മിനക്കെടേണ്ട. ഞാൻ തന്നെ പറയാം.. പ്രഭോ, എഫേന്ദി അങ്ങയുടെ സമീപം കുതിരവസാരിചെയ്തു, അങ്ങയോടൊപ്പം ഞങ്ങളുടെ ഗ്രാമങ്ങൾ ചുട്ടെരിച്ചു. കൊലയും കൊള്ളയും നടത്തി..."

താൻ നിന്നിരുന്ന താഴ്ന്ന സ്ഥലത്തുനിന്ന് മുകളിലേക്ക് കുർബ്ബഷിയുടെ നേരെ നോക്കിക്കൊണ്ട് പൽവാൻ അതിവേഗം ഉച്ചത്തിൽ വിളിച്ചുപറഞ്ഞു:

"അതിനാണ് ഞാനയാളെ കൊന്നത്!"

"നായേ! വൃത്തികെട്ട ചെറ്റേ!" കുർബ്ബഷി പരുഷസ്വരത്തിൽ അലറി. അയാളുടെ കൈ പെട്ടെന്നു കഠാരപ്പിടി തപ്പി. "രോഗനിവാരണത്തിന്റെ കാര്യം! രോഗനിവാരണത്തിന്റെ കാര്യം അങ്ങു മറന്നു!" ഇടതുവശത്തു നിന്നിരുന്ന തബീബ് നിലവിളിച്ചു. വലതുവശത്തു നിന്നിരുന്ന ഉലേമും തനിക്കു പറയാനുള്ളതു പറഞ്ഞു. തന്റെ മഞ്ഞ

നിറത്തിലുള്ള കൈ പൽവാന്റെ നേരെ ചൂണ്ടിക്കൊണ്ട് അയാൾ മൃദുവായി മന്ത്രിച്ചു:

"പ്രഭോ! അവർ അങ്ങയെ വഞ്ചിക്കാൻ ഇടവരുത്തല്ലേ! ആ തെമ്മാടി എളുപ്പം മരിക്കാൻ നോക്കുകയാണെന്നു കാണാൻ വയ്യേ?"

"നിങ്ങൾ പറഞ്ഞതു ശരിയാണ്, ഉലേം, നിങ്ങൾ പറഞ്ഞതും, തബീബ്!... കിതച്ചുകൊണ്ട് കുർബ്ബഷി പിറുപിറുത്തു. "പക്ഷെ ആ നായ് കത്തിയുമായി കളിക്കുന്നതു സൂക്ഷിച്ചുവേണം! കേട്ടോടാ, മനുഷ്യാധമാ!"

"പ്രഭോ, ഞാൻ കേട്ടു," മുമ്പത്തെപ്പോലെതന്നെ, ഒരു പക്ഷെ അല്പം കൂടി ആദരവോടെ, പൽവാൻ പ്രതിവചിച്ചു. "പ്രഭോ, അങ്ങു ക്ഷമിക്കണം. അങ്ങയുടെ രോഷം ഇപ്പോഴും ആളിക്കത്തുമോ എന്ന റിയാൻവേണ്ടി മാത്രമാണ് ഞാനങ്ങിനെ പറഞ്ഞത്."

"നിനക്കതറിഞ്ഞിട്ട് എന്തു കാര്യം?" എന്നു ചോദിക്കാതിരിക്കാൻ കുർബ്ബഷിക്കു കഴിഞ്ഞില്ല.

"കാരണം അങ്ങയുടെ കോപത്തേക്കാൾ അങ്ങയുടെ കാരുണ്യ ത്തെയാണ് ഞാൻ ഭയക്കുന്നത്..."

വീണ്ടും കുർബ്ബഷിക്കു സ്വയം നിയന്ത്രിക്കാൻ കഴിഞ്ഞില്ല. അയാൾ അത്ഭുതത്തോടെ പറഞ്ഞു:

"എനിക്ക് മനസ്സിലാകുന്നില്ല..."

"അങ്ങേക്ക് അടുത്തുതന്നെ മനസ്സിലാകും!" പൽവാൻ പ്രതിവചി ച്ചു. "അങ്ങയുടെ രോഗം മാറ്റണമെന്നല്ലേ എന്റെ ആഗ്രഹം? പ്രകാശ നാളം അങ്ങയുടെ ഇരുണ്ട കണ്ണ് തെളിക്കുമ്പോൾ കൃതജ്ഞത മൂലം അങ്ങ് എനിക്ക് ജീവൻ നൽകുമോ എന്നാണെന്റെ ഭയം."

"നീ ഒരു വഴിതെറ്റിയ കോമാളിയാണെന്ന് എനിക്കു മനസ്സി ലായി," കുർബ്ബഷി കോപത്തോടെ പിറുപിറുത്തു.

"പ്രഭോ, ഒരു നിമിഷം കൂടി ക്ഷമിക്കൂ. ഞാൻ പറഞ്ഞു കഴിഞ്ഞി ല്ല...."

"വേഗം പറ! പക്ഷെ ചുരുക്കി!"

"ശരി, പ്രഭോ! ഇതാ എന്റെ വിരൽ മുറിച്ച കൈ, ഇതാ എന്റെ കണ്ണുകൾ, ഞാൻ അങ്ങേക്ക് അവയുടെ വെളിച്ചം തന്നുകഴിയു മ്പോൾ..."

"മനസ്സിലായി!" കുർബ്ബഷി ഇടയ്ക്കു കയറിപ്പറഞ്ഞു. "എന്നിട്ടോ?"

"അങ്ങ് എനിക്കു ജീവൻ നൽകണമെന്ന് എനിക്ക് ആഗ്രഹമില്ല... ചന്തസ്ഥലത്തു പോയി ഭിക്ഷ ചോദിക്കേണ്ടിവരുന്ന ഒരു യാചകന്റെ ജീവിതം എന്തിനാണ്?"

"നീ പറഞ്ഞതിൽ കാര്യമുണ്ടെന്നു തോന്നുന്നു," കുർബ്ബഷി പറഞ്ഞു. പെട്ടെന്നയാൾ പൊട്ടിച്ചിരിച്ചു. "പക്ഷെ ഞാൻ നിനക്കു ജീവൻ നൽകുമെന്നു നീ വിചാരിക്കാനുള്ള കാരണമെന്താണ്?"

ഈ സമയമത്രയും ഉപ്പൂറ്റിയിൽ ഇരുന്നിരുന്ന പൽവാൻ എഴുന്നേറ്റുനിന്ന് കുർബ്ബഷിയുടെ സുസ്മേരവദനത്തിലേക്കു തുറിച്ചുനോക്കി.

"പ്രഭോ, എനിക്ക് സംശയമുണ്ട്!" അയാൾ പറഞ്ഞു.

"ഛേയ്, നിനക്കു സംശയമില്ല!" കുർബ്ബഷി ദ്രോഹബുദ്ധി സ്ഫുരിക്കുന്ന പൂർണ്ണവിശ്വാസത്തോടെ പറഞ്ഞു. "ചികിത്സ കഴിഞ്ഞാലുടൻ ഞാൻ നിന്നെ കൊല്ലുമെന്നു നിനക്കറിയാം... അതുകൊണ്ടാണ് നീ ചികിത്സയ്ക്കു തിടുക്കം കാണിക്കാത്തത്. അല്ലേ, എന്റെ കോമാളി?"

"പ്രഭോ, അങ്ങിനെയല്ല. ചികിത്സ തുടങ്ങാൻ ഞാൻ തയ്യാറാണ്. പക്ഷെ ആദ്യം എനിക്കു തീർച്ചവരണം..."

"എന്ത്?"

"അങ്ങെന്നെ കൊല്ലുമെന്ന്..."

"ഞാനതു പറഞ്ഞില്ലേ....?"

"പ്രഭോ, ഞാൻ കേട്ടു....?

"പിന്നെന്തു വേണം നിനക്ക്?"

"ഏതാനും വാക്കുകൾ അങ്ങയുടെ ആൾക്കാരോടു പറയാൻ ഞാനാഗ്രഹിക്കുന്നു."

"എന്തിന്?"

"അങ്ങയെ ദേഷ്യപ്പെടുത്താൻ."

"എനിക്കിപ്പോൾത്തന്നെ ദേഷ്യമുണ്ട്."

"അങ്ങേക്ക് കൂടുതൽ ദേഷ്യം വരണമെന്നാണ് എന്റെ ആഗ്രഹം."

"നീ എന്റെ ആൾക്കാരോട് വിഡ്ഢിത്തം പറയാൻ സമ്മതിച്ചില്ലെങ്കിലോ?"

പൽവാൻ ഒരു പുഞ്ചിരിയോടെ ഒരു മറുചോദ്യം ചോദിച്ചു:

"ഞാൻ പറയുന്ന വിഡ്ഢിത്തത്തെ അങ്ങ് ഭയപ്പെടുന്നുണ്ടോ?"

കുർബ്ബഷിയുടെ മുഖം ചുവന്നു. കാവൽക്കാരുടെ നേരെ തലയാട്ടിക്കൊണ്ട് അയാൾ തന്നോടുതന്നെ ചോദിക്കുന്ന മട്ടിൽ പിറുപിറുത്തു:

“ഒരു വിഡ്ഢിയുടെ തലയിന്മേൽ വാളിനു മൂർച്ച കൂട്ടാൻ ഞാനെന്റെ ആൾക്കാരോടു പറഞ്ഞാലെന്താണ്?”

“കാഴ്ചയില്ലാത്ത ഒരു കണ്ണ് എന്നും കാഴ്ചയില്ലാതിരുന്നാലെന്താണ്?” പൽവാൻ ചോദിച്ചു.

കുർബ്ബഷി കുഷനുകളിന്മേൽ ചാടിയെഴുന്നേറ്റുനിന്നുകൊണ്ട് ആ അങ്കണം മുഴുവൻ മുഴങ്ങുമാറ് അട്ടഹസിച്ചു:

“എടാ പിശാചേ! നിന്റെ വൃത്തികെട്ട വാക്കുകൾ വേഗം പറഞ്ഞു തീർക്ക്!”

“ശരി, പ്രഭോ,” ആഹ്മാദ് പൽവാൻ പറഞ്ഞു. തന്റെ ശബ്ദം ഞൊടിയിടയിൽ ധിക്കാരസ്വരത്തിൽ നിന്നു വിനീതസ്വരത്തിലേക്ക് മാറ്റിക്കൊണ്ട് അയാൾ കുർബ്ബഷിയുടെയടുക്കൽനിന്ന് ഒരടി പിന്നോട്ടു വച്ചു.

“നീ സംസാരിക്കേണ്ടത് എന്നോടല്ല, എന്നോടല്ല!” കുർബ്ബഷി അലറി. അവിടെ നടക്കുന്നതു ബദ്ധശ്രദ്ധരായി നിരീക്ഷിച്ചു നിന്നിരുന്ന ആളുകളെ ചൂണ്ടിക്കൊണ്ട് അയാൾ കൈ വീശി.

നിലത്ത് തോളുരുമ്മിയിരിക്കുന്ന ആളുകളുടെ നേരെ പൽവാൻ തിരിഞ്ഞു. അന്തിവെയിൽ തട്ടിയ അയാളുടെ മുഖം അവർ കണ്ടു.

“നാട്ടുകാരേ!” ഉറച്ച, വ്യക്തമായ ശബ്ദത്തിൽ അയാൾ വിളിച്ചു പറഞ്ഞു. “നിങ്ങൾ എന്നെ നോക്കി അത്ഭുതപ്പെടുകയായിരിക്കും. “ആ വിഡ്ഢി തന്റെ ഏറ്റവും കൊടിയ ശത്രുവായ പ്രഭുവിന് തന്റെ വിരൽ കൊടുത്തു. ഇനിയിപ്പോൾ കണ്ണിലെ കാഴ്ച കൊടുക്കാൻ പോവുകയാണ്,” ഇതായിരിക്കും നിങ്ങൾ ചിന്തിക്കുന്നത്. നാട്ടുകാരേ, നിങ്ങളതിൽ അത്ഭുതപ്പെടേണ്ട. കാരണം, ഞാൻ എന്റെ ഒരു വിരലും എന്റെ കാഴ്ചയും മാത്രമേ വെടിയുന്നുള്ളൂ. നിങ്ങളോ വലിച്ചുകീറപ്പെടാൻ വേണ്ടി ശത്രുവിന്റെ മുമ്പിൽ സ്വയം അർപ്പിക്കുന്നു. നിങ്ങളുടെ പിതാക്കളേയും സഹോദരന്മാരേയും വെടിവച്ചു കൊല്ലുകയും സ്വന്തം ഗ്രാമങ്ങൾ ചുട്ടെരിക്കുകയും ചെയ്യുമ്പോൾ നിങ്ങൾ നിങ്ങളെത്തന്നെയാണ് വെടിവയ്ക്കുന്നത്. എനിക്ക് പേടികൊണ്ട് ചിത്തഭ്രമം പിടിപെട്ടെന്നു ധരിക്കരുത്. അവർ എന്റെ അസ്ഥികളിൽനിന്നു മാംസം ചുരണ്ടി മാറ്റിക്കൊള്ളട്ടെ. എന്റെ അസ്ഥികൾ ഒരു തിരികല്ലിലിട്ടു തിരിച്ചുകൊള്ളട്ടെ. എന്റെ വാക്കുകളിലടങ്ങിയിട്ടുള്ള സത്യം നിങ്ങൾക്കു മനസ്സിലാകുന്നുണ്ടെങ്കിൽ എന്തും സഹിക്കാൻ ഞാൻ തയ്യാറാണ്. കാൽ മണിക്കൂറിനകം ഞാൻ മരിക്കും... പക്ഷെ നിങ്ങൾ തോളത്തൊരു തോക്കും തൂക്കിയിട്ട് നാടുനീളെ കുതിരയോടിച്ചുചെന്ന്

സ്വന്തം സഹോദരന്മാരെ, നിങ്ങളെപ്പോലെതന്നെ ദരിദ്രരായവരെ, കൊല്ലുകയും പരുക്കേല്പിക്കുകയും ചെയ്യുന്നത് ആർക്കുവേണ്ടിയാണെന്ന് മരിക്കുന്നതിനു മുമ്പ് എനിക്ക് അറിയണമെന്നുണ്ട്. നാട്ടുകാരേ, പറയൂ എന്നോട്, നേരുള്ള കർഷകക്കലപ്പ വെടിഞ്ഞ് നേരില്ലാത്ത തോക്ക് നിങ്ങളെടുത്തത് ആർക്കുവേണ്ടിയാണ്?"

"നിർത്തെടാ, തെമ്മാടി! വായ് മൂട്!" കോപാകുലനായ കുർബ്ബഷി ഗർജ്ജിച്ചു. പക്ഷെ പൽവാൻ അയാളെ നോക്കിയതുപോലുമില്ല. കുറേക്കൂടി ഒച്ചയും ഉറപ്പുമുള്ള ശബ്ദത്തിൽ അയാൾ തുടർന്നു:

"ഞങ്ങളുടെയാളുകൾ പ്രതിവിപ്ലവകാരികളായ എല്ലാ കവർച്ചാസംഘങ്ങളേയും വകവരുത്തുമ്പോൾ പണക്കാർ, കുടവയറന്മാരായ ധനികകൃഷിക്കാർ ഭയന്നുവിറയ്ക്കും... പക്ഷെ യാതൊരു വകയുമില്ലാത്ത നിങ്ങൾ എന്തിനെയാണ് ഭയപ്പെടുന്നത്?"

കോപം കൊണ്ട് കുർബ്ബഷിയുടെ മുഖം കറുത്തു. പൽവാനെ വാൾകൊണ്ടല്ല വാൾ പരത്തി അടിക്കാൻ അയാൾ ആരാച്ചാരോട് ആംഗ്യം കാണിച്ചു. ആരാച്ചാർ കല്പന കണ്ണുമടച്ചു നിറവേറ്റി. പൽവാന്റെ കാലിടറിയെങ്കിലും അയാൾ എഴുന്നേറ്റുതന്നെ നിന്നു.

അപ്പോൾ കുർബ്ബഷി തോളൊന്നിളക്കി തബീബിന്റെ കൈകളും ഉലേമിന്റെ പതമുള്ള വിരലുകളും കുടഞ്ഞു മാറ്റിക്കൊണ്ട് പീഠത്തിന്റെ വക്കത്തേക്കു നടന്നു ചെന്ന് പൽവാന്റെ മുഖത്തിനു നേരെ നോക്കി ഇങ്ങനെ പറഞ്ഞു:

"നിന്റെ പുലമ്പൽ ഞാൻ ഇത്രയും നേരം കേട്ടു. ഇനി നീ ഞാൻ പറയുന്നതു കേൾക്ക്. എടാ കോമാളീ, ഞാൻ മുമ്പുദ്ദേശിച്ചിരുന്നതുപോലെ വാൾവെട്ടേറ്റല്ല, കാട്ടുപന്നിയുടെ തേറ്റയോളം ശക്തിയുള്ള പിച്ചാത്തി കൊണ്ടാണ് നീ ചാകാൻ പോകുന്നത്. പക്ഷെ നീ ചാകുന്നതിനു മുമ്പ് തബീബ് നിന്റെ തൊലി സൂക്ഷിച്ച് ഉരിഞ്ഞു മാറ്റും. ഞാൻ അതൊരു ചെണ്ടയിൽ വലിച്ചുകെട്ടിക്കും. എന്റെ അടിയേറ്റ് ആ ചെണ്ട എങ്ങിനെ മുഴങ്ങുമെന്ന് ആദ്യം കേൾക്കും. അതു കഴിഞ്ഞ് ആരാച്ചാർ നിന്റെ കഴുത്തറുക്കുന്ന പിച്ചാത്തി നീ കാണും. എനിക്കിത്രയേ പറയാനുള്ളൂ. കൂടുതലൊന്നുമില്ല. നീ നിന്റെ കുര നിർത്തി പണി നടത്ത്!"

പൽവാൻ വന്ദിച്ചു. കിണ്ണം തനിക്കു നൽകാൻ അയാൾ ആംഗ്യം കാണിച്ചു. ആ ആംഗ്യം അവർക്കു മനസ്സിലായി. പൽവാൻ കിണ്ണത്തിലെ ചോര കല്ലിന്റെ മുകളിലൊഴിച്ചു. പൽവാൻ എത്രതന്നെ ശ്രമിച്ചിട്ടും അയാളുടെ മറ്റ് ആംഗ്യങ്ങൾ ആർക്കും മനസ്സിലായില്ല.

കുർബ്ബഷി അയാളെ ശപിച്ചു. വേണ്ടതെന്താണെന്നു നാവുകൊണ്ടു പറയാൻ ആവശ്യപ്പെട്ടു.

വയ്ക്കോൽ കൊണ്ടുവന്ന് തിരികളുണ്ടാക്കാൻ പൽവാൻ നിർദ്ദേശിച്ചു. പിന്നീടയാൾ തബീബിനേയും വീട്ടുടമസ്ഥനേയും അരികിൽ വിളിച്ചു.

"യജമാനനേ, അങ്ങ് ഒരു തിരി പിടിക്കു. ഹക്കീം, നിങ്ങൾ കല്ല് പിടിക്കു!" അയാൾ പറഞ്ഞു.

അത്രയും ചെയ്തു കഴിഞ്ഞപ്പോൾ തിരി കത്തിച്ച് കുർബ്ബഷിയുടെ മുഖത്തിനടുത്തു പിടിക്കാൻ അയാൾ കൊച്ചു വൃദ്ധനോടു പറഞ്ഞു.

"അത് പ്രഭുവിന്റെ നല്ല കണ്ണിന് കുഴപ്പം വരുത്തിയേക്കും!" വൃദ്ധൻ എതിർത്തു.

"അങ്ങിനെയാണെങ്കിൽ ആ നല്ല കണ്ണ് ഒരു തുവാലകൊണ്ടു കെട്ടുക!" പൽവാൻ നിർദ്ദേശിച്ചു. അതു ചെയ്തശേഷം കുർബ്ബഷിയുടെ മുമ്പിൽ മുട്ടു കുത്തി നിൽക്കാൻ അയാൾ തബീബിനോടും വൃദ്ധനോടും പറഞ്ഞു.

"ഇനി മെഴുകുതിരി കത്തിക്കുക. അത് കത്തിക്കൊണ്ടിരിക്കണം. കെട്ടുപോകാതെ നോക്കണം." അയാൾ പറഞ്ഞു.

അവർ മെഴുകുതിരി കത്തിച്ചു. പൽവാൻ അതിന്റെ ചലിച്ചുകൊണ്ടിരുന്ന ജ്വാലയിലേക്കു നോക്കി.

"ഹക്കീം," അയാൾ തബീബിന്റെ നേരെ തിരിഞ്ഞുകൊണ്ടു പറഞ്ഞു. "കല്ലിന്റെ കൂർത്ത അറ്റം കാഴ്ചയില്ലാത്ത കണ്ണിന്റെ നേരെ ചൂണ്ടിക്കൊണ്ട് ഇങ്ങനെ ആട്ടുക."

ചെയ്യേണ്ടതെന്താണെന്ന് പൽവാൻ ആംഗ്യം കാണിച്ചു. തബീബ് ഏതാനും തവണ കല്ല് മോലോട്ടിട്ടശേഷം അതിനെ മുമ്പോട്ടും പിമ്പോട്ടും ആട്ടാൻ തുടങ്ങി.

"കുറെക്കൂടി മയത്തിൽ വേണം," പൽവാൻ വിളിച്ചു പറഞ്ഞു. "ഒരു അമ്മ കുട്ടിയെ തൊട്ടിലാട്ടുന്നത് എങ്ങിനെയാണെന്നോർക്കുക."

അമ്മ കുട്ടിയെ തൊട്ടിലാട്ടുന്നത് തബീബ് ഒരിക്കലും കണ്ടിട്ടുണ്ടെന്നു തോന്നിയില്ല. കാരണം, "പതുക്കെ, മയത്തിൽ," എന്ന് പൽവാൻ വിളിച്ചുപറഞ്ഞുകൊണ്ടിരുന്നു.

തബീബ് എത്ര ശ്രമിച്ചിട്ടും പിന്നെയും പൽവാൻ വിളിച്ചു പറഞ്ഞു കൊണ്ടിരുന്നു:

"അങ്ങിനെയല്ല, ഹക്കീം. അങ്ങിനെയല്ല, വീണ്ടും തുടങ്ങൂ!"

കൊച്ചുവൃദ്ധൻ ഇതിനകം നാലാമത്തെ തിരി കൊളുത്തിക്കഴിഞ്ഞിരുന്നു. എരിയുന്ന വസ്ക്കോലിൽനിന്നുള്ള പുക രോഗനിവാരണവും കാത്ത് ആകാംക്ഷയോടെ ഇരിക്കുന്ന കുർബ്ബഷിയെ ശ്വാസം മുട്ടിച്ചു.

അവസാനം അയാൾ സഹികെട്ടു. തബീബിന്റെ പരിചയക്കുറവു കണ്ട് മനംമടുത്ത് അയാൾ കോപത്തോടെ വിളിച്ചുപറഞ്ഞു:

“തബീബ്, അവനു കൊടുക്ക് ആ കല്ല്! വേണ്ട വിധത്തിൽ അവൻ തന്നെ ചെയ്യട്ടെ!”

ഉലേം വീണ്ടും കുർബ്ബഷിയുടെ തോളിന്റെ നേരെ കുനിഞ്ഞ് അയാളുടെ ചെവിട്ടിൽ എന്തോ മന്ത്രിച്ചു. തന്റെ യജമാനന്റെ നടപടി വേണ്ടത്ര കരുതലില്ലാത്തതായിപ്പോയി എന്ന് അയാൾ മുന്നറിയിപ്പു കൊടുക്കുകയായിരുന്നെന്നു തോന്നി. കാരണം, കുർബ്ബഷി അയാളെ പ്രാകി.

“ആ തെമ്മാടിയെ ഞാനെന്തിനു പേടിക്കണം?” അയാൾ കോപാകുലനായി ചോദിച്ചു. “ആരാച്ചാരും എന്റെ രണ്ടാൾക്കാരും വാളുമായി നിൽക്കുന്നതു പിന്നെന്തിനാണ്? അവർ കുറേക്കൂടി അടുത്തു നിൽക്കട്ടെ. അവനെ ഇവിടെ കൊണ്ടുവരിൻ.”

അവർ പൽവാനെ പീഠത്തിലേക്കു കയറ്റി. വാളുമായി നിന്നവർ കുറേക്കൂടി അടുത്തേക്കു നീങ്ങിനിന്നു.

പൽവാൻ കുർബ്ബഷിയുടെ മുമ്പിൽ മുട്ടുകുത്തിനിന്നുകൊണ്ട് ഇങ്ങനെ പറഞ്ഞു:

“പ്രഭോ. അങ്ങയുടെ ബുദ്ധിമാനായ ഉലേമിന് സംശയമുണ്ടാകാതിരിക്കാൻ എന്റെ കണ്ണുകൾ കൂടി കെട്ടിക്കൊള്ളട്ടെ.”

“കെട്ട്,” പുകയേറ്റ് ചുമച്ചുകൊണ്ട് കുർബ്ബഷി പറഞ്ഞു.

“ഹക്കീം, കല്ലെനിക്കു തരൂ,” കണ്ണ് കെട്ടിക്കഴിഞ്ഞപ്പോൾ പൽവാൻ പറഞ്ഞു.

തബീബ് അയാളുടെ നീട്ടിയ കൈകളിലേക്ക് കല്ലെടുത്തു വച്ചുകൊടുത്തു. ആകെ കുഴങ്ങിക്കൊണ്ട് ഒരു വശത്തേക്കു മാറിനിന്നു.

“മെഴുകുതിരി നോക്കണേ, ഹക്കീം!” പൽവാൻ പറഞ്ഞു. “എപ്പോഴും കല്ലിന്റെ കൂർത്ത അറ്റം കാഴ്ചയില്ലാത്ത കണ്ണിനെതിരാണെന്ന് ഉറപ്പുവരുത്തുകയും വേണം. പ്രഭോ, ഞാൻ തുടങ്ങുന്നു!”

....സാവധാനത്തിലും അനായാസമായും പൽവാൻ കല്ല് അങ്ങോട്ടുമിങ്ങോട്ടും ആട്ടി. ഈ ആട്ടം കാരണം വയ്ക്കോൽ കൂടുതൽ ആളികത്തി. പുകയ്ക്ക് കട്ടി കൂടിക്കൂടിവന്നു. ആഹ്മാദ് പൽവാന്റേയും

കുർബ്ബഷിയുടേയും തലകൾ പുകയിൽ മൂടി. മെഴുകുതിരിയുടെ ജ്വാല പൽവാന്റെ പിന്നിൽ ഇളകിക്കത്തി. തബീബും അവിടെ സന്നിഹിതരായിരുന്ന മറ്റുള്ളവരും ജ്വാല നോക്കുകയും അതേസമയം പൽവാന്റെ കൈകൾ ശ്രദ്ധിക്കുകയും ചെയ്തു.

കണ്ണുകെട്ടിയിരുന്നെങ്കിലും ആ കൈകൾ എപ്പോഴും വളരെ കൃത്യമായിട്ടാണ് നീങ്ങിയത്. കല്ലിന്റെ കൂർത്ത അറ്റം എപ്പോഴും കാഴ്ചയില്ലാത്ത കണ്ണിനു നേരെ എതിരെയായിരുന്നു. അറ്റത്തിന്റെ സ്ഥാനം അല്പം മാറിയപ്പോൾ അയാൾക്ക് മുന്നറിയിപ്പു നൽകാനുള്ള സമയം തബീബിനു ലഭിച്ചില്ല. കാരണം പൽവാൻ ഉടൻ വിളിച്ചു പറഞ്ഞു: “മെഴുകുതിരി” എന്ന്. തബീബുൾപ്പെടെ എല്ലാവരും ഒരു നിമിഷത്തേക്ക് മെഴുകുതിരിയിൽ നോക്കി.

കൃത്യം ആ നിമിഷത്തിലാണ് കല്ലിന്റെ കൂർത്ത അറ്റം കുർബ്ബഷിയുടെ ചെന്നിയിലൂടെ തറച്ചുകയറിയത്.

അടുത്ത നിമിഷത്തിൽ ആരാച്ചാരുടെ വാൾ വായുവിലൂടെ ചീറി. കുർബ്ബഷിയുടെ മൃതദേഹത്തിന്മേൽ പൽവാൻ മരിച്ചു വീണു.

ആരാച്ചാർക്ക് വാളിൽനിന്നു ചോര തുടച്ചുകളയാനുള്ള സമയം കിട്ടുന്നതിനുമുമ്പ് കുതിരസവാരിക്കാരിലൊരാളിന്റെ വെടിയേറ്റ് അയാൾ കൊല്ലപ്പെട്ടു.

ആദ്യത്തേതിനെ തുടർന്ന് കൂടുതൽ വെടികൾ പൊട്ടി. കുർബ്ബഷിയുടെ അനുയായികൾ അന്യോന്യം കൊല്ലാൻ തുടങ്ങി. അവരുടെ വാശിയേറിയ പോരാട്ടം അർദ്ധരാത്രിവരെ നീണ്ടുനിന്നു.

അർദ്ധരാത്രി വാവലിന്റെ ഛായയുള്ള കൊച്ചു വൃദ്ധന്റെ പുരയ്ക്കു തീ പിടിച്ചു. വളരെയേറെയാളുകളുടെയിടയിൽ “ഒറ്റക്കണ്ണൻ കടുവ” എന്ന പേരിലറിയപ്പെട്ടിരുന്ന കുർബ്ബഷിയുടെ മരണവൃത്താന്തം അടുത്തുള്ള ഗ്രാമങ്ങളിലറിയിച്ചുകൊണ്ട് ഒരു കൂറ്റൻ തീക്കുറി മേലോട്ടുയർന്നു.

വേറ ഈൗൻബെർ

വേറ ഈൗൻബെർ ഗദ്യകൃതികൾക്കുകൂടി പ്രസിദ്ധിയാർജ്ജിച്ചിട്ടുള്ള ഒരു സോവിയറ്റ് കവയിത്രിയാണ്. 1890—ൽ ഒദേസ്സയിൽ ജനിച്ചു. നാലു വാല്യങ്ങളിലായി പ്രസിദ്ധീകരിച്ചിട്ടുള്ള അവരുടെ 'തിരഞ്ഞെടുത്ത കൃതികളി'ൽ ഭാവഗീതങ്ങളും നീണ്ട കവിതകളും കുട്ടിക്കഥകളുൾപ്പെടെ നാനാതരം കഥകളും ഉൾപ്പെടുന്നു. 'പൂൾക്കൊവൊയിലെ മധ്യരേഖ' എന്ന നീണ്ട കവിതയും ഉപരോധദിനങ്ങളിൽ ലെനിൻഗ്രാഡിലെ ജീവിതം വിവരിച്ചുകൊണ്ട് 'മൂന്നു വർഷത്തോളം' എന്ന പേരിൽ പ്രസിദ്ധപ്പെടുത്തിയ ലെനിൻഗ്രാഡ് ഡയറിയും അവരുടെ ഏറ്റവും അറിയപ്പെട്ട കൃതികളിൽ പെടുന്നു.

വേറ ഈൗൻബെർ വളരെക്കാലം സോവിയറ്റ് തുർക്ക്മേനിയ, ഉസ്ബെക്കിസ്താൻ, തജിക്കിസ്താൻ എന്നിവിടങ്ങളിൽ താമസിച്ചിട്ടുണ്ട്. അവിടങ്ങളിലെ ജീവിതത്തെക്കുറിച്ചുള്ള കഥകൾ അവരുടെ ഗദ്യകൃതികളിൽ പ്രമുഖമായൊരു സ്ഥാനം വഹിക്കുന്നു.

ചുവടെ കൊടുക്കുന്ന 'നൊർ ബിബി ചെയ്ത കുറ്റം' പുതിയ ഭരണം വിമോചനവും സ്വാതന്ത്ര്യവും സന്തോഷവുമേകിയ ഒരു യുവതിയുടെ കഥയാണ്.

നൊർ ബിബി ചെയ്ത കുറ്റം

I

നൊർ ബിബി ബെഷിക്കിൽ കിടന്നുറങ്ങുമ്പോൾ അവളുടെ അമ്മ മൃദുസ്വരത്തിൽ ഇങ്ങനെ പാടുന്നു:

“പുന്നാരമോളേയുറങ്ങുറങ്ങ്!
നീയൊരു സുന്ദരിയായ് വളരും
തയ്യൽയന്ത്രങ്ങൾ നിനക്കു കാണും
ഒന്നല്ല, രണ്ടെൻ്റെ പൊന്നുമോളേ.
ഓമനേ നീയിങ്ങുറക്കമായോ?
നിന്നുടെ വാർമുടിക്കെട്ടു മിന്നും.
തിന്നുമാനാളൊരു താലത്തിൽത്തന്നെ നീ
മാധുര്യമേറുന്ന മുന്തിരങ്ങ.
നൽകും നീ നിന്നോമൽക്കുഞ്ഞുങ്ങൾക്കായ്
സ്വാദേറും പാലടയെൻ്റെ മോളെ
വേണ്ടത്ര റൊട്ടിയൊരിക്കലും കാണാത്ത
ഞാൻ നിന്നെ തീറ്റുന്നപോലെയല്ല.
തിന്നുകൊഴുത്തു കളിച്ചിടും നിൻ
കുഞ്ഞുങ്ങളാട്ടിൻ കിടാങ്ങളെപ്പോൽ.
ഇല്ല, മരിക്കില്ല നിൻ്റെ മക്കൾ
പട്ടിണിയാലെൻ്റെ മക്കളെപ്പോൽ.”

നൊർ ബിബിയുടെ അച്ഛൻ, തുരന്നെടുത്ത കൊച്ചു മത്തങ്ങകൾ സമർക്കാന്ദ് കമ്പോളത്തിൽ വിറ്റുവന്നു. ചുറ്റും കുതിരരോമം കെട്ടിയിരുന്ന അവ മുറുക്കാനുള്ള പുകയില ഇടിച്ചുപൊടിയാക്കി വയ്ക്കാനാണ് ഉപയോഗിച്ചിരുന്നത്.

മത്തങ്ങകൾ ചെറുതും മാർദ്ദവമേറിയതും ആയിരിക്കുമ്പോൾ, അവയുടെ ചുറ്റും ഒരു ചരടു കെട്ടും. വളർന്നു വലുതാവുമ്പോൾ ഉദ്ദേശിച്ച ആകൃതി കിട്ടാനാണത്.

"മനുഷ്യരെ സംബന്ധിച്ചും ഇതുതന്നെയാണ് സ്ഥിതി," നൊർ ബിബിയുടെ അച്ഛൻ കൂടെക്കൂടെ പറയാറുണ്ടായിരുന്നു, "ദാരിദ്ര്യം നമ്മെ വരിഞ്ഞുകെട്ടി അതിനിഷ്ടം പോലെ രൂപപ്പെടുത്തുന്നു."

നൊർ ബിബി വളർന്നുകൊണ്ടിരുന്നു. താമസിയാതെ അവൾക്ക് എട്ടു വയസ്സായി. മിക്കവാറും വിവാഹപ്രായമായെന്നു പറയാം. അവൾക്ക് വായിക്കാനറിഞ്ഞുകൂടാ. ജീവിതം കണ്ടിട്ടില്ല. അച്ഛൻ കമ്പോളത്തിൽ തൊപ്പിക്കാരുടെ തെരുവിലേക്ക് ഒരിക്കൽ കൂട്ടിക്കൊണ്ടുപോയതൊഴികെ അവൾ ഇത്രയും കാലം വീട്ടിൽത്തന്നെയായിരുന്നു താമസം. സമർക്കാന്ദിൽനിന്നു നാലു കിലോമീറ്ററോളം അകലെയായി അഗളീക്കിലേക്കുള്ള റോഡിൽ ഹൊജാ ആഹ്റാർ എന്ന മുസ്ലീം പള്ളിക്കടുത്തായിരുന്നു വീട്.

പള്ളിയുടെ അകം മനോഹരമായിരുന്നു. പള്ളിയോടു ബന്ധപ്പെട്ട് ഒരു മദ്രസ്സ അഥവാ മതവിദ്യാലയമുണ്ട്. അതിന്റെ മുറികൾ ഒച്ചപ്പാടും ബഹളവുമില്ലാത്ത വൃത്തിയുള്ള ഒരു അങ്കണത്തിലേക്കാണ് തുറന്നിരുന്നത്. ഇമാമുകളാകേണ്ട നിർവ്വികാരരും ദൈവഭക്തന്മാരുമായ ചെറുപ്പക്കാരാണ് അവയിൽ പാർത്തിരുന്നത്. ഒരറ്റത്തു നിന്നു മന്ത്രിക്കുന്ന വാക്കുകൾ മറ്റേ അറ്റത്തു നിൽക്കുന്ന ശ്രോതാവിന്റെ ചെവിയിൽ ചിറകുകളിന്മേലെന്നപോലെ പറന്നെത്തിയിരുന്നുവെന്നതാണ് ആ അങ്കണത്തിന്റെ ഒരു സവിശേഷത. അത് യാദൃച്ഛികമായി സംഭവിച്ചതല്ല. പുരോഹിതനായ മുള്ളായ്ക്ക് തന്റെ അനർഘമായ തൊണ്ട ആയാസപ്പെടുത്താതെ അള്ളായുടെ വിവേകം പ്രചരിപ്പിക്കാൻ കഴിയുമാറ് ബുദ്ധിശാലികളായ നിർമ്മാതാക്കൾ കരുതിക്കൂട്ടി അങ്ങിനെ പണിതതാണ്.

നൊർ ബിബിക്ക് പത്തു വയസ്സായപ്പോൾ സ്ത്രീകളറിഞ്ഞിരിക്കേണ്ട എല്ലാ വിദ്യകളും അവളെ പഠിപ്പിച്ചു. തലമുടി നേർത്ത ഇഴകളായി പിന്നിയിടുക. അനുസരണയുള്ളവളായിരിക്കുക, പുരികമെഴുതുക, അപ്പത്തിനായി ഉള്ളിയരയ്ക്കുക, കുട്ടികളെ നോക്കുക,

പട്ടുനൂൽപ്പുഴുക്കൾക്കു തീറ്റികൊടുക്കാൻ അമ്മയെ സഹായിക്കുക, ഇതെല്ലാം അവൾ പഠിച്ചു.

വസന്തത്തിൽ മൾബെറിമരത്തിന്റെ ഇലകൾ അവയുടെ മൊട്ടുകൾക്കുള്ളിൽ അനങ്ങിത്തുടങ്ങിയപ്പോൾ അവളുടെ അമ്മ അവർക്കു മുമ്പ് അവരുടെ അമ്മയും അമ്മൂമ്മയും ചെയ്തു അതേ കാര്യം ചെയ്തു - പട്ടുനൂൽപ്പുഴുവിന്റെ മുട്ടകൾ ഒരു സഞ്ചിയിലാക്കി തന്റെ തൊലിയോടു ചേർത്ത് തൂക്കിയിട്ടു. തന്റെ ദേഹത്തിന്റെ ചൂടേറ്റ് ആ കൊച്ചുമുട്ടകൾ വിരിയാനാണ് അങ്ങിനെ ചെയ്തത്. കക്ഷത്തിലാണ് അവർ സഞ്ചി വച്ചത്. കടുകോളം മാത്രം വലിപ്പമുള്ള മുട്ടകളെ അവർ ജാഗ്രതയോടെ നോക്കി. നിറം മങ്ങിത്തുടങ്ങിയപ്പോൾ അവർക്കു മനസ്സിലായി കൊച്ചു പുഴുക്കൾ പുറത്തുവരാറായെന്ന്.

നൊർ ബിബിയുടെ അമ്മ ആ 'പട്ടുനൂൻപ്പുഴുവിൽ നിന്നുള്ള പണത്തിനു' വേണ്ടി എത്ര ആറ്റുനോറ്റാണിരുന്നത്! പട്ടുനൂൽപ്പുഴുക്കൂടിന്റെ വിളയിൽ ഈ ദരിദ്രകുടുംബം എത്ര വമ്പിച്ച പ്രതീക്ഷകളാണ് അർപ്പിച്ചിരുന്നത്! അവർക്ക് അതിൽനിന്നും തുച്ഛമായ പണമേ കിട്ടിയിരുന്നുള്ളുവെന്നതു നേരാണ്. വാങ്ങുന്നയാൾ നിസ്സാരവിലയ്ക്ക് പുഴുക്കൂടുകൾ വാങ്ങി വെളിയിലേക്ക് കയറ്റി അയയ്ക്കും. അവിടെനിന്നും അവ ഒരു വിദേശമുദ്രയോടുകൂടി 'അസംസ്കൃതപട്ട്' എന്ന പേരിൽ റഷ്യയിലേക്കു തിരിച്ചുവരും. പക്ഷെ അതെല്ലാം വിദൂരഭാവിയിൽ നടക്കാനിരിക്കുന്ന കാര്യങ്ങളാണ്. ഭാഗ്യസിദ്ധിക്കുവേണ്ടി പ്രാചീനാചാരങ്ങളെല്ലാം അനുഷ്ഠിക്കുന്നതിലായിരുന്നു ഇപ്പോൾ മാതാപിതാക്കളുടെ മുഖ്യശ്രദ്ധ.

ചന്തദിവസം അച്ഛൻ ഒരു നുള്ളു പുഴുവിൻമുട്ടകളെടുത്ത് ത്രിപർണ്ണിപ്പുൽപ്പാടത്തേക്കു പോയി നിലത്തെറിഞ്ഞു. ചന്തയിലെ ആളുകളോളവും പാടത്തെ പുല്ലുകളോളവും പുഴുക്കൂടുകളുണ്ടാവാൻ വേണ്ടിയാണിതു ചെയ്തത്.

പുഴുക്കൾ വേഗം വളരുന്നു. നാലു തവണ അവ ഉറങ്ങും. ഓരോ തവണയും ഇരുപത്തിനാലുമണിക്കൂർ നേരത്തേക്കാണ് ഉറക്കം. ഈ സമയത്താണ് അവയുടെ തൊലി പൊളിഞ്ഞു പോകുന്നതും അവ വലുതായിവരുന്നതും. അവസാനമാകുമ്പോൾ അവ മുട്ടയിൽനിന്നും വിരിയുമ്പോഴത്തേക്കാൾ പതിനായിരം മടങ്ങു വലുതാകുന്നു.

ഒന്നിനു മേലൊന്നായി വച്ചിട്ടുള്ള പ്രത്യേക തട്ടുകളിലാണ് അവയെ സൂക്ഷിക്കുന്നത്. മുറി മുഴുവൻ തട്ടുകളെക്കൊണ്ട് നിറഞ്ഞിരിക്കും. വീട്ടുകാർ മുറ്റത്തേക്ക് താമസം മാറ്റും. അവിടെ വേനൽക്കാലത്ത് അടുപ്പുകൂട്ടുന്ന, മേൽക്കൂരയോടു കൂടിയ ഒരിടമുണ്ട്. പുറത്ത് നല്ല

വെയിലിൽ ദാരിദ്ര്യം കൂടുതൽ തീക്ഷ്ണതയോടെ അനുഭവഗോചരമാകുന്നു. കീറിയ കിടക്കകളിൽ നിന്നും അഴുക്കുപുരണ്ട പഞ്ഞി പുറത്തേക്കു തൂങ്ങിക്കിടക്കുന്നു. കുംഗാനുകൾ അഥവാ ചെമ്പുപാത്രങ്ങളെല്ലാം ചുളുങ്ങി കരിപിടിച്ചിരിക്കുന്നു. മൺകുടങ്ങളിൽ പൊട്ടു വീണിട്ടുണ്ട്.

ഭാവിയിലെ പട്ട് ഭയാശങ്കകളോടെയാണ് അമ്മ കാത്തുസൂക്ഷിച്ചത്. എന്നാൽ കഴുകാത്തതും പണിയെടുത്തു തളർന്ന് വിയർപ്പൊഴുകുന്നതുമായ ദേഹത്തിലെ ദുസ്സഹമായ ഈർപ്പത്തിൽ വിരിയുന്ന മുട്ടകളിൽനിന്ന് ശക്തിയും ആരോഗ്യവുമില്ലാത്ത പുഴുക്കളാണ് പുറത്തു വരുന്നത്.

“പിന്നെയും ഭാഗ്യമില്ല,” ഓരോ തവണ അവയുടെ തൊലി പൊഴിയുമ്പോഴും അമ്മ നെടുവീർപ്പിടും. “പിന്നെയും അവ ഉറങ്ങാൻ കിടന്നിട്ട് സമയത്തിന് ഉണരുന്നില്ല. അതും എന്തെല്ലാം ജാതിയുണ്ട് അവറ്റയിൽ! നോക്കുമ്പോൾ കരയാൻ തോന്നുന്നു. കുത്തു വീണതും വേർപിരിക്കാനൊക്കാത്തവിധം ഇരട്ട പെറ്റതും ഒരുപാടുണ്ടായിരിക്കും.”

നൊർ ബിബിക്ക് ഇതുമായിട്ടൊന്നും വലിയ ബന്ധമുണ്ടായിരുന്നില്ല. മൾബെറി ഇലകൾ പറിക്കുകയായിരുന്നു അവളുടെ ജോലി. അവൾ മരത്തിൽ കയറി ഒരു കൊമ്പിന്റെ തലപ്പ് ഒരു കൈകൊണ്ട് പിടിച്ച് മറ്റേ കൈ കൊണ്ട് ഇലകൾ അടർത്തിയെടുത്ത് ചൂരൽക്കൊട്ടയിലിടും. കൈ കഴയ്ക്കുമ്പോൾ ഒരു പക്ഷിയെപ്പോലെ ആ മരത്തിൽ വെറുതെയങ്ങിരിക്കും. അടുത്തു നിന്നിരുന്ന പഴക്കമുള്ള കറുത്ത ബീച്ചുമരത്തിൽ ഒരു കൊക്കുണ്ട്. അതിനേയും നോക്കിക്കൊണ്ടിരിക്കും. ആ പക്ഷികളുടെ കുടുംബത്തെ നോക്കിയപ്പോൾ അതും തന്റെ കുടുംബവുമായി വളരെയേറെ സാദൃശ്യമുള്ളതായി അവൾക്കു തോന്നി. അവിടെയും ധാരാളം കുട്ടികളുണ്ട്. അവയ്ക്കെല്ലായ്പ്പോഴും വിശപ്പാണ്. തള്ളപ്പക്ഷി എപ്പോഴും വീട്ടിലിരിപ്പാണ്. തന്തമാരുടെ കാര്യത്തിലാണ് വ്യത്യാസം. അടുത്തുള്ള ഒരു കുളത്തിൽ നിന്ന് ഒരു തവളയേയും കൊണ്ടല്ലാതെ തന്തപ്പക്ഷി ഒരിക്കലും വീട്ടിൽ വരില്ല. ശോഷിച്ച്, പ്രാരാബ്ധത്താൽ തളർന്ന മുഖവുമായി തന്റെ അച്ഛൻ വായുവിലൂടെ പറക്കുന്നത് നൊർ ബിബി ഭാവനയിൽ കണ്ടു. കയ്യുകളുടെ ആയത്തിലാണ് മുന്നോട്ട് നീങ്ങുന്നത്. വരയിട്ട വസ്ത്രം വായുവിൽ പരന്നു കിടക്കുന്നു. ഒരു കക്ഷത്തിൽ ഒരിറച്ചിക്കഷ്ണമുണ്ട്. അഹ്ലാദത്തോടെ ഉച്ചത്തിൽ ആർത്തുവിളിച്ചുകൊണ്ട് അച്ഛൻ മുറ്റത്തിനു ചുറ്റുമുള്ള മൺമതിലിലേക്കും അവിടുന്നു നിലത്തേക്കും പറന്നുവന്നു. അമ്മ പുലാവുണ്ടാക്കാൻ അരിയിലെ കല്ല്

പെറുക്കുകയാണെന്നവൾസങ്കല്പിച്ചു. എന്തൊരു കെട്ടുകഥ!

പക്ഷെ കെട്ടുകഥകൾ ആലോചിച്ചിരിക്കാനുള്ള സമയം തീരാറായി. നൊർ ബിബിക്കിപ്പോൾ വയസ് പന്ത്രണ്ടായി. മറ്റു പെൺകുട്ടികളോടൊപ്പം പുരികമെഴുതിക്കൊണ്ട് അവൾ മുറ്റത്തിരിക്കുകയാണ്. കുട്ടികൾ തോട്ടിൽനിന്ന് ഒരു ഉടഞ്ഞകപ്പിൽ വെള്ളം കൊണ്ടുവന്ന് അതിൽ ചായം കലർത്തും. ഒരു കൊച്ചുകമ്പ് ചായത്തിൽ മുക്കി മുകളിൽ കൂട്ടിമുട്ടത്തക്കവണ്ണം പുരികങ്ങൾ രണ്ടും നീട്ടി വരയ്ക്കും. അവർ തല ആദ്യം വലത്തോട്ടും പിന്നീട് ഇടത്തോട്ടും തിരിക്കുന്നു. നീലച്ചാലുകൾ കവിളുകളിലൂടെ ഒഴുകുന്നു. പക്ഷെ ഭാവിസൗന്ദര്യത്തെ വിഘാതപ്പെടുത്തുമോ എന്ന ഭയന്ന് ആരും അവ തുടച്ചുകളയുന്നില്ല. പശവച്ച് ഈയത്തകിടും കക്കകളും പതിച്ച ഒരു കൊച്ചുകണ്ണാടി കൈമാറിക്കൊണ്ടിരിക്കുന്നു. പെൺകുട്ടികൾ വർത്തമാനം പറഞ്ഞുകൊണ്ടിരിക്കുകയാണ്.

“സറഹാൻ, വെയിലത്തിരിക്ക്, തണലത്തിരിക്കല്ലേ, അല്ലെങ്കിൽ പുരികമെഴുതിയതെല്ലാം ഒലിച്ചുപോകും. പിന്നെ ഫലമൊന്നുമുണ്ടാവില്ല.”

“ആ കണ്ണാടി എനിക്കു താ, ഗൽഹാർ. ഞാനായിരിക്കും ഏറ്റവും സുന്ദരി, സംശയമില്ല. നാളെ ഞാൻ മുടി വീണ്ടും പിന്നിക്കെട്ടും.”

“പുരികമില്ലാതെ വെറും കണ്ണുകൾ മാത്രമുള്ള സ്ത്രീകളുണ്ടെന്നു കേട്ടിട്ടുണ്ട്. അവർക്കു നാണമില്ലേ? എനിക്ക് അത്തരം സ്ത്രീകളെ മനസ്സിലാവുന്നില്ല.”

“നൊർ ബിബി, നിനക്ക് ഒരു കഷണം അപ്പം വേണോ? നീ അതിൽ തുറിച്ചുനോക്കുന്നതു കണ്ട് ചോദിച്ചതാണ്.”

“ആ കണ്ണാടി ഇങ്ങു താ, അദലത്ത്.”

“ഷരിഫാ. ആ കണ്ണാടി എനിക്കു താ.”

നൊർ ബിബി ഇങ്ങനെ നീലക്കവിളുകളും കയ്യിൽ ഒരു കഷ്ണം അപ്പവുമായി ഇരിക്കുമ്പോഴാണ് അയൽപ്പക്കത്തുള്ള പണക്കാരനായ മീർ ഷഹീദ് അവളെ കണ്ടത്. അവൾ സുന്ദരിയായിരുന്നു. അക്കൂട്ടത്തിൽ ഏറ്റവും സുന്ദരി. അവളുടെ അച്ഛൻ ദരിദ്രനുമായിരുന്നു. അതുകൊണ്ട് മീർ ഷഹീദ് അവളെ ഭാര്യയായി വിലയ്ക്കു വാങ്ങി.

അങ്ങിനെ ജീവിതത്തിലാദ്യമായി നൊർ ബിബിയുടെ മുഖം ഒരു “ചച്‌വൻ” കൊണ്ടു മൂടപ്പെട്ടു. പുറത്തേക്കു നോക്കാൻ കുതിരരോമം കൊണ്ടുള്ള ഒരു വലയോടുകൂടിയ ഒരു തടിച്ച പർദ്ദയാണത്. ഒരു നിമിഷത്തേക്ക് അവൾക്കതിഷ്ടപ്പെട്ടു. താൻ വളർന്നു വലുതായി എന്നൊരു

തോന്നൽ. എന്നാൽ കുതിരരോമം കൊണ്ടുള്ള വലയിലൂടെ പൂത്തു നിൽക്കുന്ന അപ്രിക്കോട്ടുമരത്തിലേക്കു നോക്കുമ്പോൾ (അപ്പോൾ വസന്തകാലമാണ്) അവൾക്കതു തിരിച്ചറിയാൻ കഴിയുന്നില്ല. കൊമ്പുകളിലെ പൂക്കളെല്ലാം ചാരവും മണ്ണും കൊണ്ടുണ്ടാക്കിയ പോലെ ചാരനിറം പൂണ്ടിരിക്കുന്നു. നൊർ ബിബി പർദ്ദ മാറ്റുമ്പോൾ ഒരു നിമിഷത്തേക്ക് ആ വൃക്ഷം ഇളം ചുവപ്പുനിറം പൂണ്ട് പ്രശോഭിക്കുന്നു. മുകളിൽ നീലാകാശം പ്രാകാശിക്കുന്നു. പഞ്ഞിപോലെ വെളുത്ത തല്ലക്കൊക്ക് കടുംചുവപ്പുനിറത്തിലുള്ള കൊക്കുമായി മരത്തിന്റെ പച്ചിലപ്പടർപ്പുകൾക്കിടയിൽ ഇരിക്കുന്നു. പക്ഷെ പർദ്ദ വീണ്ടും മുഖത്തിടുന്നതോടെ എല്ലാ നിറങ്ങളും മങ്ങിമറയുന്നു.

നൊർ ബിബി വിവാഹിതയാണ്. അമ്മ പ്രവചിച്ചതു പോലെ അവൾക്ക് രണ്ടു തയ്യൽ യന്ത്രങ്ങളുണ്ട്. കൈകൊണ്ടും കാൽകൊണ്ടും കറക്കാവുന്നവ. കൂടാതെ മൂന്നാമതൊരു യന്ത്രമുണ്ട്, ഒരു പാട്ടുപെട്ടി. പക്ഷെ തന്റെ ഭർത്താവ് ഒരു വൃദ്ധനായിരിക്കുകയും തനിക്കയാളോട് സ്നേഹമില്ലാതിരിക്കുകയും ചെയ്യുമ്പോൾ ഇതുകൊണ്ടെല്ലാം അവൾക്കെങ്ങിനെ സന്തോഷം ലഭിക്കാനാണ്? ഒരു സ്ത്രീയുടെ ദൗർഭാഗ്യമെന്നു പറയുന്നതിതാണ്. ലോകത്തോളം പഴക്കമുണ്ടതിന്. മീർ ഷഹീദിന്റെ ഒന്നാം ഭാര്യയെ സംബന്ധിച്ചാണെങ്കിൽ, തനിക്കും ഒരു കാലത്ത് പന്ത്രണ്ടു വയസ്സായിരുന്നുവെന്ന കാര്യം അവൾ പാടേ മറന്നിരിക്കുകയാണ്. യുവാക്കളുടെ യുവത്വം അവൾക്കു പൊറുക്കാൻ കഴിയുന്നില്ല. പോരെങ്കിൽ അവൾ ക്രൂരഹൃദയയുമാണ്.

മീർ ഷഹീദ് അസൂയാലുവാണ്. ഒരിക്കൽ തന്റെ ചെറുപ്പക്കാരി ഭാര്യ പെരുവിരലിൽ നിന്ന് അടുത്ത മുറ്റത്തേക്ക് എത്തിനോക്കുന്നത് അയാൾ കണ്ടു. മതിലിന് പൊക്കം കൂട്ടാൻ അയാൾ പണിക്കാരോട് ആജ്ഞാപിച്ചു. നൊർ ബിബി എത്ര വേഗം വളർന്നാലും മതിലിന്റെ പൊക്കം അതിലും വേഗം കൂടുന്നു.

ചുറുചുറുക്കുള്ള കാലുകളാണ് അവളുടേത്. ഓടിനടക്കണമെന്ന് അവൾക്കുണ്ട്. ഒരു കഴുതക്കുട്ടിയുടെ പുറകെ അവൾ മുറ്റത്ത് ഓടി. പക്ഷെ ഒന്നാം ഭാര്യ അവളുടെ നേരെ ഒച്ചയെടുത്തു.

"നിന്റെ ഭർത്താവിന്റെ മോനെ കൊല്ലണമെന്നാണ് നിന്റെ ആഗ്രഹം, അല്ലേ? കാരണം അടുത്തുതന്നെ നീ നല്ല ശക്തിയുള്ള ഒരാൺകുട്ടിയെ പ്രസവിക്കും. പടിക്കലേക്കു നോക്കരുത്. നോക്കിയാൽ കുട്ടിയുടെ ചുണ്ട് തടിച്ചിരിക്കും. മഴയത്തിറങ്ങരുത്. ഇറങ്ങിയാൽ കുട്ടിയുടെ മുഖത്ത് വസൂരിക്കുത്തുണ്ടാവും. എന്റെ സുന്ദരിയായ ധർമ്മക്കാരിപ്പെണ്ണേ, നിന്നെ അവർ ഒന്നും പഠിപ്പിച്ചില്ലേ?"

മീർ ഷഹീദ് ആഗ്രഹിച്ചത് മകനെയാണെങ്കിലും ജനിച്ചതു മകളാണ്.

"എനിക്കന്നേ അറിയാമായിരുന്നു," ഒന്നാം ഭാര്യ വിലപിച്ചു.

"ഞാൻ നിങ്ങളോടു പറഞ്ഞില്ലേ! എന്റെ പൊന്നു മീർ ഷഹീദ്! അവൾ നിങ്ങൾക്കു പെൺമക്കളെ മാത്രമേ തരൂ. അല്ലെങ്കിൽ കണ്ടോളൂ. ചില പെണ്ണുങ്ങൾ അത്ര നാണം കെട്ടവരാണ്."

നൊർ ബിബിയുടെ മകൾ തൊട്ടിലിൽ കിടന്നുറങ്ങുകയാണ്. അടുത്താരുമില്ലാത്തപ്പോൾ അവളുടെ അമ്മ പാടുന്നു:

തങ്കമേ കണ്മണീ വാവയുറങ്ങു നീ
യൗവനയുക്തയായ് നീ വളരും.
നിന്നോമൽ കണ്ഠത്തിൽ താലി ചാർത്തുന്നവൻ
വൃദ്ധനാവില്ല പണമില്ലേലും.
നീയവൻതന്നുടെ മാനസക്ഷേത്രത്തി-
ലാദ്യത്തെ ദേവതയായിരിക്കും
നിന്റെ കുഞ്ഞാണെന്നോ പെണ്ണെന്നോ നോക്കാതെ
നിൻപതി സാമോദം സ്വീകരിക്കും
ആപ്പിളും മാതളനാരകവും നല്ല
പീച്ചിൻപഴമാകാത്താർക്കു കുറ്റം?
അപ്പിളിനേക്കാളും മാതളത്തേക്കാളും
മോശമോ നീയെന്റെ പൊന്നുമോളേ?

കാലം പോകുന്നു. ഏതാനും വർഷങ്ങൾക്കു മുമ്പ് ഒന്നിച്ചിരുന്നു പുരികമെഴുതിയ അതേ പെണ്ണുങ്ങൾ ചിലപ്പോൾ വീണ്ടും ഒരു മുറ്റത്ത് ഒത്തുകൂടാനിടയാകുന്നു. അവരെല്ലാവരും തന്നെ വിവാഹിതരായിട്ടു വളരെ വർഷങ്ങളായി. ചിലർക്കു വാർദ്ധക്യം തോന്നിത്തുടങ്ങി. കുട്ടികൾ സമീപത്ത് കളിക്കുന്നുണ്ട്. സൂര്യൻ അടുത്തുതന്നെ അസ്തമിക്കും. കുട്ടികളുടെ നിഴലുകൾ മിനിട്ടുതോറും നീണ്ടുവരുന്നു. പെണ്ണുങ്ങൾ ദുഃഖിതരാണ്. അകാലവാർദ്ധക്യത്തിന്റെ കരിനിഴലാണ് അവരുടെ മുമ്പിൽ നീണ്ടുകിടക്കുന്നത്. അവർ വർത്തമാനം പറഞ്ഞുകൊണ്ടിരുന്നു.

"സറഹാൻ, വെയിലത്തു വന്നിരിക്ക്, നീ വല്ലാതെ വിളറിയിരിക്കുന്നല്ലോ. സുഖമില്ലെന്നു തോന്നുന്നു."

"നൊർ ബിബി, നിനക്ക് എന്റെ കൊച്ചു മോനെ എടുക്കണമെന്നുണ്ടോ? നീ അവനെ തുറിച്ചുനോക്കുന്നതു കണ്ടിട്ട് ചോദിച്ചതാണ്."

"ചില സ്ത്രീകൾ മുഖം മൂടാതെ തെരുവിലൂടെ നടക്കുന്നതായി

കേൾക്കുന്നു. എനിക്ക് അത്തരം സ്ത്രീകളെ മനസ്സിലാകുന്നേയില്ല!"

"പക്ഷെ എനിക്ക് മനസ്സിലാവുന്നുണ്ട്," നൊർ ബിബി പെട്ടെന്നു പറഞ്ഞു.

"മിണ്ടാതിരി, മിണ്ടാതിരി, നൊർ ബിബി. നീ എപ്പോഴും അനുസരണയില്ലാത്തവളായിരുന്നു. നീ മതിലിനു മുകളിലൂടെ നോക്കി. ചിലപ്പോൾ ഭർത്താവിനോടു തർക്കിക്കുന്നു. ഒന്നാം ഭാര്യയോടു വഴക്കിടുന്നു. ശരിയല്ലേ ഇപ്പറയുന്നത്?"

നൊർ ബിബി ഒന്നും മിണ്ടാതെ എല്ലാം കേട്ടു. അല്ല, ശരിയല്ല അപ്പറഞ്ഞത്. മറ്റുള്ളവരെപ്പോലെ അനുസരണയുള്ളവളാണവൾ. അവരെപ്പോലെ നിസ്സഹായയും.

"മിണ്ടാതിരി. പർദായെ ശപിക്കല്ലെ," അയൽക്കാരി ഭയപ്പാടോടെ ആവർത്തിച്ചു. "അത് മുഖം മൂടുന്നതുകൊണ്ട് അവിടെ എന്താണെഴുതിയിട്ടുള്ളതെന്ന് ആരുമറിയില്ല. ഒരു സ്ത്രീയെ സംബന്ധിച്ചിടത്തോളം അതു നല്ലതാണ്. പർദായില്ലെങ്കിലാണ് കുഴപ്പം. ഗുൽ ജമാലിനു പറ്റിയത് ഓർക്കുന്നില്ലേ?"

"ഗുൽ ജമാലിന് എന്താണ് പറ്റിയത്?" നാട്ടുകാര്യങ്ങളറിഞ്ഞുകൂടാത്ത, ജിസാക്കുകാരിയായ ഒരു സ്ത്രീ ചോദിച്ചു.

"അറിഞ്ഞുകൂടേ? ശരി, പറഞ്ഞുതരാം. ഞങ്ങളുടെ ഒരു സ്നേഹിതയായിരുന്നു ഗുൽ ജമാൽ. ഒരു ദിവസം വൈകിട്ട് അവൾ മുറ്റത്തു നിന്ന് വീട്ടിനകത്തേക്കു കയറി. സംഭവിക്കാൻ പോകുന്നതെന്താണെന്ന് അറിയാമായിരുന്നെങ്കിൽ അവൾ അകത്തേക്കു കയറുകയില്ലായിരുന്നു. തണുപ്പുകാലമായിരുന്നു. പുറത്ത് തണുപ്പ്. മുറിക്കകത്ത് ഒരു പാത്രത്തിൽ കുറേ കരിക്കനൽ കത്തുന്നുണ്ട്. അവിടെ അവളുടെ കെട്ടിയവന്റെ ആങ്ങള ഇരിക്കുന്നുണ്ടായിരുന്നു. ചൂടു കിട്ടാൻ വേണ്ടി ഗുൽ ജമാൽ കനലിനടുത്തുപോയി ഇരുന്നു. മുഖം ചൂടു തട്ടി ചുവന്നു. ഭർത്താവ് മടങ്ങിവന്നപ്പോൾ അവളുടെ മുഖം ചെമ്പരത്തിപ്പൂപോലെ ചുവന്നിരിക്കുന്നതു കണ്ടു. അവളുടെയടുത്ത് തന്റെ സഹോദരനുമിരിപ്പുണ്ട്. ഭർത്താവ് അവളെ നോക്കിയിട്ടു പറഞ്ഞു, "ഒരു നിമിഷം പുറത്തു വാ. ഞാൻ നിനക്കു കൊണ്ടുവന്നിരിക്കുന്നതെന്താണെന്നു കാണിച്ചുതരാം." അവൾ മുറ്റത്തേക്കിറങ്ങിയപ്പോൾ അയാൾ അവളോടു പറഞ്ഞു: "എന്റെ സഹോദരനുമായി അവിഹിതബന്ധം വച്ചാൽ നിനക്ക് കിട്ടുന്നതെന്താണെന്നു കാട്ടിത്തരാം." ഇത്രയും പറഞ്ഞുകൊണ്ട് അയാൾ അവളുടെ പള്ളയ്ക്കു നാലു തവണ കുത്തി. അവൾ മരിച്ചുവീണു."

ജിസാക്കുകാരി ഒന്നും പറഞ്ഞില്ല. മറ്റുള്ളവരും മിണ്ടിയില്ല. എന്തു മിണ്ടാനാണ്!

കാലം പൊയ്ക്കൊണ്ടിരുന്നു. 1917 വന്നു. റഷ്യയിൽ ചോര ചൂടുപിടിപ്പിക്കുന്ന സംഭവങ്ങൾ നടക്കുന്നുണ്ടായിരുന്നു. പക്ഷെ അഗളീക്കിലേക്കുള്ള റോഡിൽ സ്ഥിതിചെയ്തിരുന്ന ഹൊജാ ആഹ്റാറിലെ മുസ്ലീം പള്ളിയിൽ മച്ചിലെ ചിത്രങ്ങൾ വർണ്ണോജ്വലമായിത്തന്നെ തുടർന്നു. പണ്ടത്തെപ്പോലെ ധനികകുടുംബങ്ങളിലെ ചെറുപ്പക്കാർ ഖുർആൻ പഠിക്കുകയും മദ്രസ്സയിലെ ഒന്നാന്തരം മുറ്റം വെളുത്ത താടിയുള്ള മുള്ളയുടെ വാക്കുകൾ അവരുടെ ചെവിയിൽ വ്യക്തമായി എത്തിക്കുകയും ചെയ്തുവന്നു.

പ്രതിവിപ്ലവത്തിനെതിരായ സമരത്തിന്റെ മ്യൂസിയം - പൗരസ്ത്യദേശത്തു നടന്ന ആഭ്യന്തരയുദ്ധത്തിന്റെ ആ ചരിത്ര വിവരണം- താഷ്ക്കെന്റിൽ തുറന്നത് വളരെക്കൊല്ലങ്ങൾക്കു ശേഷമാണ്. മ്യൂസിയത്തിന്റെ ശേഖരം തയ്യാറായിരുന്നില്ല. പ്രദർശനവസ്തുക്കൾ പ്രദേശമാകെ ചിന്നിച്ചിതറി കിടന്നിരുന്നു. ബസ്മച്ചി*കളുടെ പക്കലുണ്ടായിരുന്ന ആധുനിക ബ്രിട്ടീഷ് തോക്കുകൾ, പഴയ ചക്കുമുക്കിത്തോക്കുകൾ, വെടിത്തിര സഞ്ചികൾ, വാളുകൾ, വീട്ടിലുണ്ടാക്കിയതും ലീയെജിലെ ഒരു ഫാക്ടറിയിൽ നിർമ്മിച്ചതുമായ ലോഹക്കയ്യുറകൾ, ജീനികൾ, തോലുറകളിൽ പൊതിഞ്ഞ കോപ്പകൾ, ദൃഷ്ടി ദോഷത്തിനും വെടിയുണ്ടകൾക്കുമെതിരായ മന്ത്രത്തകിടുകൾ, പിടിയിൽ ആമത്തോടടിച്ച കഠാരകൾ, കഷ്ഗാർ കത്തികൾ - ഇവയെല്ലാം അതിൽപെടും. ഈ കഷ്ഗാർ കത്തികളിലൊരെണ്ണം ഉപയോഗിച്ചാണ് പേരുകേട്ട ഒരു ബസ്മച്ചീ നേതാവ് ഒരു സ്ത്രീയെ സാവധാനത്തിൽ, ഒരു മണിക്കൂർ സമയം കൊണ്ട്, വയറു മുതൽ കഴുത്തുവരെ - പിടയ്ക്കുന്ന ഹൃദയം പുറത്തു കാണമാറ് - അറുത്തുകീറിയത്. ആ സ്ത്രീയുടെ ഗ്രാമത്തിൽപ്പെട്ടവർ കവർച്ചാസംഘനേതാവായ കുർബ്വഷിയോട് യാചിച്ചു, ദയവുവിചാരിച്ച് അവളെ തൽക്ഷണം വധിക്കണമെന്ന്. പക്ഷെ അവൾ മരിക്കാൻ കുർബ്വഷി സമ്മതിച്ചില്ല. ഉടനടി കൊല്ലാതെ അറുത്തുമുറിക്കേണ്ടതെങ്ങിനെയെന്ന് അയാൾക്കറിയാമായിരുന്നു. അയാളതിൽ ഒരു വിദഗ്ദ്ധൻ തന്നെയായിരുന്നു. വയറിൽനിന്ന് സാവധാനത്തിൽ കഴുത്തിലേക്കു കത്തിയോടിക്കുമ്പോൾ അയാൾ സാവധാനത്തിൽ അവളോടു പറഞ്ഞു:

"മുഖം പുറത്തു കാട്ടുന്ന സ്ത്രീ അവളുടെ ഹൃദയമാണ് പുറത്തു

*പ്രതിവിപ്ലവകവർച്ചസംഘങ്ങളിലെ അംഗങ്ങൾ

കാട്ടുന്നത്. മകളേ നിന്റെ പ്രവൃത്തി തുടരുകമാത്രമാണ് ഞാൻ ചെയ്യുന്നത്."

"മഹാത്മാവേ! അങ്ങേയ്ക്കു തെറ്റു പറ്റി," മണ്ണിൽ കിടന്നിഴഞ്ഞുകൊണ്ട് അവളുടെ ഗ്രാമവാസികൾ വിലപിച്ചു. "അതിവളായിരുന്നില്ല. ഇവൾ ഒരിക്കലും പർദ മാറ്റിയിട്ടില്ല. ഞങ്ങൾ അത് ആണയിട്ടു പറയാം."

"ഇവളല്ലെങ്കിൽ മറ്റൊരുത്തി," കുർബ്വഷി പറഞ്ഞു. "എനിക്കെല്ലാം ഒന്നുതന്നെ."

II

കാലം പൊയ്ക്കൊണ്ടിരുന്നു. വലുതും ചെറുതുമായ സംഭവങ്ങൾ നടന്നുകൊണ്ടിരുന്നു. ചെറിയ സംഭവങ്ങളുടെ കൂട്ടത്തിൽ എടുത്തു പറയാവുന്ന ഒന്ന് മീർ ഷഹീദിന്റെ മുറ്റത്തിനു ചുറ്റുമുള്ള മതിലിന്റെ ഒരു ഭാഗം ഇടിഞ്ഞു വീണുവെന്നതാണ്. അത് മഴവെള്ളത്തിൽ ഒലിച്ചു പോയതാണ്. വീണ്ടും കെട്ടിക്കാൻ മീർ ഷഹീദ് ഭയപ്പെട്ടു.

"മീർ ഷഹീദ് പണക്കാരനാണെന്ന് അവർ പറയും," അയാൾ ഒന്നാം ഭാര്യയോടു പറഞ്ഞു. "സ്വത്ത് ഒളിച്ചുവയ്ക്കാൻ ഇത്ര ധൃതിയാണെങ്കിൽ ഒരുപാട് സ്വത്ത് കാണുമെന്ന് അവർ പറയും. ഞാൻ പാവമാണ്. നിർദ്ധനനാണ്. പണ്ട് മൂന്നു പണിക്കാരുണ്ടായിരുന്നിടത്ത് ഒരു പണിക്കാരനുള്ളത് കാര്യമാക്കാനുണ്ടോ? രണ്ട് തയ്യൽയന്ത്രവും ഒരു പാട്ടുപെട്ടിയുമുൾപ്പെടെ മൂന്ന് യന്ത്രങ്ങളുണ്ടായിരുന്നിടത്ത് ഒരു തയ്യൽയന്ത്രമുള്ളത് കാര്യമാക്കാനുണ്ടോ? ഞാൻ പണക്കാരനല്ല, സഖാക്കളേ. നിങ്ങൾതന്നെ വന്നു കാണൂ. ഞാൻ നിർദ്ധനനാണ്."

നൊർ ബിബിക്കിപ്പോൾ വയസ് ഇരുപത്തഞ്ചായി. മൂന്നു കുട്ടികളുടെ മാതാവായ ഒരു മദ്ധ്യവയസ്കയായിട്ടാണ് അവൾ സ്വയം കരുതുന്നത്. കണ്ണുതട്ടാതിരിക്കാൻ കുഞ്ഞിത്തൊപ്പികളിൽ മൂങ്ങാത്തൂവലുകൾ വച്ചിട്ടും മറ്റു മൂന്നു കുട്ടികൾ മരിച്ചുപോയി. ആ സുശക്തമായ രക്ഷ കൊണ്ടുപോലും ഫലമുണ്ടായില്ല. ഒരു വർഷത്തെ വേനലിൽ മൂന്നു കുട്ടികളും വയറുകടി പിടിച്ചു മരിച്ചു. അവർ മരിച്ചതെന്തുകൊണ്ടാണെന്നോ അവരെ രക്ഷിക്കാനെന്തു ചെയ്യണമെന്നോ നോർ ബിബിക്കു നിശ്ചയമില്ലായിരുന്നു.

അതെ, വലുതും ചെറുതുമായ സംഭവങ്ങൾ നടന്നുകൊണ്ടിരുന്നു. മതിലിടിഞ്ഞിടത്തുകൂടി പുറത്തേക്കു നോക്കുമ്പോഴെല്ലാം നൊർ ബിബി പുതിയ പുതിയ കാര്യങ്ങൾ കണ്ടു. കഴുതയുടേയും ഒട്ടകത്തിന്റേയും സ്ഥാനത്തു വന്ന ആദ്യത്തെ മോട്ടോർ കാറും ആദ്യത്തെ

ലോറിയും അവൾ കണ്ടു. ഒരു വിമാനം - ഒരു പറക്കുംകുതിര - മലകളുടെ മീതേക്കൂടി പറന്നുവന്ന് അടിവാരത്തിലുള്ള കുന്നിന്മേൽ ഇറങ്ങി. വിമാനത്താവളമെന്നു പറയുന്ന വലിയൊരു ലായം അതിനു വേണ്ടി പണിതിട്ടുണ്ടെന്നായിരുന്നു ജനസംസാരം.

അഗളീക്ക് റോഡിലൂടെ പോയിരുന്ന സ്ത്രീകളിൽ ചിലർക്ക് മുഖാവരണമില്ലായിരുന്നു. തണലത്തു വളർന്നുവന്ന മദ്രസ്സയിലെ ഉൽകൃഷ്ടയുവാക്കൾ ഹൊജാ ആഹ്റാറിന്റെ കൊത്തു വാതിലുകളിലൂടെ കണ്ണുചിമ്മി പുറത്തുകടന്നു. പിന്നെ മടങ്ങി വന്നില്ല. അവർ മാറോടു ചേർത്തുപിടിച്ചിരുന്ന പുസ്തകങ്ങളുടെ മെഴുകു പുരട്ടിയ താളുകൾ നിറയെ അറബിലിപികളിൽ എഴുതിയിരുന്നു. ഉസ്ബെക്ക് ചെറുപ്പക്കാർ ചായക്കടകളിലിരുന്നു പത്രം വായിച്ചുകൊണ്ടിരുന്നു. പഴയ മുസ്ലീം പള്ളിക്കു തൊട്ടടുത്തുള്ള ചെറിയൊരു വെളുത്ത വീട്ടിൽ പുറം രോഗികളെ ചികിത്സിക്കുന്ന ഒരു ക്ലിനിക്ക് തുറന്നു. കുട്ടികൾ പള്ളിക്കൂടങ്ങളിൽ പോയി. കിൻഡർഗാർട്ടനുകൾ തുറന്നു.

നൊർ ബിബി ഇതെല്ലാം കണ്ടെങ്കിലും അവളുടെ ജീവിതം പഴയപടി തുടർന്നു.

"ഇതെല്ലാം ചെറുപ്പക്കാർക്കു കൊള്ളാം," അവൾ വിചാരിച്ചു. "പക്ഷെ ഞാൻ... ഞാൻ എവിടെ പോകാനാണ്? എനിക്ക് കുട്ടികളുണ്ട്. അവരെ തീറ്റിപ്പോറ്റണം. എനിക്കു പണമില്ല."

നൊർ ബിബി അതുകൊണ്ട് പഴയതുപോലെതന്നെ ജീവിതം തുടർന്നു. മതിലിടിഞ്ഞെങ്കിലും മീർ ഷഹീദിന് ഇപ്പോഴും നല്ല കരുത്തുണ്ട്. കിടുകിടെ വിറച്ചുകൊണ്ട് സോവിയറ്റധികാരത്തിന്റെ കാൽക്കൽ സാഷ്ടാംഗം വീണെങ്കിലും അയാൾ ഇപ്പോഴും ജീവിക്കുന്നു. അയാൾക്ക് പണിക്കാരാരുമില്ല, കഴുതയില്ല. രണ്ടു ഭാര്യമാരാണ് അയാൾക്ക് ആകെക്കൂടി അവശേഷിച്ച സ്വത്ത്.

"ഒറ്റയ്ക്കു കൃഷിചെയ്യുന്ന അങ്ങേയറ്റം വിനീതനായ ഒരു കർഷകനാണു ഞാൻ," കൈ മാറാടു ചേർത്തു പിടിച്ചു കൊണ്ട് അയാൾ പറയും. "മുമ്പ് എട്ടുകാലിയും തേളുമായിരുന്ന എനിക്ക് ഉൽകൃഷ്ടദരിദ്രർ ഒത്തുചേർന്നിട്ടുള്ള ഒരു കൂട്ടുകൃഷിക്കളത്തിൽ ചേരാൻ എങ്ങിനെ കഴിയും? മുമ്പ് എന്റെ പണിക്കാരനായിരുന്ന ചെയർമാന്റെ വിവേകമുള്ള കണ്ണുകളിൽ നോക്കാൻ ഞാൻ എങ്ങിനെ ധൈര്യപ്പെടും? ഇല്ല. ദയവായി അതെന്നോടു പറയരുത്. എന്നെ നിർബന്ധിക്കരുത്."

"എനിക്ക് അതിനുള്ള യോഗ്യതയില്ല. പട്ടുനൂൽപ്പുഴത്തോട്ടുകൾ കോൺട്രാക്റ്റടിസ്ഥാനത്തിൽ വിൽക്കുന്നത് എന്റെ മനസ്സാക്ഷിക്കു

നിരക്കാത്തതുമാണ്. ഈ നികൃഷ്ടകീടങ്ങൾക്ക് നമ്മുടെ പ്രിയപ്പെട്ട സോവിയറ്റധികാരത്തിനു വേണ്ടി പ്രവർത്തിക്കേണ്ട ആവശ്യമില്ലായിരുന്നെങ്കിൽ എന്നു ഞാൻ ആശിച്ചുപോകുന്നു. രാക്കുയിലുകളും റോസാപ്പൂക്കളും മാത്രം അതിനുവേണ്ടി പ്രവർത്തിച്ചാൽ മതി. കാരണം അവ സോവിയറ്റധികാരത്തെപ്പോലെതന്നെ സുന്ദരമാണ്. പക്ഷെ എന്നെ സംബന്ധിച്ചാണെങ്കിൽ, റഹ്മാത്ത്, നന്ദി! പട്ടുനൂൽപ്പുഴുക്കളെ വളർത്തുന്ന അസീം ജാനെന്ന ശാസ്ത്രജ്ഞനെ എത്രതവണ ഞാൻ ചായ്ഖാനയിൽ (ചായക്കടയിൽ) വച്ചു കണ്ടിരുന്നു. ഞങ്ങളെ പ്രബുദ്ധരാക്കാൻ അയാളെ സമർക്കാന്ദിൽനിന്നും ഞങ്ങളുടെ ജില്ലയിലേക്കയച്ചതാണ്. ഞാൻ അയാളുടെ ഒരു ഉറ്റസുഹൃത്തായി. ഞാനും അയാളും ഒന്നിച്ചിരുന്നു ചായ കുടിച്ചുകൊണ്ട് ജീവിതത്തെപ്പറ്റി സംസാരിക്കുമായിരുന്നു. അത്തരമൊരാളിന്റെ നേരെ സമർക്കാന്ദ് സിറ്റികമ്മിറ്റിയുടെ ഡെപ്യൂട്ടിസെക്രട്ടറിയായ സഖാവ് ഉർക്കബായെവ് അധിക്ഷേപം ചൊരിഞ്ഞതും അയാളെ ജോലിയിൽനിന്നു പറഞ്ഞയച്ചതും വലിയ കഷ്ടമായിപ്പോയി."

"ഒരു കൊച്ചു പച്ചക്കാറിലാണ് സഖാവ് ഉർക്കബായെവ് ഞങ്ങളെ കാണാൻ വന്നത്. അദ്ദേഹം സഹകരണസംഘമാപ്പീസിന്റെ മുമ്പിൽ വന്നിറങ്ങി. ചായ്ഖാനയിലേക്കു പതുങ്ങിപ്പതുങ്ങി വന്നു. അദ്ദേഹത്തെ അധിക്ഷേപിക്കുകയല്ലേ എന്ന സംശയമില്ലായിരുന്നെങ്കിൽ, അദ്ദേഹം കുട്ടികളൊളിച്ചുകളിക്കുമ്പോൾ ചെയ്യാറുള്ളതുപോലെ ഒരു മരത്തിന്റെ മറവിൽ ഒളിച്ചിരുന്നുവെന്നു പോലും ഞാൻ പറയും. അസീം ജാൻ പതിവുപോലെ പച്ചയിനം ചായ കുടിക്കുകയായിരുന്നു. പ്രാരാബ്ധത്താൽ മുതുകുവളഞ്ഞ ഞങ്ങളുടെ കൃഷിക്കാർ ഉപദേശത്തിനായി ചായ്ഖാനയിൽ വരുന്നതു നോക്കിക്കൊണ്ട് സഖാവ് ഉർക്കബായെവ് മരത്തിന്റെ മറവിൽ മിണ്ടാതെനിന്നു. കുറെക്കഴിഞ്ഞ് അദ്ദേഹം മറിവിൽനിന്നു പുറത്തേക്കു വന്ന് ഉറക്കെ ഇങ്ങനെ വിളിച്ചുചോദിച്ചു: "ഞാനിവിടുണ്ട്. നിങ്ങളെവിടെ? ചായ്ഖാനയിലാണോ നിങ്ങളുടെ ഇരിപ്പ്?"

"ഒരു യോഗ്യനായ മനുഷ്യൻ കഷ്ടപ്പെടേണ്ടിവരുന്നത് സങ്കടം തന്നെയാണ്. പരമസങ്കടം. എന്നിട്ട് അയാളുടെ സ്ഥാനത്ത് അവർ അയച്ചിരിക്കുന്നത് - എനിക്കതു പറയാൻ തന്നെ ലജ്ജ തോന്നുന്നു - ഒരു സ്ത്രീയെയാണ്! അവൾ വീടുകളിലെല്ലാം തലയിടും. അവളുടെ റഷ്യൻകണ്ണുകൾ എത്താത്ത ഇടമില്ല. എത്ര അസുഖകരമാണത്!"

"അന്നു തന്നെ സഖാവ് ഉർക്കബായെവ് ഞങ്ങളുടെ മോശപ്പെട്ട ഗ്രാമത്തിലെ പല ഇടങ്ങളും സന്ദർശിച്ചു. മാന്യരായ പലർക്കും

കഷ്ടതയനുഭവിക്കേണ്ടിവന്നു. ഹാ! എന്തെല്ലാം അനിഷ്ടങ്ങൾ! സഖാവ് ഉർക്കബായെവ് കിൻഡർഗാർട്ടനിൽ വന്നു. സന്തുഷ്ടരായ സോവിയറ്റ് കുട്ടികൾ ഓടിച്ചാടിക്കളിക്കുന്നുണ്ട്. എന്റെ കുട്ടികളില്ല. എനിക്ക് അതിനുള്ള അർഹതയില്ല. അവർ ഓടിനടക്കുകയും പൂക്കളെപ്പറ്റി പാട്ടുകയും ചെയ്യുന്നു. അവർതന്നെ പൂക്കളെപ്പോലാണ്. കൂടുതലെന്തുവേണം? അവരുടെ കൂടെ ഒരു പെണ്ണ് താമസമുണ്ട്. എനിക്കവളെ വളരെക്കാലമായി അറിയാം. പക്ഷെ സഖാവ് ഉർക്കബായെവ് അവളോട് പൊയ്ക്കൊള്ളാൻ പറഞ്ഞു. പ്രിയപ്പെട്ട നാട്ടുകാരേ, എന്തിന്? ഇങ്ങനെ എത്ര അനിഷ്ടങ്ങൾ!"

മീർ ഷഹീദ് പറഞ്ഞതുപോലെതന്നെയാണ് കാര്യങ്ങൾ നടന്നത്.

പക്ഷെ നമുക്ക് ഉർക്കബായെവിനു പറയാനുള്ളതു കൂടി കേൾക്കാം.

വസന്തത്തിലൊരു ദിവസം അയാൾ ഒരു സ്നേഹിതനും മോസ്കോവിൽനിന്നു വന്ന രണ്ടു സന്ദർശകരുമൊന്നിച്ച് പുരാതന നഗരമായ സമർക്കാന്ദും അതിലെ മനോഹരമായ പ്രാചീനസൗധങ്ങളും കാണാനിറങ്ങി.

ഉർക്കബായെവും കൂട്ടുകാരും പോയത് രെഗിസ്ഥാനിലേക്കാണ്. അവിടെ ഷിർദ്ദാർ ദേവാലയത്തിന്റെ ഇടത്തേ വാതുക്കൽ ഭിത്തിയിലെ ഒരു മാടത്തിൽ അവരൊരു കുറിപ്പ് കണ്ടു. ആ പള്ളി പണിതയാളിന്റെ ഒരു ആത്മപ്രശംസയായിരുന്നു അത്.

"ഭൂമിയെ സ്വർഗ്ഗത്തിന്റെ പാരമ്യത്തോളമെത്തിച്ച ഒരു മദ്രസ്സയാണ് അയാൾ പണിതത്. മനസ്സെന്ന കഴുകന്റെ തഴക്കമുള്ള ചിറകുകളുടെ കരുത്തിനും ഉത്സാഹത്തിനും കമാനത്തിന്റെ മുകളിലെത്താൻ കഴിയുകയില്ല. ഭാവനയാകുന്ന ഞാണിന്മേൽ നടക്കുന്ന ചിന്തയെന്ന വിദഗ്ധനായ കായികാഭ്യാസിക്ക് ഈ ദേവാലയത്തിന്റെ അഗമ്യമായ ഗോപുരശൃംഗങ്ങളിൽ നൂറ്റാണ്ടുകൾകൊണ്ട് എത്താൻ കഴിയുകയില്ല. ദേവാലയശില്പി പ്രവേശനദ്വാരത്തിലെ വളച്ചുവാതിൽ അങ്ങേയറ്റത്തെ സൂക്ഷ്മതയോടെ നാട്ടിയപ്പോൾ അതൊരു പുതിയ ചന്ദ്രബിംബമാണെന്നു ധരിച്ച് സ്വർഗ്ഗം ആശ്ചര്യത്തോടെ വിരൽ കടിച്ചു."

"സ്വയംവിമർശനം തീരെയില്ല," ഉർക്കബായെവ് നെടുവീർപ്പിട്ടു.

കുറിപ്പ് വായിച്ചുകഴിഞ്ഞ് അവർ കല്ലുകൊണ്ടു പണിത വളഞ്ഞുപോകുന്ന ഒരു കോവണിയിലൂടെ ഒരു ഗോപുരത്തിന്റെ മുകളിലേക്കു കയറി. ഓരോ പടിയും ക്രമാധികം ഉയർന്നിരുന്നതിനാൽ അവരുടെ കാലിന്റെ കഴപ്പ് വളരെക്കഴിഞ്ഞാണ് മാറിയത്. അവസാനം ആ

ശിലാന്ധകാരത്തിൽനിന്നും പുറത്തുകടന്ന് അവർ കാറ്റടിച്ചുകൊണ്ടിരുന്ന ഒരു വിശാലമായ വേദിയിലെത്തി. തൊഴിലാളികൾ പണിയെടുക്കുന്നതിന്റെ മുട്ടലും ശബ്ദവും സമ്മിശ്രരൂപത്തിൽ അകലെനിന്ന് പതിഞ്ഞാണെങ്കിലും സ്പഷ്ടമായി ഗോപുരത്തിന്റെ മുകളിലെത്തി. കൊല്ലന്മാരുടെ ആഞ്ഞടികൾ, അത്രതന്നെ ഊക്കില്ലാത്ത തകരപ്പണിക്കാരുടെ മുട്ടലുകൾ, ചെമ്പോട്ടികളുടെ പതിഞ്ഞ കൊട്ടലുകൾ, കഴുതകളുടെ കരച്ചിൽ, ഒട്ടകമണികളുടെ മുഴക്കം, കമ്പികെട്ടിയ വാദ്യത്തിന്റേയും ഒരേ സ്വരത്തിലുള്ള ഒരു പാട്ടിന്റേയും ശബ്ദം - ഇങ്ങനെ പതിമൂന്നും പതിനാലും പതിനഞ്ചും നൂറ്റാണ്ടുകളുടേതായ ശബ്ദങ്ങൾ അവിടെ കേൾക്കാമായിരുന്നു. പെട്ടെന്ന് ഒരു വശത്തെവിടെയോ നിന്ന് പുതുതായ ഒരു ശബ്ദം കേട്ടുതുടങ്ങി. അത് വളരെവേഗം അടുത്തടുത്തുവന്നു. തികച്ചും വ്യത്യസ്തമായ ഒരു ശബ്ദമായിരുന്നു അത് - ഒരു മോട്ടോർ ലോറി വരുന്നുണ്ടായിരുന്നു. രണ്ടാം പഞ്ചവത്സരപദ്ധതിക്കാരനായ ഉർക്കബായെവ് വാത്സല്യം നിറഞ്ഞ കണ്ണുകളോടെ പുഞ്ചിരിച്ചു.

മോസ്കോവിൽനിന്നു വന്ന അതിഥികൾ അകലെ തിയൻഷാനിന്റെ പർവ്വതശിഖരങ്ങൾ കൊത്തുചില്ലുപോലെ ആകാശത്തെ ഭേദിക്കുന്നത് അതീവതാല്പര്യത്തോടെ നോക്കി. ആ പട്ടണം ഗോപുരത്തിന്റെ ചുവട്ടു മുതൽ പർവ്വതനിരകൾ വരെ മഞ്ഞനിറത്തിൽ നീണ്ടുപരന്നു കിടന്നിരുന്നു. ഇടയ്ക്ക് പലേടത്തും തോട്ടങ്ങൾ പൂത്തുനിന്നിരുന്നു. ആ കളിമൺകടലിൽ ഇടയ്ക്കിടെ ഒരു നീലത്തിരമാല ഉയർന്നുകാണാം. ഇത്തരം തിരമാലകൾ പലതുമുണ്ടായിരുന്നു - ഗുർ എമീർ, ബിബി ഹനീം, ഷാഹ് സിന്ദാ, വളരെ അകലെയായി ടാമെർലെയിന്റെ പ്രശസ്ത പൗത്രനായ ഉലൂഗ് ബേക്കിന്റെ നക്ഷത്രബംഗ്ലാവ് കുറേക്കൂടി തെക്കോട്ടു മാറിയാണ് ഹൊജാ ആഹ്റാർ.

"എന്തു നിശ്ശബ്ദത! എന്തു ശാന്തി!" മോസ്കോക്കാർ പ്രശംസാപൂർവ്വം ഉൽഘോഷിച്ചു.

നീണ്ട ഒരു നെടുവീർപ്പുമാത്രമായിരുന്നു ഉർക്കബായെവിന്റെ മറുപടി.

"നല്ല സ്ഥലം പോലും! നിങ്ങൾക്കൊന്നുമറിഞ്ഞുകൂടാ. നിങ്ങൾ താഴോട്ടു നോക്കുമ്പോൾ മനോഹരമായൊരു ദൃശ്യവും പൗരാണിക വസ്തുക്കളും മറ്റുമൊഴികെ യാതൊന്നും കാണുന്നില്ല. പക്ഷെ അടിയിൽ അത് തിളച്ചുമറിയുകയാണ്. അതാ അങ്ങോട്ടു നോക്കൂ... ഹൊജാ ആഹ്റാറും ചുറ്റുമുള്ള ഗ്രാമവുമാണ് അക്കാണുന്നത്... ഞാനൊരു കഥ പറയാം." അയാൾക്ക് പെട്ടെന്ന് ഉത്സാഹം വന്നപോലെ തോന്നി. പക്ഷെ വിഷാദപൂർവ്വമായ ഉത്സാഹമായിരുന്നു അത്. "ആ

ഇഷ്ടികകളിൽ ചാരരുത് അവയ്ക്കു വേണ്ടത്ര ഉറപ്പില്ല... ശരി, ഞാൻ ആ സ്ഥലം കാണാൻ പോയി. ഇടയ്ക്കു പറയട്ടെ, അവിടെ പട്ടുനൂൽപ്പുഴുവളർത്തുകാർക്കെല്ലാവർക്കും അംഗവൈകല്യം സംഭവിച്ചെന്നു ഞാൻ കേട്ടു. ഒരു വശം ചരിഞ്ഞാണ് അവർ നടക്കുന്നതത്രെ. അത് എന്തു വിചിത്രരോഗമാണെന്ന് ഞാൻ അത്ഭുതപ്പെട്ടു. എന്തുകൊണ്ട് പട്ടുനൂൽപ്പുഴുവളർത്തുകാരെ മാത്രം അത് ബാധിക്കുന്നു?"

"ഞാൻ ചായ്ഖാനയുടെ അടുത്തേക്കു നടന്നു. കൃഷിക്കാരും പോയതങ്ങോട്ടാണ്. എല്ലാവർക്കും അംഗവൈകല്യമുള്ളതായി ഞാൻ കണ്ടു. ഇടതു കൈമുട്ട് വലതുകയ്യിൽ പിടിച്ച് മുടന്തിയാണ് ഓരോരുത്തരും നടന്നത്. എന്താണിത്? കക്ഷത്തിൽ നീരോ? ഞാൻ അതിശയിച്ചു. അങ്ങിനെയാണെങ്കിൽ കൊള്ളാമല്ലൊ! എന്നിട്ടെന്തായിരുന്നു അത്? അവർക്കൊരു മുട്ടവിരിക്കൽ വിദഗ്ദ്ധനുണ്ടായിരുന്നു. ഒരു മുട്ടവിരിക്കൽ യന്ത്രത്തിൽ വച്ച് പട്ടുനൂൽപ്പുഴുക്കളുടെ മുട്ടകൾ വിരിക്കേണ്ട വിധം പഠിപ്പിക്കാനായി അവരുടെയടുത്തേക്കയച്ച ഒരാൾ. അസീം ജാനെന്നാണു പേര്. സംശയിക്കത്തക്ക ഒരുത്തൻ. മറ്റാരുമില്ലാത്തതുകൊണ്ടാണ് അയാളെ അയച്ചത്. ഉസ്ബെക്ക് പട്ടുനൂൽ ട്രസ്റ്റ് മുട്ട വിരിക്കാനുള്ള സ്ഥലങ്ങളിൽ തൂക്കിയിടാനായി ഉഷ്ണമാപിനികൾ അയാളെ ഏല്പിച്ചിരുന്നു. ഇവിടെ എല്ലാം ചൂടിനെ ആശ്രയിച്ചാണിരിക്കുന്നതെന്ന് നിങ്ങൾക്കറിഞ്ഞുകൂടായിരിക്കും. പുഴുക്കൾക്ക് തണുപ്പേറ്റുകൂടാ. ചൂട് ഇരുപത്തിമൂന്നു ഡിഗ്രി സെന്റിഗ്രേഡിൽ കുറഞ്ഞാൽ അവ തളർന്ന് തീറ്റ മതിയാക്കുന്നു. പട്ടുനൂൽപ്പുഴുവളർത്തൽ മെച്ചപ്പെടുത്താൻ ഞങ്ങൾ പരമാവധി ശ്രമിച്ചുവരികയായിരുന്നു. പുഴുക്കളെ സൂക്ഷിച്ചിട്ടുള്ള മുറികളെല്ലാം മുട്ടവിരിക്കൽ വിദഗ്ദ്ധൻ ദിവസത്തിൽ രണ്ടുപ്രാവശ്യം പോയി പരിശോധിക്കണമെന്നാണ് വയ്പ്. അത് വ്യക്തമാണ്. പക്ഷെ താൻ ചുറ്റിനടന്നു പരിശോധിക്കുന്നതിനു പകരം കൃഷിക്കാരെല്ലാം ഉഷ്ണമാപിനികൾ കക്ഷത്തിൽവച്ചുകൊണ്ട് ചായ്ഖാനയിൽ വന്നു തന്നെ കാണണമെന്ന് അയാൾ ആജ്ഞാപിച്ചു. അങ്ങിനെ അയാൾ ചൂടു നോക്കാൻ പോകുന്നതിനു പകരം ചൂട് അയാളുടെ അടുത്തു വന്നു. അസീം ജാൻ ഉഷ്ണമാപിനിയിൽ നോക്കുമ്പോൾ ചൂട് മുപ്പത്തേഴ ഡിഗ്രിയോ അതിനടുത്തോ ആണ് - അതാണല്ലൊ സാധാരണ ശരീരത്തിന്റെ ചൂട്. "ഇതു വളരെ കൂടുതലാണ്," അയാൾ പറയും. "ചൂട് കൂടുതലാണ്. ജനല് കുറെ തുറന്നിട്." സംശയമെന്യെ പട്ടുനൂൽപ്പുഴുക്കളെല്ലാം ചത്തു.

കേട്ടുനിന്നിരുന്നവർ ചിരിച്ചു.

"ഇതിൽ തമാശയായിട്ടൊന്നുമില്ല," ഉർക്കബായെവ്

ചിന്താധീനനായി പറഞ്ഞു. "വളരെ വളരെ ഖേദകരമാണിത്. ബാക്കികൂടി കേട്ടോളൂ. പോകുന്നവഴി ഞാൻ ജില്ലാ കിന്റർഗാർട്ട നിൽ കയറി. പ്രിൻസിപ്പാളിനെ കണ്ടു. മധുരമായി പെരുമാറുന്ന ഒരു റഷ്യക്കാരിപ്പെണ്ണ്. "ഞങ്ങൾക്കാവശ്യമുള്ളതെല്ലാമുണ്ട്," അവൾ പറഞ്ഞു. "ഞങ്ങളെല്ലാവരും അതീവസന്തുഷ്ടരാണ്. കുട്ടികളെ, വന്ന് വരിയായി നിൽക്കിൻ..." കുട്ടികൾ വന്നു... ശോഷിച്ച് അസ്ഥിമാത്ര മായ കുഞ്ഞുങ്ങൾ. അവരുടെ അകം മുഴുവൻ കാണാമെന്നു പോലും തോന്നി. അവരവിടെ ഉസ്ബെക്കു ഭാഷയിൽ പതിഞ്ഞ ദുർബ്ബലശ ബ്ദത്തിൽ പാടി:

"സുന്ദരമായൊരു പാടത്തിൻ മദ്ധ്യത്തിൽ
നിന്നിടുന്നൂ ഞങ്ങൾ ലില്ലിപ്പൂക്കൾ
സ്വച്ഛമാം വായുവുമാദിത്യൻ ശോഭയു–
മിച്ഛപോൽ ഞങ്ങളെയൂട്ടീടുന്നു..."

ആ പാട്ടോർത്തപ്പോൾ ഉർക്കബായെവ് രൂക്ഷമായി തിരിഞ്ഞു. അയാളുടെ കൈമുട്ട് തട്ടി ഗോപുരത്തിന്മേൽ പൊടി പാറി.

"നിങ്ങൾക്കറിയാമോ? അതു മുഴുവൻ ശരിയായിരുന്നു. അവർ പറഞ്ഞത് കളവല്ല. അവർ വാസ്തവത്തിൽ വെയിലും വായുവും തിന്നാണ് കഴിഞ്ഞത്. കാരണം, അവരുടെ ഭക്ഷണ റേഷൻ മുറയ്ക്ക് മോഷ്ടിക്കപ്പെട്ടുവന്നു. ഞാൻ തന്നെയാണത് കണ്ടുപിടിച്ചത്. അതുപോലൊരു സ്ത്രീക്ക് എത്രത്തോളം വിന വരുത്താനൊക്കുമെന്ന് നിങ്ങൾക്ക് ഊഹിക്കാൻ കഴിയുകയില്ല. കുട്ടികളെ മാത്രമല്ല ഞാനു ദ്ദേശിക്കുന്നത്. ഞങ്ങളവർക്കു വേണ്ട ഭക്ഷണം നൽകി. പക്ഷെ പ്രായമായവർ ഇത്തരം സംഗതികൾ എളുപ്പം മറക്കുകയില്ല. സ്ത്രീ കൾക്കിടയിൽ സോവിയറ്റധികാരത്തിനുവേണ്ടിയുള്ള ഏറ്റവും നല്ല പ്രചരണായുധമാണ് കിന്റർഗാർട്ടനുകളും നഴ്സറികളും. ഇവിടുത്തെ സ്ത്രീകൾക്ക് കഴുത്തിനു ചുറ്റും മാലകൾ പോലെ കുഞ്ഞുങ്ങളുണ്ട്..."

"അപ്പറഞ്ഞതു ഭേഷായി," മോസ്കോക്കാരിലൊരാൾ പറഞ്ഞു. "നിങ്ങളൊരു കവിയാണല്ലോ!"

ഉർക്കബായെവ് നെടുവീർപ്പിട്ടു.

മുട്ടവിരിക്കുന്നതു സംബന്ധിച്ച പരിശീലനം നൽകാൻ വന്ന പുതിയ, 'റഷ്യൻകണ്ണുള്ള' പെണ്ണിന്റെ പേർ ഷൂറ പൊതാപ്പൊവ എന്നായിരുന്നു. വോൾഗാപ്രദേശത്തെ ഒരു കൃഷിവിദഗ്ധനായിരുന്നു അവളുടെ അച്ഛൻ. അവിടത്തുകാർക്ക് കൂണുകളെക്കുറിച്ചും കാട്ടുപഴങ്ങ ളെക്കുറിച്ചും സർവ്വതുമറിയാമെങ്കിലും പട്ടുനൂൽപ്പുഴുക്കളെപ്പറ്റി അവർ കേട്ടിട്ടേയില്ലായിരുന്നു.

പൊതാപ്പൊവിന്റെ ക്ഷയരോഗബാധിതയായ ഭാര്യ അവരുടെ തീന്മുറിയുടെ കോണിലിട്ടിരുന്ന ചെറിയ മേശയുടെ മുകളിലുള്ള കമ്പിളിവിരിപ്പിൽ വച്ചിരുന്ന മെഴുകുകൊണ്ടുള്ള ആപ്പിൾ പോലെ തോന്നിക്കാൻ തുടങ്ങിയിരുന്നു. രോഗം അതിന്റെ സാധാരണഗതിയിൽ തുടരുകയാണെന്നു ഡോക്ടർ പറഞ്ഞപ്പോൾ, തന്റെ ഭാര്യയുടെ തുടുത്ത് മഞ്ഞളിച്ചിരുന്ന കവിളുകളിലേക്കു നോക്കിയ പൊതാപ്പൊവിന് അവിശ്വാസത്തോടെ കണ്ണുചിമ്മാനും മെല്ലെ ചുമയ്ക്കാനും മാത്രമേ കഴിഞ്ഞുള്ളൂ.

വസന്തത്തിലെ ഈൗർപ്പമുള്ള ഒരു ദിവസം ഡോക്ടർക്കും സംശയം തോന്നി.

"അവർ തെക്കോട്ട് ക്രൈമിയയിലേക്കോ കോക്കസസ്സിലേക്കോ പോകണം."

"ഞങ്ങളെന്തു തിന്നും?" പൊതാപ്പൊവ് അയാളോട് നിർദ്ദയം ചോദിച്ചു.

രണ്ടു പേർക്കും അതിന് ഉത്തരമില്ലായിരുന്നു. ഷുറയ്ക്ക് അന്ന് ഒരു വയസ്സാണ്. നീണ്ട പോരാട്ടത്തിനുശേഷം മർനെനദിയിലെ കടത്തുകാരന്റെ വീട് സഖ്യശക്തികൾ പിടിച്ചെടുത്ത വിവരം അടങ്ങിയ പത്രത്തിന്റെ മുകളിൽ അവൾ കിടന്നിഴയുകയാണ്.

"തുർക്കെസ്താൻ കൊള്ളാമായിരുന്നെങ്കിൽ അവിടെ പോകാൻ കഴിയുമെന്നു തോന്നുന്നു," പൊതാപ്പൊവ് പറഞ്ഞു. "താഷ്കെന്റിൽ കൃഷിവിദഗ്ധരെ ആവശ്യമുണ്ടെന്ന് ഒരു സ്നേഹിതൻ എനിക്കെഴുതിയിട്ടുണ്ട്."

"വളരെ നല്ലത്!" ഡോക്ടർക്ക് ആ ആശയം പിടിച്ചു. "അതു തെക്കാണ്. ധാരാളം സൂര്യപ്രകാശമുള്ളിടം. അതാണ് നമുക്കു വേണ്ടതും. നിങ്ങൾ പോയേ തീരൂ! മൂന്നാലു മാസത്തിനകം നിങ്ങൾക്കു ഭാര്യയെ തിരിച്ചറിയാൻ കഴിയുകയില്ല."

അങ്ങിനെതന്നെയാണ് സംഭവിച്ചതും. ആറുമാസം കഴിഞ്ഞ് തന്റെ ഭാര്യയുടെ ശവമഞ്ചത്തിനടുത്തു നിന്ന പൊതാപ്പൊവിന് അവരെ തിരിച്ചറിയാൻ പ്രയാസമായിരുന്നു. മിതോഷ്ണമേഖലയിലെ ചൂടും പൊടിയും അത്ര നിർദ്ദയമായിട്ടാണ് അവരുടെ ശരീരം കാർന്നുതിന്നത്.

ലീസയുടെ ശവകുടീരത്തിൽ നാട്ടിയ പോപ്ലാർത്തൈ അദ്ഭുതപൂർവ്വമായ വേഗത്തിൽ വളർന്നു. ജനറൽ കൗഫ്മൻ ആ പ്രദേശം കീഴടക്കിയപ്പോൾ നാട്ടിയ പേരുകേട്ട താഷ്കെന്റ് പോപ്ലാറുകളുടെ

ഒപ്പമെത്താൻ അത് ശ്രമിക്കുകയാണോ എന്നു തോന്നി. ആദ്യം ആ പോപ്ലാർവൃക്ഷമൊന്നുമാത്രം കൊണ്ടാണ് പൊതാപ്പൊവ് താഷ്ക്കെന്റിൽ തുടർന്നത്. പിന്നീട് അദ്ദേഹം ആ പ്രദേശം ഇഷ്ടപ്പെട്ടുതുടങ്ങി. തന്റെ പരേതയായ പത്നിയെ മുമ്പത്തെപ്പോലെ കൂടെക്കൂടെ ഓർക്കാതായി. എന്നാലൊരിക്കൽ, ചിംഗാൻ എന്ന സ്ഥലത്ത് മലമുകളിലുള്ള സാനട്ടോറിയത്തിൽ കുറെ ദിവസം താമസിച്ചശേഷം അദ്ദേഹം അവരെപ്പറ്റി ഷൂറയോടു സംസാരിച്ചു.

"ഡോക്ടർ പറഞ്ഞത് ശരിയായിരുന്നു. മലമുകളിൽ കാലാവസ്ഥ ഒന്നാന്തരമാണ്. പക്ഷെ വിപ്ലവത്തിനുമുമ്പ് നമ്മെ അങ്ങോട്ടെങ്ങും അടുക്കാൻ അനുവദിക്കുകയില്ലായിരുന്നു. വിപ്ലവമായപ്പോഴേക്ക് അമ്മ നമ്മെ വേർപിരിഞ്ഞുകഴിഞ്ഞിരുന്നു."

ഓരോ വസന്തത്തിലും പൊതാപ്പൊവ് മകളുടെ പൊക്കമളക്കും. അവളുടെ സ്വർണ്ണമുടിയുള്ള തല അച്ഛന്റെ തോളോടൊപ്പമായപ്പോഴേക്ക് അവൾ ഒരു പട്ടുനൂൽപ്പുഴുവളർത്തൽ പരിശീലകയായിക്കഴിഞ്ഞിരുന്നു. പൊതാപ്പൊവ് സിൽക്ക് ഇൻസ്റ്റിറ്റ്യൂട്ടിൽ പുഴുത്തോട്ടുകൾ സമ്മിശ്രമാക്കുന്ന പ്രശ്നം കൈകാര്യം ചെയ്തുവന്നു.

ഷൂറയെ അടിയന്തരമായി സമർക്കാന്ദിലേക്കയയ്ക്കണമെന്ന നിർദ്ദേശമുണ്ടായപ്പോൾ പൊതാപ്പൊവ് നിരുന്മേഷനായി.

തനിക്ക് ആകെക്കൂടിയുള്ളത് അവളാണ്. ഇതേവരെ അവർ വേർപിരിഞ്ഞു താമസിച്ചിട്ടില്ല. സിൽക്ക് ഇൻസ്റ്റിറ്റ്യൂട്ടിലെ മൾബറിത്തോട്ടത്തിലേക്ക് അവരൊന്നിച്ചാണ് പോകാറ്. വസന്താരംഭമായതുകൊണ്ട് എല്ലായിനം മൾബറി വൃക്ഷങ്ങളും വീർത്ത മൊട്ടുകളുമായി നില്പുണ്ട്. സാധാരണയായിട്ടുള്ളത്, പൊക്കം കുറഞ്ഞത്, കുറ്റിച്ചെടിയായിട്ടുള്ളത്, വളഞ്ഞു പുളഞ്ഞത്, എന്നിങ്ങനെ എല്ലാ ഇനങ്ങളും അക്കൂട്ടത്തിലുണ്ട്. ജപ്പാനിൽനിന്നും കൊണ്ടുവന്ന വലിയ ഇലയോടു കൂടിയ മനോഹരമായ ഒരിനം അവയ്ക്കിടയിൽ എടുത്തു നിൽക്കുന്നുണ്ട്.

അച്ഛനും മകളും വഴിയിൽ അങ്ങോട്ടുമിങ്ങോട്ടും നടന്നു. എങ്കിലും പട്ടുനൂൽപ്പുഴുക്കളെ പരീക്ഷണത്തിനായി അകറ്റിവച്ചിട്ടുള്ള ചെറിയ വെള്ളയടിച്ച വീടുവരെ അവർ പോയില്ല. രോഗമേല്പിച്ചിട്ടുള്ള ആ പുഴുക്കൾ പ്രത്യേക സ്റ്റാഫിന്റെ മേൽനോട്ടത്തിലായിരുന്നു.

"എനിക്ക് ഡിഫ്ത്തീരിയ പിടിച്ചപ്പോൾ എന്നെ മറ്റെല്ലാവരിൽനിന്നും മാറ്റി താമസിപ്പിച്ചത് അച്ഛൻ ഓർക്കുന്നുണ്ടോ?" ഷൂറ ചിരിച്ചുകൊണ്ടു ചോദിച്ചു.

പൊതാപ്പൊവ് വിഷാദപൂർവ്വം തലയാട്ടി.

"ഞാൻ പോകുന്നതുകൊണ്ട് അച്ഛനു സങ്കടമുണ്ട്, അല്ലേ?" അവൾ ചോദിച്ചു. "പക്ഷെ എനിക്ക് പോയേ തീരൂ. അല്ലെങ്കിൽ ഏതുതരം കൊംസൊമോൾ അംഗമായിരിക്കും ഞാൻ? ഏതായാലും പോകണമെന്നാണ് എന്റെ ആഗ്രഹം. അത് എന്റെ ആദ്യത്തെ സ്വതന്ത്രമായ ജോലിയായിരിക്കും. ഇരുന്നൂറ്റിനാല്പത്തഞ്ച് തട്ടുകൾ നിറയെ പുഴുമുട്ടകളെയാണ് ജീവിപ്പിച്ചെടുക്കേണ്ടിയിരിക്കുന്നത്."

"നീ പോകണമെന്നും പോകാൻ നീ ആഗ്രഹിക്കുന്നുവെന്നും എനിക്കറിയാം. പക്ഷെ നേരെ മറ്റൊരു ജില്ലയിലേക്ക് എന്തിനു പോകണം? ഇവിടുന്ന് തുടങ്ങുന്നതാണ് കൂടുതൽ നല്ലതെന്ന് നിനക്കു തോന്നുന്നില്ലേ?"

"അച്ഛനില്ലുള്ള അവസരവാദിയാണ് ഇങ്ങനെ സംസാരിക്കുന്നതെന്ന് അച്ഛനു തോന്നുന്നില്ല?"

പൊതാപ്പൊവ് മകളെ സാകൂതം നോക്കി.

"കൊള്ളാം, അച്ഛനതു സമ്മതിച്ച സ്ഥിതിക്ക് അതിൽ പശ്ചാത്തപിക്കുന്നുണ്ടാവും."

"ഉണ്ട്. ഷൂറാ. നീ എനിക്ക് കൂടെക്കൂടെ എഴുതണം. മറക്കരുത്. എല്ലാ കാര്യങ്ങളും എഴുതണം. സമ്മതിച്ചോ?"

ഷൂറ അച്ഛനെ ഒരു നിമിഷം തുറിച്ചുനോക്കി.

"സമ്മതിച്ചു."

III

ഐഡന്റിറ്റി കാർഡ് കിട്ടാൻ അർഹതയുള്ളവരാരെല്ലാമാണെന്നു തീരുമാനിക്കുന്നതിന് പട്ടണത്തിലെ ഓരോ മഹല്ലയിലും ഒരു കമ്മീഷനെ നിയോഗിക്കുമെന്ന വാർത്ത സമർക്കാന്ദിൽ പരന്നപ്പോൾ പലർക്കും അതിഷ്ടപ്പെട്ടില്ല. മീർ ഷഹീദായിരുന്നു അവരിലൊരാൾ, അയാൾ പറഞ്ഞു:

"സ്നേഹിതരേ, ആറു ഭാഷകളിൽ പാസ്പോർട്ട് എന്നെഴുതിയ ആ കൊച്ചുപുസ്തകം നമുക്കില്ലായിരുന്ന കാലത്തെ ഓർത്ത് നമ്മൾ ആറു തവണ നെടുവീർപ്പിടാനിടയാക്കുമെന്നാണ് എന്റെ ഭയം. ഉദാഹരണത്തിന് എന്റെ കാര്യമെടുക്കൂ. സത്യസന്ധനും ദയാലുവുമായ ഒരു ഉസ്ബെക്കുകാരനാണ് ഞാനെന്ന് എന്റെ ഹൃദയത്തിൽ എഴുതിയിട്ടുള്ളപ്പോൾ ഒരു കടലാസ്സിൽ എന്നെപ്പറ്റി എന്തിനെഴുതണം?

ഒരു കാലത്ത് ഞാൻ പണക്കാരനായിരുന്നുവെന്നത് ശരിയാണ്. പക്ഷെ അത് പണ്ടായിരുന്നല്ലൊ. അക്കാലം പോയ സ്ഥിതിക്ക് ഇല്ലാത്തതിനെപ്പറ്റി ആലോചിച്ചിട്ട് എന്താവശ്യം? അതു മാത്രമല്ല. നമ്മുടെ ഭാര്യമാർ പ്രത്യേകം പാസ്പോർട്ട് വേണമെന്ന് ആഗ്രഹിക്കുന്നുണ്ടെങ്കിലോ? എന്തായിരിക്കും സംഭവിക്കുക? പേരും പ്രായവും അടയാളചിഹ്നങ്ങളുമെല്ലാം രേഖപ്പെടുത്തിയ ഒരു ബുക്ക് നമ്മുടെ ക്ഷേമത്തിൽ അതീവതാല്പര്യമുള്ള സോവിയറ്റ് ഭരണം ഒരു ഭാര്യയ്ക്കു കൊടുത്താൽ അവൾ പിന്നെ ഭർത്താവിനെ അനുസരിക്കുമോ? തന്നെയല്ല, അകിടിന്റെ വലിപ്പവും ഏതു കാലാണ് മുടന്തുന്നതെന്നും അറിയാൻ വേണ്ടി അവളൊരു ആടാണോ?"

ഇങ്ങനെ വാദിക്കുമ്പോൾ മീർ ഷഹീദ് തന്റെ രണ്ടാം ഭാര്യയായ നൊർ ബിബിയെക്കുറിച്ച് ചിന്തിക്കുകയായിരുന്നു. അടുത്ത കാലത്തായി അവളുടെ കണ്ണുകളിൽ കണ്ട തിളക്കം അയാളെ ചിന്തിപ്പിച്ചു. അല്പം ദിവസങ്ങൾ കഴിഞ്ഞ് മീർ ഷഹീദ് തനിക്കു വേണ്ടപ്പെട്ട ആൾക്കാരെ വിളിച്ചുകൂട്ടി വീണ്ടും സംസാരിച്ചു.

"അതെ, സ്നേഹിതാ! എന്റെ ഭാര്യ നൊർ ബിബി മഹല്ലുകമ്മിറ്റിയിൽ പോയി പാസ്പോർട്ട് ആവശ്യപ്പെട്ടെന്നു ഞാൻ യദൃച്ഛയാ അറിയാനിടയായി. തീർച്ചയായും എന്നോടാലോചിക്കാതെ അവൾ അങ്ങിനെ തീരുമാനിച്ചതിൽ എനിക്കു വിഷമം തോന്നി. അവൾ വീട്ടിൽ വന്നപ്പോൾ ഞാൻ അവളോട് അല്പം സംസാരിച്ചു. അവളിപ്പോൾ മനസ്സു മാറ്റിയെന്നാണ് എന്റെ പ്രതീക്ഷ. അവൾക്ക് പാസ്പോർട്ട് വേണ്ടിവരുമെന്നു തോന്നുന്നില്ല. അവൾ മരിക്കുകയാണെങ്കിൽ - അവൾക്ക് ദീർഘായുസ്സുണ്ടാകട്ടെ! - അള്ളാ പാസ്പോർട്ടില്ലാതെ അവളെ മനസ്സിലാക്കിക്കൊള്ളും. കാരണം തിരിച്ചറിയാനാവശ്യമായ എല്ലാ അടയാളങ്ങളും ഇപ്പോൾ അവൾക്കുണ്ട്. പ്രയത്നശീലനായ ഒരു പകർപ്പെഴുത്തുകാരനെപ്പോലെ ആവശ്യമായതെല്ലാം ഞാൻ അവളുടെ തൊലിപ്പുറത്ത് എഴുതിയിട്ടുണ്ട്. സ്നേഹിതരേ, അവൾ മറ്റാരെങ്കിലുമാണെന്ന് തെറ്റിദ്ധരിക്കാൻ ഇപ്പോൾ യാതൊരു സാദ്ധ്യതയുമില്ല."

ഏതാണ്ടീ സമയത്താണ് പൊതാപ്പൊവിന് ഷൂറയുടെ ആദ്യത്തെ നീണ്ട കത്ത് കിട്ടിയത്.

പ്രിയപ്പെട്ട അച്ഛാ,

എനിക്കു മുമ്പ് ജോലിയിൽനിന്നു പിരിച്ചുവിട്ട അസീം ജാൻ തികച്ചും ഒരു അട്ടിമറിക്കാരനായിരുന്നു. വസന്തത്തിൽ

തണുപ്പാണെന്നറിയാമല്ലോ. എന്നിട്ടും മുറികൾ ചൂടാക്കരുതെന്നു മാത്രമല്ല ജനലുകൾ തുറന്നിടണമെന്നുപോലുമായിരുന്നു അയാളുടെ നിർദ്ദേശം. തൽഫലമായി ഏതാണ്ടെല്ലാ പുഴുക്കളും തണുത്തുമരച്ചു ചത്തുപോയി. ഏറ്റവും വലിയ ദോഷമെന്താണെന്നാൽ, ഇപ്പോൾ ജനലുകൾ തുറന്നിടേണ്ട സമയത്തുപോലും ആരും അതിന് തയ്യാറല്ല. അവർക്കെന്നെ വിശ്വാസമില്ല. ഒരു മോശപ്പെട്ട പണിക്കാരൻ സ്വയം ദോഷം വരുത്തിവയ്ക്കുക മാത്രമല്ല മറ്റുള്ളവരുടെ കൂടി വഴിമുടക്കുന്നു - ഇതാണെപ്പോഴും സംഭവിക്കാറ്. ഇൻകുബേറ്ററുകളില്ലാതിരുന്നപ്പോൾ പട്ടുനൂൽപ്പുഴുക്കൾ ധാരാളമുണ്ടാകുമായിരുന്നുവെന്നാണുപോലും ഇവിടുത്തുകാർ പറയുന്നത്. അതിന്റെ അർത്ഥമെന്താണെന്നും അത് എത്രത്തോളം ഉത്തരവാദിത്വം എന്റെ മേൽ വയ്ക്കുന്നുണ്ടെന്നും അച്ഛന് മനസ്സിലാക്കാൻ കഴിയുമല്ലോ. എന്നിട്ട് ഞാനിവിടെ വരരുതെന്നായിരുന്നു അച്ഛന്റെ ആഗ്രഹം!

ഇനി ഞാൻ പാർക്കുന്നതെവിടെയാണെന്നു പറയാം - ഒരു മുസ്ലീം പള്ളിക്കകത്ത്! ഞാൻ സ്വപ്നം കണ്ടിട്ടില്ലാത്ത ഒരു കാര്യമാണത്. പണ്ട് പുരോഹിതവിദ്യാർത്ഥികളുടെ മുറികളായിരുന്ന അറകൾ ഇൻകുബേറ്ററുകൾ വയ്ക്കാവുന്ന രീതിയിൽ മാറ്റിയെടുത്തിരിക്കുകയാണ്. അറകളിലൊന്നിലാണ് എന്റെ താമസം. തീ കൂട്ടിയിരുന്ന ഒരു വശം പുകപിടിച്ച് കറുത്തിരിപ്പുണ്ട്. പുസ്തകം വയ്ക്കാൻ ഒരു ഷെൽഫുണ്ട്. ഇവിടുത്തുകാരനായ ഒരു വിദ്യാർത്ഥി പണ്ട് കിടന്നുറങ്ങിയിരുന്ന ഒരു ചെറിയ കോണിലാണ് എന്റെ ഉറക്കം. ഞങ്ങളുടെ പുഴുവളർത്തൽ കേന്ദ്രം കൂട്ടുകൃഷിക്കാർക്കും ഒറ്റയ്ക്കു കൃഷി ചെയ്യുന്നവർക്കും സഹായം നൽകുന്നുണ്ട്. ചിലർക്കു ഞാൻ മുട്ട കൊടുക്കും. പക്ഷെ വിരിഞ്ഞ പുഴുവിനെ കൊടുക്കാനാണ് ഞാൻ കൂടുതൽ ഇഷ്ടപ്പെടുന്നത്. സാധാരണ എല്ലാവരും പണികഴിഞ്ഞ് ഒരേ സമയത്ത് പുഴുവിനായി വരുന്നുവെന്നതാണ് കുഴപ്പം. അവർ കൊച്ചു കൂടകളും പിടിച്ച് വരിയായി നിൽക്കും. ഞാനും എന്റെ സഹായികളും അങ്ങോട്ടുമിങ്ങോട്ടും നടന്നു ക്ഷീണിക്കും. എന്നെ സഹായിക്കാൻ മൂന്നു പെണ്ണുങ്ങളുണ്ട്. കൂട്ടുകൃഷിക്കളത്തിൽ നിന്നയച്ച രണ്ടുപേരും വില്ലേജ് സോവിയറ്റയച്ച ഒരാളും. മാന്യമായ ഉസ്ബെക്കു ഭാഷയിൽ തന്നെ അവരോട് സംസാരിക്കാൻ എനിക്കു കഴിയുന്നുണ്ട്.

മൾബറിമരങ്ങൾ അകലെയല്ല. പക്ഷെ അവ കുറ്റിച്ചെടികളല്ല. വളരെ പൊക്കമുള്ള, കയറാൻ പ്രയാസമുള്ള, മരങ്ങളാണ്. ഇവിടുത്തുകാരായ പിള്ളേർ ഇല ശേഖരിച്ച് എനിക്ക് കൊണ്ടുത്തരും. ഒരു പിടി നിറയെ ഇല കൊണ്ടുവരുന്ന ഓരോരുത്തർക്കും പുഴുമുട്ടകൾ

വച്ചിരുന്ന കാലിപ്പെട്ടി കൊടുക്കും. അവർ ആവതു ശ്രമിക്കുന്നുണ്ട്.

ഒരു കാര്യം നല്ലതല്ല. ഏതാണ്ടെല്ലാ മരങ്ങളും റോഡരുകിലാണ് നിൽക്കുന്നത്. അവയിൽ പൊടി പറ്റിപ്പിടിച്ചിരിക്കും. ആ അവസ്ഥ യിൽ ഇലകൾ ഉപയോഗിക്കാൻ കൊള്ളില്ല. മരങ്ങൾ കഴുകി നനഞ്ഞ ഇലകൾ പുഴുക്കൾക്കു കൊടുത്താൽ അവയ്ക്ക് വയറുകടി പിടിക്കുമോ എന്നാണെന്റെ ഭയം. ഞാൻ എന്താണ് ചെയ്യേണ്ടതെന്ന് അറിയിക്കൂ.

കാറ്റോട്ടത്തിന്റെ കാര്യത്തിൽ എനിക്ക് ഉൽകണ്ഠയുണ്ട്. ഇവിടെ ജനലുകളില്ല. അങ്കണത്തിലേക്കു തുറക്കുന്ന വാതിലുകളേ ഉള്ളൂ. ആ അങ്കണത്തിന്റെ സംവിധാനം ഒന്നാന്തരമാണെന്ന് ഇടയ്ക്കു പറഞ്ഞു കൊള്ളട്ടെ. ഒരറ്റത്തുനിന്ന് ഒരു വാക്ക് മന്ത്രിച്ചാൽ മറ്റേ അറ്റത്ത് കേൾക്കാനൊക്കും.

ഉസ്ബെക്ക് സിൽക്ക് ട്രസ്റ്റിന്റെ ഒരു കെട്ട് പോസ്റ്ററുകൾ ഒരു മുറിയിൽ കിടക്കുന്നതു കണ്ടു. മഞ്ഞയും പച്ചയും നിറത്തിൽ നടുക്ക് വലിയൊരു പട്ടുനൂൽപ്പുഴുവും ചുറ്റും ഉസ്ബെക്ക് ഭാഷയിലുള്ള നിർദ്ദേ ശങ്ങളുമായിട്ടുള്ള ആ പോസ്റ്ററുകളേതെന്നു മനസ്സിലായല്ലോ. അസീം ജാൻ അവ ആർക്കും കൊടുക്കാതെ ഒരു കോണിൽ തള്ളിയിട്ടിരി ക്കുകയായിരുന്നുവെന്നു ഞാനറിഞ്ഞു.

ജില്ലാ ഇൻസ്പെക്ടർ എന്നെ കാണാൻ വന്നിരുന്നു. എങ്കിലും ഞാൻ ചെയ്യേണ്ടതിനെപ്പറ്റി അച്ഛനോട് ചോദിക്കാനാണ് ഞാൻ കൂടുത ലിഷ്ടപ്പെടുന്നത്. പാർട്ടിക്കാരനല്ലെങ്കിലും അച്ഛൻ പഴക്കമുള്ള ഒരു വിദഗ്ദ്ധനാണ്, അതിലുമുപരി എന്റെ അച്ഛനാണ്.

അച്ഛാ, നിർത്തട്ടെ. ഇന്നു രാത്രി ഉറങ്ങാൻ പറ്റില്ല. മിക്കവാറും വെളുപ്പിനു തന്നെ മുട്ടകൾ വിരിയും. 'ഒറ്റയാന്മാർ' പുറത്തു വന്നുകഴി ഞ്ഞു. പുതുതായി വിരിയുന്ന പുഴുക്കൾ തോടിനുള്ളിൽനിന്നു തിക്കിത്ത ള്ളി പുറത്തുവരുന്നത് ട്രാമിൽനിന്നിറങ്ങുന്ന ആളുകളെപ്പോലാണെ ന്ന് അച്ഛനു തോന്നിയിട്ടുണ്ടോ? എല്ലാം ഒരൊറ്റ ദ്വാരത്തിലൂടെ പുറത്തു കടക്കാനാണ് നോക്കുന്നത്. ഇത് കൂട്ടത്തിൽ പറഞ്ഞെന്നേയുള്ളൂ.

സ്വന്തം ഷൂറ.

രണ്ടാമത്തെ കത്ത്.

പ്രിയപ്പെട്ട അച്ഛാ,

ഞാൻ അച്ഛന് എഴുതിയിട്ട് ഒരുപാടു നാളായി, എനിക്ക് ഭയങ്കര ജോലിത്തിരക്കായിരുന്നു. പക്ഷെ ഇപ്പോൾ കുറെ സാവകാശം കിട്ടു ന്നുണ്ട്. പട്ടുനൂൽപ്പുഴുക്കൾ മുഖ്യമായും വിതരണം ചെയ്തു കഴിഞ്ഞു.

ആരോഗ്യമുള്ളവയെയാണ് എനിക്ക് കിട്ടിയത്. കുത്തുള്ളവ വളരെ കുറച്ചേ ഉണ്ടായിരുന്നുള്ളൂ. ഇന്നലെ ഞാൻ, പുഴുക്കളെ കൊടുത്തിട്ടുള്ള സ്ഥലങ്ങൾ ചുറ്റിനടന്നു കാണാൻ തുടങ്ങി. കൂട്ടുകൃഷിക്കളത്തിൽനിന്നു സഹായത്തിനയച്ച ഒരു സ്ത്രീയുമായിട്ടാണ് ഞാൻ പോയത്. മുഹബ്ബത്തെന്നാണ് പേര്, ഒന്നാന്തരം സ്ത്രീ. പാർട്ടിമെമ്പറാണ്. ചെറുപ്പമല്ല. മുത്തശ്ശിപോലുമാണ്. പക്ഷെ അവരൊരിക്കലും നിരുന്മേഷയല്ല. ചിരിച്ചുകൊണ്ടാണ് അവർ തന്റെ കഴിഞ്ഞകാലത്തെപ്പറ്റി എന്നോടു പറയുന്നത്. പക്ഷെ വളരെ വിഷമകരമായ ഒന്നായിരുന്നു അത്. അവരുടെ വിവാഹജീവിതം തന്നെ എടുത്തുനോക്കാം. ഒരു ദരിദ്രകുടുംബത്തിലെ ഏഴാമത്തെ കുട്ടിയായിട്ടാണവർ ജനിച്ചത്. പതിനാറാം വയസ്സിൽ, 'തൈക്കിളവി'യായിരിക്കുമ്പോഴാണ് വിവാഹം നടന്നത്. കാരണം പണമില്ലാത്തതുകൊണ്ട് ആരും അവളെ കെട്ടാൻ തയ്യാറായില്ല. ഒടുവിൽ അവൾക്കൊരു ഭർത്താവിനെ കിട്ടി. പ്രത്യക്ഷത്തിൽ നല്ല വകയുള്ള ഒരുത്തൻ. പരവതാനികളും മെത്തകളും വസ്ത്രങ്ങളും ഒരു സമോവാർ* പോലുമുണ്ട്. മുഹബ്ബത്ത് അയാളെ വിവാഹം ചെയ്തു. മൂന്നു ദിവസം അയാളുടെ ധനം - പ്രത്യേകിച്ച് സമോവർ - അനുഭവിച്ചു. അപ്പോഴാണറിഞ്ഞത് അതൊന്നും അയാളുടേതല്ലെന്ന്. എല്ലാം കടമെടുത്തതായിരുന്നു. ആദ്യം ഭർത്താവിന്റെ ഒരു സ്നേഹിതൻ വന്ന് പരവതാനികൾ എടുത്തുകൊണ്ടുപോയി. രണ്ടാമതൊരാൾ വന്ന് മെത്തകളും. മൂന്നാമത് ഒരുത്തൻ വന്ന് മറ്റേന്തോ സാധനവും കൊണ്ടുപോയി. സമോവാറൊഴികെ മറ്റൊന്നും ശേഷിച്ചില്ല. അവസാനം അതിനും ആളു വന്നു.

"ഞാൻ ആ സമോവാറിനടുത്തിരുന്ന് അതിനെ കെട്ടിപ്പിടിക്കുകയും അതിന്മേൽ കവിളമർത്തുകയും ചെയ്തു," മുഹബ്ബത്ത് പറഞ്ഞു. "അതിനു തണുപ്പായിരുന്നു. എനിക്ക് ചൂടും. ഞാൻ കരഞ്ഞു. പക്ഷെ അത് നിശ്ശബ്ദമായിരുന്നു. ഏതായാലും അവരത് എടുത്തുകൊണ്ടുപോയി. ഇപ്പോൾ എനിക്ക് അതൊക്കെ വെറും ബാലിശമായിത്തോന്നുന്നു. ഞാനന്ന് വിവരം കെട്ട ഒരു പാവപ്പെട്ട പെണ്ണായിരുന്നു. എന്തുകൊണ്ടെന്നറിഞ്ഞില്ല. ഞാൻ ഒരേ സമയത്തു കരയുകയും ചിരിക്കുകയും ചെയ്തു."

ഇതാണവർ എന്നോടു പറഞ്ഞത്.

ഞങ്ങളൊന്നിച്ച് ഒരു കൃഷിക്കാരന്റെ വീട്ടിൽ ചെന്നു. ഞങ്ങൾ കതകിൽ മുട്ടി. മറുപടിയില്ല. നല്ല വെയിൽ. ശബ്ദമില്ല. അതും എന്തൊരു നിശ്ശബ്ദത! മൺചുമരയിൽ കാറ്റത്ത് തലയാട്ടുന്ന പോപ്പിച്ചെടികളും തേനീച്ചകളുടെ മുഴക്കവും മാത്രം. അവസാനം കതകു

* ചായവെള്ളം തിളപ്പിക്കാനുപയോഗിക്കുന്ന ഓട്ടുപാത്രം

തുറന്നു. ഞങ്ങൾ അകത്തു കയറി. നൂറുവയസ്സിനുമേലുള്ള ഒരു വൃദ്ധ ഞങ്ങളെ സ്വീകരിച്ചു. ദേഹമാകെ തവിട്ടുനിറം. കീറിപ്പറിഞ്ഞ ഒരു പർദ ധരിച്ചിട്ടുണ്ട്. ജീവനുള്ളതിനേക്കാൾ മരിച്ച മട്ടാണ്. അടുത്ത മുറ്റത്തുനിന്നും മറ്റൊരു വൃദ്ധയും പിന്നീട് മൂന്നാമതൊരു സ്ത്രീയും വന്നു. തുടർന്ന് അത്രത്തോളം തന്നെ പ്രായമുള്ള ഒരു വൃദ്ധനെത്തി. അവസാനം കുറെയേറെ കൊച്ചുകുട്ടികൾ മുറ്റത്തേക്ക് ഓടി വന്നു. ശരിക്കുമൊരു പൊതുയോഗം തന്നെ!

"മറ്റുള്ളവരെവിടെ? ജോലിക്കു പോയോ?" മുഹബ്ബത്ത് ചോദിച്ചു.

"ജോലിക്കു പോയി," അവർ പറഞ്ഞു. "പഴത്തോട്ടങ്ങളിലും പച്ചക്കറിത്തോട്ടങ്ങളിലും" (ഞങ്ങളുടെ കൂട്ടുകൃഷിക്കളത്തിൽ പച്ചക്കറികളും ഫലവൃക്ഷങ്ങളും വളർത്തുന്നുണ്ട്.)

പെട്ടെന്ന് മറ്റുള്ള കുട്ടികളേക്കാൾ പ്രായംതോന്നിച്ച ഒരു പെണ്ണ് റഷ്യനിൽ പറഞ്ഞു:

"ഞങ്ങളുടെ ആൾക്കാർ മുന്തിരിത്തോട്ടത്തിലാണ്, അവിടെ വളത്തിനായി നൈട്രജൻ കൊണ്ടുവന്നിട്ടുണ്ട്."

ആ കിളവന്മാരും കിളവികളുമെല്ലാം തലയാട്ടുകയും ചിരിച്ചുകൊണ്ട് "അസോത്ത്," "അസോത്ത്" (നൈട്രജൻ) എന്ന് ആവർത്തിക്കുകയും ചെയ്തു. അവർക്ക് മനസ്സിലായ ഒരേയൊരു റഷ്യൻവാക്കായിരുന്നു അത്. യാത്രപറഞ്ഞിറങ്ങിയപ്പോൾ ഞാൻ പുറകോട്ടു നോക്കി അവരോട് വിളിച്ചുപറഞ്ഞു:

"ഹൈർ! പോകട്ടെ! അസോത്ത്!"

അവർ തിരിച്ചു വിളിച്ചുപറഞ്ഞു: "അസോത്ത്!"

പക്ഷെ അതിനു മുമ്പ് ഞങ്ങൾ പട്ടുനൂൽപ്പുഴുക്കളെ പരിശോധിച്ചു. അവയെ മുറുക്കിയടച്ച ഒരു മുറിയിൽ മച്ചിൽ നിന്നു കെട്ടിത്തൂക്കിയ ഒരു കൂടയിലാക്കി പഞ്ഞിനിറച്ച ക്വിൽട്ടുകൊണ്ട് മൂടിവച്ചിരിക്കുകയായിരുന്നു. അവ തണുത്ത് ശ്വാസംമുട്ടി കിടക്കുകയായിരുന്നു. ഞാൻ ക്വിൽട്ടെടുത്തു മാറ്റി ജനാല തുറന്നിട്ടു. മുഹബ്ബത്ത് എന്നോടിങ്ങനെ പറഞ്ഞു.

"ഈ പട്ട് ഞങ്ങളുടെ സ്ത്രീകൾക്ക് എത്രത്തോളം വിലപ്പെട്ടതാണെന്ന് നിങ്ങൾക്കറിഞ്ഞുകൂടാ. ഇവിടെയാണ് അവരുടെ സ്വാതന്ത്ര്യം തുടങ്ങുന്നത്. 'പട്ടിന്റെ പണം' സ്ത്രീകൾക്കുള്ളതാണ്. സ്ത്രീകൾതന്നെ പുഴുക്കൂടുകൾ കൊണ്ടുവരുന്നുവെന്ന കാര്യം ഉറപ്പു വരുത്തണം. എന്നാലേ അവർക്ക് പണം കിട്ടൂ. പണിയെല്ലാം അവർ ചെയ്തിട്ട് പണം ആണുങ്ങളുടെ കയ്യിൽ പോയെന്നും വരും."

നിർത്തട്ടെ, അച്ഛാ,

സ്വന്തം ഷൂറ

മൂന്നാമത്തെ കത്ത്.

അച്ഛാ, കേൾക്കൂ. അച്ഛന് അറിയണോ!... ഇവിടെ സംഭവിച്ചതിതാണ്. മുഹബ്ബത്തും ഞാനും വീണ്ടും സന്ദർശനത്തിനു പോയി.

"ഇവിടെ നമ്മൾ കയറേണ്ടതാണ്," ഒരു വീടിന്റെ മുമ്പിലൂടെ കടന്നുപോകുമ്പോൾ അവർ പറഞ്ഞു, "ഒരു ചീത്ത മനുഷ്യനാണ് അവിടെ താമസം. പേര് മീർ ഷഹീദ്. അയാളുടെ രണ്ടാം ഭാര്യ ഇപ്പോഴും വലിയ സങ്കടത്തിലാണ്. പുതുജീവിതം ഈ തെരുവിൽ വന്നെങ്കിലും അത് അവളുടെ മുറ്റത്ത് കാലൂന്നിയിട്ടില്ല. മൂന്നു കുട്ടികളുണ്ടവൾക്ക്. മൂന്നാമത്തേത് ഒരു കൈക്കുഞ്ഞാണ്. അതിനു തീരെ സുഖമില്ല. അതിനെയുംകൊണ്ട് അവൾ എവിടെ പോകാനാണ്? വീട്ടിലിട്ടേച്ചുപോയാൽ ഒന്നാം ഭാര്യ വളരെ വേഗം അതിന്റെ കഥ കഴിക്കും."

ഞങ്ങൾ അങ്ങോട്ടു ചെന്നു. നല്ല ഒരു വലിയ മുറി. ചുമരിൽ ഫിനാൻസ് ഇൻസ്പെക്ടറുടെ റിപ്പോർട്ടിന്റെ താളുകൾ ഒട്ടിച്ചിട്ടുണ്ട്. എല്ലാം ധാരാളമുണ്ട് - പാനപാത്രങ്ങളും തളികകളും ഗ്ലാസ് ഭരണികളുമെല്ലാം. ക്വിൽട്ടുകൾ ഒരു കുന്നുണ്ട്. വീട്ടുകാരൻ പഞ്ചാരവാക്കുകളും മുഖസ്തുതിയും വന്ദനങ്ങളുമായി ഞങ്ങളെ സ്വീകരിച്ചു. അരയിൽ ഒരു കച്ച കെട്ടിയിട്ടുണ്ട്. സ്ത്രീകളുടെ പ്രീതി ആർജ്ജിക്കാമെന്ന് ഇനിയും അയാൾ പ്രതീക്ഷിക്കുന്നുണ്ടെന്നർത്ഥം. തലയുടെ പുറകിൽ ധരിച്ചിരിക്കുന്ന തൊപ്പി ആത്മസംതൃപ്തിയുടെ ലക്ഷണമാണ്. കുട്ടികളും അവിടുണ്ടായിരുന്നു. ഏറ്റവും ഇളയതിന് വളകാലുണ്ടായിരുന്നു.

"നിങ്ങൾ അവളെ ഒരു ഡോക്ടറെ കാണിക്കണം. അവൾക്കു ഗ്രഹണിയാണ്," ഞാൻ പറഞ്ഞു.

അയാൾ കൈ മാറിൽവച്ചുകൊണ്ട് എന്നോട് നന്ദി പറഞ്ഞു. 'രഹീത്ത്' (ഗ്രഹണി) എന്ന റഷ്യൻ വാക്കും 'രഹ്മാത്ത്' (നന്ദി) എന്ന ഉസ്ബെക്ക് വാക്കും ദ്വയാർത്ഥത്തിൽ പ്രയോഗിച്ചുകൊണ്ടാണ് അയാളതു ചെയ്തത്. എന്നെ കളിയാക്കാൻ ശ്രമിക്കുകയായിരുന്നെന്നു സ്പഷ്ടം. ഒരു സ്ത്രീ അയാളുടെ അടുത്ത് നില്പുണ്ടായിരുന്നു.

"ഇതാണോ നൊർ ബിബി?" ഞാൻ മുഹബ്ബത്തിനോട് അടക്കിയ സ്വരത്തിൽ ചോദിച്ചു.

"അല്ല. അത് ഒന്നാം ഭാര്യയാണ്. ഒരു നിമിഷം നിൽക്കു. അവളെവിടെയെന്നു ഞാൻ ചോദിക്കാം."

പക്ഷെ അവർക്കു ചോദിക്കാൻ സമയം കിട്ടിയില്ല.

സംഭവിച്ചതിതാണ്.

ഞാൻ പട്ടുനൂൽപ്പുഴുക്കളെ നോക്കാൻ പോയി. അവർ സ്വന്തം മുട്ടകൾ വിരിയിച്ചെടുക്കുകയാണ് ചെയ്യുന്നത്. അവരുടെ പുഴുക്കൾ അപ്പോൾ പുറത്തു വന്നതേയുള്ളൂ. ഒന്നാം ഭാര്യ അവയെ ഒരു വെറും കടലാസുകൊണ്ട് ഒന്നിച്ചുകൂട്ടുകയായിരുന്നു.

"അങ്ങിനെ ചെയ്യരുത്, അപ്പാ (സഹോദരീ). നിങ്ങൾ അവയെ ഞെരുക്കും. കോഴിക്കുഞ്ഞിന്റെ തൂവലുകൊണ്ടാണ് അത് ചെയ്യേണ്ടത്. ഞാൻ വേഗം ഒരെണ്ണം കൊണ്ടുവരാം."

അവർക്കു കുറേ കോഴിക്കുഞ്ഞുങ്ങൾ കാണുമെന്നു കരുതി ഞാൻ മുറ്റത്തേക്കോടി. ഒരു മാഗ്പൈ പക്ഷിയുടെ തൂവൽ ഒരു മരക്കുറ്റിക്കടുത്തായി തറയിൽ കിടക്കുന്നതു കണ്ടു. അത് മതിയാകുമെന്നു കരുതി എടുക്കാൻ കുനിഞ്ഞപ്പോഴാണ് കുറ്റിയുടെ കീഴിൽനിന്നും ഒരു ഞരക്കം കേട്ടത്. കുറേക്കൂടി അടുത്തു ചെന്നു നോക്കിയപ്പോൾ കുറ്റി ഉയരം കുറഞ്ഞ ഒരു പുരയുടെ കതകിൽ ചാരി വച്ചിരിക്കുകയാണെന്നു കണ്ടു. എന്തുകൊണ്ടാണെന്നറിയാൻ വയ്യ, നൊർ ബിബിക്കു സുഖമില്ലെന്നും അവളെ അതിൽ ഒളിച്ചുവച്ചിരിക്കുകയാണെന്നും പെട്ടെന്നെനിക്കു തോന്നി. അതേപ്പറ്റി ആലോചിക്കാൻ എനിക്ക് സമയം കിട്ടുന്നതിനുമുമ്പ് (വളരെ വേഗമാണിതെല്ലാം നടന്നത്. ഒരു മിനിട്ടു പോലുമെടുത്തില്ല) മീർ ഷഹീദ് എന്റെ പുറകെ മുറ്റത്തേക്ക് വന്നു.

"ഞങ്ങളുടെ നികൃഷ്ടങ്ങളായ പട്ടുനൂൽപ്പുഴുക്കൾക്കുവേണ്ടി ഇത്രയേറെ ബുദ്ധിമുട്ടുന്ന നിങ്ങൾ എത്ര ദയാലുവാണ്, സഹോദരീ." അയാൾ അങ്ങേയറ്റം മധുരമായ സ്വരത്തിൽ പറഞ്ഞു. "പക്ഷെ കുറെ അധികം നാളായി ഞങ്ങൾക്ക് കോഴിക്കുഞ്ഞുങ്ങളില്ല."

"സാരമില്ല, മീർ ഷഹീദ്–അക്കാ (സഹോദരാ)" ഞാനും അത്ര തന്നെ മധുരമായി പറഞ്ഞു. "ഒരു നികൃഷ്ട മാഗ്പൈത്തൂവലായാലും മതി."

എന്തെങ്കിലും കേട്ടതായി ഞാൻ നടിച്ചില്ല...

അച്ഛാ, എനിക്കീ കത്ത് ഇപ്പോൾ തുടരാൻ നിവൃത്തിയില്ല. കടന്നലുകൾ പറക്കുന്നുണ്ടെന്നു തോന്നുന്നു. എട്ടുകാലികൾക്കും എലികൾക്കും പട്ടുനൂൽപ്പുഴുക്കളെ ഇഷ്ടമാണെങ്കിലും കടന്നലുകളാണ് എന്നെ കൂടുതൽ വിഷമിപ്പിക്കുന്നത്. കാരണം അവയാണ് ഏറ്റവും കൂടുതൽ ദ്രോഹം ചെയ്യുന്നത്. അവ ഇത്രയധികം ഒച്ചവയ്ക്കുന്നത് എന്തിനാണെന്ന് പോയി നോക്കട്ടെ. എന്നിട്ട് തിരിച്ചുവന്നു ബാക്കി എഴുതാം. ഞങ്ങൾ കണ്ട കാഴ്ച!....

അവർ കണ്ടതിതാണ്.

കൂട്ടുകൃഷിക്കളത്തിലെ കൊംസൊമോൾ സംഘടനയുടെ സെക്രട്ടറിയായ കർക്ക്മാസ് നിസാമൊവ് മുന്തിരിവള്ളികൾക്കിടയിൽ പയറും ത്രിപർണ്ണിപ്പുല്ലും നടാൻവേണ്ടി നിരകൾക്കിടയിൽ ഒരു ട്രാക്റ്റർകൊണ്ട് ഉഴുകയായിരുന്നു. മുന്തിരിനിരകൾക്കിടയിലുള്ള സ്ഥലം ഇങ്ങനെ ഉപയോഗപ്പെടുത്തുന്നത് അക്കാലത്തൊരു പുതിയ സമ്പ്രദായമായിരുന്നു. നിരകൾക്കിടയിൽ എന്തെങ്കിലും നട്ടാൽ അത് മണ്ണിന് ക്ഷീണമാണെന്നും മുന്തിരിക്ക് വേണ്ടത്ര വെള്ളം കിട്ടുകയില്ലെന്നും വാദിച്ചുകൊണ്ട് പലരും ഈ സമ്പ്രദായത്തെ എതിർത്തു. അതുകൊണ്ടാണ് അത് ഒരിടത്തുമാത്രം പരീക്ഷിച്ചുനോക്കാൻ തീരുമാനിച്ചത്.

കർക്ക്മാസ് വളരെ സൂക്ഷിച്ചാണ് ട്രാക്റ്റർ ഓടിച്ചത്. തന്റെ 'ഫോർഡ്സൺ'' ഈ പണിക്ക് വേണ്ടതിലുമധികം വീതിയുള്ളതിനാൽ അത് മുന്തിരിവള്ളികളെ കേടുവരുത്താനിടയുണ്ടെന്ന് അയാൾക്കറിയാമായിരുന്നു. കുറേക്കൂടി വീതി കുറഞ്ഞ 'ഇന്റർനാഷനലാ'ണ് അയാൾക്കു വേണ്ടിയിരുന്നത്. പക്ഷെ അത് കിട്ടാനില്ലായിരുന്നു. അത് അയാളെ വിഷമിപ്പിക്കുകയും ചെയ്തു. അയാളുടെ തൊപ്പി വിയർപ്പുകൊണ്ടു നനഞ്ഞിരുന്നു. ചെവിക്കിടയിലെ തുലിപ്പപൂവ് അയാളുടെ ചുട്ടുപൊള്ളുന്ന കവിളിലെ ചൂടേറ്റു വാടിയിരുന്നു.

ഷൂറ ട്രാക്റ്ററിന്റെ പിന്നാലെ പൊടിപടലത്തിനിടയിലൂടെ ഓടിവന്നു.

"കർക്ക്മാസ്, നിർത്ത്!" അവൾ വിളിച്ചുപറഞ്ഞു.

പക്ഷെ ഉഴവുചാലിന്റെ അറ്റം വരെ എത്തിയശേഷം മാത്രമേ കർക്ക്മാസ് സംസാരിക്കാൻ അവളുടെ നേരെ തിരിഞ്ഞുള്ളൂ.

"എന്താണ് കാര്യം? ഒരു പൊടിപടലം എന്റെ നേരെ അലമുറയിടുന്നതു മാത്രമേ ഞാൻ കണ്ടുള്ളു. അതിനകത്താരാണെന്നു കണ്ടില്ല. എന്താണ് വേണ്ടത്? ഇവിടെ ഓരോ മിനിട്ടും വിലപ്പെട്ടതാണ്. നിങ്ങൾ എന്നിട്ട് തൊള്ളയിട്ടുകൊണ്ട് അവിടെ നിൽക്കുകയാണ്."

"എന്റെ മിനിട്ട് അതിലും വിലപ്പെട്ടതാണ്!"

ട്രാക്ക്റ്ററിന്റെ ചക്രം പിടിച്ചുനിർത്താനെന്ന മട്ടിൽ അതിൽ തൂങ്ങിപ്പിടിച്ചുകൊണ്ടും വെയിലേറ്റു ചുട്ടുപഴുത്തിരിക്കുന്ന ലോഹത്തിൽ മുട്ടി കൈ പൊള്ളിച്ചുകൊണ്ടും ഷൂറ, നടന്ന സംഭവമെല്ലാം കർക്ക്മാസിനോടു പറഞ്ഞു.

മീർ ഷഹീദ് പറഞ്ഞത് നേരായിരുന്നു. നൊർ ബിബി മറ്റാരെങ്കിലുമാണെന്നു തെറ്റിദ്ധരിക്കാൻ അസാദ്ധ്യമായിരുന്നു. അവളുടെ "അടയാളക്കുറികളിൽ" ചോര കട്ടപിടിച്ചിരിപ്പുണ്ട്. കണ്ണുകളിൽ

നിന്നും ചെടപിടിച്ച മുടിയിലേക്കു കയറിക്കിടന്നിരുന്ന മുറിവിനാണ് ഏറ്റവും ആഴം.

ചെറിയൊരു പുരയിൽ ഒരു കീറിപ്പറിഞ്ഞ കമ്പിളിയുടെ പുറത്ത്, കൈ രണ്ടും കാൽമുട്ടുകളിൽ ചുറ്റിക്കൊണ്ട് നിലത്തേക്കു തുറിച്ചുനോക്കിയിരിക്കുകയാണ് നൊർ ബിബി.

“അവൾക്കു പനിയാണ്, സഖാക്കളെ.” കിടുകിടെ വിറച്ചുകൊണ്ട് മീർ ഷഹീദ് പറഞ്ഞു. “വിറകൊണ്ട് ബോധം കെട്ട് ചോര വരുന്നതു വരെ തലയിട്ടടിക്കുന്ന ഒരുതരം പനിയാണവൾക്ക്... നൊർ ബിബി, പ്രിയതമേ, നിനക്കു പനിയാണ്, അല്ലേ?”

നൊർ ബിബി മിണ്ടിയില്ല. കുർക്ക്മാസും ഷൂറയും മുഹബ്ബത്തും ജില്ലാമിലിഷ്യാക്കാരനും ഒന്നും മിണ്ടിയില്ല. അവസാനം ക്ലിനിക്കിൽ നിന്നു വന്ന വനിതാഡോക്ടർ നിശ്ശബ്ദത ഭഞ്ജിച്ചു.

“സ്ട്രെച്ചർ കൊണ്ടുവന്നതു നന്നായി. പക്ഷെ സഖാക്കളേ, അവളെ സൂക്ഷിച്ചു കിടത്തണം.”

നൊർ ബിബിയെ സ്ട്രെച്ചറിൽ മാറ്റിയ ശേഷം ജില്ലാമിലിഷ്യാക്കാരനായ ഉറുൻബായ് (അയാളും ഒരു ടുലിപ്പ്പൂവ് ചെവിയിൽ തിരുകിയിരുന്നു; കാരണം മദ്ധ്യേഷ്യയിൽ വസന്തം ടുലിപ്പ്പൂവിന്റെ കാലമാണ്) മീർ ഷഹീദിന്റെ നേരെ തിരിഞ്ഞു.

“തന്റെ ഭാര്യ ജീവിക്കും. ഡോക്ടർ അവളെ സുഖപ്പെടുത്തും. അതു നല്ലതുമാണ്. പക്ഷെ അവൾ കാരണം താനും ജീവിക്കുമെന്നതാണ് കഷ്ടം. ഏതായാലും നടക്ക്. വളരെ വർഷങ്ങളായി തന്നെയും പ്രതീക്ഷിച്ച് സ്ഥലമൊഴിച്ചിട്ടിരിക്കുന്നവരെ കാത്തുനിർത്തണ്ട.”

IV

എത്രയോ ഉൽകൃഷ്ടയുവാക്കളെ വളർത്തിയെടുത്ത, ഹൊജാ ആഹ്റാർ പള്ളിയോടനുബന്ധിച്ച പഴയ മദ്രസ്സ സ്ത്രീകളെക്കൊണ്ടു നിറഞ്ഞിരിക്കുന്നു. തനിയേ ചേർന്ന ഒരു യോഗമായിരുന്നു അത്. ആരും അതു മുൻകൂട്ടി കണ്ടിരുന്നില്ല. ആരും അതിനുവേണ്ടി പ്രത്യേകം തയ്യാറെടുത്തതുമില്ല. പരിപൂർണ്ണസുഖം പ്രാപിച്ച് അസ്പത്രിയിൽനിന്നു പുറത്തുവന്ന നൊർ ബിബി താഷ്ക്കെന്റിൽനിന്നുള്ള ഇൻസ്ട്രക്റ്ററുമായി ഒരു ആപ്രിക്കോട് മരത്തിന്റെ ചുവട്ടിൽ ചായ കുടിച്ചുകൊണ്ടിരിക്കുകയാണെന്ന വാർത്ത ഒരു പ്രത്യേകനിമിഷത്തിൽ പരക്കെ അറിയപ്പെടാനിടയായെന്നു മാത്രം. ആ ഇൻസ്ട്രക്റ്ററുടെയടുത്തേക്കാണ്

ആശുപത്രിയിൽനിന്നിറങ്ങിയ ഉടനെ അവൾ നേരെ പോയതു്. അവരവിടെയുണ്ടെന്ന വാർത്ത അറിഞ്ഞതോടെ ആ ഗ്രാമത്തിലെ പെണ്ണുങ്ങളെല്ലാം, കൂട്ടുകൃഷിക്കളത്തിലെ സ്ത്രീകളും ഒറ്റയ്ക്കു കൃഷി നടത്തുന്നവരുടെ ഭാര്യമാരും - ആ സമയ്ത്തു പ്രത്യേകിച്ചു ജോലിയൊന്നുമില്ലാത്ത സകലരും - പള്ളിയിലേക്കു പുറപ്പെട്ടു. താമസിയാതെ മുറ്റം നിറഞ്ഞു. ഇതുകണ്ട് അത്ഭുതപ്പെട്ട ഷൂറയ്ക്ക് അവൾ ഇതിനകം വിതരണം ചെയ്തുകഴിഞ്ഞിട്ടില്ലാത്ത അസീം ജാനിന്റെ ഏതാനും പോസ്റ്ററുകൾ തൂക്കാനേ സമയം കിട്ടിയുള്ളൂ. സമചതുരാകൃതിയിൽ കല്ലുകൊണ്ടു പണിത ആ മുറ്റം പച്ചയും മഞ്ഞയും വർണ്ണങ്ങളാൽ തിളങ്ങി. വളരെ മുഴപ്പിച്ചു വരച്ചിരുന്ന പട്ടുനൂൽപ്പുഴുക്കൾ കതകുകളുടെ കൊത്തുപലകകൾക്കിടയിൽ ഭിത്തിയിലൂടെ ഇഴഞ്ഞുനീങ്ങി. ഓറഞ്ചു നിറത്തിലുള്ള വസ്ത്രമണിഞ്ഞ ഒരു ഉസ്ബെക്ക് യുവതിയുടെ ചിത്രത്തോടു കൂടിയതായിരുന്നു ഏറ്റവും പ്രധാനപ്പെട്ട പോസ്റ്റർ (അത്തരം ഒന്നുമാത്രമേ അവശേഷിച്ചിരുന്നുള്ളൂ). ഏതാണ്ട് നൊർ ബിബിയുടെ ഛായ തോന്നിക്കുമായിരുന്ന അവൾ ഒരു കമ്മ്യൂണിസ്റ്റ് യൂത്ത് ഇന്റർനാഷനൽ ബാഡ്ജ് ധരിച്ചിട്ടുണ്ട്. സ്വാഗതരൂപത്തിൽ മുറ്റത്തിന്റെ പടിക്കലാണ് ഈ പോസ്റ്റർ തൂക്കിയിരുന്നത്.

മൂന്നു തവണ കയ്യടിച്ചുകൊണ്ട് മുഹബ്ബത്ത് യോഗം തുടങ്ങി. ഒന്നാന്തരം ശ്രവണക്ഷമതയുണ്ടായിരുന്ന ആ അങ്കണത്തിൽ കയ്യടിശബ്ദം മാറ്റൊലികൊണ്ടു. സ്ത്രീകളുടെ വസ്ത്രമിളകുന്ന ശബ്ദം കേട്ടു. അവരുടെ പുതപ്പുകളും തുവാലകളും ചെറുതായൊന്നനങ്ങി. പിന്നീട് ശബ്ദം നിലച്ചു. വസന്തത്തിലെ അസ്തമനസമയമായിരുന്നു അത്. ഹൊജാ ആഹ്റാറിലെ മദ്രസ്സയുടെ മുകളിലായി, ആ സന്ദർഭത്തിനുചിതമാം വണ്ണം തെളിഞ്ഞ ഒരു ചന്ദ്രക്കലയോടുകൂടി ആകാശത്തിന്റെ ഒരു നീല സമചതുരം കാണാം.

അങ്കണത്തിന്റെ നടുവിൽ അപ്രിക്കോട്ടുമരത്തിന്റെ ചുവട്ടിൽ ഒരു ബെഞ്ചിലിരിക്കുകയാണ് നൊർ ബിബി.

"പെങ്ങന്മാരേ!" മുഹബ്ബത്ത് വിളിച്ചുപറഞ്ഞു. "ഇവിടെ നിങ്ങളുടെ മുമ്പിലിരിക്കുന്നത് നമുക്കെല്ലാവർക്കും അറിയാവുന്ന നൊർ ബിബിയാണ്. എത്തരത്തിലുള്ളതായിരുന്നു ഈ സ്ത്രീയുടെ ജീവിതമെന്ന് നമുക്ക് പരിശോധിക്കാം..."

വീണ്ടും വസ്ത്രമിളകുന്ന ശബ്ദവും തുടർന്നു നിശ്ശബ്ദതയും.

"പണ്ട് നമ്മുടെ സ്ത്രീകൾക്ക് അഞ്ച് യജമാനന്മാരുണ്ടായിരുന്നു. വളരെക്കൂടുതലാണ്, അല്ലേ, അതായിരുന്നു സ്ഥിതി. ഒന്നാമത്തെ യജമാനൻ ദൈവം. രണ്ടാമത്തേത് എമീർ. പണി കൊടുക്കുന്ന,

ഭൂമിയുടേയും വെള്ളത്തിന്റെയും ഉടമസ്ഥനായ, അത് യഥേഷ്ടം വിതരണം ചെയ്യുന്ന, ആളായിരുന്ന മൂന്നാമത്തേത്. നാലാമത്തേത് മുള്ളാ. അഞ്ചാമത്തേത് ഭർത്താവ്. പെങ്ങന്മാരേ, നാല് യജമാനന്മാരെ പറഞ്ഞയച്ചെങ്കിലും അഞ്ചാമത്തേതിനെ വച്ചുകൊണ്ടിരുന്നുവെന്ന കാരണത്താലാണ് നാം നൊർ ബിബിയെ വിചാരണ ചെയ്യുന്നത്. വിപ്ലവത്തിനു മുമ്പ് നമ്മളെ പണത്തിനോ അരിക്കോ വിറ്റിരുന്നു. അല്ലെങ്കിൽ മറ്റെന്തെങ്കിലും സാധനങ്ങൾക്കുവേണ്ടി കൈമാറ്റം ചെയ്തിരുന്നു. കുട്ടിപ്രായത്തിൽ നമ്മെ വൃദ്ധന്മാർക്ക് (നൊർ ബിബി, നീ കരയുന്നതെന്തിനാണ്) നമ്മെക്കൂടാതെ മറ്റു ഭാര്യമാരുണ്ടായിരുന്ന വൃദ്ധന്മാർക്ക്, വിറ്റുപോന്നു. അവർ നമ്മുടെ കുട്ടിക്കാലം അപഹരിച്ചു. പക്ഷെ നാം മൗനം പൂണ്ടു. നൊർ ബിബി, ഇത്രയേറെക്കാലം മൗനം പൂണ്ടതിന് നീ കുറ്റക്കാരിയാണ്. ഇവൾ കുറ്റക്കാരിയല്ലേ, പെങ്ങന്മാരേ?" മുഹബ്ബത്ത് ചോദിച്ചു.

"അതെ, കുറ്റക്കാരി!" നിറഞ്ഞ കണ്ണുകളോടെ പെങ്ങന്മാർ പ്രതിവചിച്ചു.

"എഴുന്നേറ്റു നിൽക്കൂ, നൊർ ബിബി. ഞങ്ങളുടെ കണ്ണുകളിൽ നോക്കൂ. നിന്റെ സ്വന്തം കരുത്തിൽ നിനക്കു വിശ്വാസമില്ലായിരുന്നുവെന്നതാണ് നിന്റെ കുറ്റം. നിന്റെ ഭർത്താവിനെ ഉപേക്ഷിക്കാൻ നിനക്കു ഭയമായിരുന്നു. സോവിയറ്റധികാരം നിന്നെ വഴിത്തിരിവിൽവച്ചു കൈവെടിയുമെന്ന്, നിന്റെ കൊച്ചു വിഷമതകൾ കാണാൻ കഴിയാത്തവണ്ണം വലുതും വിദൂരവുമാണ് സോവിയറ്റ് ഭരണമെന്ന്, നീ ഭയന്നു. പക്ഷെ സോവിയറ്റധികാരം അവ കണ്ടിരിക്കുന്നു. കാരണം, സോവിയറ്റധികാരമെന്നാൽ ഞാനും നമ്മളെല്ലാവരുമാണ്, സോവിയറ്റധികാരമെന്നാൻ നീ തന്നെയാണ്. നിനക്കു ചെറുപ്പമാണെന്ന് ഓർക്കുക, നൊർ ബിബി. നിനക്ക് ആരോഗ്യമുണ്ട്. പണിയെടുക്കാൻ കഴിയും."

"എനിക്ക് ചെയ്യാവുന്നത് വളരെക്കുറച്ചാണ്, മുഹബ്ബത്ത്," നൊർ ബിബി പതിഞ്ഞ സ്വരത്തിൽ പറഞ്ഞു. പക്ഷെ ആ അത്ഭുതകരമായ അങ്കണം അവളുടെ വാക്കുകൾ എല്ലാവരും കേൾക്കുമാറ് വ്യക്തമായി ആവർത്തിച്ചു.

"നിനക്ക് ചെയ്യാവുന്നത് അധികമില്ലെന്നോ?" മറുപടി തിരക്കുന്ന മട്ടിൽ മുഹബ്ബത്ത് ആ അങ്കണത്തിലൂടെ കണ്ണോടിച്ചു...

ഷൂറ പിന്നീട് അവളുടെ അച്ഛന് ഇങ്ങനെ എഴുതി:

നൊർ ബിബി വളരെ പതുക്കെയാണ് സംസാരിച്ചതെങ്കിലും

അവൾ പറഞ്ഞത് എല്ലാവരും കേട്ടു.

“എനിക്ക് ചെയ്യാവുന്നത് അധികമില്ല,” അവൾ പറഞ്ഞു.

സുന്ദരിയും ബുദ്ധിമതിയുമായ മുഹബ്ബത്ത് - ആ സ്ത്രീ തനി തങ്കമാണ് - മറുപടി തിരയുന്ന മട്ടിൽ അങ്കണത്തിനു ചുറ്റുമൊന്നു കണ്ണോടിച്ചു. മറുപടി അവളുടെ നാലുഭാഗത്തുമുണ്ടായിരുന്നു. അസീം ജാനിന്റെ പോസ്റ്ററുകൾ അവളുടെ നേരെ തുറിച്ചുനോക്കി. പ്രത്യേകിച്ച് പുഴക്കുട്ടികളുമായി നിൽക്കുന്ന ഉസ്ബെക്ക് യുവതി. മുഹബ്ബത്ത് തന്റെ തവിട്ടുനിറത്തിലുള്ള ചൂറ്റുവിരൽ ആ പോസ്റ്ററിനു നേരെ ചൂണ്ടി.

“അത് നിനക്കു ചെയ്യാം, ഇല്ലേ? എല്ലാ പാതകളും നിന്റെ മുമ്പിൽ തുറന്നുകിടപ്പുണ്ട്. അതാണ് നീ മറന്നുപോയത്.”

അവർ നൊർ ബിബിയെ വിസ്തരിച്ചതും അവളെ സ്വതന്ത്രവും സന്തുഷ്ടവുമായ ജീവിതം നയിക്കാൻ ശിക്ഷിച്ചതും അച്ഛനു കേൾക്കാൻ കഴിയാതെപോയത് കഷ്ടമായി, മഹാകഷ്ടമായി.

വലെൻതീൻ കത്തായെവ്

വലെൻതീൻ കത്തായെവിന്റെ (1897-ൽ ജനനം) ഏതാണ്ടെല്ലാ നോവലുകളും കഥകളും വിപ്ലവത്തേയും ആഭ്യന്തരയുദ്ധത്തേയും കുറിച്ചാണ്. ഏറ്റവും പ്രസിദ്ധിയാർജ്ജിച്ച നോവലുകളിലൊന്നായ "വെളുത്ത കപ്പൽപ്പായ തിളങ്ങുന്നു" എന്ന നോവൽ അനേകം ഭാഷകളിലേക്കു വിവർത്തനം ചെയ്യുകയും ചലച്ചിത്രമാക്കുകയും ചെയ്തിട്ടുണ്ട്.

ഉക്രെയിന്റെ തെക്കുഭാഗത്ത്, ഒദേസ്സയിൽ ജനിച്ച കത്തായെവ് ആ പ്രദേശത്തു നടന്ന വിപ്ലവത്തിന്റെ പ്രചണ്ഡസംഭവങ്ങൾക്ക് ഒരു ദൃക്സാക്ഷിയായിരുന്നു. രണ്ടാം ദശകത്തിന്റെ തുടക്കത്തിൽ, ആഭ്യന്തരയുദ്ധത്തിന്റെ അവസാനഘട്ടത്തിൽ ബുദ്യോന്നി*യുടെ ഒന്നാം അശ്വസേന ഉക്രെയിനിലൂടെ പടപൊരുതി മുന്നേറി. ആ പ്രശസ്ത സേനയെക്കുറിച്ച് പല കഥകളും പാട്ടുകളുമെഴുതപ്പെട്ടിട്ടുണ്ട്, പല ഐതിഹ്യങ്ങളും ഉണ്ടായിട്ടുണ്ട്. ആ സേനയുടെ ജീവിതത്തിലെ ഒരു സംഭവത്തെ അസ്പദമാക്കി എഴുതിയതാണ് കത്തായെവിന്റെ 'നിദ്ര' എന്ന ചെറുകഥ.

*ആഭ്യന്തരയുദ്ധകാലത്തെ ഒരു പ്രമുഖ സോവിയറ്റ് സേനാധിപൻ. 1883-ൽ ജനിച്ചു.

നിദ്ര

ഒരാളുടെ ജീവിതത്തിൽ മൂന്നിലൊരു ഭാഗം ഉറക്കമാണ്. എങ്കിലും ഉറക്കമെന്താണെന്നു കൃത്യമായി പറയാൻ ശാസ്ത്രജ്ഞന്മാർക്കു കഴിയുന്നില്ല. "ഈ അവസ്ഥ ആവിർഭവിക്കുന്നതിന് ഉടനടിയുള്ള കാരണത്തെ സംബന്ധിച്ചിടത്തോളം അഭ്യൂഹങ്ങൾ മാത്രമേയുള്ളൂ" എന്നാണ് ഒരു പഴയ വിജ്ഞാനകോശത്തിൽ പറയുന്നത്.

ഉറക്കത്തെപ്പറ്റി കൃത്യമായൊന്നും കാണാത്തതുകൊണ്ട് ആ ഭാരിച്ച ഗ്രന്ഥം അടച്ചുവയ്ക്കാൻ തുടങ്ങുമ്പോഴാണ് അടുത്തൊരു കോളത്തിൽ ഉറക്കത്തെക്കുറിച്ച് മനോഹരമായ ഒരു ഈരടി എന്റെ കണ്ണിൽ പെട്ടത്.

"തോളുകളിൽ ചിത്രശലഭത്തിന്റെ ചിറകുകളോടും കയ്യിൽ അവീൻപൂവോടും കൂടിയ ഒരു മനുഷ്യരൂപമായിട്ടാണ് കലാകാരന്മാർ നിദ്രയെ ദൃഷ്ടാന്തേന ചിത്രീകരിക്കുന്നത്."

ബാലിശമെങ്കിലും സുന്ദരമായ ഈ അലങ്കാരം എന്റെ ഭാവനയെ ഉത്തേജിപ്പിച്ചു.

ചരിത്രത്തിൽ രേഖപ്പെടുത്താൻ അർഹതയുള്ള, ഉറക്കത്തിന്റെ അത്ഭുതകരമായ ഒരു കഥ ഞാൻ പറയാം.

1919 ജൂലൈ 30-ാം ന ചുവപ്പുസേനയുടെ യൂണിറ്റുകൾ ക്രമമൊന്നും പാലിക്കാതെ ത്സരീത്സിൻ ഉപേക്ഷിച്ചുകൊണ്ട് വടക്കോട്ട് പിൻവാങ്ങിത്തുടങ്ങി. ഈ പിൻവാങ്ങൽ നാല്പത്തഞ്ചു ദിവസം നീണ്ടുനിന്നു. ഫലപ്രദമായി പൊരുതാൻ കഴിവുള്ള ഒരേയൊരു

ശക്തി അവശേഷിച്ചത് സെമ്യോൻ മിഹൈലൊവിച്ച് ബുദ്യോന്നി യുടെ നേതൃത്വത്തിലുള്ള 5,500 പേരുടെ അശ്വസേനയായിരുന്നു. ശത്രുവിന്റെ പക്കലുള്ള ശക്തികളുമായി തട്ടിച്ചുനോക്കുമ്പോൾ ഇത് നിസ്സാരമാണെന്നു തോന്നി.

എങ്കിലും പിൻവാങ്ങലിനു മറപിടിക്കാൻ ബുദ്യോന്നിയ്ക്ക് കല്പന കിട്ടി. അദ്ദേഹത്തിന്റെ സേനയ്ക്ക് ശത്രുവിന്റെ എല്ലാ ആക്രമണങ്ങളു ടേയും ആഞ്ഞടി ഏൽക്കേണ്ടിവന്നു.

യഥാർത്ഥത്തിൽ അത് അനേകം ദിനരാത്രങ്ങൾ നീണ്ടു നിന്ന ഒരു ദീർഘമായ പോരാട്ടമായിരുന്നു. പൊരുതുന്നതിനിടയ്ക്ക് കിട്ടുന്ന ചുരുങ്ങിയ ഇടവേളകളിൽ വേണ്ടപോലെ ആഹാരം കഴിക്കാനോ ഉറങ്ങാനോ ദേഹം കഴുകാനോ കുതിരകളുടെ ജീനി അഴിക്കാനോ സമയം കിട്ടിയില്ല.

അസാധാരണമാംവണ്ണം ചൂടുള്ള ഒരു വേനലായിരുന്നു അത്. വോൾഗാനദിക്കും ദോൻനദിക്കും ഇടയ്ക്കുള്ള താരതമ്യേന ഇടുങ്ങിയ ഒരു പ്രദേശത്താണ് യുദ്ധം നടന്നത്. എങ്കിൽപ്പോലും പട്ടാളക്കാർക്ക് അടുപ്പിച്ച് ഇരുപത്തിനാല് മണിക്കൂർ നേരത്തേക്ക് വെള്ളമില്ലാതെ കഴിയേണ്ടിവന്നു. ഏതാനും കിലോമീറ്ററുകളകലെയുള്ള കിണറുക ളിലേക്ക് കുതിരയോടിച്ചു പോകുന്നതിന് അര മണിക്കൂറെടുക്കാൻ പോലും അവർക്ക് നിർവ്വാഹമില്ലാത്ത സ്ഥിതിയായിരുന്നു.

റൊട്ടിയേക്കാൾ വിലപ്പെട്ടതായിരുന്നു വെള്ളം. വെള്ളത്തേ ക്കാൾ വിലപ്പെട്ടതായിരുന്നു സമയം.

പിൻവാങ്ങലിന്റെ ആദ്യത്തെ മൂന്നു രാത്രികൾക്കും പകലുകൾക്കു മിടയ്ക്ക് അവർക്ക് ശത്രുവിന്റെ ഇരുപത് ആക്രമണങ്ങളെ ചെറുക്കേ ണ്ടിവന്നു.

ഇരുപത് ആക്രമണങ്ങൾ!

പട്ടാളക്കാരുടെ ഒച്ച പൊങ്ങാതായി. അവർ വാളുകൾ കൊണ്ട് വെട്ടിമുറിച്ചു. പക്ഷെ തങ്ങളുടെ വരണ്ട തൊണ്ടകളിൽനിന്നും ഒരു ശബ്ദം പുറപ്പെടുവിക്കാൻ അവർക്കു കഴിഞ്ഞില്ല.

ഒരു ഭയങ്കരരംഗമായിരുന്നു അത് - കുതിരപ്പുറത്ത് ആക്രമണം നടത്തുന്നു, ശത്രുവുമായി ഏറ്റുമുട്ടുന്നു, വാളുകൊണ്ട് അരിഞ്ഞു വീഴ്ത്തു ന്നു, വികൃതമുഖങ്ങളിൽനിന്ന് ചേറ് കലർന്ന വിയർപ്പൊഴുകുന്നു. അതേസമയം ഒരൊറ്റ മനുഷ്യശബ്ദം പോലും കേൾക്കാനില്ല...

താമസിയാതെ ദാഹത്തിന്റെയും വിശപ്പിന്റെയും ദുസ്സഹമായ ചൂടിന്റേയും ദണ്ഡനത്തിനു പുറമെ ഉറക്കമില്ലയ്മയുടെ ദണ്ഡനവും

സഹിക്കേണ്ടിവന്നു.

സന്ദേശവുമായി പൊടിക്കിടയിലൂടെ കുതിരയോടിച്ചു വന്ന ഒരു ദൂതൻ ജീനിയിൽനിന്നു താഴെ വീണ് കുതിരയുടെ കാൽക്കൽ കിടന്നുറങ്ങി.

ഒരാക്രമണം കഴിഞ്ഞപ്പോൾ ആളുകൾ ജീനിയിലിരിക്കാൻ തന്നെ വളരെ വിഷമിച്ചു. ഉറക്കത്തെ തടഞ്ഞുനിർത്താനാവില്ലെന്ന സ്ഥിതിയായി.

രാത്രിയായപ്പോൾ അവരുടെ കണ്ണുകളിൽ ഉറക്കം തൂങ്ങി നിന്നു. കാന്തശക്തിയാലെന്നപോലെ അടഞ്ഞ കൺപോളകൾ തുറക്കാൻ വിസമ്മതിച്ചു. ഹൃദയത്തിലെ രക്തം രസംപോലെ ഘനമായും നിശ്ചലമായും തീർന്നു. നാഡിമിടിപ്പ് മന്ദഗതിയിലായി. കൈകൾ മരച്ചു പെട്ടന്നു താഴോട്ടു വീണു. വിരലുകളുടെ പിടി അയഞ്ഞു. തലകൾ താഴോട്ടാഞ്ഞു. തൊപ്പികൾ നെറ്റിയിലേക്കു വീണുകിടന്നു.

പെൻഡുലം പോലെ ജീനികളിലിരുന്ന് ആടിക്കൊണ്ടിരുന്ന അയ്യായിരത്തഞ്ഞൂറ് കുതിരപ്പടയാളികളെ ഗ്രീഷ്മരാവിന്റെ നീലിമയാർന്ന മൂടൽ സാവധാനം പൊതിഞ്ഞു.

റെജിമെന്റുകളുടെ തലവന്മാർ അടുത്ത ആജ്ഞയും പ്രതീക്ഷിച്ച് ബുദ്യോന്നിയുടെയടുക്കൽ ചെന്നു.

“എല്ലാവരും ഉറങ്ങണം,” “എല്ലാവരും” എന്ന വാക്ക് ഊന്നിക്കൊണ്ട് ബുദ്യോന്നിയ് പറഞ്ഞു. “എല്ലാവരും വിശ്രമിക്കണമെന്നാണ് എന്റെ കല്പന.”

“പക്ഷെ, സഖാവ് ജനറൽ.. അതെങ്ങിനെ സാധിക്കും... കാവൽക്കാരുടേയും പാറാവുകാരുടേയും കാര്യമെങ്ങിനെ?...”

“എല്ലാവരും, എല്ലാവരും...”

“അപ്പോൾ ആര്..?”

“ഞാൻ...” എന്നു പറഞ്ഞുകൊണ്ട് ബുദ്യോന്നിയ് ഇടതു കുപ്പായക്കൈ പൊക്കി വാച്ചിലേക്കു നോക്കി.

അരണ്ട വെളിച്ചത്തിൽ വാച്ചിലെ അക്കങ്ങളും സൂചികളും തിളങ്ങിക്കണ്ടു.

“ഒന്നൊഴിയാതെ എല്ലാവരും ഉറങ്ങണം. സേന ഒന്നടങ്കം,” ഉന്മേഷപൂർവ്വം ശബ്ദമുയർത്തിക്കൊണ്ട് അദ്ദേഹം പറഞ്ഞു.

“നിങ്ങൾക്കു കൃത്യം ഇരുന്നൂറ്റിനാല്പതു മിനിട്ട് വിശ്രമിക്കാം.”

നാലു മണിക്കൂറെന്ന് അദ്ദേഹം പറഞ്ഞില്ല. നാലു മണിക്കൂർ

വളരെക്കുറഞ്ഞ സമയമായിപ്പോയി. ഇരുന്നൂറ്റിനാല്പതു മിനിട്ടെന്നാണ് അദ്ദേഹം പറഞ്ഞത്. ആ ചുറ്റുപാടിൽ അനുവദിക്കാവുന്നതിന്റെ പരമാവധിയായിരുന്നു അത്.

"മറ്റൊന്നിനെപ്പറ്റിയും വിഷമിക്കണ്ട," അദ്ദേഹം കൂട്ടിച്ചേർത്തു. "ഞാൻ തന്നെ പട്ടാളത്തിനു കാവൽ നിന്നോളാം. എന്റെ സ്വന്തം ഉത്തരവാദിത്വത്തിൽ. ഇരുന്നൂറ്റിനാല്പതു മിനിട്ട്. ഒരു സെക്കന്റു പോലും കൂടുതലില്ല. വിശ്രമം തീർന്നുവെന്നതിനുള്ള അടയാളം എന്റെ കൈത്തോക്കിൽനിന്നുള്ള ഒരു വെടിയായിരിക്കും."

അദ്ദേഹം തന്റെ മൗസർ കൈത്തോക്കിന്റെ ഉറയിൽ തട്ടുകയും തവിട്ടു നിറത്തിലുള്ള തന്റെ പാണ്ടൻ കുതിരയായ കസ്ബേക്കിനെ കുതിമുള്ളു കൊണ്ട് മെല്ലെ സ്പർശിക്കുകയും ചെയ്തു.

ഒരൊറ്റയാൾ ഒരു മുഴുവൻ സേനാവിഭാഗത്തിന്റേയും ഉറക്കത്തിനു കാവൽനിന്നു. ആ ഒരാൾ സേനാനായകനുമായിരുന്നു. പട്ടാളച്ചട്ടങ്ങളുടേയും നിയമങ്ങളുടേയും ഒരു കടുത്ത ലംഘനമായിരുന്നു അത്. പക്ഷെ മറ്റു പോംവഴിയൊന്നുമില്ലായിരുന്നു. ഓരോരുത്തരും എല്ലാവർക്കും വേണ്ടി, എല്ലാവരും ഓരോരുത്തർക്കും വേണ്ടി - ഇതാണ് വിപ്ലവത്തിന്റെ അലംഘനീയനിയമം.

മലയിടുക്കിൽ തഴച്ചുനിന്നിരുന്ന പുല്ലിന്റെ പുറത്തേക്ക് അയ്യായിരത്തഞ്ഞൂറുപേർ ഒരൊറ്റയാളെപ്പോലെ മറിഞ്ഞു. ജീനിയഴിച്ചു വച്ച് കുതിരയെ കെട്ടാൻ മാത്രമുള്ള ശക്തി ചിലർക്കുണ്ടായിരുന്നു. അതിനുശേഷം അവർ ജീനിയിൽ തലചായ്ച്ചുറങ്ങി. മറ്റുള്ളവർ ജീനിയൂരാതെതന്നെ കുതിരയുടെ കാൽച്ചുവട്ടിലേക്കു വഴുതിവീണ് കടിഞ്ഞാണിൽനിന്നു പിടിവിടാതെ ഉറക്കത്തിൽ ലയിച്ചു. ഉറങ്ങുന്നതിനേക്കാൾ പെട്ടെന്ന് മരിച്ചുവീണ പ്രതീതിയാണ് അതുളവാക്കിയത്.

ഉറങ്ങിക്കിടക്കുന്ന മനുഷ്യരെക്കൊണ്ടു നിറഞ്ഞ ആ മലയിടുക്ക് എല്ലാവരും വധിക്കപ്പെട്ട ഒരു യുദ്ധരംഗം പോലെ തോന്നിച്ചു.

ബുദ്യോന്നിയ് പട്ടാളക്കാർ കിടന്നിരുന്ന പ്രദേശത്തിനു ചുറ്റും സാവധാനം കുതിരപ്പുറത്തു പോയി. പിന്നിൽ പതിനേഴു വയസ്സുള്ള ഗ്രീഷകൊവല്യോവ് എന്ന പരിചാരകനുണ്ട്. ആ ഇരുണ്ട നിറക്കാരൻ ജീനിയിൽ ഇരിപ്പുറപ്പിക്കാൻ വളരെ പാടുപെട്ടു. അവന്റെ തല മുന്നോട്ട് കുനിഞ്ഞു വീണുകൊണ്ടിരുന്നു. അതു നേരെ നിർത്താൻ അവൻ ആവതു ശ്രമിച്ചു. പക്ഷെ ഈയംപോലെ ഭാരിച്ചതായിരുന്നു അത്.

അങ്ങിനെ ആ താവളത്തിനു ചുറ്റും സേനാനായകനും പരിചാരകനും കുതിരപ്പുറത്ത് കറങ്ങിക്കൊണ്ടിരുന്നു. ഉറങ്ങുന്ന അയ്യായിരത്തഞ്ഞൂറുപേർക്കിടയിൽ ഉണർന്നിരിക്കുന്ന രണ്ടുപേർ.

അന്ന് സെമ്യോൻ ബുദ്യോന്നിയ് താരതമ്യേന വളരെ ചെറുപ്പമായിരുന്നു. ഉന്തിയ കവികളെല്ലുകളോടും നീണ്ടു സമൃദ്ധമായി നിന്ന കറുത്ത മീശയോടും കറുത്ത പുരികങ്ങളോടും കൂടിയ അദ്ദേഹത്തിന്റെ കർഷകമുഖം വെയിലേറ്റ് ഏതാണ്ട് ഒറഞ്ചുനിറം പൂണ്ടിരുന്നു.

കുതിരപ്പുറത്ത് ചുറ്റിനടക്കുമ്പോൾ അദ്ദേഹം നിലാവെളിച്ചത്തിൽ ഇടയ്ക്കിടെ പട്ടാളക്കാരിൽ ചിലരെ തിരിച്ചറിഞ്ഞു. തിരിച്ചറിയുന്നതോടെ, ഉറങ്ങിക്കിടക്കുന്ന മകന്റെ തൊട്ടിലിനുനേരെ കുനിയുന്ന ഒരച്ഛന്റെ വാത്സല്യമസൃണമായ പുഞ്ചിരി അദ്ദേഹത്തിന്റെ മുഖത്തും പരക്കും.

അതാ, ഗ്രീഷ വാൽദ്മനാണ് അവിടെ കിടക്കുന്നത്. കട്ടിയില്ലാത്ത മീശയുള്ള ഒരു ഭീമകായൻ. വീണപാടെ, ജീനിയിൽ തലയും വച്ച് പുൽപ്പുറത്ത് മലർന്നു കിടക്കുകയാണ്. കനത്തമുഷ്ടിയിൽ കൈത്തോക്ക് മുറുക്കിപ്പിടിച്ചുകൊണ്ട്. ഉറക്കത്തിൽപ്പോലും ആ വിരലുകൾ അയയ്ക്കാൻ സാദ്ധ്യമല്ല. ഒരു മരപ്പെട്ടിപോലെ വീതിയും വലിപ്പവുമുള്ള മാറിടം. ഇപ്പോളത് നക്ഷത്രങ്ങൾക്ക് അഭിമുഖമാണ്. ചുറ്റുമുള്ള പുൽക്കൊടികളെ വിറപ്പിച്ചുകൊണ്ടുള്ള ഭയങ്കരമായ കൂർക്കം വലിക്കൊത്ത് അത് താളത്തിൽ ഉയർന്നുതാഴ്ന്നു. മറ്റേ കൈ ചൂടുള്ള മണ്ണിൽ മലർന്നു കിടക്കുന്നു. ആ മണ്ണ് ഗ്രീഷ വാൽദ്മന്റെ പക്കൽ നിന്നും എടുത്തുമാറ്റാൻ ധൈര്യമുണ്ടോ?

ഇവാൻ ബേലെൻകിയാണ് കണ്ണുകളിലേക്ക് ഉതിർന്നു വീണ മുടിയുമായി മരിച്ചുകിടക്കുന്നതുപോലെ ഉറങ്ങുന്നത്. ഒരു ദോൻ കൊസാക്കുകാരനാണയാൾ. മൂർച്ചയുള്ള കൊസാക്ക് വാളിനു പകരം, പുരാതന ആയുധങ്ങളിഷ്ടമുള്ള ഒരു ഭൂവുടമയുടെ വീട്ടിൽനിന്നുമെടുത്ത വളരെ വലിപ്പമുള്ള ഒരു പഴയ വാളാണ് അയാൾ ധരിച്ചിരിക്കുന്നത്. നൂറ്റാണ്ടുകളായി ആ ഖഡ്ഗം ഒരു പ്രഭുവിന്റെ വിരുന്നുമുറിയിലെ ചുമരിൽ പേർഷ്യൻ പരവതാനിയുടെ മുകളിലായി തൂങ്ങിക്കിടന്നിരുന്നതാണ്. ഇപ്പോഴത് ഒരു ദോൻ കൊസാക്കുകാരനായ ഇവാൻ ബേലെൻകിയുടെ കയ്യിലാണ്. അയാളത് വേണ്ടപോലെ മൂർച്ചവയ്പിച്ചു. വൈറ്റ്ഗാർഡുകൾക്കെതിരായ പോരാട്ടങ്ങളിൽ ഉപയോഗിച്ചുവരുന്നു. ഇവാൻ ബേലെൻകിയുടേതുപോലെ നീളവും കരുത്തുമുള്ള കൈകൾ ആ സേനയിൽ ആർക്കുമില്ലായിരുന്നു. ഒരിക്കൽ സംഭവിച്ചതിതാണ്. കുതിരയ്ക്ക് തീറ്റിക്കുവേണ്ടി ഇവാൻ

ഒരു ധനികകൃഷിക്കാരന്റെ വീട്ടിൽ ചെന്നു. തനിക്ക് കുറച്ച് വയ്ക്കോൽ വിൽക്കണമെന്ന് അയാൾ അവരോടഭ്യർത്ഥിച്ചു.

“ഇവിടെയില്ല. ചെറിയൊരു വയ്ക്കോൽത്തുറു മാത്രമേ ശേഷിച്ചിട്ടുള്ളു,” വീട്ടുകാരി പറഞ്ഞു.

“എനിക്കധികം വേണ്ട.” ഇവാൻ താണുകേണു പറഞ്ഞു. “എന്റെ കുതിരയ്ക്കുവേണ്ടി മാത്രം, ഒരു പിടി മതി.”

“ശരി, പോയി ഒരു പിടി എടുത്തോ,” സ്ത്രീ പറഞ്ഞു.

“വളരെ നന്ദി.”

ദോൻ കൊസാക്കുകാരനായ ഇവാൻ ബേലെൻകിയ് വയ്ക്കോൽത്തുറുവിന്റെ അടുത്തേക്കു ചെന്നു. അതപ്പാടെ തന്റെ നീണ്ട കൈകളിലാക്കി. സ്ത്രീ പകച്ചുനിന്നു. ഇത്രയും നീണ്ട കൈകൾ അവർ മുമ്പു കണ്ടിട്ടില്ല. പക്ഷെ അവരെന്തു ചെയ്യാനാണ്. ഇവാൻ ഒന്നു മൂളുകമാത്രം ചെയ്തുകൊണ്ട് വയ്ക്കോൽത്തുറുവുമായി താവളത്തിലേക്കു പോയി. പക്ഷെ ക്ഷീണിച്ച വിവശനായി താവളത്തിലെത്തിയപ്പോൾ അയാളുടെ കയ്യിൽ വയ്ക്കോലില്ലായിരുന്നു. അയാളുടെ കൈകൾ വിറയ്ക്കുകയും പല്ല് കൂട്ടിയിടിക്കുകയും ചെയ്തുകൊണ്ടിരുന്നു. കിതപ്പ് കാരണം അയാൾ സംസാരിക്കാൻ വിഷമിച്ചു.

“എന്തുപറ്റി, ഇവാൻ?”

“ഓ, എന്നോടു ചോദിക്കണ്ട. ഞാൻ വല്ലാതെ പേടിച്ചു പോയി... ആ പഹയൻ പോയി തുലയട്ടെ....”

പട്ടാളക്കാർ ആശ്ചര്യപ്പെട്ടു - കൂട്ടത്തിൽ ഏറ്റവും ധീരനായ ഇവാൻ ബേലെൻകിയെ ഭയപ്പെടുത്തിയത് എന്തായിരിക്കും?

എന്തു പറയേണ്ടു എന്നറിയാൻ വയ്യാതെ അയാളവിടെ വെറുതെ നിന്നതേയുള്ളു.

“പോയി തുലയട്ടെ അവൻ!... പട്ടാളത്തിൽനിന്ന് ഒളിച്ചോടിപ്പോയ ഒരുത്തനാണ് എന്നെ പേടിപ്പിച്ചത്. അവൻ നരകത്തിൽ കിടന്ന് വെന്തെരിയട്ടെ!”

“എന്താണീ പറയുന്നത്? എന്തു പറ്റി?”

“ഞാൻ പറഞ്ഞില്ലേ... ഒളിച്ചോടിപ്പോയ ഒരുത്തൻ... ആ നശിച്ച വയ്ക്കോലുമെടുത്ത് പോരാൻ തുടങ്ങുമ്പോഴുണ്ട് അതിനകത്ത് എന്തോ ഞൊളയുന്നു. ഒളിച്ചോടിപ്പോയ ആ നശിച്ച കഴുവേറി നരകത്തിൽ പോകട്ടെ!”

പട്ടാളത്തിൽനിന്നൊളിച്ചോടിയ ഒരുത്തൻ വയ്ക്കോൽത്തുറുവിൽ

ഒളിച്ചിരിക്കുകയും ഇവാൻ വസ്സോലിനൊപ്പം അയാളെക്കൂടി ചുമ ന്നുകൊണ്ടുനടക്കുകയും ചെയ്തുവത്രെ. വഴിക്ക് അയാൾ ഒരെലിയെ പ്പോലെ ഞൊളയാൻ തുടങ്ങി. പിന്നീട് അതിൽനിന്നുമെട്ടുത്തു ചാടി. നിർഭയനായ ബേലെൻകിയ് അതുകണ്ട് ഭയന്നുമരിച്ചില്ലെന്നേയുള്ളൂ.

അവരെത്ര ചിരിച്ചു!

തന്റെ പട്ടാളക്കാരനായ ഇവാൻ ബേലെൻകിയുടേയും നീലനിറ മാർന്ന പൂർണ്ണചന്ദ്രൻ ഒരു കണ്ണാടിയിലെന്നപോലെ നിഴലിച്ചുകണ്ട അയാളുടെ കൂർത്ത വാളിന്റേയുമട്ടുത്തുകൂടി സൂക്ഷിച്ചു കടന്നുപോകു മ്പോൾ ബുദ്യോന്നിയുടെ മുഖത്ത് വീണ്ടും വാത്സല്യം നിറഞ്ഞു. പുരുഷോചിതമായ ഒരു പുഞ്ചിരി പരന്നു.

രാത്രിയുടെ യാമം മുന്നോട്ടുപോയ്ക്കൊണ്ടിരുന്നു. ആ പുൽപ്രദേശ ത്തെ രാവിന്റെ നക്ഷത്രഘടികാരം മുകളിലൂടെ നീങ്ങിക്കൊണ്ടിരുന്നു. തന്റെ ആൾക്കാരെ ഉണർത്താനുള്ള സമയമടുക്കാറായി.

പെട്ടെന്ന് കസ്ബേക്ക് നിശ്ചലമായി നിന്ന് ചെവികൂർമ്പിച്ചു. ബുദ്യോന്നിയ് ശ്രദ്ധയോടെ ചെവിയോർത്തു. പിന്നീടദ്ദേഹം തീതട്ടി വശം കരിഞ്ഞ തന്റെ കാക്കിത്തൊപ്പി നേരെ വച്ചു.

ഇട്ടക്കിന്റെ മുകളിലൂടെ ഏതാനും കുതിരസവാരിക്കാർ വരുന്നുണ്ട്. അവരുടെ നിഴലുകൾ ഒന്നൊന്നായി ചന്ദ്രബിംബത്തെ കടന്നുപോയി. ബുദ്യോന്നിയ് അനങ്ങിയില്ല. സവാരിക്കാർ ബുദ്യോന്നിയുടെ പട്ടാള ക്കാരുടെ താവളത്തിനു നേരെ കുതിരയോടിച്ചുവന്നു. മുന്നിലുണ്ടായി രുന്ന ആൾ, തനിക്കുകിട്ടിയ സമയം മുഴുവനും ഉറങ്ങാതെ തീയുടെ അരണ്ട വെളിച്ചത്തിൽ കാലിലെ പട്ടീസു മാറ്റിക്കൊണ്ടിരുന്ന ഒരു പട്ടാളക്കാരന്റെ നേരെ കുനിഞ്ഞു. സവാരിക്കാരൻ കയ്യിൽ ഒരു സിഗററ്റ് പിടിച്ചിട്ടുണ്ട്. അത് കൊളുത്താൻവേണ്ടി അയാൾ തീയാ വശ്യപ്പെട്ടു.

"ഹേയ്," സവാരിക്കാരൻ ചോദിച്ചു. "ഏതു ഗ്രാമത്തിൽ നിന്നാണ് നിങ്ങൾ? കുറച്ചു തീ തരു."

"നിങ്ങളാരാണ്?"

"കാണാൻ പാടില്ലേ?"

പട്ടാളക്കാരനു നോക്കാൻ വേണ്ടി സവാരിക്കാരൻ തോൾ താഴ്ത്തി. കാണിച്ചുകൊടുത്തു. തോൾപ്പട്ടയിൽ ഒരു കേണലിന്റെ അടയാളമുദ്ര നിലാവെളിച്ചത്തിൽ പ്രകാശിച്ചു. ആഫീസർമാരുടെ ഒരു പരിശോധകസംഘം തങ്ങളുടേതെന്നു തെറ്റിദ്ധരിച്ച് ചുവ പ്പുസേനയുടെ താവളത്തിലകപ്പെട്ടുപോയി. വൈറ്റ്ഗാർഡുകൾ

അടുത്തുതന്നെയുണ്ടെന്നർത്ഥം. ഒട്ടും സമയം പാഴാക്കിക്കൂടാ. ബുദ്യോന്നിയ് ജാഗ്രതയോടെ നിഴലിൽ നിന്നു പുറത്തേക്കു വന്ന് തന്റെ കൈത്തോക്കുയർത്തി. നിശ്ശബ്ദതയിൽ ഒരു വെടി പൊട്ടി. കേണൽ നിലംപതിച്ചു. ബുദ്യോന്നിയുടെ പട്ടാളക്കാർ ചാടിയെഴുന്നേറ്റു. ആഫീസർമാരുടെ പരിശോധക സംഘത്തെ തടവുകാരായി പിടിച്ചു.

"കുതിരപ്പുറത്തു കയറിൻ!" ബുദ്യോന്നിയ് വിളിച്ചു പറഞ്ഞു.

ഒരു മിനിട്ടിനുള്ളിൽ അയ്യായിരത്തഞ്ഞൂറുപേർ ജീനികളിലിരിപ്പുറപ്പിച്ചു. അടുത്ത മിനിട്ടിനുള്ളിൽ, മഞ്ഞുതുള്ളികൾ മൂടിയ പുൽപ്രദേശത്തിന്റെ മേൽ പതിച്ച ആദ്യത്തെ സൂര്യകിരണങ്ങളുടെ വെളിച്ചത്തിൽ, അവർ തങ്ങളുടെ നേർക്കുവരുന്ന വൈറ്റ്ഗാർഡ് കുതിരപ്പട്ടാളമുയർത്തുന്ന പൊടിപടലംകണ്ടു. ബുദ്യോന്നിയ് തന്റെ സേനയോട് തിരിഞ്ഞുനിൽക്കാനാജ്ഞാപിച്ചു. അശ്വസേനയുടെ മൂന്നു പീരങ്കിനിരകൾ തിരയൊഴിച്ചു. യുദ്ധം തുടങ്ങി.

... ബുദ്യോന്നിയ് തന്നെയാണ് ഈ കഥ എന്നോട് പറഞ്ഞത്.

"അയ്യായിരത്തഞ്ഞൂറാളുകൾ ഒരൊറ്റയാളെപ്പോലെ വീണപാടേ കിടന്നുറങ്ങി," ചിന്താധീനനായി പുഞ്ചിരിച്ചുകൊണ്ട് അദ്ദേഹം പറഞ്ഞു. "അവരുടെ കൂർക്കംവലി കേൾക്കേണ്ടതായിരുന്നു. പുൽക്കൊടികൾ പോലും കിടന്നാടി!"

ചുമരിൽ തൂങ്ങിക്കിടക്കുന്ന ഭൂപടത്തിലേക്ക് കണ്ണ് ചെറുതാക്കി നോക്കിക്കൊണ്ട് ഒരു പ്രത്യേകസന്തോഷത്തോടെ അദ്ദേഹം ആവർത്തിച്ചു: "പുൽക്കൊടികൾപോലും കിടന്നാടി!"

ഞാനപ്പോൾ സൈനികവിപ്ലവസമിതിയിലുള്ള അദ്ദേഹത്തിന്റെ ആഫീസിൽ അദ്ദേഹമൊന്നിച്ച് ഇരിക്കുകയായിരുന്നു. പുറത്ത് മോസ്ക്കോവിലുണ്ടാകാറുള്ള കാര്യമാത്രപ്രസക്തമായ ഹിമവർഷങ്ങളിലൊരെണ്ണം നഗരത്തെ മൂടിക്കൊണ്ടിരുന്നു.

എങ്കിലും എനിക്ക് ആ അന്യാദൃശമായ രംഗം വിഭാവന ചെയ്യാൻ കഴിയും. പുൽപ്രദേശം. രാത്രി. ചന്ദ്രബിംബം. ഒരു താവളമാകെ ഉറങ്ങുന്നു. ബുദ്യോന്നിയ് തന്റെ കസ്ബേക്കെന്ന കുതിരയുടെ പുറത്ത്. തടുക്കാനാവാത്ത നിദ്രയുമായി മല്ലിട്ടുകൊണ്ട് ഇരുണ്ട നിറത്തിലുള്ള ഒരു ബാലൻ കുതിരപ്പുറത്ത് തൊട്ടു പിന്നിൽ വരുന്നുണ്ട്. വാടിപ്പോയ ഒരു പോപ്പിപ്പൂങ്കുല അവന്റെ ചെവിയിൽ തിരുകിയിട്ടുണ്ട്. പൊടി പിടിച്ച, ചൂടുള്ള ചുമലിൽ ഒരു ചിത്രശലഭം ഉറങ്ങുന്നു.

മാക്സിം ഗോർക്കി

ആത്മീയസൗന്ദര്യത്തിലും വിശ്വസ്നേഹത്തിലും അതുല്യമായ ഒരു പ്രതിഭാസമാണ് റഷ്യൻ വിപ്ലവകാരികളെന്നു മാക്സിം ഗോർക്കി ഒരിക്കൽ എഴുതുകയുണ്ടായി

വിപ്ലവത്തിന്റെ കലാകാരനായ മാക്സിം ഗോർക്കി(1868-1936) ആജീവനാന്തം തൊഴിലാളിപ്രസ്ഥാനവുമായി ഉറ്റ ബന്ധം പുലർത്തിപ്പോന്നു. അക്കാലത്തെ സമുന്നതരായ പല വിപ്ലവകാരികളേയും നേരിട്ടറിയാമായിരുന്ന അദ്ദേഹം അവരിൽ ചിലരെപ്പറ്റി എഴുതിയിട്ടുണ്ട്. ലെനിന്റെ ഒരു സുഹൃത്തായിരുന്നു ഗോർക്കി. ലെനിനെക്കുറിച്ചുള്ള അദ്ദേഹത്തിന്റെ അനുസ്മരണങ്ങൾ ആ വിപ്ലവനേതാവിനെക്കുറിച്ചെഴുതിയിട്ടുള്ള കൃതികളിൽ അഗ്രഗണ്യമാണ്. ഒരു റഷ്യൻ വിപ്ലവകാരിയായ പ്യോത്ത്ർ സളോമൊവിന്റെയും അദ്ദേഹത്തിന്റെ അമ്മയുടേയും ജീവിതത്തിൽനിന്നുള്ള ഏതാനും വസ്തുതകളെ ആസ്പദമാക്കിയാണ് ഗോർക്കി 'അമ്മ' എന്ന നോവലെഴുതിയത്. അവരെ രണ്ടുപേരേയും അദ്ദേഹത്തിന് അടുത്തറിയാമായിരുന്നു. തന്റെ ജീവിതാവസാനം വരെ അവരുമായി സ്നേഹബന്ധം പുലർത്തുകയും ചെയ്തു.

വിപ്ലവചരിത്രത്തിൽ 'കമോ' എന്ന പേരിലറിയപ്പെട്ടിരുന്ന സിമോൻ തെർ–പെത്രൊസ്യാനെക്കുറിച്ചുള്ളതാണ് ചുവടെ കൊടുക്കുന്ന കഥ.

കമോ

1905 നവംബർ—ഡിസംബർ കാലത്ത്, മൊഹൊവായ തെരുവും വൊസ്ദ്വീഷെൻകയും കൂടിച്ചേരുന്നിടത്ത് മൂലയ്ക്കുള്ള കെട്ടിടത്തിലെ എന്റെ വസതിയിൽ പന്ത്രണ്ട് ജോർജ്ജിയക്കാരുടെ ഒരു സായുധസംഘം എന്നൊടൊപ്പം താമസമുണ്ടായിരുന്നു. തൊട്ടുമുമ്പുവരെ അഖിലറഷ്യൻ കേന്ദ്ര എക്സിക്യൂട്ടീവ് കമ്മിറ്റിയുടെ ആസ്ഥാനം ഇവിടെയായിരുന്നു. മോസ്കോ തൊഴിലാളികളുടെ വിപ്ലവ പ്രവർത്തനം നയിക്കാൻ ശ്രമിച്ചുകൊണ്ടിരുന്ന ബോൾഷെവിക് സഖാക്കളടങ്ങിയ 'കമ്മിറ്റി'യുടെ കീഴിൽ ലെയൊനീദ് ക്രാസിൻ സംഘടിപ്പിച്ച പ്രസ്തുതസംഘം ജില്ലകൾ തമ്മിൽ ബന്ധം വയ്ക്കുകയും സമ്മേളനങ്ങൾ നടന്നുകൊണ്ടിരിക്കുമ്പോൾ എന്റെ വസതിക്കു കാവൽ നിൽക്കുകയും ചെയ്തു. പലപ്പോഴും ഈ സംഘത്തിന് 'ബ്ലാക്ക് ഹൺഡ്രഡ്സ്'കാർക്കെതിരായി പൊരുതേണ്ടിവന്നിട്ടുണ്ട്. ഒരിക്കൽ തെമ്മാടിയായ മിഹൽച്ചൂക്കി*നാൽ വധിക്കപ്പെട്ട ബൗമന്റെ** മൃതദേഹം വച്ചിരുന്ന ടെക്നിക്കൽ കോളേജിന്റെ നേരെ ആയിരം പേരോളം വരുന്ന ഒരു ബ്ലാക്ക്ഹൺഡ്രഡ്സ് സമൂഹം മുന്നേറിയപ്പോൾ ഈ യുവജോർജ്ജിയാക്കാരുടെ സായുധസംഘത്തിന്

---

*നെമേത്സക്കയ തെരുവിലെ (ഇപ്പോളതിന് ബൗമന്റെ പേരാണുള്ളത്) ഒരു വീട്ടുകാവൽക്കാരനായിരുന്ന മിഹൽച്ചൂക്ക്. ബൗമന്റെ കൊലപാതകത്തിനു വിസ്തരിച്ച് അയാളെ വെറുതെ വിട്ടു. 1906—ൽ മോഷണക്കുറ്റം ചുമത്തി അയാളെ ശിക്ഷിച്ചു.

**ബൗമൻ എൻ. ഇ. (1873-1905)—ഒരു പ്രമുഖ വിപ്ലവകാരി.

ആൾക്കൂട്ടത്തെ പിരിച്ചുവിടാൻ കഴിഞ്ഞു.

അന്നന്നത്തെ ജോലിയും അപകടങ്ങളും മൂലം തളർന്ന് അവർ രാത്രി വീട്ടിൽ വരും. തറയിൽ കിടന്നുകൊണ്ട് ആ ദിവസത്തെ അനുഭവങ്ങൾ കൈമാറും. പതിനെട്ടിനും ഇരുപതിനുമിടയ്ക്ക് പ്രായമുള്ള ചെറുപ്പക്കാരായിരുന്നു എല്ലാവരും.

അവരുടെ നേതാവ്, സഖാവ് അറബീദ്സെ* ഊർജ്ജസ്വലനും വളരെ കണിശക്കാരനുമായ, മുപ്പതിനൊടടുത്ത ഒരു ധീരവിപ്ലവകാരിയായിരുന്നു. ജോർജ്ജിയയിൽ ഒരു ആക്രമണസംഘത്തെ നയിച്ചിരുന്ന ജനറൽ അസൻചേയെവ് - അസൻചേവ്സ്കിയെ 1908-ൽ വെടിവച്ചുകൊന്നത് അയാളാണെന്നാണ് എന്റെ ഓർമ്മ.

കമോയുടെ പേര് എന്നോടാദ്യം പറഞ്ഞതും വിപ്ലവപ്രവർത്തനമാർഗ്ഗങ്ങളുടെ അസാമാന്യമാംവണ്ണം സുധീരനായ ആ പ്രണേതാവിനെക്കുറിച്ച് ചില കഥകൾ എന്നെ വിവരിച്ചു കേൾപ്പിച്ചതും അറബീദ്സെയാണ്.

ആശ്ചര്യകരവും അസാധാരണവുമായിരുന്നു ആ കഥകൾ. ഒരു മനുഷ്യന് ഏതാണ്ട് അമാനുഷികമായ ധൈര്യവും നിരന്തരമായ പ്രവർത്തനവിജയവും ഒന്നിച്ചുണ്ടാവുകയെന്നത്, അസാമാന്യമായ ബുദ്ധിവൈഭവവും ശിശുസഹജമായ ഹൃദയശുദ്ധിയും ഒരേ സമയത്തുണ്ടായിരിക്കുകയെന്നത്, ആ ധീരോദാത്തദിനങ്ങളിൽപ്പോലും വിശ്വസിക്കാൻ പ്രയാസമായിരുന്നു. ഞാൻ കേട്ടതെല്ലാം കടലാസ്സിൽ പകർത്തുകയാണെങ്കിൽ, അങ്ങിനെയൊരാൾ യഥാർത്ഥത്തിൽ ജീവിച്ചിരുന്നതായി ആരും വിശ്വസിക്കുകയില്ലെന്നും കമോയെക്കുറിച്ചുള്ള എന്റെ ചിത്രീകരണം ഒരു നോവലെഴുത്തുകാരന്റെ കെട്ടുകഥയായി കരുതപ്പെട്ടുമെന്നും അന്നെനിക്കു തോന്നി. അതുകൊണ്ട് അറബീദ്സെ എന്നോടു പറഞ്ഞ ഏതാണ്ടെല്ലാംതന്നെ ആ സഖാവിന്റെ വിപ്ലവാത്മകമായ കാല്പനികത്വം മൂലമാണെന്നു ഞാൻ നിശ്ചയിച്ചു.

പക്ഷെ പലപ്പോഴും സംഭവിക്കാറുള്ളപോലെ, യഥാർത്ഥ്യം ഏതൊരു കെട്ടുകഥയേക്കാളും കൂടുതൽ സങ്കീർണ്ണവും ഞെട്ടിപ്പിക്കുന്നതുമാണെന്നു തെളിഞ്ഞു.

അധികം താമസിയാതെ കമോയെക്കുറിച്ചുള്ള ഈ കഥകൾ എൻ.എൻ ഫ്ലെറോവ് സ്ഥിരീകരിക്കുകയുണ്ടായി. 1892—ൽത്തന്നെ തിഫ്ലീസിൽ വച്ച് എനിക്കദ്ദേഹത്തെ പരിചയമുണ്ടായിരുന്നു.

---

*ജോർജിയൻ നടനായ വസോ അറബീദ് സെ.

അന്നദ്ദേഹം "കവ്ക്കാസ്" എന്ന പത്രത്തിലെ ഒരു പ്രൂഫ്റീഡറായിരുന്നു. അക്കാലത്ത്, സൈബീരിയയിൽനിന്നു നാടുകടത്തൽ കഴിഞ്ഞുവന്ന ഒരു "നറോദ്നിക്ക്" ആയിരുന്നു അദ്ദേഹം. വളരെ പരിക്ഷീണനെങ്കിലും അദ്ദേഹം മാർക്സിന്റെ കൃതികൾ വായിക്കുകയും "ചരിത്രം ഞങ്ങൾക്കനുകൂലമായാണ് പ്രവർത്തിക്കുന്നതെന്ന്" അങ്ങേയറ്റത്തെ വാചാലതയോടെ എന്നേയും എന്റെ സഖാവായ അഫനസ്യെവിനേയും ബോദ്ധ്യപ്പെടുത്താൻ ശ്രമിക്കുകയും ചെയ്തു.

പരിക്ഷീണരായ മറ്റു പലരേയും പോലെ അദ്ദേഹം വിപ്ലവത്തേക്കാൾ പരിണാമത്തെയാണ് കൂടുതൽ ഇഷ്ടപ്പെട്ടത്.

പക്ഷെ 1905—ൽ മോസ്ക്കോയിൽ വന്നപ്പോൾ അദ്ദേഹം ആകെ മാറിയിരുന്നു.

"ഈ രാജ്യത്ത് ഒരു സമൂഹ്യവിപ്ലവം തുടങ്ങുകയാണ്, ചങ്ങാതി. അത് മനസ്സിലാക്കുന്നുണ്ടോ? അതെ. അത് യഥാർത്ഥത്തിൽ നടക്കാൻ പോവുകയാണ്. കാരണം, അടിയിൽ നിന്ന്, മണ്ണിൽ നിന്ന്, അത് തുടങ്ങിക്കഴിഞ്ഞു," വരണ്ട ചുമ ചുമച്ചുകൊണ്ട്, ശ്വാസകോശങ്ങൾ ക്ഷയരോഗത്താൽ കാർന്നുതിന്നപ്പെടുന്ന ഒരാളിന്റെ കരുതലോടുകൂടിയ ശബ്ദത്തിൽ, അദ്ദേഹം പറഞ്ഞു. ഒരു സങ്കുചിതമനസ്കനായ യുക്തിവാദിയുടെ ഹ്രസ്വദൃഷ്ടി അദ്ദേഹം ഉപേക്ഷിച്ചതായി കണ്ടതിലും അദ്ദേഹത്തിന്റെ ശബ്ദത്തിൽ ഇത്രയേറെ ഊഷ്മളത കേൾക്കാൻ കഴിഞ്ഞതിലും ഞാൻ ആനന്ദംകൊണ്ടു.

"എത്ര ആശ്ചര്യകരമായ വിപ്ലവകാരികളാണ് തൊഴിലാളിവർഗ്ഗ ചുറ്റുപാടിൽനിന്ന് വരുന്നത്! ഇതാ കേട്ടോളൂ!"

ഏതോ ഒരു അസാമാന്യമനുഷ്യനെപ്പറ്റി അദ്ദേഹം പറഞ്ഞു തുടങ്ങി. അല്പനേരം കേട്ടിട്ട് ഞാൻ ചോദിച്ചു, "കമോ എന്നാണോ പേര്?"

"അപ്പോൾ നിങ്ങൾക്ക് അദ്ദേഹത്തെ അറിയാം, ഇല്ലേ? പറഞ്ഞു കേട്ടിട്ടേയുള്ളോ...?"

അദ്ദേഹം തന്റെ ഉയർന്ന നെറ്റിത്തടവും കഷണ്ടി കയറിയ തലയിലവിടവിടെയുള്ള നരച്ച മുടിച്ചുരുളുകളും തടവിക്കൊണ്ട് ഒരു നിമിഷം ആലോചിച്ചശേഷം, പതിമൂന്നു വർഷം മുമ്പ് താനൊരു യുക്തിവാദിയായിരുന്നുവെന്ന വസ്തുത അനുസ്മരിപ്പിക്കുമാറ്, ഇങ്ങനെ പറഞ്ഞു:

"ആളുകൾ ആരെയെങ്കിലും പറ്റി വളരെയേറെ സംസാരിക്കുമ്പോൾ, അതിനർത്ഥം ആ മനുഷ്യൻ ഒരു അസാധാരണനും

ഒരുപക്ഷെ "ഗ്രീഷ്മാഗമനത്തെ കുറിക്കാത്ത ഒരു മീവൽ പക്ഷി" യുമാണെന്നാണ്.

പക്ഷെ ഭ്രതകാലത്തെ ഇങ്ങനെ സോപാധികമായി വാഴ്ത്തിയ തിനു ശേഷം അദ്ദേഹം അറബീദ്സെ എന്നോട് പറഞ്ഞത് സ്ഥി രീകരിക്കുകയും കൂടാതെ തനിക്കുണ്ടായ ഒരനുഭവം വിവരിക്കുകയും ചെയ്തു.

ഒരു പരിചയക്കാരനെ കാണാൻ വേണ്ടി ഹ്ലെറോവ് ബക്കു റെയിൽവേസ്റ്റേഷനിൽ നിൽക്കുമ്പോൾ ഒരു തൊഴിലാളി അദ്ദേഹ ത്തെ ബലമായി പിടിച്ചുതള്ളി.

"എന്നെ ശകാരിക്കു! " അയാൾ അദ്ദേഹത്തോടു മന്ത്രിച്ചു.

ആ അപേക്ഷയ്ക്കു തക്കതായ കാരണമുണ്ടെന്നു കണ്ടു ഹ്ലെറോവ് അപ്രകാരം ചെയ്തപ്പോൾ ആ തൊഴിലാളി ക്ഷമ യാചിക്കുന്ന ഭാവത്തിൽ തൊപ്പിയൂരിപ്പിടിച്ചുകൊണ്ട് അദ്ദേഹത്തോട് ഇങ്ങനെ ശ്വാസമടക്കിപ്പറഞ്ഞു.

"എനിക്കു നിങ്ങളെ അറിയാം. നിങ്ങൾ ഹ്ലെറോവാണ്. എന്നെ പിന്തുടരുന്നുണ്ട്. കറുക്കെ വരയുള്ള ഒരു ഓവർക്കോട്ടിട്ടുകൊണ്ട് കവിളത്തു വച്ചുകെട്ടിയ ഒരാൾ അടുത്തുതന്നെ ഇവിടെവരും. സുര ക്ഷിതമായ വീട് ഇപ്പോൾ സുരക്ഷിതമല്ലെന്ന് അയാളോടു പറയണം. അവിടെ ശത്രുക്കൾ പതിയിരിപ്പുണ്ട്. നിങ്ങൾ അയാളെ നിങ്ങളുടെ വീട്ടിലേക്കു കൂട്ടിക്കൊണ്ടുപോകണം. മനസ്സിലായോ?"

അനന്തരം തൊപ്പി തലയിൽ വച്ചിട്ട് ആ തൊഴിലാളി പരുഷമായി ഉറക്കെപ്പറഞ്ഞു, "ഒച്ചയിടൽ നിർത്ത്. എന്തു പറ്റി? ഞാൻ തന്റെ എല്ലൊടിച്ചോ?"

ഹ്ലെറോവ് പൊട്ടിച്ചിരിച്ചു.

"ഒന്നാന്തരം അഭിനയം. അല്ലേ? അയാൾ എന്തുകൊണ്ട് എന്റെ സംശയം ഉണർത്തിയില്ലെന്നും ഞാൻ എന്തുകൊണ്ട് അത്ര എളുപ്പ ത്തിൽ അയാൾക്ക് വഴങ്ങിക്കൊടുത്തെന്നും അതുകഴിഞ്ഞ് വളരെ നേരത്തേക്ക് ഞാൻ അത്ഭുതപ്പെടുകയുണ്ടായി. അയാളുടെ അധികാര ഭാവത്തിൽ എനിക്ക് മതിപ്പുതോന്നിയതാവാം കാരണം. ഒരു പ്രകോ പനക്കാരനോ ഗവണ്മെന്റ് ചാരനോ ആയിരുന്നെങ്കിൽ എന്നോട് വളരെ മര്യാദപൂർവ്വം അഭ്യർത്ഥിക്കുകയായിരിക്കും ചെയ്യുക. എന്നെ ആജ്ഞാപിക്കാനുള്ള ചങ്കൂറ്റം കാണുകയില്ല. അന്നത്തേതിനുശേഷം ഞാൻ അദ്ദേഹത്തെ രണ്ടുമൂന്നു തവണ കണ്ടിട്ടുണ്ട്. ഒരിക്കൽ

ഞങ്ങളൊന്നിച്ച് ഒരു രാത്രി കഴിച്ചുകൂട്ടി. ഞങ്ങൾ ദീർഘനേരം സംസാരിച്ചു. സിദ്ധാന്തം അദ്ദേഹത്തിന് അത്രയൊന്നും വശമില്ല. അക്കാര്യം അദ്ദേഹത്തിനറിയുകയും ചെയ്യാം. അതിൽ ലജ്ജിക്കുന്നുമുണ്ട്. പക്ഷെ വായിക്കാനും സ്വയം പഠിക്കാനും അദ്ദേഹത്തിനു തീരെ സമയം കിട്ടുന്നില്ല. സത്യത്തിൽ അതിന്റെ ആവശ്യവുമില്ല. കാരണം, അദ്ദേഹം അടിമുടി ഒരു വിപ്ലവകാരിയാണ്. വികാരങ്ങളിലുമെല്ലാംതന്നെ. അദ്ദേഹം പതറുകയില്ല. വിപ്ലവപ്രവർത്തനം അദ്ദേഹത്തിന് വായുവും ഭക്ഷണവും പോലെതന്നെ ആവശ്യമാണ്."

ഏതാണ്ട് രണ്ടുകൊല്ലം കഴിഞ്ഞ് കാപ്രിദ്വീപിൽവച്ച് ലെയൊനീദ് ക്രാസിൻ കമോയുടെ മറ്റൊരു വശം എനിക്ക് കാട്ടിത്തന്നു. പഴയ പല സഖാക്കളേയും ഞങ്ങൾ അനുസ്മരിക്കുകയായിരുന്നു. പെട്ടെന്നയാൾ ചെറുതായൊന്നു ചിരിച്ചു.

"തെരുവിൽവച്ച് ആ ചുറുചുറുക്കുള്ള കൊക്കേഷ്യൻ ആഫീസറെ ഞാൻ കണ്ണിറുക്കിക്കാണിച്ചപ്പോൾ നിങ്ങൾ അത്ഭുതപ്പെട്ടത് ഓർക്കുന്നുണ്ടോ? 'ആരാണത്?' നിങ്ങൾ ആശ്ചര്യത്തോടെ ചോദിച്ചു. തിഫ്ലീസിൽവച്ച് എനിക്കു പരിചയമുള്ള ദദെഷ്ക്കെലിയാനി രാജകുമാരനാണെന്നാണല്ലോ ഞാൻ മറുപടി പറഞ്ഞത്. ഓർക്കുന്നില്ലേ? അതുപോലൊരു അഴകിയരാവണനെ എനിക്കറിയാൻ വഴിയില്ലെന്നും ഞാൻ നിങ്ങളെ കളിയാക്കുകയാണെന്നും നിങ്ങൾക്കു സംശയം തോന്നിയതായി എനിക്കു തീർച്ചയുണ്ടായിരുന്നു. വാസ്തവത്തിൽ അത് കമോ ആയിരുന്നു. അദ്ദേഹം ആ ഭാഗം വളരെ ഭംഗിയായി അഭിനയിച്ചു! ഇപ്പോഴദ്ദേഹത്തെ ബർലിനിൽവച്ചു പിടിച്ചിരിക്കുകയാണ്. ഇത്തവണ അദ്ദേഹത്തിനു രക്ഷ കിട്ടുമെന്നു തോന്നുന്നില്ല. അദ്ദേഹത്തിന് ഭ്രാന്ത് പിടിപെട്ടിരിക്കുന്നു. നമ്മൾ തമ്മിൽ പറയുകയാണെങ്കിൽ, അത്ര വലിയ ഭ്രാന്തൊന്നുമുണ്ടെന്ന് തോന്നുന്നില്ല. പക്ഷെ അതുകൊണ്ട് രക്ഷ കിട്ടുമെന്ന് എനിക്കു വിശ്വാസമില്ല. അദ്ദേഹത്തെ റഷ്യയിലേക്കു വിട്ടുകിട്ടണമെന്നതാണ് റഷ്യൻ എംബസ്സിയുടെ ആഗ്രഹം. കമോ എന്തുദ്ദേശിച്ചാണിറങ്ങിയിരുന്നതെന്നു ജെൻഡാർമുകൾക്ക് പകുതിപോലും അറിയാമായിരുന്നെങ്കിൽ അവർ അദ്ദേഹത്തെ കഴുവിലേറ്റും."

കമോയെപ്പറ്റി എനിക്കറിയാവുന്നത്ര മുഴുവൻ ഞാൻ വിവരിച്ചു കേൾപ്പിച്ചു. അതിൽ എത്രത്തോളം വാസ്തവമുണ്ടെന്നു ഞാൻ ക്രാസിനോടു ചോദിച്ചു.

"മുഴുവനും വാസ്തവമായിരിക്കും," ഒരു നിമിഷം ആലോചിച്ചശേഷം അയാൾ പറഞ്ഞു. "അദ്ദേഹത്തിന്റെ അത്ഭുതാവഹമായ

ബുദ്ധിവൈഭവത്തേയും ധൈര്യത്തേയും കുറിച്ചുള്ള ഈ കഥകളെല്ലാം ഞാനും കേട്ടിട്ടുണ്ട്. തീർച്ചയായും, സ്വന്തമായിട്ടൊരു വീരപുരുഷൻ വേണമെന്ന ആഗ്രഹംമൂലം തൊഴിലാളികൾ കമോയുടെ പരാക്രമകഥകൾക്ക് അല്പസ്വല്പം പൊടിപ്പും തൊങ്ങലും വയ്ക്കുന്നുണ്ടാവാം. വർഗ്ഗബോധം ഉത്തേജിപ്പിക്കണമെന്ന കണ്ണോടെ അവർ ഒരു വിപ്ലവൈതിഹ്യം സൃഷ്ടിക്കുന്നതാവാം. എങ്കിലും അസാമാന്യമാം വണ്ണം അന്യാദൃശനായ ഒരാളാണദ്ദേഹം. വിജയം അദ്ദേഹത്തെ ദുഷിപ്പിച്ചിരിക്കുന്നുവെന്നും അദ്ദേഹം കുറച്ചൊക്കെ മായനായി നടിക്കുന്നുണ്ടെന്നും ചിലപ്പോൾ തോന്നും. പക്ഷെ അതു കേവലം യുവസഹജമായ സാഹസികത്വമോ പൊങ്ങച്ചം കാട്ടലോ അയഥാർത്ഥമായ വൈകാരികത്വമോ അല്ല. അതിന്റെ ഉറവിടം മറ്റൊന്നാണ്. അദ്ദേഹം വിഡ്ഢിയായി അഭിനയിക്കുന്നത് തികച്ചും ഗൗരവത്തിലാണ്. അതേസമയം, യാഥാർത്ഥ്യത്തെ അവഗണിച്ചുകൊണ്ട്, ഒരു സ്വപ്നത്തിലെന്നപോലെയാണ് അദ്ദേഹമതു ചെയ്യുന്നതെന്നു തോന്നുന്നു. ഈ സംഭവം തന്നെ എടുത്തുനോക്കൂ. ബർലിനിൽവച്ച് അറസ്റ്റു ചെയ്യപ്പെടുന്നതിനല്പം മുമ്പ് ഒരു സഖാവുമായി അദ്ദേഹം തെരുവിലൂടെ നടക്കുകയായിരുന്നു. ഒരു റഷ്യൻ യുവതിയായിരുന്നു അവൾ. ഒരു വീടിന്റെ ജന്നൽപ്പടിയിൽ ഒരു പൂച്ചക്കുഞ്ഞ് ഇരിക്കുന്നതു ചൂണ്ടിക്കൊണ്ട് അവൾ പറഞ്ഞു, "നല്ല ഭംഗി. അല്ലേ?" കമോ ഒറ്റ ചാട്ടത്തിന് ആ പൂച്ചക്കുഞ്ഞിനെ ജന്നൽപ്പടിയിൽ നിന്നു കൈക്കലാക്കി കൂടെയുണ്ടായിരുന്ന സ്ത്രീക്കു സമ്മാനിച്ചു - "ഇതാ എടുത്തോളൂ!"

"പൂച്ചക്കുഞ്ഞ് ജന്നൽപ്പടിയിൽനിന്നും തനിയെ ചാടിയതാണെന്ന് ആ സ്ത്രീക്ക് ജർമ്മൻകാരെ ബോദ്ധ്യപ്പെടുത്തേണ്ടിവന്നു. ഇതുപോലുള്ള കഥകൾ വേറെയുമുണ്ട്. കമോയ്ക്കു സ്വത്തിനെപ്പറ്റി യാതൊരു ബോധവുമില്ലെന്നതാണ് എനിക്ക് ഇതിനുള്ള വിശദീകരണം. സ്വന്തം ഷർട്ടോ ചെരിപ്പോ മറ്റെന്തു സാധനമോ ആകട്ടെ, "ഇതാ, എടുത്തോളൂ!" എന്ന വാക്കുകളാണ് പലപ്പോഴും അദ്ദേഹത്തിന്റെ നാവിൽ നിന്നു വരാറ്.

"ഒരുപക്ഷെ ഭ്രതദയ മാത്രമാണോ അത്? അല്ല. എങ്കിലും ഒരൊന്നാന്തരം സഖാവാണദ്ദേഹം. തന്റേയും അന്യന്റേതും തമ്മിൽ അദ്ദേഹത്തിനു വ്യത്യാസമില്ല. എപ്പോഴും 'നമ്മുടെഗ്രൂപ്പും' 'നമ്മുടെ പാർട്ടി'യും 'നമ്മുടെ ലക്ഷ്യ'വുമാണ്.

"ബർലിനിൽത്തന്നെ നടന്ന മറ്റൊരു സംഭവമുണ്ട്. വളരെ തിരക്കുള്ള ഒരു തെരുവിൽ ഒരു ഷോപ്പുടമസ്ഥൻ ഒരു ബാലനെ വാതുക്കൽ

നിന്നു പുറത്തേക്കു പിടിച്ചുതള്ളി. കമോ ഷോപ്പിനകത്തേക്ക് കുതിച്ചു. കൂടെയുണ്ടായിരുന്നയാൾ പേടിച്ചുപോയി. അദ്ദേഹത്തെ പിടിച്ചുനിർത്താൻ അയാൾ വളരെ പാടുപെട്ടു. "വിടു എന്നെ!" പിടി വിടുവിക്കാൻ ശ്രമിച്ചുകൊണ്ട് അദ്ദേഹം അട്ടഹസിച്ചു, "അയാൾക്ക് ആ താടിക്കൊന്നു കിട്ടണം!" ഒരു പക്ഷെ ഭ്രാന്തന്റെ ഭാഗം അദ്ദേഹം അഭിനയിച്ചുനോക്കിയതായിരിക്കും. പക്ഷെ അതാണെന്ന് എനിക്കു തോന്നുന്നില്ല. അക്കാലത്ത് അദ്ദേഹത്തെ ഒറ്റയ്ക്ക് എവിടെങ്കിലുമയയ്ക്കാൻ ഞങ്ങൾക്ക് ഭയമായിരുന്നു. എന്തെങ്കിലും കുഴപ്പത്തിൽ ചെന്നു ചാടും തീർച്ച.

"ഒരിക്കൽ, ഒരു സ്വത്തു കയ്യേറ്റത്തിനിടയ്ക്ക് ഒരു ബോംബെറിയാൻ തുടങ്ങുമ്പോൾ രണ്ടു സി.ഐ.ഡികൾ തന്നെ പിന്തുടരുന്നുണ്ടെന്നു തനിക്കു തോന്നിയതായി അദ്ദേഹം എന്നോടു പറയുകയുണ്ടായി. ഏതാണ്ടൊരു മിനിട്ടേ ബാക്കിയുള്ളൂ. അദ്ദേഹം അതുകൊണ്ട് നേരെ അവരുടെയടുത്തു ചെന്നു പറഞ്ഞു, "ഓടിക്കൊ. ഇല്ലെങ്കിൽ ഞാൻ വെടിവെയ്ക്കും!"

"അവരോടിയോ?" ഞാൻ ചോദിച്ചു.

"തീർച്ചയായും."

"പക്ഷെ നിങ്ങളെന്തിനാണ് അവരോടങ്ങിനെ പറഞ്ഞത്?"

"എന്തുകൊണ്ടു പാടില്ല? അതാണ് കൂടുതൽ നല്ലതെന്നു തോന്നിയതുകൊണ്ടു പറഞ്ഞു."

"പക്ഷെ വാസ്തവത്തിൽ എന്തായിരുന്നു കാരണം? നിങ്ങൾക്ക് അവരെക്കുറിച്ചു ഖേദം തോന്നിയോ?"

"അതദ്ദേഹത്തെ ചൊടിപ്പിച്ചു. അദ്ദേഹത്തിന്റെ മുഖം തുടുത്തു.

"ഇല്ല. അല്പവും ഖേദം തോന്നിയില്ല. ഒരുപക്ഷെ അവർ സാധുക്കളായിരിക്കും. അവർക്കതിലെന്തു കാര്യം? അവരെന്തിന് അവിടെ ചുറ്റിപ്പറ്റി നടക്കണം? ഞാൻ മാത്രമല്ല ബോംബെറിഞ്ഞിരുന്നത്. അവർക്ക് പരുക്കേൽക്കുകയോ മരണം സംഭവിക്കുകയോ ചെയ്യാനിടയുണ്ടായിരുന്നു."

"ഈ സംഭവത്തിലുള്ള അദ്ദേഹത്തിന്റെ പെരുമാറ്റത്തെ കുറേക്കൂടി വ്യക്തമാക്കുകയും ഒരു പക്ഷെ വിശദീകരിക്കുകയും ചെയ്യുന്ന മറ്റൊരു സംഭവമുണ്ടായി. ഒരിക്കൽ ദീദുബ്ബിൽവച്ച് അദ്ദേഹത്തിനു തോന്നി ഒരു ചാരൻ തന്നെ പിന്തുടരുന്നുണ്ടെന്ന്. അതുകൊണ്ട് അയാളെ പിടിച്ച് മതിലിനു ചേർത്തു നിർത്തിക്കൊണ്ട് അദ്ദേഹം ഇങ്ങനെ

പറഞ്ഞുതുടങ്ങി: "നിങ്ങളൊരു സാധുവാണ്, അല്ലേ? പിന്നെന്തിനു നിങ്ങൾ സാധുക്കൾക്കെതിരായി പ്രവർത്തിക്കുന്നു? പണക്കാരനാണോ നിങ്ങളുടെ സഖാക്കൾ? നിങ്ങളെന്തുകൊണ്ടാണിങ്ങനെയൊരു കൊള്ളരുതാത്തവനായത്? ഞാൻ നിങ്ങളെ കൊല്ലണമെന്നാണോ ആഗ്രഹം?"

"തനിക്കു മരിക്കാനാഗ്രഹമില്ലെന്ന് അയാൾ പറഞ്ഞു. ബത്തുമി ഗ്രൂപ്പിൽപ്പെട്ട ഒരു തൊഴിലാളിയാണയാളെന്നു തെളിഞ്ഞു. വിപ്ലവ സാഹിത്യം വാങ്ങിക്കൊണ്ടുപോകാൻ വന്നതാണ്. പക്ഷെ അയാൾ കൂടെ താമസിക്കാറുണ്ടായിരുന്ന സഖാവിന്റെ മേൽവിലാസം മറന്നു പോയി. ഓർമ്മയിൽനിന്നും ആ സ്ഥലം കണ്ടുപിടിക്കാൻ ശ്രമിക്കുകയായിരുന്നു. കണ്ടില്ലേ, കമോ തികച്ചും അന്യാദൃശൻതന്നെയല്ലേ?"

ബർലിനിലെ സർവ്വജ്ഞനായ മനോരോഗവിദഗ്ധന്മാരെ കബളിപ്പിച്ച ഉജ്ജ്വലമായ നാട്യമാണ് കമോയുടെ ഏറ്റവും മികച്ച വീരകൃത്യം. പക്ഷെ കമോയുടെ പ്രഗത്ഭമായ അഭിനയംകൊണ്ട് വലിയ മെച്ചമൊന്നുമുണ്ടായില്ല. വിൽഹെം രണ്ടാമന്റെ ഗവണ്മെന്റ് അദ്ദേഹത്തെ സാറിസ്റ്റ് ജൻഡാർമുകളെ ഏല്പിച്ചു. അദ്ദേഹത്തെ ചങ്ങലയ്ക്കിട്ട് തിഫ്ലീസ്സിലേക്കു കൊണ്ടുപോയി മിഹൈലൊവ്സ്കിയ് ആസ്പത്രിയിലെ മാനസികരോഗവിഭാഗത്തിൽ പാർപ്പിച്ചു. എന്റെ ഓർമ്മ ശരിയാണെങ്കിൽ അദ്ദേഹം മൂന്നു വർഷക്കാലം ഭ്രാന്തുനടിച്ചു. ആ ആസ്പത്രിയിൽനിന്ന് അദ്ദേഹം രക്ഷപ്പെട്ടതും അവിശ്വസനീയമായ ഒരു പരാക്രമമായിരുന്നു.

1920–ൽ മോസ്ക്കോവിലുള്ള ഫൊർതുനാതൊവയുടെ വസതിയിൽ വച്ച് ഞാൻ കമോയെ നേരിട്ടു കാണുകയുണ്ടായി. വൊസ്ദ്വിഷെൻകയും മൊഹൊവായ തെരുവും കൂടിച്ചേരുന്നിടത്ത് കോണിലുള്ള കെട്ടിടത്തിലെ ആ വസതി പണ്ട് എന്റേതായിരുന്നു.

തനി കൊക്കേഷ്യൻ മുഖത്തോടും കരുത്തുറ്റ ഉറച്ച ശരീരത്തോടും കൂടിയ ഒരാൾ. സൗമ്യമായ ഇരുണ്ട കണ്ണുകളിൽ സുന്ദരവും ജാഗരൂകവും രൂക്ഷവുമായ ഒരു നോട്ടം കാണാം. ചുവപ്പുസേനയുടെ യൂണിഫോറമാണ് ധരിച്ചിരിക്കുന്നത്.

അദ്ദേഹത്തിന്റെ ചലനങ്ങളിൽ ഒരു അടക്കവും കരുതലും കാണപ്പെട്ടു. അപരിചിതമായ ചുറ്റുപാടുകളിൽ അദ്ദേഹം കുഴങ്ങുന്നപോലെ തോന്നി. തന്റെ വിപ്ലവപ്രവർത്തനത്തെക്കുറിച്ചുള്ള ചോദ്യങ്ങൾ കേട്ട് അദ്ദേഹം മടുത്തിരിക്കുകയാണെന്നും ഇപ്പോൾ മറ്റെന്തോ കാര്യത്തിൽ തികച്ചും മുഴുകിയിരിക്കുകയാണെന്നും തൽക്ഷണം തന്നെ എനിക്കു ബോദ്ധ്യമായി. സൈനിക അക്കാഡമിയിൽ ചേരാനായി

പഠിക്കുകയായിരുന്നു അദ്ദേഹം.

"ശാസ്ത്രം മനസ്സിലാക്കാൻ പ്രയാസമാണ്," ഒരു കുപിതനായ നായയെ തലോടുന്നപോലെ അറച്ചറച്ച് ഒരു പാഠപുസ്തകത്തിൽ തട്ടിക്കൊണ്ട് അദ്ദേഹം നിരാശയോടെ പറഞ്ഞു. "ഇതിൽ വേണ്ടത്ര പടങ്ങളില്ല. ഓരോന്നും എന്താണെന്ന് ഒറ്റനോട്ടത്തിൽ പറയാവുന്ന വണ്ണം പുസ്തകങ്ങളിൽ കൂടുതൽ പടങ്ങൾ വേണ്ടതാണ്. ഇവ എന്താണെന്നറിയാമോ?"

എനിക്കറിയാൻ വയ്യായിരുന്നു. കമോ എന്നെ നോക്കി വിഷണ്ണനായി പുഞ്ചിരിച്ചു.

"കണ്ടില്ലേ—"

നിസ്സഹായവും ഏതാണ്ട് ശിശുസഹജവുമായ ഒരു പുഞ്ചിരിയായിരുന്നു അത്. ആ നിസ്സഹായത എനിക്കു നല്ലവണ്ണം അറിയാമായിരുന്നു. കാരണം, ചെറുപ്പത്തിൽ പുസ്തകങ്ങളിലെ പദവിജ്ഞാനത്തെ നേരിടുമ്പോൾ എനിക്കനുഭവപ്പെട്ടിട്ടുള്ളതാണത്. മുഖ്യമായും പുതിയ വസ്തുതകൾ സൃഷ്ടിക്കുന്നതിലൂടെ വിപ്ലവത്തെ സേവിച്ചുകൊണ്ടിരുന്ന നിർഭയനായ ഒരു കർമ്മശാലിക്ക് പുസ്തകങ്ങളുടെ ചെറുത്തുനില്പ് തരണം ചെയ്യാൻ എത്രത്തോളം പ്രയാസകരമായിരിക്കുമെന്ന് എനിക്ക് മനസ്സിലാക്കാൻ കഴിഞ്ഞു.

ഇക്കാരണത്താൽ എനിക്ക് കമോയെ തുടക്കത്തിലേ വളരെ ഇഷ്ടപ്പെട്ടു. കൂടുതൽ അടുത്തറിയുന്തോറും അദ്ദേഹത്തിന്റെ വിപ്ലവ വികാരത്തിന്റെ ആഴവും ശരിയും എന്നിൽ കൂടുതൽ മതിപ്പുളവാക്കി.

കമോയുടെ ഐതിഹാസികമായ ധൈര്യത്തേയും അമാനുഷികമായ ഇച്ഛാശക്തിയേയും അത്ഭുതാവഹമായ ആത്മനിയന്ത്രണത്തേയും കുറിച്ചു പലതും അറിയാമായിരുന്ന എനിക്ക് ഒരു ഡസ്കിന്റെ പുറത്ത് കൂട്ടിയിട്ടിരുന്ന പാഠപുസ്തകങ്ങളുടെ മുമ്പിലിരിക്കുന്ന മനുഷ്യനാണതെന്നു വിശ്വസിക്കാൻ സാദ്ധ്യമല്ലായിരുന്നു.

ഇത്ര നിരന്തരമായ ഭഗീരഥപ്രയത്നം കഴിഞ്ഞ് അദ്ദേഹത്തിന് ഇത്രയേറെ ഹൃദയലാഘവത്വവും പ്രസരിപ്പും കരുത്തുമുള്ള സൗമ്യശീലനും അനഹങ്കാരിയുമായ ഒരാളായി തുടരാൻ കഴിയുകയെന്നത് അവിശ്വസനീയമായി തോന്നി.

അദ്ദേഹത്തിന്റെ ചെറുപ്പം ഇനിയും വിട്ടുപോയിരുന്നില്ല. അസാമാന്യമാംവണ്ണം സുന്ദരിയല്ലെങ്കിലും വളരെ നല്ല ഒരു സ്ത്രീയുമായി കമോ പ്രേമത്തിലായിരുന്നു. അവർക്കു താരതമ്യേന പ്രായക്കൂടുതലുണ്ടായിരുന്നെന്നാണ് എന്റെ വിശ്വാസം.

നിഷ്കളങ്കരായ ചുണയുള്ള ചെറുപ്പക്കാർക്കു മാത്രം കഴിയുന്ന കാവ്യാത്മകമായ വികാരതീവ്രതയോടെയാണ് അദ്ദേഹം തന്റെ പ്രേമത്തെപ്പറ്റി സംസാരിച്ചത്.

"അവർ നിരുപമമാണ്! ഒരു ഡോക്ടറാണവർ. സർവ്വതും, ശാസ്ത്രത്തെപ്പറ്റി സർവ്വതും, അവർക്കറിയാം, ജോലി കഴിഞ്ഞ് വീട്ടിൽ വരുമ്പോൾ അവർ എന്നോടു പറയും, 'ഇതിൽ മനസ്സിലാക്കാനൊക്കാത്തത് എന്താണ്? വളരെ എളുപ്പമാണല്ലോ!' അവർ പറയുന്നതു ശരിയാണുതാനും! വളരെ എളുപ്പം! എന്തൊരു സ്ത്രീ!"

ചിലപ്പോൾ അപഹാസ്യമെന്നുപോലും തോന്നിക്കുന്ന വാക്കുകളിൽ തന്റെ പ്രേമത്തെ വിവരിക്കുമ്പോൾ അദ്ദേഹം അപ്രതീക്ഷിതമായി സംസാരം നിർത്തും. സമൃദ്ധമായ ചുരുണ്ട തലമുടി അലങ്കോലപ്പെടുത്തിക്കൊണ്ട് ചുണ്ടിലൊരു നിശ്ശബ്ദ ചോദ്യത്തോടെ എന്നെ നോക്കും.

"ശരി, എന്നിട്ട്?" ഞാനദ്ദേഹത്തെ സംസാരം തുടരാൻ പ്രോത്സാഹിപ്പിക്കും.

"അതെങ്ങനെയാണ്" അദ്ദേഹം എങ്ങും തൊടാതെ പറയും. വളരെനേരത്തെ ശ്രമത്തിനു ശേഷം ഞാൻ കേൾക്കുന്നത് ബാലിശമായ ഒരു ചോദ്യമാണ്.

"ഒരുപക്ഷെ ഞാൻ വിവാഹം ചെയ്യാൻ പാടില്ലായിരിക്കും?"

"എന്തുകൊണ്ടു പാടില്ല?"

"വിപ്ലവം നടന്നുകൊണ്ടിരിക്കുകയാണ്. എനിക്ക് ഒരുപാട് പഠിക്കാനുണ്ട്. വളരെയേറെ ജോലിയുമുണ്ട്. നമ്മുടെ ചുറ്റും ശത്രുക്കളാണ്. അവർക്കെതിരെ സമരം ചെയ്യേണ്ടതുണ്ട്!"

ആ പുരികം വളയ്ക്കലും കണ്ണുകളിലെ രൂക്ഷമായ തിളക്കവും കണ്ടപ്പോൾ എനിക്ക് ബോദ്ധ്യമായി ആ ചോദ്യം അദ്ദേഹത്തെ യഥാർത്ഥത്തിൽ ദണ്ഡിപ്പിക്കുന്നുണ്ടെന്ന്. വിവാഹം ചെയ്യുന്നത് വിപ്ലവത്തെ വഞ്ചിക്കലാവില്ലേ? അദ്ദേഹത്തിന്റെ യുവസഹജമായ ചുറുചുറുക്കും പ്രസരിപ്പും ചുണയും അദ്ദേഹത്തിന്റെ വമ്പിച്ച വിപ്ലവവീര്യത്തിനെതിരായി വരികയെന്നത് വിചിത്രവും കുറച്ചൊക്കെ പരിഹാസ്യവും തികച്ചും ഹൃദയസ്പർശകവുമായിരുന്നു.

തന്റെ പ്രേമത്തെപ്പറ്റി പറയുന്നത്ര ആവേശത്തോടും ഉത്സാഹത്തോടുമാണ് വിദേശത്തുപോയി പ്രവർത്തിക്കേണ്ട ആവശ്യത്തെപ്പറ്റി അദ്ദേഹം സംസാരിച്ചത്.

"എന്നെ പോകാനനുവദിക്കണമെന്നു ഞാൻ ലെനിനോടു പറഞ്ഞു. 'എന്നെക്കൊണ്ട് അവിടെ പ്രയോജനം കാണും,' ഞാൻ പറഞ്ഞു. 'ഇല്ല,' അദ്ദേഹം പറഞ്ഞു. 'നിങ്ങൾ പഠിക്കുകയാണു വേണ്ടത്!' കണ്ടില്ലേ, അദ്ദേഹത്തിനറിയാം! ഹാ എന്തൊരു മനുഷ്യൻ! ഒരു കുഞ്ഞിനെപ്പോലെയാണ് ചിരിക്കുന്നത്. അദ്ദേഹം ചിരിക്കുന്നത് എപ്പോഴെങ്കിലും കേട്ടിട്ടുണ്ടോ?"

പുഞ്ചിരിപരന്ന അദ്ദേഹത്തിന്റെ മുഖം പ്രസന്നമായി. എന്നാൽ സൈനികശാസ്ത്രം പഠിക്കാനുള്ള ബുദ്ധിമുട്ടുകളെപ്പറ്റി പരാതിപ്പെട്ടപ്പോൾ അത് വീണ്ടും കലുഷമായി.

ഞാൻ കഴിഞ്ഞ കാലത്തെപ്പറ്റി ചോദിച്ചപ്പോൾ അദ്ദേഹം വൈമനസ്യത്തോടെ തന്നെക്കുറിച്ചുള്ള അത്ഭുതകരമായ എല്ലാ കഥകളും സ്ഥിരീകരിച്ചെങ്കിലും നീരസഭാവത്തോടെ നെറ്റി ചുളിച്ചു. എനിക്കറിയാൻ വയ്യാത്ത വളരെക്കുറച്ചു കാര്യങ്ങളേ പുതുതായി പറഞ്ഞുള്ളൂ.

"ഞാൻ ഒരുപാട് വിവരക്കേടുകളും കാണിച്ചിട്ടുണ്ട്," ഒരു ദിവസം അദ്ദേഹം എന്നോടു പറഞ്ഞു. "ഒരിക്കൽ ഞാനൊരു പോലീസുകാരനെ വീഞ്ഞുകൊടുത്ത് മത്തുപിടിപ്പിച്ച ശേഷം അയാളുടെ തലയിലും താടിയിലും ടാർ പുരട്ടി. ഞങ്ങൾക്കു പരസ്പരം പരിചയമുണ്ടായിരുന്നു. അയാൾ എന്നോടു ചോദിച്ചു, 'ഇന്നലെ ആ കുടയിൽ എന്താണ് കൊണ്ടുപോയത്?' 'മുട്ട,' ഞാൻ പറഞ്ഞു. 'അതിന്റെ അടിയിൽ എന്തു പേപ്പറുകളായിരുന്നു?' 'പേപ്പറുകളൊന്നുമില്ലായിരുന്നു!' 'നിങ്ങൾ കളവു പറയുകയാണ്. പേപ്പറുകൾ ഞാൻ കണ്ടു,' അയാൾ പറഞ്ഞു. 'പിന്നെന്തുകൊണ്ട് നിങ്ങൾ എന്നെ പരിശോധിച്ചില്ല?' 'ഞാൻ കുളികഴിഞ്ഞു വരികയായിരുന്നു,' അയാൾ പറയുകയാണ്. വിഡ്ഢി! എന്നെക്കൊണ്ടു കളവു പറയിച്ചതിന് എനിക്ക് അയാളോട് ദേഷ്യം തോന്നി. അതുകൊണ്ട് ഞാൻ അയാളെ ഒരു മദ്യശാലയിലേക്കു കൂട്ടിക്കൊണ്ടുപോയി മൂക്കറ്റം കുടിപ്പിച്ചു. ടാർകൊണ്ടു ഭംഗിയായി ചാർത്തിവിടുകയും ചെയ്തു. അന്നെനിക്കു ചെറുപ്പമായിരുന്നു. വിഡ്ഢിത്തം കാണിക്കാൻ എനിക്കിഷ്ടമായിരുന്നു." അരോചകമായ എന്തോ രുചിച്ചപോലെ അദ്ദേഹത്തിന്റെ മുഖം ചുളിഞ്ഞു.

അദ്ദേഹത്തെക്കൊണ്ട് അനുസ്മരണങ്ങളെഴുതിക്കാൻ ഞാൻ ശ്രമിച്ചു. വിപ്ലവപ്രവർത്തനരീതികളുമായി പരിചയമില്ലാത്ത ചെറുപ്പക്കാർക്ക് അത് പ്രയോജനം ചെയ്യുമെന്നു ഞാൻ വാദിച്ചു. ചുരുണ്ട മുടിയോടുകൂടിയ തല ഇളക്കിക്കൊണ്ട് വളരെ നേരത്തേക്ക് അദ്ദേഹം യോജിച്ചില്ല.

"എനിക്കതു സാദ്ധ്യമല്ല. എങ്ങിനെ വേണമെന്ന് എനിക്കറിഞ്ഞു കൂടാ. സംസ്കാരമില്ലാത്ത എന്നെപ്പോലൊരുത്തൻ എന്തുതരത്തിലുള്ള എഴുത്തുകാരനായിരിക്കും."

പക്ഷെ തന്റെ അനുസ്മരണങ്ങൾ വിപ്ലവത്തിനുകൂടി പ്രയോജനപ്രദമായിരിക്കുമെന്നു കണ്ടപ്പോൾ അദ്ദേഹം സമ്മതിച്ചു. എപ്പോഴത്തേയും പോലെ, തീരുമാനമെടുത്തുകഴിഞ്ഞ സ്ഥിതിക്ക് നിസ്സംശയമായും അദ്ദേഹം അതു നടപ്പാക്കുന്നതിൽ വ്യാപൃതനായി.

കുറെയൊക്കെ തെറ്റുകളോടും ഏറെക്കുറെ വർണ്ണരഹിതമായുമാണ് അദ്ദേഹം എഴുതിയത്. തന്റെ സഖാക്കളെപ്പറ്റി കൂടുതലും തന്നെപ്പറ്റി കുറച്ചും പറയാനായിരുന്നു വ്യക്തമായും അദ്ദേഹത്തിന്റെ ശ്രമം. ഞാനത് ചൂണ്ടിക്കാണിച്ചപ്പോൾ അദ്ദേഹത്തിനു ദേഷ്യം വന്നു.

"ഞാൻ സ്വയം പൂജിക്കുമെന്നാണോ നിങ്ങൾ പ്രതീക്ഷിക്കുന്നത്? ഞാനൊരു പുരോഹിതനല്ലല്ലൊ."

"പുരോഹിതന്മാർ സ്വയം പൂജിക്കാറുണ്ടോ?"

"ഇല്ലെങ്കിൽ പിന്നാരാണ്? യുവതികൾ സ്വയം പൂജിക്കാറുണ്ട്. ഇല്ലേ?"

ഏതായാലും അതിനുശേഷം അദ്ദേഹം കൂടുതൽ വ്യക്തതയോടും തന്നെപ്പറ്റി താരതമ്യേന കുറച്ചുമാത്രം സംയമനത്തോടും കൂടി എഴുതിത്തുടങ്ങി.

അദ്ദേഹത്തിന് സഹജമായ ഒരു അഴകുണ്ടായിരുന്നു. അത് ഒറ്റ നോട്ടത്തിൽ തോന്നുകയില്ലെന്നുമാത്രം.

ചുവപ്പുസേനയുടെ യൂണിഫോറമിട്ട കരുത്തും ചുറുചുറുക്കുമുള്ള ഒരു രൂപമാണ് എന്റെ മുന്നിൽ ഇരുന്നിരുന്നത്. എന്നാൽ അദ്ദേഹത്തെ ഒരു തൊഴിലാളിയും മുട്ടവില്പനക്കാരനും വണ്ടിക്കാരനും അഴകിയ രാവണനായ ദദെഷ്ക്കേലിയാനി രാജകുമാരനും ശാസ്ത്രപണ്ഡിതന്മാരെക്കൊണ്ട് തനിക്ക് ഭ്രാന്താണെന്നു വിശ്വസിപ്പിച്ച് ചങ്ങലയ്ക്കിട്ട ഭ്രാന്തനുമായി കാണാൻ എനിക്കു കഴിഞ്ഞു.

എന്തുകൊണ്ടാണെന്നോർക്കുന്നില്ല. ഞാനൊരിക്കൽ എന്നോടൊപ്പം കാപ്രിയിലുണ്ടായിരുന്ന ത്രിയാദ്സെയുടെ പേരു പറയാനിടയായി. അയാളുടെ ഇടതുകൈയിൽ മൂന്നു വിരലുകളേയുള്ളു.

"എനിക്കറിയാം. അയാളൊരു മെൻഷെവിക്കാണ്!" കമോ പറഞ്ഞു. അവജ്ഞയോടെ മുഖം ചുളിച്ച് തോളിളക്കിക്കൊണ്ട് അദ്ദേഹം തുടർന്നു: "എനിക്ക് ഈ മെൻഷെവിക്കുകളെ മനസ്സിലാകുന്നേയില്ല.

അവരെന്തുകൊണ്ടാണ് ഇങ്ങനെയായത്? കോക്കസെസ്സിലാണ് അവരുടെ താമസം. നമ്മളുടേതുപോലെതന്നെ ഒരു നാട് - അംബരചുംബികളായ പർവ്വതനിരകൾ, കടലിലേക്കു കുതിച്ചൊഴുകുന്ന നദികൾ, എല്ലായിടത്തും ധനാഢ്യന്മാരായ രാജാക്കന്മാർ, പാവപ്പെട്ട ജനങ്ങൾ, ഇതെല്ലാമാണവിടുള്ളത്. മെൻഷെവിക്കുകൾക്ക് എന്തുകൊണ്ടാണ് ഇത്ര ചങ്കുറപ്പില്ലാതെ പോയത്? എന്തുകൊണ്ടാണവർ വിപ്ലവം ആഗ്രഹിക്കാത്തത്?"

അദ്ദേഹം ദീർഘനേരം അധികമധികം ആവേശത്തോടെ സംസാരിച്ചു. പക്ഷെ തന്റെ മനസ്സിലുണ്ടായിരുന്ന ആശയം പ്രകാശിപ്പിക്കാൻ അദ്ദേഹത്തിനു തക്ക വാക്കുകൾ കിട്ടിയില്ല. അദ്ദേഹത്തിന്റെ വാഗ്പ്രവാഹം ഒരു നീണ്ട നെടുവീർപ്പോടെ പര്യവസാനിച്ചു.

"അദ്ധ്വാനിക്കുന്ന ജനങ്ങൾക്ക് ശത്രുക്കൾ ഒട്ടേറെയുണ്ട്. നമ്മുടെ സ്വന്തം ഭാഷയിൽ അസത്യം പറയാൻ കഴിയുന്ന കൂട്ടരാണ് ഏറ്റവും അപകടകാരികൾ."

തനിക്കു ഭ്രാന്താണെന്ന് തഴക്കവും പഴക്കവുമുള്ള മനോരോഗവിദഗ്ധരെ ബോദ്ധ്യപ്പെടുത്താനുള്ള കരുത്തും വൈഭവവും ഇത്രയേറെ 'നിഷ്കളങ്കമാനസനായ' ഒരാൾക്കെവിടുന്നു കിട്ടിയെന്നതായിരുന്നു സ്വാഭാവികമായും എനിക്കറിയേണ്ട സംഗതി.

പക്ഷെ അതേപ്പറ്റി ചോദിക്കുന്നത് അദ്ദേഹത്തിന് ഇഷ്ടപ്പെട്ടില്ലെന്നാണ് പ്രത്യക്ഷത്തിൽ തോന്നിയത്. തോളിളക്കിക്കൊണ്ട് അങ്ങുമിങ്ങും തൊടാതുള്ള മറുപടിയായിരുന്നു അദ്ദേഹത്തിന്റേത്.

"ഞാനെന്തു പറയാനാണ്? എനിക്കങ്ങിനെ ചെയ്യേണ്ടിവന്നു. ഞാനെന്റെ തൊലി രക്ഷിക്കുകയായിരുന്നു. അത് വിപ്ലവത്തിനു സഹായകമാവുമെന്നു ഞാൻ കരുതി."

അദ്ദേഹത്തിന്റെ അനുസ്മരണങ്ങളിൽ ജീവിതത്തിലെ ഈ നിർണ്ണായകഘട്ടത്തെക്കുറിച്ച് എഴുതണമെന്നും അത് സുചിന്തിതമായിരിക്കണമെന്നും ഒരുപക്ഷെ എനിക്ക് സഹായിക്കാൻ കഴിയുമെന്നും ഞാൻ പറഞ്ഞപ്പോൾ മാത്രം അദ്ദേഹം വളരെ ചിന്താധീനനായി, കണ്ണടയ്ക്കുകപോലും ചെയ്തു. രണ്ടു കൈകളിലേയും വിരലുകൾ ചേർത്തുപിടിച്ച് അവ ഒരൊറ്റ മുഷ്ടിപോലായി.

അദ്ദേഹം വളരെ സാവധാനത്തിൽ സംസാരിച്ചുതുടങ്ങി. "ഞാനെന്തു പറയാനാണ്? അവരെന്നെ തൊടുകയും കാൽമുട്ടുകളിൽ തട്ടുകയും ഇക്കിളി കൂട്ടുകയുമെല്ലാം ചെയ്തുകൊണ്ടിരുന്നു... പക്ഷെ അവരുടെ വിരലുകൾക്ക് എന്റെ ആത്മാവിനെ തൊടാൻ സാദ്ധ്യമല്ല.

ആണോ? അവരെന്നെ കണ്ണാടി കാണിച്ചു. എന്തൊരു മുഖമാണ് ഞാനതിൽ കണ്ടത്! അതെന്റേതല്ലായിരുന്നു. ചെടപിടിച്ച മുടിയും രൗദ്രമായ കണ്ണുകളുമുള്ള വളരെ ശോഷിച്ച ഒരു മനുഷ്യൻ - ഒരു വിരൂപിയായ പിശാച്! ഭയങ്കരം തന്നെ!

"ഞാൻ പല്ലിളിച്ചു കാട്ടി. ഒരുപക്ഷെ എനിക്ക് യഥാർത്ഥത്തിൽ ഭ്രാന്തായിരിക്കും. ഞാൻ സ്വയം ആലോചിച്ചു. ഒരു ഭയങ്കരനിമിഷമായിരുന്നു അത്! എങ്കിലും ശരിയായ കാര്യം തന്നെ ഞാൻ ആലോചിച്ചു ചെയ്തു - ഞാൻ കണ്ണാടിയിലേക്കു തുപ്പി. രണ്ടുപേരും പരസ്പരം നോക്കി കണ്ണിറുക്കി - നേരും നെറിയുമില്ലാത്ത രണ്ടു കള്ളന്മാരെപ്പോലെ, ഒരാൾ സ്വന്തം മുഖം മറക്കുക! - അതവർക്കിഷ്ടപ്പെട്ടെന്ന് എനിക്കു തോന്നി."

ഒരു നിമിഷത്തെ മൗനത്തിനുശേഷം അദ്ദേഹം പതിഞ്ഞ സ്വരത്തിൽ തുടർന്നു.

"എനിക്ക് പിടിച്ചുനിൽക്കാൻ കഴിയുമോ അതോ ഭ്രാന്തുപിടിക്കുമോ എന്നതായിരുന്നു ഞാൻ വളരെയേറെ ആലോചിച്ച ഒരു കാര്യം. അതൊരു നല്ല ലക്ഷണമായിരുന്നില്ല. എനിക്ക് സ്വയം വിശ്വസിക്കാൻ കഴിയുന്നില്ലെന്നർത്ഥം. ഒരു കിഴുക്കാംതൂക്കായ പാറയുടെ അറ്റത്ത് തൂങ്ങിക്കിടക്കുന്നതുപോലായിരുന്നു അത്. എന്തിലാണ് പിടിച്ചിരിക്കുന്നതെന്ന് എനിക്ക് കാണാൻ വയ്യായിരുന്നു."

വീണ്ടും തെല്ലൊരു മൗനത്തിനുശേഷം അദ്ദേഹം ചുണ്ടുകൾ വിടർത്തിയൊന്നു പുഞ്ചിരിച്ചു.

"തീർച്ചയായും അവർക്ക് തങ്ങളുടെ ജോലിയും തങ്ങളുടെ ശാസ്ത്രവും അറിയാം. പക്ഷെ കൊക്കേഷ്യന്മാരെ അവർക്കറിഞ്ഞുകൂടാ. ഒരുപക്ഷെ ഏതൊരു കൊക്കേഷ്യനും ഭ്രാന്തനാണെന്ന് അവർക്കു തോന്നുമായിരിക്കും. ഇല്ലേ? ഇയാളാണെങ്കിൽ ബോൾഷെവിക്കും. ഞാൻ അതെപ്പറ്റിയും ആലോചിക്കുകയുണ്ടായി. ആരാലോചിക്കില്ല? ശരി, നമുക്കിങ്ങനെ തുടരാം, ഞാനാലോചിച്ചു. എതിരാളിയെ ഭ്രാന്തുപിടിപ്പിക്കാൻ ആർക്കാദ്യം കഴിയുമെന്നു നോക്കാം. എനിക്കതു സാധിച്ചില്ല. അവരും ഞാനും പഴയ പടി തുടർന്നു. തിഫ്ലീസിൽ അവരെന്ന വലുതായി പരിശോധിച്ചില്ല. ജർമ്മൻകാർക്കു തെറ്റുപറ്റാനിടയില്ലെന്നവർ കരുതിക്കാണുമെന്നു തോന്നുന്നു."

അദ്ദേഹം എന്നോടു പറഞ്ഞതിൽ വച്ച് ഏറ്റവും നീണ്ട കഥയായിരുന്നു ഇത്.

അദ്ദേഹത്തിന് ഏറ്റവും അസുഖകരമായ കഥയും

അതുതന്നെയാണെന്നു തോന്നി. ഏതാനും മിനിട്ടുകൾക്കുശേഷം അദ്ദേഹം അപ്രതീക്ഷിതമായി ആ വിഷയത്തിലേക്കു തിരിച്ചുവന്നു. തോളുകൊണ്ട് എന്നെയൊന്നു തട്ടിയിട്ട് - ഞങ്ങൾ തൊട്ടടുത്ത് ഇരിക്കുകയായിരുന്നു - അദ്ദേഹം ശാന്തമെങ്കിലും കർക്കശമായ സ്വരത്തിൽ പറഞ്ഞു:

"റഷ്യൻ ഭാഷയിൽ ഒരു വാക്കുണ്ട് - യാറൊസ്റ്റ്.* നിങ്ങൾക്കറിയാമോ അത്? ഈ 'യാറൊസ്റ്റ്' എന്നാലെന്തെന്ന് എനിക്കൊരിക്കലും മനസ്സിലായിട്ടില്ല. പക്ഷെ ഞാൻ ആ ഡോക്ടറന്മാരുടെ മുമ്പിലായിരുന്നപ്പോൾ എന്നെ 'യാറൊസ്റ്റ്' ബാധിച്ചിരിക്കുകയായിരുന്നുവെന്ന് എനിക്കിപ്പോൾ തോന്നുന്നു. 'യാറൊസ്റ്റ്' - ഒന്നാന്തരം വാക്കാണത്. 'യരീലൊ' എന്നൊരു റഷ്യൻ ദൈവമുണ്ടായിരുന്നുവെന്നു പറയുന്നതു നേരാണോ?"

അങ്ങിനെയൊരു ദൈവമുണ്ടായിരുന്നെന്നും സർഗ്ഗശക്തികളുടെ മൂർത്തീകരണമായിരുന്നു ആ ദൈവമെന്നും കേട്ടപ്പോൾ കമോ ചിരിച്ചു.

ഭാവിവർത്തമാനത്തേക്കാൾ കൂടുതൽ യഥാർത്ഥമായിട്ടുള്ള വിപ്ലവകാരികളിലൊരാളാണ്, എന്റെ കണ്ണിൽ, കമോ. അവർ സ്വപ്നദർശികളാണെന്ന് ഇപ്പറഞ്ഞതിനർത്ഥമില്ല. അല്ലേയല്ല. അവരുടെ വൈകാരികമായ വർഗ്ഗവിപ്ലവവീര്യം വളരെയേറെ സമഞ്ജസമായും ഭദ്രമായും സംഘടിപ്പിച്ചിരിക്കുന്നതിനാൽ അത് അവരുടെ യുക്തിയെ പോഷിപ്പിക്കുകയും അതിനു വളരാനുള്ള വളമിടുകയും അതിനപ്പുറം കടക്കുകയും ചെയ്യുന്നു.

തങ്ങളുടെ വിപ്ലവപ്രവർത്തനപരിധിക്കപ്പുറം തങ്ങളുടെ വർഗ്ഗത്തിന്റെ ജീവിതയാഥാർത്ഥ്യമാകെ ഒരു ദുസ്വപ്നവും പേടിസ്വപ്നവുമായിട്ടാണവർക്കു തോന്നുന്നത്. അവരെ സംബന്ധിച്ചിടത്തോളം നേരിലുള്ള ജീവിതയാഥാർത്ഥ്യം സോഷ്യലിസ്റ്റ് ഭാവിയാണ്.

---

* ഇതിനേറ്റവുമടുത്ത മലയാളപദം 'കോപം' എന്നതാണ്—പരിഭാഷകൻ.

മീത്യ പാവ്‌ലൊവ്

എന്റെ ജന്മനാടായ സോർമൊവൊയിൽനിന്നുള്ള മീത്യ പാവ്‌ലൊവ് യെലേത്‌സിൽ എവിടെയോ വച്ച് ടൈഫസ് രോഗം പിടിപെട്ടു മരിച്ചു.

1905–ലെ മോസ്കോ കലാപത്തിനിടയ്ക്ക് അയാൾ സെന്റ് പീറ്റേഴ്സ്ബർഗ്ഗിൽനിന്നും രസപുടങ്ങളടങ്ങിയ വലിയൊരു പെട്ടി വെടിമരുന്നും മുപ്പത്തഞ്ചടി വെടിമരുന്നുതിരിയും നെഞ്ചത്തുകെട്ടി ഞങ്ങൾക്ക് കൊണ്ടുത്തന്നു. ഒന്നുകിൽ അയാളുടെ വിയർപ്പേറ്റ് തിരി കുതിർന്നുവീർക്കുകയോ അല്ലെങ്കിൽ അത് അയാളുടെ വാരിയെല്ലുകളോട് ക്രമത്തിലധികം മുറുക്കിക്കെട്ടുകയോ ചെയ്തിരുന്നു. ഏതായാലും എന്റെ മുറിയിൽ പ്രവേശിച്ചയുടനെ മീത്യ കുഴഞ്ഞുനിലത്തുവീണു. ശ്വാസംമുട്ടി മരിക്കുന്നതുപോലെ അയാളുടെ മുഖം നീലനിറമായി. കണ്ണുകൾ പുറത്തോട്ടു തള്ളി.

“നിങ്ങൾക്കു ഭ്രാന്താണ്, മീത്യ! ഇങ്ങോട്ടു വരുന്ന വഴിക്ക് നിങ്ങൾ മയങ്ങിവീണേനെ. അങ്ങിനെ വീണിരുന്നെങ്കിൽ നിങ്ങൾക്കെന്തു സംഭവിക്കുമായിരുന്നെന്ന് അറിയാമോ?”

ശ്വാസം വലിച്ചുകൊണ്ട് അയാൾ അപരാധബോധത്തോടെ പറഞ്ഞു: “നമുക്ക് വെടിമരുന്നുതിരിയും രസപുടങ്ങളും നഷ്ടപ്പെട്ടുമായിരുന്നു.”

അയാളുടെ നെഞ്ച് തടവിക്കൊണ്ടിരുന്ന തീഹ്വിൻസ്കിയും അയാളെ നീരസത്തോടെ ദേഷ്യപ്പെട്ടു. പക്ഷെ മീത്യ കണ്ണ്

ചെറുതാക്കിക്കൊണ്ട് ചോദ്യങ്ങൾ ചോദിച്ചുകൊണ്ടിരുന്നു.

"ഇതുകൊണ്ട് എത്ര ബോംബുണ്ടാക്കാം? അവർ നമ്മെ തകർക്കുമോ? പ്രേസ്ന്യ ഇപ്പോഴും പിടിച്ചുനിൽക്കുന്നുണ്ടോ?"

താൻ കിടക്കുന്ന സോഫയിൽനിന്നും അയാൾ രസപുടങ്ങൾ പരിശോധിച്ചുകൊണ്ടിരുന്ന തീഹ്വിൻസ്കിയെ നോക്കി.

"അദ്ദേഹമാണോ ബോംബുണ്ടാക്കുന്നയാൾ?" അയാൾ അടക്കിയ സ്വരത്തിൽ ചോദിച്ചു. "അദ്ദേഹം ഒരു പ്രൊഫസറാണോ? തൊഴിലാളിയോ? നേരോ?"

പെട്ടെന്നയാൾ ഉൽക്കണ്ഠയോടെ തിരക്കി:

"അദ്ദേഹം കാരണം നിങ്ങൾക്ക് അപകടമൊന്നുമുണ്ടാവില്ലല്ലോ. ഉവ്വോ?"

ഈ സമയത്തൊന്നും തന്നെപ്പറ്റിയോ അപകടത്തിൽനിന്നു താൻ കഷ്ടിച്ചു രക്ഷപ്പെട്ടതിനോപ്പറ്റിയോ ഒരക്ഷരം പോലും അയാളുടെ നാവിൽനിന്നു വന്നില്ല.

യൂരിയ് ഗേർമ്മൻ

യൂരിയ് ഗേർമ്മൻ (1910-67) വായനക്കാരുടെ ശ്രദ്ധയെ ആകർഷിച്ചത് മൂന്നാം ദശകത്തിൽ പുറത്തുവന്ന 'ഞങ്ങളുടെ പരിചയക്കാർ' എന്ന വിജയകരമായ നോവലോടുകൂടിയാണ്. യുദ്ധത്തിനു ശേഷം അദ്ദേഹം 'യുവറഷ്യ,' 'മെഡിക്കൽ കോറിലെ ലെഫ്റ്റനന്റ് കേണൽ' എന്നീ കൃതികളെഴുതി. ഡോക്ടർ വ്ലദീമിർ ഉസ്തീമെൻകൊയെക്കുറിച്ചുള്ള അദ്ദേഹത്തിന്റെ പ്രചുരപ്രചാരമായ ഗ്രന്ഥത്രയം ('നിങ്ങളുടെ ലക്ഷ്യം,' 'ഉറപ്പും നേരുമുള്ളവർ,' 'അവസാനമില്ലാത്ത പോരാട്ടം') പല യുറോപ്യൻ ഭാഷകളിലേക്കും പരിഭാഷപ്പെടുത്തിയിട്ടുണ്ട്. ഗേർമ്മന്റെ ഏറ്റവും പേരുകേട്ട കൃതികളുടെ കൂട്ടത്തിൽ സമുന്നതവിപ്ലവകാരിയായ ഫേലിക്സ് ദ്സെർഷീൻസ്കിയെക്കുറിച്ചുള്ള കഥകൾ ഉൾപ്പെടുന്നു. അവയിലൊരെണ്ണമാണ് ഇവിടെ കൊടുക്കുന്നത്.

അങ്കണത്തിലൂടെ ഒരു നടപ്പ്

സെദ്‌ലേത്സ് കാരാഗൃഹത്തിൽ അദ്ദേഹത്തിന്റെ തടവുമുറിയിൽ ഒപ്പമുണ്ടായിരുന്നത് അൻതോൻ റോസ്സൊലായിരുന്നു. ക്ഷയരോഗം നിർദ്ദയമായ വേഗതയോടെ അതിന്റെ പ്രവർത്തനം നടത്തിക്കൊണ്ടിരുന്നു. അൻതോൻ മരണത്തിലേക്കു നീങ്ങുകയായിരുന്നു. അയാൾ തന്റെ പലകയടിച്ച കട്ടിലിൽനിന്നും അപൂർവ്വമായേ എഴുന്നേല്ക്കാറുള്ളൂ. രാത്രി ചുമച്ചുചുമച്ച് ചോരതുപ്പിക്കൊണ്ടിരുന്നു. ശേഷിച്ച അല്പം ശക്തിതന്നെ അതിവേഗം കുറഞ്ഞുവന്നെങ്കിലും അയാൾക്ക് ഭക്ഷണം കഴിക്കാൻ തോന്നിയില്ല. തടവുമുറിയുടെ വൃത്തിഹീനമായ ചുമരിൽ തുറിച്ചുനോക്കിക്കൊണ്ട് മണിക്കൂറുകളോളം കിടക്കുമ്പോൾ അയാളുടെ മനസ്സിൽ ഒരേയൊരു ചിന്ത മാത്രമാണുണ്ടായിരുന്നത്: "ഇരുപതാമത്തെ വയസ്സിൽ മരിക്കുകയെന്നത് പ്രയാസമുള്ള കാര്യമാണ്."

കാരാഗൃഹത്തിൽ, വീട്ടുകാരിൽനിന്നും സുഹൃത്തുക്കളിൽ നിന്നുമെല്ലാം അകന്ന്, മരിക്കുകയെന്നത്, കാൽച്ചങ്ങലകളുടെ കിലുക്കവും ജയിലറന്മാരുടെ പരുഷശബ്ദവും വധിക്കാൻ കൊണ്ടുപോകുന്ന സഖാക്കളുടെ രോദനങ്ങളും ചെവിയിൽ മുഴങ്ങിക്കൊണ്ട്, കാരിരുമ്പഴികൾക്കു പിന്നിൽക്കിടന്നു മരിക്കുകയെന്നത്, ഭയങ്കരമാണ്. പക്ഷെ വസന്തത്തിൽ, ജനാലയുടെ ഇരുമ്പഴികൾക്കപ്പുറത്ത് ചെസ്നട്ട് മരങ്ങൾ പൂത്തുനിൽക്കുകയും ദിവസം ചെല്ലുംതോറും ആകാശം കൂടുതൽ നീലിമയാർന്നു തെളിഞ്ഞുവരികയും എത്രമാത്രം

പ്രസന്നമായ ശുദ്ധവായുവാണ് പുറത്തുള്ളതെന്നു നമുക്കറിയുകയും ചെയ്യുമ്പോൾ മരിക്കുന്നത്, എത്രയോ കൂടുതൽ ഭയങ്കരമാണ്. ഇതുപോലൊരു സമയത്ത് തടവറയിൽ കിടന്നു മരിക്കുകയോ!

മനുഷ്യൻ മനുഷ്യനോടു കാണിക്കുന്ന ക്രൂരതയോടു യാതൊന്നും കിടപിടിക്കുകയില്ല. തീർച്ചയായും റോസ്സോലിനെ വേണമെങ്കിൽ ജാമ്യത്തിൽ വിടാമായിരുന്നു. ആർക്കറിയാം, ധാരാളം പുല്ലും ചുറ്റും മരങ്ങളും കുടിക്കാൻ നല്ല പാലുമുള്ള നാട്ടുമ്പുറത്ത് അയാളുടെ രോഗം ഒരുപക്ഷെ ഭേദപ്പെട്ടേനെ. അയാൾക്ക് മരണത്തെ കബളിപ്പിക്കാൻ കഴിഞ്ഞേനെ. അഥവാ പൂർണ്ണസുഖം പ്രാപിച്ചില്ലെങ്കിൽത്തന്നെ അതിന് അയാൾക്ക് ആശിക്കാൻ കഴിയുമായിരുന്നു. പക്ഷെ ആശയ്ക്കു വകയില്ലെന്നും പുറത്തുവിട്ടാൽത്തന്നെ മരിക്കുകയേയുള്ളുവെന്നുമുള്ള ന്യായത്തിൽ അയാളെ വിട്ടില്ല. അയാൾക്കു ജയിലിൽ കിടന്നായാലും മരിക്കാം. സത്യത്തിൽ അതായിരിക്കും ഗവണ്മെന്റിനു കൂടുതൽ പ്രയോജനകരം. കാരണം, മരിക്കുന്നതിനുമുമ്പ് ഒരുപക്ഷെ അയാൾ ഭയന്ന്, ഇപ്പോൾ പറയാൻ കൂട്ടാക്കാത്ത പലതും വെളിപ്പെടുത്തിയെന്നുവരും. ചിലരുടെ പേരുകൾ പറയുകയും കേസിന്റെ ചുമതല വഹിക്കുന്ന ജെൻഡാം ക്യാപ്റ്റനു പ്രശസ്തി നേടാൻ ഒരവസരം നൽകുകയും സ്വേച്ഛാധിപത്യത്തെ വെറുക്കുന്ന കുറെപ്പേരേ കൂടി തടവിലടയ്ക്കാൻ സഹായിക്കുകയും ചെയ്തെന്നുവരും.

അതുകൊണ്ട് അവരയാളെ ജയിലിൽത്തന്നെ വച്ചു.

അയാളുടെ കാലുകൾക്ക് ബലമില്ലായിരുന്നു. അനങ്ങാനുള്ള ശക്തിപോലും അയാൾക്കില്ലായിരുന്നു. എന്നിട്ടും അവർ അയാളെ ഇരുമ്പഴികൾക്കു പിന്നിൽ വച്ചു. അയാളുടെ തടവുമുറിയുടെ കതകിൽ വലിയൊരു താഴ് കിടക്കുന്നു. എല്ലാം ശരിയാണെന്നും ശയ്യാവലംബിയായ റോസ്സോൽ രക്ഷപ്പെടാൻ വേണ്ടി തുരങ്കം കുഴിക്കുകയോ ജനാലയുടെ അഴികൾ രാകിമുറിക്കുകയോ ചെയ്യുന്നില്ലെന്നും ഉറപ്പുവരുത്തുന്നതിന് ദിവസത്തിൽ പല തവണ ജയിലർ കതകിലെ ദ്വാരത്തിലൂടെ ഒളിഞ്ഞുനോക്കും.

റോസ്സോൽ ഇത്രയേറെ ദുർബ്ബലനായിത്തീർന്നിട്ടും ജെൻഡാർമുകാരൻ ഒരിക്കലും ഒരു വാർഡറുടെ സാന്നിദ്ധ്യത്തിലല്ലാതെ അയാളെ ചോദ്യം ചെയ്തിരുന്നില്ല. കാരണം ഇത്തരം തടവുകാർക്ക് നഷ്ടപ്പെടാനൊന്നുമില്ല. അവർ എന്തിനും പോന്നവരാണ്. കരുതി നിൽക്കുകയാണ് ഭേദം.

രാത്രിയിലെ ഭയങ്കരചുമ ശരിക്കുമൊരു ദണ്ഡന തന്നെയായിരുന്നു. പക്ഷെ കള്ളദീനത്തെപ്പറ്റി ഏതോ ഒരു വൈദ്യമാസികയ്ക്കുവേണ്ടി

ലേഖനങ്ങൾ എഴുതിക്കൊണ്ടിരുന്ന ഒബെത്രുഹ്ത്തിൻ എന്ന ജയിൽ ഡോക്ടർ റോസ്സോലിന്റെ കാര്യത്തിലും കള്ളദ്ദീനം കണ്ടുപിടിക്കാൻ ശ്രമിക്കുകയും അതിൽ പരാജയപ്പെട്ടപ്പോൾ രോഗിയിൽ താല്പര്യം നഷ്ടപ്പെട്ട് അയാളെ സന്ദർശിക്കാതാവുകയും ചെയ്തു.

ജയിലാശുപത്രിയിൽ പോകാൻ റോസ്സോൽ ഇഷ്ടപ്പെട്ടില്ല. അയാൾ അവിടെ രണ്ടാഴ്ച കിടന്നതാണ്. സ്വാഭീഷ്ടമനുസരിച്ചാണ് ജയിലിലേക്കു മടങ്ങിയത്. തടവുമുറിയേക്കാൾ ഭയാനകമായിരുന്നു ആശുപത്രി. എന്തുകൊണ്ട് മടങ്ങിവന്നുവെന്ന ദ്സെർഷീൻസ്കിയുടെ ചോദ്യത്തിന് ഉത്തരം പറയാൻപോലും അൻതോൻ വിസമ്മതിച്ചു. അത്ര ഭയാനകമായിരുന്നു അത്. കൈവീശി ചോദ്യം തഴഞ്ഞുകളഞ്ഞുകൊണ്ട് അയാൾ പലകക്കട്ടിലിൽ കിടന്നു. "ഇതു സ്വർഗ്ഗമാണ്," അയാൾ കണ്ണടച്ചുകൊണ്ട് പറഞ്ഞു.

ഇതു 'സ്വർഗ്ഗ'മാണെങ്കിൽ ആശുപത്രി എങ്ങിനെയിരിക്കുമെന്ന് ദ്സെർഷീൻസ്കിയ് ഊഹിച്ചു.

ഒരു ദിവസം നേരമിരുട്ടിത്തുടങ്ങിയപ്പോൾ റോസ്സോൽ പറഞ്ഞു, "ചാട്ടകൊണ്ടടിച്ചതാണ് കാരണമെന്നു തോന്നുന്നു."

"ആരെ?"

"ഞാൻ പറഞ്ഞിട്ടില്ലേ?"

"ഇല്ല, ഒരിക്കലുമില്ല."

"നിങ്ങൾ വരുന്നതിനു കുറേനാൾ മുമ്പ് ജയിൽ സൂപ്രണ്ട് എന്നെ സന്ദർശിച്ചു," റോസ്സോൽ തിടുക്കമില്ലാതെ പറഞ്ഞു. "അയാൾ ഇരുന്ന് സംസാരം തുടങ്ങി. ഞാനെങ്ങിനെയിരിക്കുന്നു എന്നും മറ്റും ചോദിച്ചു. ഞാൻ ഒന്നും മിണ്ടാതെ കേട്ടുകൊണ്ടിരുന്നു. സ്വേച്ഛാധിപത്യവും സാറും നല്ലതാണെന്നും വിപ്ലവം ചീത്തയാണെന്നുമെല്ലാം അയാൾ പറഞ്ഞു. അത്തരം സംസാരം കേട്ടിട്ടുണ്ടല്ലോ. ഞാൻ തർക്കിച്ചില്ല. എന്തുവേണമെങ്കിലുമായിക്കോ, ഞാൻ മനസ്സിൽ വിചാരിച്ചു. പക്ഷെ അയാൾ സംസാരിച്ചുകൊണ്ടേയിരുന്നു. അവസാനം അയാൾ ചോദിച്ചു. വിപ്ലവം വിജയിച്ചാൽ നമ്മൾ അയാളെ എന്തു ചെയ്യുമെന്ന്. അയാൾ കളി പറയുകയാണെന്നാണ് ഞാൻ വിചാരിച്ചത്. വെറുതെ കുശലപ്രശ്നം നടത്തുകയാണെന്ന്. പക്ഷെ അയാളുടെ മുഖത്തു നോക്കിയപ്പോൾ തികച്ചും ഗൗരവഭാവമാണ് ഞാൻ കണ്ടത്. അറിയാനുള്ള ഒരു താല്പര്യം അയാളുടെ കണ്ണുകളിലുണ്ടായിരുന്നു. ഞാൻ നേരമ്പോക്കു പറഞ്ഞ് ഒഴിഞ്ഞുമാറാൻ നോക്കി. "നിങ്ങളെ എന്തെങ്കിലും ചെയ്യാൻ ഞങ്ങൾക്ക് എങ്ങിനെ കഴിയും?" ഞാൻ

ചോദിച്ചു. 'നിങ്ങളുടെ പദവിയും സ്ഥാനവും വളരെ ഉയർന്നതായി പ്പോയി.' 'അതു കള,' അയാൾ പറഞ്ഞു. 'ഞാൻ കാര്യമായി ചോദി ക്കുകയാണ്. നടക്കാൻ പോകുന്നതെന്താണെന്ന് ആരറിഞ്ഞു? എന്റെ ഭാവി എന്തായിരിക്കുമെന്നറിയാൻ എനിക്ക് അതിയായ താല്പര്യമു ണ്ട്. എനിക്ക് ഭാര്യയും കുട്ടികളുമുണ്ട്. വരാനിരിക്കുന്നതെന്താണെന്ന് എനിക്കറിയണം.'

"എന്നിട്ട്?" ദ്സെർഷീൻസ്കിയ് ചോദിച്ചു.

"ഞാനതു പിന്നെയും ചിരിച്ചു കളയാൻ ശ്രമിച്ചു. പക്ഷെ ഞാൻ തമാശ പറയുന്തോറും, ശരിക്കെന്റെ മനസ്സിൽ തോന്നിയത് പറയാനു ള്ള ആഗ്രഹവും കൂടിവന്നു. ആ തോന്നലെന്താണെന്ന് അറിയാമോ?"

"ഉവ്വ്, തീർച്ചയായും അറിയാം," ഒരു ചെറുചിരിയോടെ ദ്സെർ ഷീൻസ്കിയ് പറഞ്ഞു.

"ഞങ്ങൾ സംസാരിച്ചുകൊണ്ടിരുന്നു. ആ ദിവസം വരെ ഞാൻ ജീവിച്ചിരിക്കുകയില്ലാത്തതുകൊണ്ട് മറ്റുള്ളവരോടു ചോദിക്കാൻ ഞാൻ പറഞ്ഞു. പക്ഷെ ഞാനതു പറയാൻ പോവുകയാണെന്ന് എനിക്കറിയാമായിരുന്നു. എനിക്കത് എന്റെ അസ്ഥിയിൽ അനു ഭവപ്പെടുന്നുണ്ടായിരുന്നു. എനിക്കു വളരെയധികം വിലകൊടുക്കേ ണ്ടിവരുമെന്നറിയാമായിരുന്നെങ്കിലും ആ രസം ഒന്നനുഭവിക്കാൻ വേണ്ടി ഞാൻ കൊതിച്ചു. എന്തു വന്നാലും ഞാൻ ആ തുച്ഛമായ രസം അനുഭവിക്കാൻ തന്നെ തീർച്ചപ്പെടുത്തി. ഞാൻ അതനുഭവിക്കുകയും ചെയ്തു."

"എങ്ങിനെയാണ് നിങ്ങളതു പറഞ്ഞത്?"

"വളരെ മര്യാദയായി. വളരെ സൗമ്യമായും തന്ത്രപൂർവ്വമായും സൗഹൃദഭാവത്തിലും. 'ശരി', ഞാൻ അയാളോടു പറഞ്ഞു. 'നിങ്ങൾക്കു വാസ്തവത്തിൽ അറിയണമെന്നുണ്ടെങ്കിൽ പറയാം: നിങ്ങളെ തീർച്ച യായും വെടിവച്ചു കൊല്ലുകയായിരിക്കും ഞങ്ങൾ ചെയ്യുന്നത്. നിങ്ങൾ ചോദിച്ചതുകൊണ്ടു പറയുകയാണ്. ഈ ഹൃദയം തുറന്ന സംഭാഷ ണത്തിലേർപ്പെടാൻ ഞാൻ നിങ്ങളെ നിർബ്ബന്ധിച്ചില്ല.' നിങ്ങൾ വിശ്വസിക്കുമോ? അത് പറഞ്ഞിട്ടും അയാൾ പോകാനുള്ള ഭാവമില്ല. അത് എന്റെ വ്യക്തിപരമായ അഭിപ്രായമാണോ അതോ എന്റെ സഖാക്കൾക്കുമിതേ അഭിപ്രായമാണോ എന്നയാൾ ചോദിച്ചു."

"അവസാനം നിങ്ങൾക്കു ചാട്ടയടി കിട്ടി, അല്ലേ?"

"അല്ല. ജയിൽസംബന്ധമായ പല വ്യുല്പന്നവിഷയങ്ങളെക്കു റിച്ചും ഞങ്ങൾ സംസാരിച്ചുകൊണ്ടിരുന്നു," റോസ്സോൽ പറഞ്ഞു.

"വാസ്തവത്തിൽ കുറെയേറെ നേരം സംസാരിച്ചുകൊണ്ടിരുന്നു. യാത്രപറയാൻ നേരത്തു മാത്രമാണ് ഒരു നൂറു ചാട്ടയടി എനിക്ക് കിട്ടുമെന്ന് അയാൾ പറഞ്ഞത്. ഞാൻ ധിക്കാരം കാട്ടാതിരിക്കാനും വിപ്ലവത്തിന്റെ സാമിപ്യത്തെക്കുറിച്ചും ചില വ്യക്തികളുമായി കണക്കു തീർക്കുന്നതിനെക്കുറിച്ചും ആവശ്യത്തിലേറെ ചിന്തിക്കാതിരിക്കാനുമാണത്രെ അത്. സംസാരത്തിന്റെ അവസാനത്തിൽ, ഞാനെപ്പോഴും ഒരു റഷ്യൻ പഴമൊഴി ഓർത്തിരിക്കണമെന്ന് അയാൾ പറഞ്ഞു: 'കിണറ്റിൽ തുപ്പരുത്. ആ വെള്ളം കുടിക്കാൻ വേണ്ടിവരും.' അത്രതന്നെ നല്ല മറ്റൊരു പഴമൊഴി എനിക്കറിയാമെന്നു ഞാനും പറഞ്ഞു: 'കിണറ്റിൽ തുപ്പുക; ആ വെള്ളം പിന്നെ കുടിക്കാൻ കൊള്ളുകയില്ല.' "

ദ്സെർഷീൻസ്കിയ് ചിരിച്ചു.

"അവർ നിങ്ങളെ ചാട്ടകൊണ്ടടിച്ചോ?"

"തീർച്ചയായും."

"നൂറുതവണയോ?"

"എന്തോ, ഓർക്കുന്നില്ല. ഞാൻ എണ്ണിത്തുടങ്ങിയതാണ്. അപ്പോഴേക്കും ബോധംകെട്ടു."

അവർ കുറച്ചുനേരം മൗനമായിരുന്നു. പെട്ടെന്നു റോസ്സോൽ പറഞ്ഞു: "ആ ചാട്ടയടിയായിരിക്കണം കാരണം. അല്ലാതെ രോഗമായിരിക്കുകയില്ല. ആ ചാട്ടയടി ഉള്ളിലെന്തെങ്കിലും പരുക്കേല്പിച്ചു കാണും. ഒരുപക്ഷെ ക്ഷയമേ ആയിരിക്കുകയില്ല. നിങ്ങൾക്കെന്തു തോന്നുന്നു?"

അവർ തന്നെ തുറന്നുവിടുന്നപക്ഷം, ധാരാളം ശുദ്ധവായുവും പാലും പച്ചക്കറികളും നല്ല ശുശ്രൂഷയും സൂര്യപ്രകാശവും തനിക്കു ലഭിക്കുന്ന പക്ഷം, രോഗമെല്ലാം മാറി താൻ അനേകവർഷം, ഒരു പക്ഷെ ഒരു നൂറുവയസ്സുവരെപ്പോലും, ജീവിക്കുമെന്ന് അയാൾ പ്രതീക്ഷിക്കുകയും വിശ്വസിക്കുകയും ചെയ്തു. ദ്സെർഷീൻസ്കിയ് സർവ്വകഴിവുമുപയോഗിച്ച് സുഖപ്രാപ്തിയെക്കുറിച്ചുള്ള തടവുമുറിയിലെ തന്റെ സഹവാസിയുടെ ഈ സ്വപ്നത്തെ പ്രോത്സാഹിപ്പിച്ചു. തങ്ങൾ ഇരുവരും വളരെക്കാലം ജീവിച്ചിരിക്കുമെന്നും വിപ്ലവം നടക്കുന്നതുവരെയും അതിനുശേഷവും - വിപ്ലവം വിജയിച്ച് സർവ്വതും വ്യത്യസ്തമായിത്തീരുകയും സ്വാതന്ത്ര്യവും നീതിയും പുലരുകയും ചെയ്യുന്ന കാലത്തും - തങ്ങൾ പ്രവർത്തിച്ചുകൊണ്ടിരിക്കുമെന്നും ചിലപ്പോൾ തനിക്കുതന്നെ തോന്നത്തക്കവണ്ണം അത്ര ഊർജ്ജിതമായും ഗൗരവമായുമാണ്

അദ്ദേഹം ആ സ്വപ്നത്തെ പ്രോത്സാഹിപ്പിച്ചത്.

ശാസ്ത്രത്തേയും വൈദ്യശാസ്ത്രത്തിലുണ്ടായിക്കൊണ്ടിരിക്കുന്ന വമ്പിച്ച പുരോഗതിയേയും കുറിച്ച് അദ്ദേഹം റോസ്സോലിനോട് സംസാരിച്ചു. പാസ്ച്ചറുടെ കണ്ടുപിടുത്തത്തെത്തുടർന്ന് അത്രതന്നെ മഹത്തായ കണ്ടുപിടുത്തങ്ങൾ നടക്കാനിടയുണ്ടെന്ന് അദ്ദേഹം പറഞ്ഞു. ഭൂമുഖത്തുനിന്നു ക്ഷയരോഗത്തെ നിർമ്മാർജ്ജനം ചെയ്യാനും ഇന്ന് വസൂരിയെന്നപോലെ അതിനെ ഭൂതകാലത്തേക്കു പിൻതള്ളാനും ഏതു ദിവസവും ഏതെങ്കിലുമൊരു ശാസ്ത്രജ്ഞൻ പഠിച്ചെന്നുവരാം. അപ്പോൾ റോസ്സോൽ താമസംവിനാ ആരോഗ്യം വീണ്ടെടുക്കുകയും വീണ്ടും വിപ്ലവത്തിനുവേണ്ടി പ്രവർത്തിച്ചുതുടങ്ങുകയും തടവിലാക്കപ്പെടുകയും അവിടുന്ന് രക്ഷപ്പെടുകയും ജയിലധികാരികളുമായി വഴക്കു കൂടുകയും, ചുരുക്കത്തിൽ, താൻ സ്വയമേവ തിരഞ്ഞെടുത്ത ജീവിതം നയിച്ചു തുടങ്ങുകയും ചെയ്യുന്നതാണ്. ഇപ്പറഞ്ഞതെല്ലാം റോസ്സോൽ സംശയത്തോടെയാണെങ്കിലും ശ്രദ്ധിച്ചുകേട്ടു. താൻ വിശ്വസിക്കുന്നില്ലെങ്കിലും വിശ്വസിക്കാൻ ആഗ്രഹിക്കുന്ന കാര്യത്തെക്കുറിച്ച് തനിക്കു ബോദ്ധ്യമുണ്ടാകാൻ അയാളാഗ്രഹിച്ചു.

സാധാരണയായി ഇത്തരം സംഭാഷണങ്ങളുടെ ഫലമായി റോസ്സോലിന് കുറെയൊക്കെ മനസ്സുഖവും ആത്മവിശ്വാസവും ഉണ്ടാകാറുണ്ട്. അയാളുടെ വിളറിയ ചുണ്ടുകളിൽ ഒരു പുഞ്ചിരി പരക്കും. ദ്സെർഷീൻസ്കിയ് വളരെയേറെ ഇഷ്ടപ്പെട്ടിരുന്ന, വെല്ലുവിളിക്കുന്നതും കുട്ടിത്തം സ്ഫുരിക്കുന്നതുമായ ആ ഭാവം അയാളുടെ കണ്ണുകളിൽ വീണ്ടും പ്രത്യക്ഷപ്പെടും.

ദ്സെർഷീൻസ്കിയ് തന്റെ പക്കലുള്ള സർവ്വകഴിവും മനോബലവും റോസ്സോലിനെ സഹായിക്കുന്നതിനുവേണ്ടി വിനിയോഗിച്ചു.

തടവുമുറിയിലെ ഇരുട്ടിൽ അൻതോൻ ഉണർന്നുകിടക്കുകയാണെന്നു മനസ്സിലായാൽ അദ്ദേഹവും രാത്രി ഉണർന്നിരിക്കും. തനിക്കും ഉറങ്ങാൻ കഴിയുന്നില്ലെന്നു നടിച്ചുകൊണ്ട് അദ്ദേഹം ഏതെങ്കിലും രസകരമായ കഥ പറഞ്ഞ് രോഗിയുടെ ശ്രദ്ധതിരിക്കാൻ ശ്രമിക്കും. കഥ പറയാനോ ചിരിക്കാനോ അശേഷം ആഗ്രഹമില്ലെങ്കിലും അദ്ദേഹം അതുപറഞ്ഞു ചിരിക്കും. അദ്ദേഹത്തിന് ഉറങ്ങണമെന്നുണ്ട്. ജയിലിലെ ക്ലേശകരമായ ദിനങ്ങൾ, ചിലപ്പോൾ അന്യായമായി തന്റെ നേർക്കു തിരിച്ചുവിടുന്ന അൻതോന്റെ മുൻകോപം, പ്രാകൃതമായി നടത്തിക്കൊണ്ടുപോകുന്ന ആ ജയിലിൽ രോഗിക്കുവേണ്ടി ഒരു കഷണം ഐസോ കുറച്ച് ഉപ്പുവെള്ളമോ തിളച്ചവെള്ളമോ അല്പം

ഔഷധമോ വൃത്തിയുള്ള ഒരു തുണിയോ ലഭിക്കാനായി പെടേണ്ട പാട് - ഇതെല്ലാം അദ്ദേഹത്തെ തളർത്തി.

എങ്കിലും മറ്റു പോംവഴി എന്തായിരുന്നു!

മരിച്ചുകൊണ്ടിരിക്കുന്ന ഒരാൾ അയാളുടെ ഭയപ്പാടുകളും നൈരാശ്യവും കഷ്ടപ്പാടുമായി കഴിഞ്ഞുകൊള്ളട്ടെ എന്ന് കരുതാൻ എങ്ങിനെ സാധിക്കും?

അതുകൊണ്ട് ആ ഇരുളടഞ്ഞ, ദുർഗന്ധം നിറഞ്ഞ തടവുമുറിയിൽ അൻതോനിന്റെ പലകക്കട്ടിലിന്റെ കാൽക്കൽ ഇരുന്നുകൊണ്ട് ദ്സെർഷീൻസ്കിയ് ഉന്മേഷഭരിതമായ സംഭാഷണത്തിലേർപ്പെടും.

"നിങ്ങൾ ഉറങ്ങാത്തത് എത്ര നന്നായി! എനിക്കും ഉറക്കം വരുന്നില്ല. ഈ സമയമത്രയും ഞാൻ ഉണർന്നുകിടക്കുകയായിരുന്നു. ഒരു പോള കണ്ണടയ്ക്കാൻ കഴിഞ്ഞില്ല."

"എന്താണുറക്കം വരാത്തത്?" അൻതോൻ സംശയത്തോടെ ചോദിക്കും.

"എന്തോ അറിഞ്ഞുകൂടാ," ദ്സെർഷീൻസ്കിയ് പറയും. "ജയിലിലെ ഉറക്കം എങ്ങിനെയാണെന്ന് നിങ്ങൾക്കറിയാമല്ലോ."

"എനിക്ക് രോഗം പിടിപെടുന്നതിനു മുമ്പ് ഞാൻ ജയിലിൽ സുഖമായി ഉറങ്ങാറുണ്ടായിരുന്നു."

പലപ്പോഴും റോസ്സോലിന്റെ സ്വരത്തിൽ ഈർഷ്യ കലർന്നിരിക്കും. എന്തെങ്കിലുമൊരു കാരണത്തിനുവേണ്ടി, തട്ടിക്കയറാൻ ഒരവസരത്തിനുവേണ്ടി, അയാൾ കാത്തിരിക്കുകയാണെന്ന് ദ്സെർഷീൻസ്കിയ്ക്ക് തോന്നും.

"എനിക്ക് എവിടെക്കിടന്നും ഉറങ്ങാനൊക്കും," ഓരോ വാക്കും അധികമധികം നീരസത്തോടെ ഉച്ചരിച്ചുകൊണ്ട് റോസ്സോൽ പറയും. "പക്ഷെ രോഗമുള്ളപ്പോൾ എനിക്ക് വാസ്തവത്തിൽ ഉറങ്ങാൻ കഴിയുന്നില്ല... പക്ഷെ," അയാളുടെ ശബ്ദം പരുഷമായിത്തുടങ്ങും, "എനിക്കുവേണ്ടി ഉണർന്നിരിക്കാൻ ഞാനാരോടും പറയുന്നില്ല. നേരെമറിച്ച്, ദയവുചെയ്ത് നിങ്ങൾ ഉറങ്ങുക. രാത്രിയിലെ വിശ്രമവും നാള മുഴുവൻ ദിവസത്തേക്കാവശ്യമായ മനസ്സംയമനവും നിങ്ങൾ നശിപ്പിക്കരുത്. എന്നെ ഉപദ്രവിക്കാതിരുന്നാൽ മാത്രം മതി, അതെ, ഉപദ്രവിക്കരുതെന്നു മാത്രം! അതു മാത്രം മതി!"

റോസ്സോലിന്റെ ശബ്ദമുയർന്നുയർന്ന് ഉച്ചത്തിലാവുമ്പോൾ പെട്ടെന്നു നിൽക്കും. ചിലപ്പോൾ അയാളുടെ സ്വരം വിഷാദാത്മകവും

ഈർഷ്യപൂണ്ടതുമായിരിക്കും. കാരണം, താൻ ഉറങ്ങാൻ കഴിയാതെ കിടക്കുമ്പോൾ, താൻ വെള്ളമെടുക്കാൻ ശ്രമിക്കുന്നതു കേൾക്കാതെ, പാത്രം താഴെയിട്ടതു കേൾക്കാതെ, ദ്സെർഷീൻസ്കിയ് കിടന്നുറങ്ങുന്നുണ്ടാവും. തനിക്കു കുടിക്കാൻ യാതൊന്നുമില്ല.

"എന്തുകൊണ്ട് എന്നെ ഉറക്കെ വിളിച്ചില്ല?"

"നിങ്ങൾ എന്നെക്കൊണ്ടു മടുത്തുവെന്ന് എനിക്കറിയാവുന്നതു കൊണ്ട്. ഞാൻ നിങ്ങളെ വല്ലാതെ ശല്യപ്പെടുത്തുന്നു. പക്ഷെ നിവൃത്തിയില്ലാത്തതുകൊണ്ട് ഞാൻ ചെയ്തുപോകുന്നതാണ്. എനിക്ക് വേണ്ടത്ര ശക്തിയില്ല - "

"ഇതും വെറും അസംബന്ധമാണ്, അൻതോൻ."

"അസംബന്ധമല്ല! എന്റെ ഈ ഭാവപ്പകർച്ചകളും കുറ്റം പറച്ചിലും ദുസ്സഹമാണ്. പക്ഷെ എന്റെ മനോവൈഷമ്യം നിങ്ങൾ അറിഞ്ഞിരുന്നെങ്കിൽ! ജീവിക്കാൻ എനിക്ക് എന്തൊരു ആഗ്രഹമാണെന്നോ? മരണത്തെക്കുറിച്ചുള്ള ഈ ചിന്തകൾ, ഞാൻ അടുത്തുതന്നെ, വളരെയടുത്തുതന്നെ മരിക്കുമെന്നും ഞാൻ യാതൊന്നും നേടിയിട്ടുണ്ടാവില്ലെന്നുമുള്ള ചിന്ത, എന്നെ എത്രമാത്രം ദണ്ഡിപ്പിക്കുന്നു...!"

പരിക്ഷീണനായി, റോസ്സോൽ മയമില്ലാത്ത വയ്ക്കോൽത്തലയിണയിൽ മുഖമമർത്തിക്കൊണ്ട് വിതുമ്മിക്കരയും. കണ്ണുനീർകൊണ്ടു വീർപ്പുമുട്ടിയ അയാളുടെ വിയർപ്പുപൊടിഞ്ഞ ചൂടുള്ള കൈ ഇരുട്ടിൽ തപ്പിത്തടഞ്ഞ് ദ്സെർഷീൻസ്കിയുടെ കൈ പിടിച്ചമർത്തും. അയാൾ മന്ത്രിക്കും: "ഞാൻ ചെയ്യേണ്ടതെന്താണെന്നു പറയൂ! ഞാൻ എങ്ങിനെ തുടരും? എങ്ങിനെ? എന്ത് ആശയാണുള്ളത്? എന്നെ സഹായിക്കൂ!.... എന്നെ വെറുക്കല്ലെ. ഞാനൊരു ഭീരുവും അടിയറവു പറഞ്ഞ ഒരു നീചനുമാണെന്നു ധരിക്കരുത്. എനിക്ക് സുഖമില്ല. അതെന്റെ കുറ്റമല്ല. അല്ലേയല്ല! പറയൂ. എന്റെ കുറ്റമല്ലെന്നു നിങ്ങൾക്കു മനസ്സിലാകുന്നുണ്ട്, ഇല്ലേ?"

"ഉവ്വ്, എനിക്ക് മനസ്സിലാകുന്നുണ്ട്," ദ്സെർഷീൻസ്കിയ് തികഞ്ഞ ആത്മാർത്ഥതയോടെ പറയും. "നിങ്ങളുടെ രോഗം ഭേദപ്പെടുമ്പോൾ ഇത് മാറിക്കൊള്ളും."

വീണ്ടും അദ്ദേഹം, തലേന്നത്തേയും അതിന്റെ തലേന്നത്തേയും പോലെ, അൻതോൻ സുഖം പ്രാപിക്കുമ്പോൾ നടക്കാൻ പോകുന്ന കാര്യങ്ങളെപ്പറ്റി പറഞ്ഞു. അവർ ഒരുമിച്ച് ജയിലിനു പുറത്തു വന്ന് ആറ്റിൽ നീന്തുകയും കാട്ടിലൂടെ നടന്ന് ഒരു സത്രത്തിൽപ്പോയി അത്താഴം കഴിക്കുകയും ചെയ്യും. ഒരു നാൽക്കവലയിൽ ശരിക്കുമൊരു

പഴയ സത്രമുള്ളത് തനിക്കറിയാം.

താൻ സംസാരിച്ചുകൊണ്ടിരിക്കുമ്പോൾ റോസ്സോലിന്റെ കണ്ണുകൾ ഇരുട്ടിൽ തിളങ്ങുന്നത് അദ്ദേഹം കണ്ടു. ജീവിക്കാൻ, കാട്ടിലൂടെ നടക്കാൻ, ആറ്റിലും സത്രത്തിലും പട്ടണത്തിലുമൊക്കെ പോകാൻ, വെമ്പൽ പൂണ്ട് അവ ജ്വലിക്കുകയാണ്. ആളും പാട്ടുമുള്ള, ഇരുമ്പഴികളില്ലാത്ത, എവിടെ വേണമെങ്കിലും പോകാം. ഉദിച്ചുവരുന്ന വസന്തദിനം പോലും ആ അഴികൾക്കിടയിലൂടെ നോക്കുമ്പോൾ മ്ലാനവും വിഷാദമൂകവുമായിട്ടാണ് തോന്നുന്നത്. കാൽച്ചങ്ങലകളും ജയിലർമാരും ആരേയും തളർത്തുന്ന അവസാനിക്കാത്ത കാരാഗൃഹ രാത്രികളുമില്ലാത്ത എവിടെയും പോകാം.

"നമ്മളൊരുമിച്ച് ഒരു കഫേയിൽ പോകും," സ്വപ്നത്തിന്റെ മാറ്റു കൂട്ടിക്കൊണ്ട് റോസ്സോൽ പറയും. "കഫേയുടെ കാര്യം നിങ്ങൾ മറന്നുപോയി. വാദ്യമേളത്തോടുകൂടിയ ഒരൊന്നാന്തരം കഫേ നാം തിരഞ്ഞെടുക്കും. രണ്ടു മാന്യന്മാരെപ്പോലെ നാം അവിടിരുന്ന് അതുമിതുമെല്ലാം കൊണ്ടുവരാൻ പറയും. നാം തിന്നുന്നത് എന്തെല്ലാമായിരിക്കുമെന്ന് എനിക്ക് ഊഹിക്കാൻപോലും കഴിയുന്നില്ല."

ദ്സെർഷീൻസ്കിയ് തന്റെ സ്നേഹിതൻ പറയുന്നതു കേട്ടുകൊണ്ടും ആ വരണ്ട ചുണ്ടുകളിൽ പുഞ്ചിരി വരുത്താൻ ഓരോ വിഡ്ഢിത്തം പറഞ്ഞുകൊണ്ടുമിരിക്കും. ഇങ്ങനെ സംസാരിച്ചുകൊണ്ടിരിക്കുമ്പോൾ അദ്ദേഹം ആലോചിക്കുന്നത് തികച്ചും മറ്റൊരു കാര്യമാണ്. ദുർബ്ബലനും ക്ഷയരോഗബാധിതനുമായ റോസ്സോൽ നൂറുകണക്കിനും ആയിരക്കണത്തിനുമുള്ള ആരോഗ്യവാന്മാരേക്കാൾ ശക്തനാണ്. സ്വാതന്ത്ര്യത്തേയും ജീവിതത്തേയും ഇത്ര ഉൽക്കടമായി സ്നേഹിച്ച ഈ മനുഷ്യനിൽ എത്ര വമ്പിച്ച, അമാനുഷികമായ ഇച്ഛാശക്തിയാണ് കുടികൊള്ളുന്നത്! തന്നെ ചോദ്യം ചെയ്യുന്നയാളിന് ഒരു സൂചന, ഒരു നിസ്സാരമായ സൂചന കൊടുത്താൻ, ജെൻഡാർമിനു സഹായകമായി വെറുമൊരു തുമ്പു കൊടുത്താൽ, പിറ്റേന്നുതന്നെ തന്നെ മോചിപ്പിക്കുമെന്നും കാട്ടിലോ ആറ്റിലോ സത്രത്തിലോ എവിടെ വേണമെങ്കിലും തനിക്കു പോകാനൊക്കുമെന്നും അയാൾക്ക് ഭംഗിയായി അറിയാമായിരുന്നു...

പെട്ടെന്നു മനോവീര്യം നശിച്ച്, മോചനം കിട്ടാൻവേണ്ടി തനിക്കറിയാവുന്നതുമുഴുവൻ പറഞ്ഞുതുടങ്ങുമെന്ന പ്രതീക്ഷയിലാണ് അവർ അയാളെ വിചാരണകൂടാതെ തടവിൽ വച്ചുകൊണ്ടിരുന്നത്.

അവർ എങ്ങിനെ അയാളെ വിസ്തരിക്കാനാണ്! ചോദ്യംചെയ്യാനായി കൊണ്ടുപോകുന്നതുപോലെ കോടതിയിലേക്ക് അയാളെ ഒരു

സ്റ്റ്രെച്ചറിൽ എടുത്തുകൊണ്ടുപോകാൻ പറ്റുകയില്ലല്ലൊ.

മാത്രമല്ല, കോടതി ശിക്ഷിച്ചതിനുശേഷം അയാളെ സൈബീരിയയ്ക്ക് അയയ്ക്കുന്നതു പന്തിയല്ല. അതിനൊക്കെപ്പുറമെ, കോടതി ഒരുപക്ഷെ ശരിയായ തീരുമാനത്തിൽ എത്തിയില്ലെങ്കിലോ?

അതുകൊണ്ട്, അയാൾ സംസാരിക്കുമെന്ന പ്രതീക്ഷയിൽ, അവർ അയാളെ അവിടെത്തന്നെ സൂക്ഷിച്ചു.

പക്ഷെ അയാൾ സംസാരിക്കുകയില്ല.

അവരെന്തെല്ലാം ഭീഷണിപ്പെടുത്തിയാലും അയാൾ അവരെ നോക്കി രൂക്ഷമായി പുഞ്ചിരിച്ചുകൊണ്ടു പറയും, "എനിക്കു പുല്ലാണ്!"

അയാളുടെ കണ്ണുകൾ ഒരു ചെന്നായ് കുട്ടിയുടേതുപോലെ തിളങ്ങും.

ആകാശത്ത് ആദ്യത്തെ ഇടി മുഴങ്ങിയ മൂടിക്കെട്ടിയ ഒരു ദിവസം രാത്രി റോസ്സൊൽ വിഷണ്ണനായി പറഞ്ഞു: "നാളെ നിങ്ങൾ പുറത്തിറങ്ങി ചേറ്റുകുഴികളിലൂടെ നടക്കുകയായിരിക്കും. എനിക്കങ്ങിനെ നടക്കാൻ എന്തിഷ്ടമാണെന്നോ!"

പകുതി ഗൗരവത്തിലും പകുതി തമാശയായിട്ടുമാണ് അയാളതു പറഞ്ഞത്. പിന്നീട് ആ രാത്രി അയാളൊന്നും സംസാരിച്ചില്ല. മഴ വീഴുന്ന ശബ്ദം കേട്ടുകൊണ്ടും ജനാലയുടെ തുരുമ്പിച്ച അഴികളിലേക്ക് തുറിച്ചുനോക്കിക്കൊണ്ടും ഇടയ്ക്കിടെ ചുമച്ചുകൊണ്ടും കിടന്നതേയുള്ളൂ. പിറ്റേദിവസം വ്യായാമത്തിന്റെ സമയം കഴിഞ്ഞ് ദ്സെർഷീൻസ്കിയ് മടങ്ങിയപ്പോൾ റോസ്സൊൽ ചോദിച്ചു:

"ചേറ്റുകുഴികളിലൂടെ നടന്നോ?"

"ഉവ്വ്," അപരാധബോധത്തോടെ ദ്സെർഷീൻസ്കിയ് പറഞ്ഞു.

"അവ വലുതായിരുന്നോ?"

"അത്ര വലുതായിരുന്നില്ല."

"ആഴമുണ്ടായിരുന്നോ?" റോസ്സൊൽ വീണ്ടും ചോദിച്ചു.

"വെറും ചേറ്റുകുഴികളായിരുന്നു," ദ്സെർഷീൻസ്കിയ് പറഞ്ഞു. വിഷയം മാറ്റാൻവേണ്ടി, വ്യായാമത്തിനുള്ള സമയം കഴിയുന്നതിനുമുമ്പ് തങ്ങളെ വീണ്ടും മുറിയിലിട്ടടയ്ക്കാൻ പോവുകയാണെന്നു തടവുകാർ ധരിച്ചത് പുതിയ വാർഡർക്ക് തീരെ രസിച്ചില്ലെന്ന് അദ്ദേഹം പറഞ്ഞു.

പക്ഷെ റോസ്സൊൽ അദ്ദേഹം പറയുന്നതു ശ്രദ്ധിക്കുകയായിരുന്നില്ല.

"എനിക്കെന്റെ സ്വാതന്ത്ര്യം കിട്ടിയേ പറ്റൂ," ഒരു അസാധാരണശബ്ദത്തിൽ അയാൾ പറഞ്ഞു. "എങ്ങിനെയായാലും വേണ്ടില്ല എനിക്ക് പുറത്തു കടക്കണം. മനസ്സിലായോ, യാത്സെക്ക്? എനിക്കിതു കൂടുതൽ താങ്ങാൻ വയ്യ. എനിക്ക് പുറത്തു കടന്നേ പറ്റൂ!"

ദ്സെർഷീൻസ്കിയ് നിശ്ശബ്ദനായി റോസ്സോലിനെ നോക്കി.

"അവരെന്നെ പുറത്തു വിട്ടേ പറ്റൂ," റോസ്സോൽ പറഞ്ഞു. "കേട്ടോ?"

അയാളുടെ ശബ്ദത്തിലടങ്ങിയിരുന്ന തീവ്രനൈരാശ്യം ദ്സെർഷീൻസ്കിയെ ഗാഢമായി സ്പർശിച്ചു.

"എനിക്ക് സ്വതന്ത്രനാകണം," കൈമുട്ടിൽ എഴുന്നുകൊണ്ട് ഭ്രാന്തിന്റെ വക്കത്തെത്തിയ കണ്ണുകളോടെ ദ്സെർഷീൻസ്കിയെ തുറിച്ചുനോക്കി അയാൾ ഉച്ചത്തിൽ പറഞ്ഞു. "എന്തുവില കൊടുത്തും എനിക്ക് വിടുതി നേടണം. ഏതൊരാളിന്റെയും സഹനശക്തിക്ക് ഒരതിരുണ്ട്. യാത്സെക്ക്, നിങ്ങൾ എന്തുവേണമെങ്കിലും പറഞ്ഞു കൊള്ളൂ. എനിക്കിങ്ങനെ തുടരാൻ വയ്യ. എന്നെ ജയിലിൽനിന്നു പുറത്തുകടത്തു. തുലയാനായി!–"

ദ്സെർഷീൻസ്കിക്ക് അയാളെ വെള്ളം കൊടുത്തു സമാധാനിപ്പിക്കേണ്ടിവന്നു. സുബുദ്ധി ഏതാണ്ടു നഷ്ടപ്പെട്ട സ്ഥിതിയിലായിരുന്നു അയാൾ. അനുകമ്പയുടേയും സഹാനുഭൂതിയുടേയും ഒരു വേലിയേറ്റം ദ്സെർഷീൻസ്കിയുടെ മനസ്സിൽ പൊന്തിവന്നു. പിറ്റേന്ന് മറ്റുള്ളവരോടൊപ്പം അൻതോനുകൂടി നടക്കാൻ പോകാൻ താൻ ഏർപ്പാടു ചെയ്യാമെന്ന് അദ്ദേഹം പറഞ്ഞുപോയി.

"ഞാനോ? നടക്കാൻ പോവുകയോ?" റോസ്സോൽ വിശ്വാസം തോന്നാതെ ചോദിച്ചു.

"അതെ, നിങ്ങൾ," ദ്സെർഷീൻസ്കിയ് പറഞ്ഞു.

റോസ്സോലിനു നടക്കാൻപോകാൻ സാദ്ധ്യമല്ലെന്ന് അദ്ദേഹത്തിനു നല്ലവണ്ണം അറിയാമായിരുന്നു. പക്ഷെ ഇനി പറഞ്ഞിട്ടുകാര്യമില്ല. അദ്ദേഹം ഗതിമുട്ടി വാക്കുകൊടുത്തുപോയി. റോസ്സോൽ അദ്ദേഹം പറഞ്ഞത് ഗൗരവമായി എടുക്കുകയും ചെയ്തു. താൻ നടക്കാൻ പോകുമെന്നും ആകാശവും സൂര്യനും മരങ്ങളും പുല്ലും ചേറ്റുകുഴിയുമെല്ലാം കാണുമെന്നും വിശ്വസിക്കാൻ അയാൾ ആഗ്രഹിച്ചു.

"പക്ഷെ നാളത്തേക്ക് ചേറ്റുകുഴികൾ വറ്റിപ്പോകും," ദ്സെർഷീൻസ്കിയ് പറഞ്ഞു.

റോസ്സോൽ അതു ശ്രദ്ധിച്ചില്ല. അയാൾ സംസാരിച്ചെങ്കിലും

ക്കുട്ടതലൊന്നും ചോദിച്ചില്ല. തനിക്ക് നടക്കാൻ പോകാൻ സാധിക്കുകയില്ലെന്നും ഇതെല്ലാം ഒരു സ്വപ്നം മാത്രമായിരുന്നുവെന്നും തനിക്കു മനസ്സിലായാലോ എന്ന ഭയന്നാണ് അയാൾ ഒന്നും ചോദിക്കാതിരുന്നത്. "നടക്കാൻപോവുകയോ? എന്താണിപ്പറയുന്നത്?" എന്ന ദ്സെർഷീൻസ്കിയ് പറയും. അതോടെ എല്ലാം തീരുകയും ചെയ്യും.

അതുകൊണ്ട് ചോദ്യം ചോദിക്കുന്നതിന പകരം അയാൾ പിറ്റേന്നത്തെ തന്റെ നടപ്പിനെപ്പറ്റി പറഞ്ഞുതുടങ്ങി.

ശരിക്കു പറഞ്ഞാൽ അതൊരു നടപ്പായിരിക്കുകയില്ല. പേരെന്തുവേണമെങ്കിലും പറഞ്ഞുകൊള്ളൂ. താൻ പുറത്ത് മുറ്റത്ത് ശുദ്ധവായു ശ്വസിച്ചുകൊണ്ട് വെയിലത്ത് ഇരിക്കുകയായിരിക്കും. ഈ വിശേഷദിവസം ആഘോഷിക്കാൻ താനൊരു സിഗററ്റ് തെറുത്ത് കുറച്ചു പുകവിടും. എന്തുവേണമെങ്കിലും വരട്ടെ. മറ്റുള്ളവർ വിഡ്ഢികളെപ്പോലെ വട്ടത്തിൽ നടന്നുകൊള്ളട്ടെ. താൻ ആകാശത്തേക്കു നോക്കിക്കൊണ്ട് അവിടെ ഇരിക്കും. അല്ലെങ്കിൽ വേണ്ട, സിഗററ്റു വലിക്കണ്ട. ശുദ്ധവായുവിൽ സിഗററ്റു വലിക്കുന്നത് ബാലിശമാണ്. വെറുതെ സമയം കളയലാണത്! താൻ ഒരു പുല്ലു പറിച്ച് ചവച്ചുകൊണ്ടിരിക്കും. ദൈവമേ! എത്ര നാളായി താൻ ഒരു പുല്ലുചവച്ചിട്ട്! എത്ര ഭാഗ്യവാന്മാരാണു ചിലർ! അവർക്കെന്നും പുല്ലു ചവയ്ക്കാം...

താൻ നിലത്ത് - അതെ, വെറും നിലത്ത് - ഇരിക്കും. മറ്റുള്ളവർ വട്ടത്തിൽ നടന്നോട്ടെ, തനിക്കൊന്നുമില്ല.

അല്പനേരം ശുദ്ധവായു ശ്വസിച്ചുകൊണ്ട് അങ്ങിനെ ഇരിക്കാൻ കഴിഞ്ഞാൽ തനിക്ക് വിശപ്പു വരും. താൻ വേണ്ടപോലെ ആഹാരം കഴിച്ചുതുടങ്ങിയാൽ രോഗം അതിന്റെ പാട്ടിനുപോകും. വിശപ്പു തോന്നണം, അത്രയേയുള്ളൂ കാര്യം. അല്ലേ? കൊഴുപ്പും പാലും ക്രീമുമെല്ലാംകൊണ്ട് ക്ഷയത്തെ വീർപ്പുമുട്ടിക്കണം. അതിനു ഭക്ഷണത്തെ ഭയമാണ്. ശുദ്ധവായുവേറ്റുകൊണ്ട് നല്ലൊരു നടപ്പു കഴിഞ്ഞാൽ....

അടുത്ത ദിവസം വ്യായാമത്തിനുള്ള സമയമാകാറായപ്പോൾ റോസ്സോൽ തലവഴി മൂടിപ്പുതച്ച് ചുമരിനു നേരെ മുഖം തിരിച്ചു കിടന്നു. തലേന്നു രാത്രിയിലെ ഉദ്വേഗം മാറി ഇപ്പോഴുണ്ടായിരുന്നത് ഒരു ഉദാസീനതയാണ്. താൻ നടക്കാൻ പോകുന്ന പ്രശ്നമില്ലെന്നും ചെസ്റ്റ്നട്ട്മരങ്ങൾ തനിക്കുള്ളതല്ലെന്നും അതെല്ലാം വെറുമൊരു സ്വപ്നമായിരുന്നുവെന്നും അയാൾക്ക് തീർച്ചയുണ്ടായിരുന്നു.

അന്നു രാവിലെ പല തവണ ദ്സെർഷീൻസ്കിയ് അയാളോടു സംസാരിച്ചു. പക്ഷെ അശേഷം പോലും ഉറക്കം വന്നിരുന്നില്ലെങ്കിലും അയാൾ ഉറക്കം നടിച്ചു.

വ്യായാമത്തിനുള്ള സമയത്തിന് അല്പം മുമ്പ് ദ്സെർഷീൻസ്കിയ് അടുത്തുവന്ന് പുതപ്പുമാറ്റി. അൻതോൻ കണ്ണുതുറന്ന് ദേഷ്യത്തോടെ തുറിച്ചുനോക്കി.

"ഉടുപ്പിടൂ, അല്ലെങ്കിൽ നമ്മൾ താമസിക്കും."

"എന്തിന് ഉടുപ്പിടണം?"

"നമ്മൾ നടക്കാൻ പോവുകയാണ്."

ഒരു നിമിഷത്തേക്ക് റോസ്സൊൽ ദ്സെർഷീൻസ്കിയെ തുറിച്ചുനോക്കി. അദ്ദേഹം തമാശപറയുകയാണോ അതോ കാര്യമായി പറയുകയാണോ എന്നു മനസ്സിലാക്കാൻ അയാൾ ശ്രമിക്കുകയായിരുന്നു. ഇത്തരം കാര്യങ്ങളെപ്പറ്റി തമാശ പറയാൻ ആർക്കു കഴിയും?

"പക്ഷെ എന്റെ കാലിനു ബലമില്ല," അയാൾ പറഞ്ഞു, "ഞാൻ വീഴും." അയാൾ അപരാധബോധത്തോടെ തുടർന്നു: "എനിക്കിപ്പോൾ തീരെ ശക്തിയില്ല, യാത്സെക്ക്, എന്റെ കാല് ഗുണമില്ല."

"നിങ്ങൾക്ക് കാല് ഉപയോഗിക്കേണ്ടിവരികയില്ല," ദ്സെർഷീൻസ്കിയ് പറഞ്ഞു. "ഞാൻ നിങ്ങളെ എടുക്കുകയാണെങ്കിൽ അതിന്റെ ആവശ്യമെന്ത്? ഞാനായിരിക്കും നിങ്ങളുടെ കാലുകൾ. മനസ്സിലായോ?"

"മനസ്സിലായി," അതേ അടക്കിയ സ്വരത്തിൽ റോസ്സൊൽ പറഞ്ഞു. "പക്ഷെ നിങ്ങൾക്കു വല്ലാത്ത ഘനം തോന്നും."

"സംസാരം നിർത്തി വസ്ത്രം ധരിക്കു," ദ്സെർഷീൻസ്കിയ് പറഞ്ഞു. "നിങ്ങൾക്ക് എത്ര ഘനമുണ്ടെന്ന് അപ്പോൾ അറിയാം."

റോസ്സൊൽ കട്ടിലിൽ എഴുന്നേറ്റിരുന്ന് ബൂട്സ് എടുക്കാൻ ആഞ്ഞു. പക്ഷെ അത്രയും ആയാസപ്പെട്ടപ്പോഴേക്ക് അയാളുടെ തല ചുറ്റി. അയാൾ തലയിണയിലേക്കു വീണ്ടും മറിഞ്ഞു. ദ്സെർഷീൻസ്കിയ് ബൂട്സെടുത്തുകൊണ്ട് റോസ്സൊലിന്റെ അടുത്തു ചെന്നിരുന്ന് തോളിൽ കയ്യിട്ടു.

"അതു സാരമാക്കേണ്ട," ഒരു ബൂട്ട് കാലിലിടാൻ ശ്രമിക്കുന്നതിനിടയിൽ റോസ്സൊൽ പതുക്കെ പറഞ്ഞു. "അത് മാറിക്കോളും. ഞാൻ പെട്ടെന്ന് എണീറ്റിരുന്നതുകൊണ്ട് പറ്റിയതാണ്. ഇപ്പോൾ എനിക്ക് കുറേക്കൂടി സുഖം തോന്നുന്നുണ്ട്."

എങ്കിലും മനക്ഷോഭവും ബലക്ഷയവും നിമിത്തം അയാളുടെ നെറ്റി വിയർത്തിരുന്നു. മടക്കുകളിൽ പിടിച്ചു വലിച്ച് കാല് ബൂട്ടിനകത്തേക്കിടാൻ അയാൾക്കു കഴിഞ്ഞില്ല. അയാൾക്ക് ഒന്നിനും ശക്തിയില്ലായിരുന്നു.

"ശാന്തമായിരിക്കൂ," കഴിയുന്നത്ര സൗമ്യമായും ഉന്മേഷത്തോടും ദ്സെർഷീൻസ്കിയ് പറഞ്ഞു. "നിങ്ങൾക്കു വാസ്തവത്തിൽ അത്ര വലിയ ക്ഷീണമൊന്നുമില്ല. സംഭ്രമമാണ് കുഴപ്പം. പതുക്കെ മതി. തിരക്കു കൂട്ടേണ്ട! ഇനി ആ മടക്കുകളിൽ പിടിച്ച് വലിക്കൂ. പിടി കിട്ടിയില്ലേ? കണ്ടോ, എത്ര എളുപ്പം! ഇനി മറ്റേ ബൂട്ട്, അതും ഇട്ടു കഴിഞ്ഞു. എളുപ്പമായിരുന്നു, ഇല്ലേ? അടുത്തതായി ജാക്കറ്റിടാം. എവിടെപ്പോയി അത്?"

അദ്ദേഹം റോസ്സോലിനെ വസ്ത്രം ധരിപ്പിക്കുമ്പോൾ അയാൾ സ്വയം വസ്ത്രം ധരിക്കുകയാണെന്ന് അദ്ദേഹം ഭാവിച്ചു. തന്റെ സ്നേഹിതനെ സമാധാനിപ്പിക്കുകയും വസ്ത്രങ്ങളെടുത്തുകൊടുക്കുക യും കുശലം പറയുകയും മാത്രമേ താൻ ചെയ്യുന്നുള്ളൂ. എന്നായിരുന്നു അദ്ദേഹത്തിന്റെ ഭാവം.

"കൊള്ളാം, തയ്യാറായല്ലൊ," അദ്ദേഹം പറഞ്ഞു. "ഇനി എണീറ്റു നിൽക്കൂ. ധൃതി കൂട്ടേണ്ട. എന്നെ പിടിച്ച് എണീക്കൂ. അങ്ങിനെ അതുതന്നെ."

"എന്റെ കാലുകൾ താങ്ങുകയുമില്ല," റോസ്സോൽ ക്ഷീണിതനായി പറഞ്ഞു. "എനിക്ക് എണീറ്റു നിൽക്കാൻ വയ്യ."

കതക് വലിയ ശബ്ദത്തോടെ തുറന്നു. സീനിയർ വാർഡറായ സഹാർക്കിൻ തടവുമുറിയിൽ പ്രവേശിച്ചു.

"വ്യായാമത്തിനു സമയമായി! ചുണയായി നിൽക്ക്!"

അപ്പോഴാണവൾ റോസ്സോലിനെ കണ്ടത്.

"ഇയാളെവിടെപ്പോകുന്നു? നടക്കാനോ?"

"അതെ," ദ്സെർഷീൻസ്കിയ് പറഞ്ഞു.

"ചോദ്യംചെയ്യാൻ എടുത്തുകൊണ്ടു പോണം, പക്ഷെ നടക്കാൻ പോകാം," എന്നു പറഞ്ഞുകൊണ്ട് സഹാർക്കിൻ ഇറങ്ങിപ്പോയി. കതകു തുറന്നുകിടന്നു.

തളർച്ചയും തലചുറ്റലും കാരണം റോസ്സോലിനു നിൽക്കാൻ വയ്യാതായി. ഒന്നിച്ചുനടന്നുപോകുമ്പോൾ അയാളെ താങ്ങിപ്പിടി ക്കാമെന്ന ദ്സെർഷീൻസ്കിയുടെ പദ്ധതി തുടക്കത്തിൽത്തന്നെ പൊളിഞ്ഞു. മറ്റൊരു പോംവഴി കണ്ടെത്തേണ്ടിയിരിക്കുന്നു. അതും വേഗത്തിൽ, സഹാർക്കിൻ തടവുകാരെ ഇടനാഴിയിൽ വരിയായി നിർത്തിത്തുടങ്ങി. വൈകിയാൽ വ്യായാമത്തിനു പോകാൻ പറ്റുക യില്ല.

റോസ്സോലിന്റെ ചുണ്ടുകൾ വിറച്ചു. ഇന്നലെയ്ക്കു ശേഷം രണ്ടാമത്തെ

തവണ അയാളുടെ സ്വപ്നം പാഴായിപ്പോവാൻ തുടങ്ങുകയാണ്.

"വിഷമിക്കണ്ട, അൻതോൻ," ദ്സെർഷീൻസ്കിയ് പറഞ്ഞു. "എല്ലാം നേരെയാകും. കട്ടിലിൽ പോയി ഇരിക്കൂ."

"എന്തിന്?"

"ഇരിക്കണമെന്നു ഞാനാണു പറഞ്ഞത്!"

അദ്ദേഹത്തിന്റെ ശബ്ദത്തിൽ ആജ്ഞയുടെ സ്വരമുണ്ടായിരുന്നു. അനുസരിച്ചേ പറ്റൂ.

"ഇനി കൈ രണ്ടും എന്റെ തോളിലിടൂ. കഴുത്തിനുചുറ്റുമല്ല. തോളിൽ! കാലു ഞാൻ പിടിക്കാം. ശരിക്കു പിടിച്ചോ?"

"ഉവ്വ്."

"എന്നാൽ ബലത്തിൽ പിടിച്ചിരുന്നോളൂ. ഞാൻ എണീക്കുകയാണ്."

"ഞാൻ പിടിച്ചിട്ടുണ്ട്."

ദ്സെർഷീൻസ്കിയ് എഴുന്നേറ്റുനിന്നു. ഇപ്പോൾ അദ്ദേഹത്തിന്റെ മുതുകത്ത് റോസ്സോൽ ഉണ്ടായിരുന്നു.

"നിങ്ങൾക്കെന്നെ ചുമക്കാൻ പറ്റുകയില്ല, യാത്സെക്ക്!" റോസ്സോൽ പറഞ്ഞു. "നിങ്ങൾക്കു ഭ്രാന്താണ്! എന്താണീ ചെയ്യുന്നത്?"

"മുറുക്കിപ്പിടിച്ചിരുന്നോളൂ!"

മുഖം കുമ്മായം പോലെ വെളുത്തിരുന്നെങ്കിലും അതീവ സന്തുഷ്ടനായ റോസ്സോലിനേയും ചുമന്നുകൊണ്ട് ദ്സെർഷീൻസ്കിയ് ഇടനാഴിയിലേക്ക് ഇറങ്ങി. ചാരവർണ്ണത്തിലുള്ള രണ്ടു വരികളായി തടവുകാർ നിരന്നുകഴിഞ്ഞിരുന്നു. ഇടനാഴിയിലെ ഇരുട്ടിൽ ദ്സെർഷീൻസ്കിയുടെ മുതുകത്തുള്ള ഭാരം അവർ ആദ്യം കണ്ടില്ല. പക്ഷെ അവരതു കണ്ടപ്പോൾ പൊതുവിൽ ഒരു ചലനമുണ്ടായി. ഒരു നിമിഷത്തേക്ക് ചിലർ വരി തെറ്റിച്ചു. എങ്കിലും സഹാർക്കിൻ മൂല തിരിഞ്ഞുവന്ന് "അറ്റൻഷൻ!" എന്നു വിളിച്ചുപറഞ്ഞപ്പോൾ അവർ വീണ്ടും തൽക്ഷണം വരിയിൽ നിന്നു.

സീനിയർ വാർഡറോടൊപ്പം ജയിൽ സൂപ്രണ്ടും അയാളുടെ അസിസ്റ്റന്റുമുണ്ടായിരുന്നു. മുൻകൂട്ടി കാണാത്ത ഒരു കുഴപ്പമായിരുന്നു ഇത്. അവർ രണ്ടുപേരും ഈ സമയത്ത് ഒരിക്കലും വരാറില്ല.

ദ്സെർഷീൻസ്കിയ് ഇടത്തേ അറ്റത്താണു നിന്നത്. സൂപ്രണ്ട്

വലത്തേ അറ്റം തൊട്ട് പരിശോധന തുടങ്ങി.

"വിഷമിക്കണ്ട, സഖാവേ," ദ്സെർഷീൻസ്കിയുടെ തൊട്ടടുത്തു നിന്നിരുന്ന, വിരിഞ്ഞ ചുമലും തൂങ്ങിക്കിടക്കുന്ന വലിയ മീശയുമുള്ള ഒരു ഡോക്ടർ പറഞ്ഞു, "അവരൊന്നും പറയുകയില്ല. അവരതിനു ധൈര്യപ്പെടുകയില്ല!"

"ഒരുപക്ഷെ അവർ പറഞ്ഞേക്കും," ദ്സെർഷീൻസ്കിയ് ഒരു ചെറുചിരിയോടെ പറഞ്ഞു. "പക്ഷെ എനിക്കു വിഷമമില്ല. ഞാൻ എങ്ങിനെയെങ്കിലും നോക്കട്ടെ."

റോസ്സൊലിനെ ചുമന്നുകൊണ്ടു നിൽക്കുന്നത് വളരെ ആയാസകരമായിരുന്നു. മെലിഞ്ഞാണെങ്കിലും വീതിയേറിയ അസ്ഥികളോടു കൂടിയ അയാളുടെ വലിപ്പമുള്ള ശരീരത്തിന് നല്ല ഭാരമുണ്ടായിരുന്നു. നീണ്ട മാസങ്ങളിലെ കാരാഗൃഹജീവിതം ദ്സെർഷീൻസ്കിയുടെ ശക്തി കാർന്നുതിന്നിരുന്നു. ഈ ഭാരം കൂടിയായപ്പോൾ അദ്ദേഹം കാലുറപ്പിച്ചു നിൽക്കാൻ വിഷമിച്ചു. അദ്ദേഹത്തിന്റെ മുഖത്തുകൂടി വിയർപ്പൊഴുകി. ഹൃദയം ഊക്കോടെ മിടിച്ചു. സൂപ്രണ്ട് വളരെ സാവധാനത്തിലാണ് നടന്നത്. ഈർപ്പമുള്ള ഇരുണ്ട ഇടനാഴിയിൽ അൻതോനിനേയും ചുമന്നുകൊണ്ടുള്ള ഈ നില്പ് അവസാനിക്കുകയേയില്ലെന്നു തോന്നി.

സൂപ്രണ്ടുതന്നെ ഓരോ തടവുകാരനേയും പരിശോധിക്കുകയായിരുന്നു. വ്യായാമസമയത്ത് തടവുകാർ കുറിപ്പുകളും കത്തുകളും പുസ്തകങ്ങൾപോലും പലപ്പോഴും കൈമാറിയിരുന്നു. അതിനെതിരായി യുദ്ധം പ്രഖ്യാപിച്ചിരിക്കുകയാണ് സൂപ്രണ്ട്. ഇതേവരെ ഒന്നും കണ്ടുകിട്ടാഞ്ഞ് അയാൾ ഇളിഭ്യനായി. പരിശോധന മുഴുവൻ നിഷ്ഫലമാണെങ്കിൽ അയാൾ ഒരു വിഡ്ഢിയെപ്പോലെ തോന്നിക്കും.

പരിശോധിക്കാനുള്ള തടവുകാരുടെ എണ്ണം കുറഞ്ഞുവരും തോറും സൂപ്രണ്ടിന്റെ ദേഷ്യം വർദ്ധിച്ചുവന്നു. അയാൾ ദ്സെർഷീൻസ്കിയുടെ ഏതാണ്ടടുത്തായി. വലിയ മൂക്കും ചുരിഞ്ഞപുരികങ്ങളും തടിച്ച താടിയുമുള്ള അയാളുടെ വൃത്തിയായി വടിച്ച വിളറിയ മുഖവും യൂണിഫോറത്തിനു പുറത്തേക്ക് ഉന്തിനിന്ന കഞ്ഞിപ്പശയിട്ട വെളുത്ത കോളറിന്റെ അറ്റങ്ങളും അദ്ദേഹത്തിനു കാണാൻ കഴിഞ്ഞു.

"ഞാൻ ചോദിക്കട്ടെ, എന്തുകൊണ്ടാണ് നിങ്ങളുടെ ഉടുപ്പിൽ ഒരു ബട്ടൺ കാണാത്തത്?" സൂപ്രണ്ട് കൃത്രിമത്വം കലർന്ന സ്വരത്തിൽ അടുത്ത തടവുകാരനോടു ചോദിച്ചു. "നിങ്ങൾക്കു ചട്ടങ്ങൾ അറിഞ്ഞുകൂടേ? ഇല്ലെങ്കിൽ അടുത്തുതന്നെ പഠിപ്പിക്കാം! സഹാർക്കിൻ!

ഇയാളെ മൂന്നുദിവസം ശിക്ഷയറയിലിടുക!"

ഇപ്പോൾ അയാൾ ഓരോ തടവുകാരനിലും കുറ്റം കാണുന്നുണ്ടായിരുന്നു: ഒരാൾ ശരിക്കു നിൽക്കുന്നില്ല. വേറൊരാൾ ചിരിക്കുന്നു. പിന്നൊരാൾ പോക്കറ്റിൽ കയ്യിടുന്നു. ഇനിയുമൊരാൾ ചോദ്യം ചെയ്യുന്നതിനിടയിൽ കണ്ടുകെട്ടപ്പെട്ട കണ്ണട തിരിച്ചു ചോദിക്കുന്നു.

"കണ്ടുകെട്ടിയെന്നോ? നിങ്ങളെന്താണുദ്ദേശിക്കുന്നത്?"

"ഞാൻ വേഗം കുറ്റം സമ്മതിക്കാൻവേണ്ടി എന്നെ ചോദ്യംചെയ്തയാൾ കണ്ടുകെട്ടിയതാണത്," ദ്സെർഷീൻസ്കിയ് നിന്നിരുന്നിടത്തുനിന്നും നാലാളപ്പുറത്ത് നിന്നിരുന്ന, ബുദ്ധിശക്തി സ്ഫുരിക്കുന്ന മുഖഭാവത്തോടുകൂടിയ ഒരാൾ മറുപടി പറഞ്ഞു. "കണ്ണടയില്ലാതെ എനിക്ക് യാതൊന്നും കാണാൻ പറ്റുകയില്ല. അത് തിരിച്ചുതരണമെന്നു ഞാനഭ്യർത്ഥിക്കുന്നു."

പക്ഷെ ജയിൽ സൂപ്രണ്ട് അപ്പറയുന്നത് ശ്രദ്ധിക്കുകയായിരുന്നില്ല. അയാൾ ദ്സെർഷീൻസ്കിയെ കണ്ടത് അപ്പോൾ മാത്രമാണ്. മുഖക്കുരുവുള്ള ചെറുപ്പക്കാരനായ തന്റെ അസിസ്റ്റന്റോടൊപ്പം അയാൾ അദ്ദേഹത്തിന്റെ നേർക്കടുത്തു.

"എന്താണിത്?" കണ്ണ് ചെറുതാക്കിക്കൊണ്ട് സൂപ്രണ്ട് ചോദിച്ചു. "ഇതൊരു തമാശയാണെന്നാണോ വയ്യ്? നിങ്ങൾ രണ്ടുപേരും ഉടൻ അറ്റൻഷനായി നിൽക്കിൻ!" അയാൾ ആജ്ഞാപിച്ചു. "ഉടൻ!"

"ഈ സഖാവിനു സുഖമില്ലെന്നു നിങ്ങൾക്കറിയാമല്ലോ," ദ്സെർഷീൻസ്കിയ് പറഞ്ഞു. "അയാൾക്ക് എഴുന്നേറ്റുനിൽക്കാൻ വയ്യ."

"ഇതു നിർത്താൻ ഞാൻ ആജ്ഞാപിക്കുന്നു," സൂപ്രണ്ട് അട്ടഹസിച്ചു. "അറ്റൻഷനായി നിൽക്കാൻ ഞാൻ ആജ്ഞാപിക്കുന്നു!"

"പക്ഷെ ഇയാൾക്കതു കഴിയുകയില്ല," ദ്സെർഷീൻസ്കിയ് വീണ്ടും പറഞ്ഞു.

"നിശ്ശബ്ദം!" സൂപ്രണ്ട് ഗർജ്ജിച്ചു. അയാളുടെ മുഖം ചുവന്നു. ആത്മനിയന്ത്രണം പാടേ നഷ്ടപ്പെട്ടു. "തിരിച്ച് തടവുമുറിയിലേക്കു മടങ്ങുക! ഞാനിത് അനുവദിക്കുകയില്ല! സഹാർക്കിൻ! ചുമന്നുകൊണ്ടുവന്നതിന്.. അനധികൃതമായി ഒരു തടവുമുറിയിൽനിന്നു പുറത്തുകൊണ്ടുവന്നതിന്–"

പക്ഷെ പറ്റിയ വാക്ക് കിട്ടാഞ്ഞ് അയാൾ കുഴങ്ങുകയും പറയാൻ വന്നതു മറന്നുപോകുകയും ചെയ്തു. പെട്ടെന്ന് റോസ്സൊലിന്റെ ഉച്ചത്തിലുള്ള വിളി ഇടനാഴി മുഴുവൻ മുഴങ്ങി.

"എടാ ആരാച്ചാരേ! ഞങ്ങൾ നിന്നെ അവസാനം വെടിവയ്ക്കും. ആരാച്ചാരേ!"

റോസ്സോൽ ആ നിമിഷത്തിൽ ഭയങ്കരമായി ചുമച്ചില്ലായിരുന്നെങ്കിൽ എന്തു സംഭവിക്കുമായിരുന്നുവെന്ന് അറിഞ്ഞുകൂടാ. അയാൾ ദ്സെർഷീൻസ്കിയുടെ തോളിലെ പിടിവിട്ട് മോഹാലസ്യപ്പെട്ടു പുറകോട്ടു മറിഞ്ഞു. അയാളുടെ മുഖം വിളറിവെളുത്തിരുന്നു. അടുത്തുനിന്നിരുന്ന ഡോക്ടർ അയാളെ വീഴുന്ന വഴി പിടിച്ചില്ലായിരുന്നെങ്കിൽ ഇടനാഴിയുടെ പരുപരുത്ത കൽത്തറയിൽ അയാളുടെ തലയടിച്ചേനെ.

സഹാർക്കിൻ ഓടിച്ചെന്ന് ഡോക്ടറിന്റെ കൈ പിടിച്ചു മാറ്റാൻ ശ്രമിച്ചെങ്കിലും ഡോക്ടർ ചെറുത്തു. റോസ്സോൽ അപ്പോഴും ചുമയ്ക്കുന്നുണ്ടായിരുന്നു. അയാളുടെ വായിൽനിന്നും ചുവന്ന ചോര ഇറ്റിറ്റു വീഴുന്നുണ്ടായിരുന്നു.

"എല്ലാവരും മാറിനിൽക്കിൻ! വരിയായി നിൽക്കിൻ!" കൈത്തോക്കുറ തുറന്നുകൊണ്ട് സൂപ്രണ്ട് അലറി. "വരിയായി നിൽക്കിൻ!"

ഈ സമയത്ത് ഡോക്ടർ റോസ്സോലിന്റെ സമീപം മുട്ടുകുത്തി നിൽക്കുകയായിരുന്നു.

സഹാർക്കിൻ വീണ്ടും അയാളെ പിടിച്ചു മാറ്റാൻ ശ്രമിച്ചു.

"മാറി നിൽക്ക്!" ദ്സെർഷീൻസ്കിയ് പറഞ്ഞു. "ഞങ്ങളെ ശല്യപ്പെടുത്തരുത്!"

"ആരോടാണ് സംസാരിക്കുന്നത്?" സഹാർക്കിൻ അത്ഭുതത്തോടെ ചോദിച്ചു. അയാളും കൈത്തോക്ക് വലിച്ചെടുത്തു.

"എല്ലാവരും വരിയിൽപോയി നിൽക്കിൻ! ഇല്ലെങ്കിൽ ഞാൻ വെടിവയ്ക്കും!" സൂപ്രണ്ട് അപ്പോഴും അട്ടഹസിച്ചുകൊണ്ടിരുന്നു.

പക്ഷെ അവിടെ വരിയൊന്നുമില്ലായിരുന്നു. അത് ചിതറിക്കഴിഞ്ഞിരുന്നു. തടവുകാരിൽ കുറേപ്പേർ സൂപ്രണ്ടിനേയും വേറെ കുറേപ്പേർ അയാളുടെ മുഖക്കുരുവുള്ള അസിസ്റ്റന്റിനേയും വളഞ്ഞു. മറ്റൊരു കൂട്ടർ സഹാർക്കിന്റെ ചുറ്റും കൂടി. ആരോ ഹാലിളകിയ സ്വരത്തിൽ വിളിച്ചുപറയുന്നുണ്ടായിരുന്നു:

"സഖാക്കളേ! ഈ ആരാച്ചാരന്മാരെ കൊല്ലുക!"

സഹാർക്കിന്റെ മുഖം ചാരനിറമായി.

"ആ തോക്ക് മാറ്റിവയ്ക്ക്, അല്ലെങ്കിൽ അവര് തന്നെ വച്ചേക്കുകയില്ല," ദ്സെർഷീൻസ്കിയ് അയാളോടു പറഞ്ഞു.

ഇടതുവശത്തുനിന്നെവിടെന്നോ ആ ഭ്രാന്തെടുത്ത ശബ്ദം ഉച്ചത്തിൽ ഇങ്ങനെ വിളിച്ചുപറഞ്ഞുകൊണ്ടിരുന്നു:

"കൊല്ലുവരെ, സഖാക്കളേ, ആരാച്ചാരന്മാരെ കൊല്ലൂ!"

പക്ഷെ ആരേയും കൊന്നില്ല, ജയിൽ സൂപ്രണ്ടും അസിസ്റ്റന്റും സഹാർക്കിനും സ്ഥലം വിട്ടു. അവരെ പോകാൻ അനുവദിച്ചുകൊണ്ട് അവർ പോയി. ദ്സെർഷീൻസ്കിയുടെ പ്രേരണയനുസരിച്ച് തടവുകാർ അവരുടെ മുറികളിലേക്കു മടങ്ങി. റോസ്സൊലിനെ അയാളുടെ കട്ടിലിലേക്ക് എടുത്തുകൊണ്ടു പോയി കിടത്തി. ഡോക്ടർ കട്ടിലിനരികിൽ ഇരുന്നു. ജയിലാകെ നിശ്ശബ്ദമായി.

രാത്രിയാകുന്നതുവരെ അവർ ശിക്ഷയും കാത്തിരുന്നു. പക്ഷെ ശിക്ഷയൊന്നുമുണ്ടായില്ല. സഹാർക്കിൻ വന്നു. വളരെ മര്യാദയായിട്ടായിരുന്നു അയാളുടെ പെരുമാറ്റം. കതകിലെ ദ്വാരത്തിലൂടെ റോസ്സൊലിന്റെ ആരോഗ്യനിലയെപ്പറ്റി തിരക്കുകയും ചെയ്തു.

"ഇപ്പോൾ കുറച്ചു ഭേദമുണ്ട്," അത്രതന്നെ മര്യാദയോടെ ദ്സെർഷീൻസ്കിയ് മറുപടി പറഞ്ഞു.

സഹാർക്കിൻ എന്നിട്ടും പോയില്ല. താടിരോമത്തിനിടയ്ക്കുള്ള അയാളുടെ വായ് മാത്രമേ ദ്വാരത്തിലൂടെ കാണാമായിരുന്നുള്ളൂ.

"ചിലർക്ക് എത്ര ഭയങ്കരമായിട്ടാണ് രോഗം പിടിപെടുന്നത്!"

അതിന് എന്തു മറുപടി പറയണമെന്ന് ദ്സെർഷീൻസ്കിയ്ക്കു നിശ്ചയമില്ലായിരുന്നു.

രാത്രിയായതോടെ റോസ്സൊലിനു ബോധം വീണു. അയാളുടെ മെലിഞ്ഞ മുഖത്ത് നീലനിറം വ്യാപിച്ചിരുന്നു. ഇരുണ്ട കണ്ണുകൾ കുഴിഞ്ഞിരുന്നു.

"നമ്മുടെ നടപ്പ് നന്നായിരുന്നു, ഇല്ലേ?" പുഞ്ചിരിക്കാൻ പണിപ്പെട്ടുകൊണ്ട് അയാൾ പറഞ്ഞു."

"നാളെ നമ്മൾ നടക്കാൻ പോകും," ദ്സെർഷീൻസ്കിയ് ശാന്തനായി പറഞ്ഞു.

"നിങ്ങൾക്ക് അങ്ങിനെ തോന്നുന്നുണ്ടോ?"

"എനിക്ക് തീർച്ചയാണ്."

അദ്ദേഹത്തിന്റെ വളവില്ലാത്ത രൂപം റോസ്സൊലിന്റെ സമീപം ഉയർന്നുനിന്നു. അദ്ദേഹത്തിന്റെ വ്യക്തിത്വത്തിലടങ്ങിയിരുന്ന ശാന്തഗംഭീരമായ ശക്തി റോസ്സൊലിന്റെ വിശ്വാസമാർജ്ജിക്കത്തക്കതായിരുന്നു. അതെ, നാളെ അവർ തീർച്ചയായും നടക്കാൻ പോകും.

തീരുമാനമെടുത്തുകഴിഞ്ഞു. ആർക്കും അതു തടയാൻ സാദ്ധ്യമല്ല.

അന്നു രാത്രി വളരെ മാസങ്ങൾ കൂടി ആദ്യമായി റോസ്സോൽ ശരിക്കൊന്നുറങ്ങി. രാവിലെ ദ്സെർഷീൻസ്കിയ് ശാന്തനായി അയാളെ വസ്ത്രം ധരിക്കാൻ സഹായിച്ചു. സഹാർക്കിൻ കതകു തുറന്ന് വ്യായാമത്തിനു സമയമായെന്ന് അറിയിച്ചപ്പോൾ അദ്ദേഹം റോസ്സോലിനെ മുതുകത്തുകയറ്റി മറ്റു തടവുകാരോടൊപ്പം വരിയിൽ പോയി നിന്നു.

അവിടെ ജയിൽ സൂപ്രണ്ടിന്റെ പൊടിപൊലും ഇല്ലായിരുന്നു. തലേ ദിവസത്തിനുശേഷം അയാളെ കണ്ടവരാരുമില്ല.

ദ്സെർഷീൻസ്കിയുമായോ അദ്ദേഹത്തിന്റെ മുതുകത്തെ ഭാരവുമായോ വ്യായാമത്തിന്റെ മേൽനോട്ടത്തിൽകവിഞ്ഞ് മറ്റെന്തെങ്കിലും കാര്യവുമായോ തനിക്ക് യാതൊരു ബന്ധവുമില്ലെന്നായിരുന്നു സഹാർക്കിന്റെ ഭാവം. വാസ്തവത്തിൽ അയാൾ തടവുകാരുടെ മുഖത്തു നോക്കാൻ പോലും ധൈര്യപ്പെട്ടില്ല.

"ചുവടു തെറ്റിക്കാതെ നടക്ക്!" തറയിൽനിന്നു കണ്ണെടുക്കാതെ അയാൾ ഇടയ്ക്കിടെ വിളിച്ചു പറഞ്ഞുകൊണ്ടിരുന്നു. "ചങ്ങല പൊക്കിപ്പിടിക്ക്! സംസാരിക്കരുത്! കോവണിയിലൂടെ ധൃതിവച്ചോടരുത്!"

ബൂട്സ് ചവുട്ടി, ചങ്ങല കിലുക്കിക്കൊണ്ട്, തടവുകാർ ഇടനാഴികളിലൂടെയും കോവണിയിലൂടെയും വീണ്ടും ഇടനാഴികളിലൂടെയും നടന്നുപോയി.

"ഭാരം തോന്നുന്നുണ്ടോ?" ഡോക്ടർ ദ്സെർഷീൻസ്കിയോടു ചോദിച്ചു.

"എനിക്കിതു പരിചയമാകും," ദ്സെർഷീൻസ്കിയ് പറഞ്ഞു.

അവർ അവസാനത്തെ പടികളിറങ്ങി അവസാനത്തെ ഇടനാഴിയിലൂടെ നടന്ന് കല്ലു പാകിയ മുറ്റത്തേക്കിറങ്ങി. നല്ല ചൂടും വെയിലുമുള്ള ഒരു ദിവസമായിരുന്നു അത്. ചെസ്റ്റ്നട്ട് മരങ്ങൾ അപ്പോഴും പൂത്തുനിന്നിരുന്നു. ക്രിസ്തുമസ്സ് വൃക്ഷത്തിലെ കനത്ത മെഴുകുതിരികൾ പോലെ അവയുടെ ശിഖരങ്ങളിൽ പൂങ്കുലകൾ വർണ്ണശബളമായി തൂങ്ങിക്കിടന്നിരുന്നു. ഏറ്റവും മുമ്പിൽ സഹാർക്കിൻ ഉച്ചത്തിൽ വിളിച്ചുപറയുകയും ഒരു സൈനികബാൻഡുസംഘത്തിന്റെ നായകനെപ്പോലെ കൈ വീശുകയും ചെയ്തുകൊണ്ട് പുറകോട്ട് നടക്കുന്നുണ്ടായിരുന്നു.

"ചേർന്നു നടക്കരുത്! ഒരു കൈയകലം വിട്ടു നടക്കണം! ഓരോ ജോടികളുമിടയിൽ മൂന്നു ചുവട് ഇടം വിടണം! വഴിതെറ്റാതെ നടക്ക്! അല്ലെങ്കിൽ കുഴപ്പമാണ്! സംസാരിക്കരുത്!"

പക്ഷെ മുറ്റത്ത് എന്തൊരു സുഖമായിരുന്നു! സഹാർക്കിന്റെ തൊള്ളതുറക്കലിനുപോലും അതിനെ കെടുത്താൻ കഴിഞ്ഞില്ല.

സൂര്യൻ ശക്തിയായി പ്രകാശിക്കുന്നുണ്ടായിരുന്നു.

മുറ്റത്തിന്റെ നടുക്ക് പ്രാവുകൾ കുറുങ്ങിക്കൊണ്ട് തത്തിനടന്നു. ഒരു ഇളംകാറ്റ് വീശിക്കൊണ്ടിരുന്നു. യഥാർത്ഥത്തിലുള്ള വസന്ത മാരുതൻ തന്നെയായിരുന്നു അത്.

ദ്സെർഷീൻസ്കിയുടെ മുഖത്തുനിന്നും വിയർപ്പൊഴുകി. പക്ഷെ അദ്ദേഹമതു കണ്ടതേയില്ല.

കാൽച്ചങ്ങലകളുടെ കിലുക്കത്തിനും നൂറുകണക്കിനു ജോടി ബൂട്സു ചവിട്ടുന്ന ശബ്ദത്തിനും മുകളിലായി അദ്ദേഹത്തിന് റോസ്സൊലിന്റെ അഹ്ലാദോന്മത്തമായ ശബ്ദം കേൾക്കാമായിരുന്നു.

"യാത്സെക്ക്! ആ ചെസ്റ്റ്നട്ട് മരങ്ങളിലേക്കു നോക്കൂ! നിങ്ങൾക്കവ കാണാമോ? പുല്ലിലേക്കു നോക്കൂ. കണ്ടോ. കല്ലിനിടയിലൂടെ അവ തല പൊക്കുന്നത്! അങ്ങ് ഇടതുവശത്തു നോക്കൂ. ശരിക്കും പച്ചനിറം! യാത്സെക്ക്, നിങ്ങൾ ക്ഷീണിച്ചുകാണും. ഇല്ലേ? നിങ്ങളെക്കൊണ്ടാകുമോ? നോക്കൂ, ആ പ്രാവിന് എന്തൊരു വണ്ണമാണ്! ഒരു വീപ്പക്കുറ്റിപോലിരിക്കുന്നു! ഈ വണ്ണം വച്ചുകൊണ്ട് അതിനെങ്ങിനെ പറക്കാൻ കഴിയും!"

റോസ്സൊലിനു പ്രായം വളരെ കുറഞ്ഞതുപോലെ തോന്നി.

യുവത്വത്തിന്റേതായ ഹൃദയലാഘവത്വം മറ്റു തടവുകാരേയും ബാധിച്ചതുപോലെ തോന്നി. നാലു വശത്തു നിന്നും ആഹ്ലാദഭരിതമായ വിളികൾ കേൾക്കാമായിരുന്നു.

"ഇതാണ് ജീവിതം!"

"പ്രകൃതിയുടെ അനുഗ്രഹങ്ങൾ!"

"അമ്മേ, വെയിലിന് എന്തൊരു ചൂട്!"

"പക്ഷെ സൂര്യൻ നമുക്കുവേണ്ടി പ്രകാശിക്കുകയാണ്!"

"ഹാ! എത്രനല്ല കാലാവസ്ഥ!"

ദ്സെർഷീൻസ്കിയ് ശ്വാസം കിട്ടാൻവേണ്ടി വിഷമിക്കുകയായിരുന്നു. അദ്ദേഹത്തിന്റെ കണ്ണുകളിൽ മൂടൽ വ്യാപിച്ചു. തന്റെ ഹൃദയമിടിപ്പും റോസ്സൊൽ ചെവിയിൽ മന്ത്രിച്ചുകൊണ്ടിരുന്ന വാക്കുകളുമൊഴിച്ച് മറ്റൊന്നും അദ്ദേഹം കേട്ടില്ല.

ഞാൻ പിടിച്ചുനിന്നേ പറ്റൂ, അദ്ദേഹം സ്വയം പറഞ്ഞു. മുതുകത്ത് അൻതോനേയും വച്ചുകൊണ്ട് ഞാൻ ഈ നടുമുറ്റത്ത് വീഴാൻ പാടില്ല.

അദ്ദേഹം വീണില്ല. പതിനഞ്ചുമിനിട്ട് അവസാനിച്ചു. സഹാർക്കിൻ വിസിലടിക്കുകയും തടവുമുറികളിലേക്കു മടങ്ങാൻ ആജ്ഞാപിക്കുകയും ചെയ്തു. ദ്സെർഷീൻസ്കിയ്ക്ക് പിന്നെയും അൻതോന്നെ ഇടനാഴികളിലൂടെ മൂന്നാം നിലവരെ ചുമക്കണം.

അന്നു മുതൽ എന്നും അദ്ദേഹം റോസ്സോലിനെ ചുമന്നു കൊണ്ടുപോയി. ആ ഗ്രീഷ്മത്തിൽ അദ്ദേഹം തന്റെ ഹൃദയത്തിന് സാരമായ ഹാനിയാണ് വരുത്തിയത്.

പക്ഷെ അത്തരം നിസ്സാരകാര്യങ്ങളെക്കുറിച്ച് അദ്ദേഹമുണ്ടോ ഗൗനിക്കുന്നു!

ആരോ ഇങ്ങനെ അഭിപ്രായപ്പെട്ടതായി പറയുന്നു:

"റോസ്സോലിനുവേണ്ടി ചെയ്തതിനു പുറമെ ജീവിതത്തിൽ മറ്റൊന്നും ചെയ്തിരുന്നില്ലെങ്കിൽപ്പോലും ദ്സെർഷീൻസ്കിയ് ഒരു സ്മാരകസ്തംഭം അർഹിക്കുമായിരുന്നു.

ലെനിൻഗ്രാഡിലെ മാഴ്സ്മൈതാനത്ത് വിപ്ലവപോരാളികൾക്കുള്ള സ്മാരകം. കരിങ്കല്ലിൽ കൊത്തിയ വാക്കുകളുടെ അർത്ഥം ഇതാണ്:

ഒരു മഹത്തായ ലക്ഷ്യത്തിനുവേണ്ടി
മരിക്കുന്നയാൾ അനശ്വരനാണ്
ജനങ്ങൾക്കുവേണ്ടി ജീവനർപ്പിക്കുന്നയാൾ
പൊതുനന്മയ്ക്കുവേണ്ടി പ്രവർത്തിക്കുകയും
പൊരുതുകയും മരിക്കുകയും ചെയ്യുന്നയാൾ
ജനങ്ങൾക്കിടയിൽ എന്നുമെന്നും ജീവിക്കും.

ലെനിൻഗ്രാഡിലെ കുട്ടികൾ, 1967

യെലിസവേത്ത ദ്രാബ്കിന

1917 തൊട്ട് കമ്മ്യൂണിസ്റ്റ് പാർട്ടി അംഗമായ യെലിസവേത്ത ദ്രാബ്കിന (1901-ൽ ജനനം) ലെനിന്റെ പത്നി നദേഷ്ദ ക്രൂപ്സ്ക്കയ ഉൾപ്പെടെ അദ്ദേഹത്തിന്റെ പല സഹപ്രവർത്തകരൊന്നിച്ച പ്രവർത്തിച്ചിട്ടുണ്ട്. അവർക്കു ലെനിനെ നേരിട്ടറിയാമായിരുന്നു. അദ്ദേഹത്തിന്റെ ജീവിതത്തിലെ പല സംഭവങ്ങൾക്കും അവർ ദൃക്സാക്ഷിയായിരുന്നു. "കറുത്ത റൊട്ടിയുടെ പുറംതൊലികൾ" എന്ന പുസ്തകത്തിൽ അവർ അവ വിവരിച്ചിട്ടുണ്ട്. ആ കഥകളിലൊന്നാണ് ഇവിടെ കൊടുക്കുന്നത്.

ധ്യാനം

ധാരാളം വെയിലും വെളിച്ചവുമുള്ള ഒരു നീണ്ട ശരൽക്കാലമായിരുന്നു ആ വർഷത്തേത്. തണുപ്പുകാലത്തിന്റെ വരവ് പെട്ടെന്നായിരുന്നു. ഒക്ടോബർ വിപ്ലവവാർഷികാഘോഷങ്ങളുടെ തലേന്ന് തണുത്തുകോച്ചുന്ന കാറ്റടിച്ചുതുടങ്ങി. രണ്ടാം ദിവസമായപ്പോഴേക്ക് ഒരു ഹിമവാതമടിച്ച് ജനാലകൾ നനഞ്ഞ മഞ്ഞുകൊണ്ടു മൂടി. കൺസർവറ്റോയറിൽ സംഗീതക്കച്ചേരി കേൾക്കാൻ പോകണോ വേണ്ടയോ എന്ന് അമ്മയും ഞാനും ആലോചിക്കുകയായിരുന്നു. അതിനുള്ള ടിക്കറ്റ് ഞങ്ങളുടെ പക്കലുണ്ടായിരുന്നു. അവസാനം പോകാൻ തീരുമാനിച്ചത് എന്തൊരു ഭാഗ്യമായിപ്പോയി!

പറന്നുനടക്കുന്ന ഹിമശകലങ്ങളാൽ തെരുവാകെ മൂടിയിരുന്നു. ദീപാലങ്കാരങ്ങൾ മഞ്ഞിന്റെ മൂടലിലൂടെ മങ്ങിക്കാണപ്പെട്ടു. ട്രേഡ് യൂണിയൻ മന്ദിരത്തിന്റെ പുറത്ത് ഒരു ചുവപ്പുസേനക്കാരന്റെ മരം കൊണ്ടുള്ള പ്രതിമ നിന്നിരുന്നു. സമീപവാരങ്ങളിൽ ദെനീക്കിന്റെയും യുദേനിച്ചിന്റേയും മേൽ കൈവരിച്ച വിജയങ്ങളുടെ പ്രതീകമായിരുന്നു അയാളുടെ ബയനറ്റിൽ കോർത്തിരുന്ന ജനറൽമാരും ഭൂവുടമകളും ഫാക്ടറി ഉടമകളും.

കൊടികളെ ശക്തിയായി പറത്തുകയും തെരുവിലെ കമ്പികളെ ഉലയ്ക്കുകയും ചെയ്ത കാറ്റിനെതിരെ അമ്മയും ഞാനും കൈ കോർത്തുപിടിച്ചുകൊണ്ട് നടന്നു. മഞ്ഞ് ചവുട്ടിക്കൊണ്ട് ഇടുങ്ങിയ ഒരു വഴിയിലൂടെ ഞങ്ങൾ കൺസെർവറ്റോയറിലെത്തി. ഓവർകോട്ട്

അഴിച്ചിടാനുള്ള ഇടങ്ങൾ അന്ന് ഉപയോഗിച്ചിരുന്നില്ല. ഞങ്ങൾ കോട്ടിൽനിന്നു മഞ്ഞ് കുടഞ്ഞുകളഞ്ഞുകൊണ്ട് മുകളിലേക്കു കയറിപ്പോയി.

ഞങ്ങൾ പ്രവേശിക്കുമ്പോൾ ഹാൾ മിക്കവാറും നിറഞ്ഞുകഴിഞ്ഞിരുന്നു. പരിചാരകൻ സംഗീതത്തിനുള്ള സ്റ്റാൻഡുകൾ സ്റ്റേജിൽ വയ്ക്കുകയും കച്ചേരിക്കുള്ള ഒരുക്കങ്ങൾ നടത്തുകയും ചെയ്യുകയായിരുന്നു. അഞ്ചാമത്തേയോ ആറാമത്തേയോ നിരയിലേക്കായിരുന്നു ഞങ്ങളുടെ ടിക്കറ്റ്. എന്റെ നേരെ മുമ്പിൽ ഒരു സീറ്റ് ഒഴിഞ്ഞുകിടന്നിരുന്നു. അതിനടുത്ത് രോമം വച്ചുപിടിപ്പിച്ചതും ചെവിമൂടിയതുമായ തൊപ്പി ധരിച്ച ഒരാൾ ഇരുന്നിരുന്നു. കോട്ടിന്റെ കോളർ പൊക്കി സീറ്റിൽ കുനിഞ്ഞുകൂടിയിരിക്കുകയായിരുന്നു അയാൾ. ഒന്നുകിൽ ക്ഷീണംകൊണ്ട്, അല്ലെങ്കിൽ ചൂട് കിട്ടാനാവണം അയാൾ അങ്ങിനെ ഇരുന്നത്.

ഓവർകോട്ടുകളും ഫർതൊപ്പികളും ധരിച്ച് പാട്ടുകാർ പ്രവേശിച്ചു. പിയാനോ വായിക്കുന്ന സ്ത്രീ കമ്പിളികൊണ്ടുള്ള കയ്യുറകൾ ധരിച്ചിരുന്നു. സംഗീതോപകരണങ്ങൾ തയ്യാറാക്കുന്നതിനിടയിൽ അവയിൽനിന്നു ചില നേർത്ത ശബ്ദങ്ങളും കേട്ടു. ആ ഭയങ്കരതണുപ്പിൽ ശബ്ദങ്ങൾ പോലും മരവിച്ചുപോയെന്നു തോന്നി. അവസാനം സംഗീതത്തിന്റെ കണ്ടക്ടറായ സെർഗേയ് കുസെവീത്സ്കിയ് രംഗത്തു വന്നു. പുറകിൽ രണ്ടറ്റവും കൂർത്തുകിടക്കുന്ന കോട്ടാണ് അദ്ദേഹം ധരിച്ചിരുന്നത്. എങ്കിലും കഞ്ഞിയിട്ടു തേച്ച ഷർട്ടിനു പകരം ഒരു ചാര സ്വെറ്ററാണ് കോട്ടിന്റെ കോളറുകൾക്കിടയിൽ കണ്ടത്. അദ്ദേഹം ചെറുതായൊന്നു വന്ദിച്ചശേഷം കൈകളിലൂതി തന്റെ ദണ്ഡുയർത്തി. കച്ചേരി തുടങ്ങി.

കോട്ട് കുറേക്കൂടി ചേർത്തിട്ടുകൊണ്ട് ഞാൻ സംഗീതം കേൾക്കാൻ തയ്യാറായിരുന്നു. പക്ഷെ അപ്പോഴാണ് അമ്മ എന്നെ മെല്ലെ തട്ടിയത്. അമ്മ നോക്കിയ ഇടത്തേക്കു ഞാൻ തല തിരിച്ചു. ഞങ്ങളുടെ മുമ്പിൽ ഇടതുവശത്തിരിക്കുന്നയാളെ നോക്കി. അത് ലെനിനായിരുന്നു.

ഞാൻ പലപ്പോഴും ലെനിനെ കണ്ടിട്ടുണ്ട്. യോഗപീഠത്തിൽനിന്നു പ്രസംഗിക്കുമ്പോഴും യോഗങ്ങളിൽ അദ്ധ്യക്ഷം വഹിക്കുമ്പോഴും വീട്ടിൽവച്ചും ഞാൻ കണ്ടിട്ടുണ്ട്. അപ്പോഴെല്ലാം അദ്ദേഹം കർമ്മനിരതനായിരുന്നു. ഇന്നാദ്യമായിട്ടാണ് ഞാൻ അദ്ദേഹത്തെ സ്വന്തം ചിന്തകളിൽ മുഴുകി, ധ്യാനനിരതനായിക്കാണുന്നത്.

"കൊറിയോലാനസ്സ്" സംഗീതത്തിന്റെ തുടക്കം ശ്രദ്ധിച്ചുകൊണ്ടും

എന്നാൽ ശ്രദ്ധിക്കാതെയും ഞാൻ കടക്കണ്ണിലൂടെ ലെനിനെ നോക്കുകയായിരുന്നു. സംഗീതത്തിൽ തികച്ചും ആമഗ്നനായി, നിശ്ചലനായി ഇരിക്കുകയായിരുന്നു അദ്ദേഹം. മേളത്തിന്റെ മാന്ദ്യം ക്രമേണ നീങ്ങിത്തുടങ്ങിയെങ്കിലും അതിൽനിന്നു വരുന്ന ശബ്ദം ഇപ്പോഴും പതിഞ്ഞതാണിരുന്നത്. തണുത്തുവിറയ്ക്കുന്ന കൊട്ടുകാരൻ മാത്രം അയാളുടെ മുറ വരുമ്പോൾ സർവ്വശക്തിയുമെടുത്ത് തന്റെ വാദ്യോപകരണങ്ങളിൽ അടിച്ചുകൊണ്ടിരുന്നു.

"ലായത്തിൽ നിന്നും ഇപ്പോളിറങ്ങിയ കുതിരയെപ്പോലാണ്," പുറകിലാരോ ഫലിതരൂപത്തിൽ മന്ത്രിച്ചു.

അവസാനത്തെ സ്വരങ്ങൾ മുഴങ്ങിയപ്പോൾ ശ്രോതാക്കൾ കയ്യടിച്ചു. ലെനിൽ സീറ്റിൽ അനങ്ങി, തന്റെ ഇടത്തെ തോൾ കുറേക്കൂടി സുഖകരമായ നിലയിൽ വയ്ക്കാനുള്ള ശ്രമമാണെന്ന് അദ്ദേഹം അനങ്ങുന്ന രീതി കണ്ടപ്പോൾ എനിക്കു മനസ്സിലായി. സോഷ്യലിസ്റ്റ് റവലൂഷണറിവെടിയുണ്ടകൾ ആ തോളിൽനിന്നു നീക്കം ചെയ്തിരുന്നില്ല.

അദ്ദേഹം ഇങ്ങനെ അനങ്ങുന്നതു കണ്ടപ്പോൾ, ലെനിനു മുറിവേറ്റ ആദ്യത്തെ ഏതാനും ദിവസങ്ങളിൽ ജനകീയകമ്മിസാർമാരുടെ കൗൺസിലിലെ ജോലിക്കാരും ക്രംലിനു പുറത്ത് ആഫീസുണ്ടായിരുന്ന കേന്ദ്രകമ്മറ്റിയുടെ സെക്രട്ടറിയേറ്റിലുള്ളവർ പോലും സ്വയമറിയാതെതന്നെ ഒച്ചകേൾപ്പിക്കാതെ നടക്കുകയും അടക്കിയ സ്വരത്തിൽ സംസാരിക്കുകയും ചെയ്തിരുന്നത് ഞാനോർത്തു. പിന്നീടദ്ദേഹം സുഖംപ്രാപിച്ചുതുടങ്ങി. ക്രംലിനിലെ ഭക്ഷണമുറിയിൽ ഉച്ചഭക്ഷണത്തിനുപോയസമയത്ത് അദ്ദേഹം മുറ്റത്ത് ഉലാത്തുന്നത് ജനലിലൂടെ കണ്ടപ്പോൾ ഞങ്ങൾ എത്ര സന്തോഷിച്ചു!

വീണ്ടും കേട്ട കരഘോഷം എന്നെ ചിന്തകളിൽനിന്നുണർത്തി. ലെനിൻ ഇരുപ്പു മാറ്റിയിരുന്നു. ഇപ്പോൾ എനിക്ക് അദ്ദേഹത്തിന്റെ മുഖത്തിന്റെ വലതുഭാഗം കാണാമായിരുന്നു. വിഷാദത്തോടടുത്ത, ചിന്താധീനമായ ഒരു ഭാവമാണ് അദ്ദേഹത്തിന്റെ മുഖത്തു കണ്ടത്. അദ്ദേഹത്തോട് അഗാധമായ സ്നേഹം എന്നിൽ ഇരമ്പിവന്നു.

1919-ലെ മേദിനം ഞാൻ അനുസ്മരിച്ചു. സാർവ്വദേശീയ തൊഴിലാളിവർഗ്ഗത്തിന്റെ ഈ വിശേഷദിനം ഇന്നത്തേതിൽ നിന്നു വ്യത്യസ്തമായിട്ടാണ് അക്കാലത്ത് ആഘോഷിച്ചത്. വിപ്ലവമോസ്കോ മുഴുവനും ചിട്ടയായ വരികളിലായി റെഡ് സ്ക്വയറിലേക്കു മാർച്ചുചെയ്തിരുന്നു. അവർ പ്രസംഗങ്ങൾ കേൾക്കുകയും ലെനിന്റെ അടുത്തുകൂടി കടന്നുപോവുകയും പാട്ടു പാടുകയും സോഷ്യലിസ്റ്റ് വിപ്ലവത്തോടുള്ള

ക്കൂറ് പുതുക്കി പ്രഖ്യാപിക്കുകയും ഏതാനും മണിക്കൂറുകൾ റെഡ് സ്ക്വയറിൽ ചിലവഴിച്ച ശേഷം ലോകതൊഴിലാളികളുടെ ഈ സാർവ്വദേശീയ ഐക്യദാർഢ്യദിനാഘോഷം പൂർത്തിയാക്കുന്നതിന് തങ്ങളുടെ ജില്ലകളിലേക്കു മടങ്ങുകയും ചെയ്തു.

റെഡ്സ്ക്വയറും ഇന്നത്തേതിൽനിന്നു വിഭിന്നമായിരുന്നു. വിപ്ലവത്തിനുവേണ്ടി ജീവനർപ്പിച്ചവരുടെ ശവകുടീരങ്ങൾ ക്രെംലിൻ ഭിത്തിയോടു ചേർന്ന് പുൽത്തകിടികൾക്കു താഴെ മ്ലാനവും ശൂന്യവുമായി നിരന്നുകിടന്നിരുന്നു. മൈതാനത്ത് കല്ലു പാകിയിരുന്നു. അരികിലൂടെ രണ്ടു ട്രാംലൈനുകൾ പോകുന്നുണ്ട് ട്രാമുകൾ ഞരങ്ങിക്കൊണ്ട് ചരിത്രമ്യൂസിയത്തിനടുത്തുള്ള കയറ്റം കയറി താഴോട്ട് അന്നത്തെ മൊസ്ക്വൊാരേത്സ്കിപ്പാലമായിരുന്ന ഇടുങ്ങിയ പാലത്തിലേക്ക് കടകടശബ്ദത്തോടെ നീങ്ങും. സെന്റ് ബേസിൽ പള്ളിയുടെ ചുവടുതൊട്ട് നിരുന്നു നിന്നിരുന്ന വൃത്തികെട്ട കെട്ടിടങ്ങൾ മൈതാനത്തിന് ഇന്നത്തേക്കാൾ വലിപ്പക്കുറവും ഞെരുക്കവും തോന്നിച്ചു.

1919-ലെ മേദിനം മുമ്പെന്നത്തേതിലും ആഘോഷപൂർവ്വമായിരുന്നു. "ഗ്ഗം" എന്ന പേരിലറിയപ്പെടുന്ന കച്ചവടസ്ഥാപനത്തിന്റെ മുമ്പിൽ ചുവന്ന നിറത്തിൽ രണ്ടു വലിയ പതാകകൾ തൂക്കിയിട്ടുണ്ട്. ഒന്നിൽ ഒരു തൊഴിലാളിയേയും മറ്റേതിൽ ഒരു കർഷകനേയും ചിത്രീകരിച്ചിരിക്കുന്നു. ക്രെംലിൻ മതിലിന്റെ എല്ലാ പ്രാകാരങ്ങളിൽ നിന്നും ചെറിയ ചെങ്കൊടികൾ പറക്കുന്നുണ്ട്. മീനിന്റെയും പൊഷാർസ്കിയുടേയും* പ്രതിമകളുടെ മുഷ്ടിഭാഗത്ത് രക്തപതാകകൾ കുത്തി നിർത്തിയിരിക്കുന്നു. പുരാതന വധശിലയിൽ സ്റ്റെപ്പാൻ റാസിനുള്ള** പുതിയൊരു സ്മാരകം വെള്ളത്തുണിയിൽ പൊതിഞ്ഞു നില്പുണ്ട്. ആ ദിവസം അത് അനാവരണം ചെയ്യുന്നതാണ്. യാക്കൊവ് സ്വെർദ്ലോവിന്റെ*** പുതിയ ശവകുടീരം പൂക്കൾകൊണ്ട് മൂടിയിരിക്കുന്നു.

സൂര്യൻ തെളിഞ്ഞു പ്രകാശിച്ചു. മരങ്ങളിൽ പൊട്ടിവിടർന്ന തളിരുകൾ സ്വച്ഛമായ ആകാശത്തിനെതിരെ പച്ചനിറത്തിൽ ഒരു രൂപരേഖ വരച്ചു. എല്ലാവരും ആഹ്ലാദഭരിതരായിരുന്നു. യുദ്ധമുന്നണികളിൽനിന്നും ചുവപ്പുസേനയുടെ വിജയവാർത്തകൾ വന്നുകൊണ്ടിരുന്നു. ജനക്കൂട്ടത്തിനിടയിൽ പാട്ടുകൾ കേൾക്കാം.

---

*മീനിൻ, പൊഷാർസ്കിയ്—റഷ്യയിലെ ദേശീയവീരപുരുഷന്മാർ.

**സ്റ്റെപ്പാൻ റാസിൻ—മറ്റൊരു റഷ്യൻ വീരപുരുഷൻ.

*** യാക്കൊവ് സ്വെർദ്ലോവ്(1885-1919)— സുപ്രസിദ്ധസോവിയറ്റ് രാജ്യതന്ത്രജ്ഞനും കമ്മ്യൂണിസ്റ്റ് പാർട്ടി നേതാവും.

അന്ന് പ്രചാരത്തിൽ വന്നുതുടങ്ങുകമാത്രം ചെയ്തിരുന്ന "സഖാക്കളേ, മേദിനാശംസകൾ!" എന്ന വാക്കുകളോടെ സ്നേഹിതന്മാർ പരസ്പരം ആശീർവദിച്ചു. ചെറുപ്പക്കർ ദെമ്യാൻ ബേദ്നി****യുടെ ഏറ്റവും പുതിയ പാട്ടുകൾ പാടിക്കൊണ്ടു നടന്നു:

"ഷെയിഡെമാനേ തെമ്മാടീ നീ
കെട്ടിത്തൂങ്ങും വിളക്കുകാൽ
കണ്ണിനു രണ്ടും കുളിർ നൽകീടും
ദിവസവുമെണ്ണിയിരിപ്പൂ ഞാൻ."

ഉച്ചയോടുകൂടി ലെനിൻ മൈതാനത്തുവന്നു. ആൾക്കൂട്ടം അദ്ദേഹത്തെ ഹർഷാരവത്തോടെ സ്വീകരിച്ചു. അദ്ദേഹം തന്റെ ആവേശകരമായ പ്രസംഗം "കമ്മ്യൂണിസം നീണാൾ വാഴട്ടെ!" എന്ന വാക്കുകളോടെയാണ് ഉപസംഹരിച്ചത്. പിന്നീടദ്ദേഹം ഒരു പ്രസംഗവേദിയിൽ നിന്നും അടുത്തതിലേക്കു നടന്നു (ലെനിന്റേയും മറ്റു ബോൾഷെവിക് നേതാക്കളുടേയും പ്രസംഗങ്ങൾ എല്ലാവർക്കും കേൾക്കത്തക്കവണ്ണം മൈതാനത്തിന്റെ പല ഭാഗങ്ങളിലായി ഏതാനും പ്രസംഗവേദികൾ ഉയർത്തിയിട്ടുണ്ടായിരുന്നു). അപ്പോഴേക്കും ആരോ ലെനിനെ തടഞ്ഞുനിർത്തി അദ്ദേഹത്തിന്റെ കയ്യിൽ ഒരു മൺവെട്ടികൊടുത്തു.

ആ വർഷം മേദിനം ഒരു വനമഹോത്സവമായി പ്രഖ്യാപിച്ചിരുന്നു. ശത്രുക്കളാൽ വലയം ചെയ്യപ്പെട്ടിരുന്നെങ്കിലും കുറെ മരത്തൈകൾ നടാൻ സോവിയറ്റ് റിപ്പബ്ലിക്ക് തീരുമാനിച്ചിരുന്നു.

ചെറുചിരിയോടെ കൈ കൂട്ടിത്തിരുമ്മിക്കൊണ്ട് ലെനിൻ മൺവെട്ടിയെടുത്ത് ക്രെംലിൻ മതിലിനു താഴെ കിളച്ചുതുടങ്ങി.

കുഴി തയ്യാറായപ്പോൾ ഒരു വണ്ടി നിറയെ തൈകൾ കൊണ്ടുവന്നു. ഒരു ചെറിയ നാരകത്തൈ ലെനിന്റെ കയ്യിൽ കൊടുത്തു. അദ്ദേഹം അത് നിഷ്കർഷയോടെ യഥാസ്ഥാനത്തുവച്ച് ചുറ്റും മണ്ണിട്ടുകയും നനയ്ക്കുകയും ചെയ്തു. ജോലി മുഴുമിപ്പിച്ചശേഷമേ അദ്ദേഹം നടന്ന് അടുത്ത പ്രസംഗവേദിയിലേക്കു കയറിയുള്ളൂ.

ആദ്യത്തെ പ്രസംഗത്തിൽ അദ്ദേഹം ഇതേവരെ നടന്നത് അവലോകനം ചെയ്യുകയാണുണ്ടായത്. ഇപ്പോൾ അദ്ദേഹത്തിന്റെ ചിന്ത ഭാവിയിലേക്കു തിരിഞ്ഞു, സോവിയറ്റ് റഷ്യയെ ആവരണം ചെയ്തിരുന്ന യുദ്ധത്തിന്റെ കനത്ത പുകയ്ക്കിടയിൽ നിന്നു പുറത്തുവന്നുതുടങ്ങിയ പുതിയ ലോകത്തിലേക്കു തിരിഞ്ഞു. പ്രസംഗവേദിയുടെ ചുവട്ടിൽ തന്റെ പ്രസംഗം കേട്ടു നിന്നിരുന്ന കുട്ടികളിലും പുതുതായി

****ദെമ്യാൻ ബേദ്നിയ്(1883-1945)—സോവിയറ്റ് കവി.

നട്ട മരത്തൈകളിലും അദ്ദേഹം ആ ഭാവി ദർശിച്ചു.

മൺവെട്ടികളിലൂന്നിക്കൊണ്ട് ആളുകൾ അദ്ദേഹത്തിന്റെ പ്രസംഗം ശ്രദ്ധിച്ചു.

"മുതലാളിത്തവ്യവസ്ഥയുടെ രേഖകളേയും അവശിഷ്ടങ്ങളേയും അപൂർവ്വവസ്തുക്കളായിട്ടായിരിക്കും നമ്മുടെ പേരക്കിടാങ്ങൾ വീക്ഷിക്കുക," ചളിപുരണ്ട കൈ ഉയർത്തിക്കൊണ്ട് അദ്ദേഹം പറഞ്ഞു. "അത്യാവശ്യസാധനങ്ങളുടെ വിപണി സ്വകാര്യവ്യക്തികളുടെ കയ്യിലാകാനും ഫാക്ടറികളും മില്ലുകളും സ്വകാര്യ ഉടമയിലാകാനും ഒരാൾക്കു മറ്റൊരാളെ ചൂഷണം ചെയ്യാനും പണിയെടുക്കാത്തവരെന്നൊരു കൂട്ടരുണ്ടാകാനും എങ്ങിനെ കഴിഞ്ഞെന്ന് സങ്കല്പിക്കാൻ അവർ വിഷമിക്കും. ഇതേവരെ, നമ്മുടെ കുട്ടികൾ കാണാൻ പോകുന്ന കാര്യങ്ങളെപ്പറ്റി ഒരു യക്ഷിക്കഥയെപ്പോലാണ് പറഞ്ഞിരുന്നത്. എന്നാൽ, സഖാക്കളേ, നാം അടിത്തറയിട്ട സോഷ്യലിസ്റ്റ് സമുദായ സൗധം കേവലം മിഥ്യയല്ലെന്ന് ഇപ്പോൾ നിങ്ങൾക്കു വ്യക്തമായി കാണാമല്ലോ. നമ്മുടെ കുട്ടികൾ ഈ സൗധം കൂടുതൽ ഉത്സാഹത്തോടെ പണിയുന്നതാണ്."

താഴെ നിൽക്കുന്ന കുട്ടികളെ നോക്കി തൊല്ലൊരു മൗനത്തിനു ശേഷം അദ്ദേഹം പറഞ്ഞു:

"ഇന്നു നട്ട തൈകൾ തഴച്ചു വളർന്നു വൃക്ഷങ്ങളാകുന്നതു നമുക്കു കാണാൻ കഴിയാത്തപോലെതന്നെ ആ ഭാവിയും നമുക്കു കാണാൻ കഴിയുകയില്ല. പക്ഷെ നമ്മുടെ കുട്ടികൾ അക്കാലം കാണും. ഇന്നു ചെറുപ്പമായിട്ടുള്ളവർ അത് കാണുകതന്നെ ചെയ്യും..."

പെട്ടെന്നു കേട്ട കയ്യടിയിൽനിന്നു മനസ്സിലായി കച്ചേരിയുടെ ആദ്യത്തെ പകുതി കഴിഞ്ഞെന്ന്. എല്ലാവരും എഴുന്നേറ്റ് ചൂടാകാൻ വേണ്ടി കാൽ നിലത്തു ചവിട്ടുകയും കൈ ദേഹത്തടിക്കുകയും ചെയ്തു. ലെനിനും എഴുന്നേറ്റുനിന്നു.

അദ്ദേഹം തൊപ്പി ധരിച്ചു. കൈ രണ്ടും ചുരുട്ടി ചേർത്തു പിടിച്ചു. തിരിഞ്ഞുനോക്കിയപ്പോൾ അമ്മയേയും എന്നേയും കണ്ടു.

"ആ, എലിസവേത് - കുരുവി!" ഒരു ബാലികയായിരുന്നപ്പോൾ എനിക്കു കിട്ടിയ പരിഹാസപ്പേരാണ് അദ്ദേഹം വിളിച്ചത്. അദ്ദേഹം അമ്മയുടേയും പിന്നീട് എന്റേയും കൈ അമർത്തിപ്പിടിച്ചു കുലുക്കി.

ഇതെല്ലാം വാസ്തവത്തിൽ നടന്നതാണ്.

അവയെപ്പറ്റി ഇന്നോർക്കുമ്പോൾ, കൂടുതൽ നല്ലവരും മികച്ചവരുമാകാനുള്ള, കമ്മ്യൂണിസ്റ്റെന്ന ഉന്നതപദവിക്ക് എപ്പോഴും അർഹരാകാനുള്ള, ആഗ്രഹമാണ് പൊന്തിവരുന്നത്.

വേറ പനോവ

വേറ പനോവ 1905-ൽ ജനിച്ചു. അവർ നോവലുകളും നാടകങ്ങളും ചെറുകഥകളും തിരക്കഥകളും ('സഹയാത്രികർ,' 'സെര്യോഷ,' 'സമയം പോകുന്നു,' 'ഒരു വികാരപ്രധാനമായ നോവൽ') എഴുതിയിട്ടുണ്ട്. മൂന്നു തവണ സ്റ്റേറ്റ് സമ്മാനം നേടിയിട്ടുണ്ട്.

അടിമുടി ലെനിൻഗ്രാഡുകാരിയായ പനോവയ്ക്ക് 'വിപ്ലവത്തൊട്ടിലായ' തന്റെ നഗരത്തെ അറിയാം. അവരതിനെ സ്നേഹിക്കുന്നു. അതിന്റെ വിപ്ലവകരമായ ഭൂതകാലത്തെപ്പറ്റി പല കഥകളും അവരെഴുതിയിട്ടുണ്ട്. ഈ സമാഹാരത്തിൽ ചേർത്തിട്ടുള്ള കഥ ചെറുപ്പക്കാരേയും വിപ്ലവം നടത്തിയ പൂർവികന്മാരിൽനിന്ന് അവർക്കു പൈതൃകമായിക്കിട്ടിയ പാരമ്പര്യങ്ങളേയും കുറിച്ചുള്ളതാണ്.

പടിക്കൽ മൂന്നു ബാലന്മാർ

ഒരു ഭംഗിയുള്ള കെട്ടിടത്തിന്റെ പടിക്കൽ മൂന്നു ബാലന്മാർ നില്പുണ്ട്. മാഴ്സ്മൈതാനത്തിന്റെ വക്കത്ത് മഞ്ഞച്ചുമരുകളോടും വെളുത്ത തൂണുകളോടും കൂടി നിൽക്കുന്ന പഴയ സൗധങ്ങളിലൊന്നാണത്. ആഗസ്റ്റ് മാസത്തിലെ ചൂടുള്ള ഒരു ദിവസമാണന്ന്. ഒഴിവുകാലത്തിന്റെ അവസാനത്തെ ആഴ്ച. തോന്നിയതുപോലെ നടക്കാനും തുമ്പിയെ പിടിക്കാനുമുള്ള അവസാനത്തെ ആഴ്ച. അതെ, നല്ലൊരു വേനൽക്കാലമായിരുന്നു. പക്ഷെ അതിപ്പോൾ തീർന്നിരിക്കുന്നു.

"നമുക്കൊന്നു പുക വലിക്കാം," വീത്ക ചിന്താമഗ്നനായി പറഞ്ഞു. അവൻ ഒരു പാക്കറ്റ് ബെലൊമോർ സിഗററ്റുകൾ കൂട്ടുകാർക്കു കൊടുത്തു.

സാഷ്ക ഒന്നെടുത്തു.

"നിനക്കു വേണോ?" വീത്ക യൂർച്ചിക്കിനോടു ചോദിച്ചു.

"വേണ്ട," യൂർച്ചിക്ക് പറഞ്ഞു. "ഞാൻ പുകവലി നിർത്തി."

"എന്നെന്നേക്കുമായിട്ടോ?"

"അതെ. എന്നെന്നേക്കുമായി."

കണ്ണടവച്ച്, മുഖം വിളറിയ ഒരു കൊച്ചുബാലനാണവൻ. കഷ്ടിച്ച് വീത്കയുടേയും സാഷ്കയുടേയും തോളോളം വരും. അവൻ പുകവലിച്ചു തുടങ്ങിയത് അമ്മ കണ്ടുപിടിച്ചപ്പോൾ - അവർ വേനൽക്കാലത്ത്

നാട്ടുമ്പുറത്തായിരുന്നു താമസം; കുറ്റിക്കാട്ടിനിടയിൽനിന്നു പുക വരുന്നത് അമ്മ കണ്ടു - അവൻ ആത്മഹത്യ ചെയ്യാൻ ശ്രമിച്ചെന്നു തോന്നുമാറ് അവർ നെഞ്ചത്തടിച്ച് നിലവിളിക്കാൻ തുടങ്ങി. അവനതു കണ്ടുനിൽക്കാൻ കഴിഞ്ഞില്ല. അമ്മ ഇങ്ങനെ ഭയങ്കരമായി തേങ്ങിക്കരയരുതെന്നുദ്ദേശിച്ച് അവൻ തന്റെ സുഖം ത്യജിക്കാൻ തീരുമാനിച്ചു.

"അവനെ പ്രലോഭിപ്പിക്കണ്ട," സാഷ്ക്ക വീത്കയോടു പറഞ്ഞു. "അവൻ നിർത്തിയാൽ നിർത്തിയെന്നർത്ഥം."

"ഞാൻ പ്രലോഭിപ്പിക്കുകയല്ല. വേണോ എന്നു ചോദിച്ചെന്നുമാത്രം."

"അങ്ങിനെ ചോദിക്കണ്ട. അവൻ പുകവലിച്ചിരുന്നിട്ട് ഇപ്പോൾ നിർത്തിയിരിക്കുകയാണ്. അത് എളുപ്പമല്ല. അതിനു സ്വഭാവബലം വേണം."

യൂർച്ചിക്കിന് ഇതുപോലെ മനോബലമില്ലാത്ത ഒരമ്മയുള്ളതിന് ഈ രണ്ടു മുട്ടാളന്മാർക്ക് അവനോട് അനുകമ്പയുണ്ട്. എങ്കിലും അവർ അവനെ ബഹുമാനിക്കുന്നു. സ്വഭാവബലമുള്ളതുകൊണ്ടു മാത്രമല്ല. അവരുടെ കണ്ണിൽ അവൻ പുസ്തകജ്ഞാനത്തിന്റേയും സർവ്വജ്ഞതയുടേയും അത്ഭുതാവഹമായ മൂർത്തീകരണമാണ്. എന്തു ചോദിച്ചാലും അവർ അതിനുത്തരം പറയും. ഉടനല്ലെങ്കിൽ പിറ്റേന്നെങ്കിലും. അവർക്കവനെ വലിയ കാര്യമാണ്. "ഉണ്ടകണ്ണൻ" എന്നാണു വിളിക്കാറ്.

കെട്ടിടത്തിനു മുമ്പിലുള്ള ഇടുങ്ങിയ റോഡിലൂടെ ട്രാം ലൈനുകൾ പോകുന്നുണ്ട്. ട്രാംലൈനുകൾക്കപ്പുറത്ത്, ഉരുണ്ട തലപ്പുകളുള്ള നാരകവൃക്ഷങ്ങൾ ഭംഗിയായി ഇരുപുറവും നിരന്നുനിൽക്കുന്ന പാതകളോടും കൊച്ചു കുറ്റിച്ചെടികളോടും പച്ചപ്പരവതാനികളോടും കൂടി വിസ്തൃതമായി കിടക്കുന്ന സുഖദായകമായ ഒരു ഉദ്യാനമാണുള്ളത്. കൊച്ചു പുൽത്തകിടികളിൽ അവിടവിടെയായി ഡൻസിലീയൻ പൂക്കൾ സുവർണ്ണ നിറത്തിൽ തലയാട്ടി നിൽക്കുന്നുണ്ട്. ഉദ്യാനത്തിനു മുകളിൽ വെളുത്തുകൊഴുത്ത മേഘങ്ങളോടുകൂടി നീലാകാശം ഉയർന്നുനിൽക്കുന്നു... പടിക്കൽനിന്നു നോക്കുമ്പോൾ ബാലന്മാർക്ക് കീറൊവ് പാലത്തിലേക്കും നെവാനദിയിലേക്കും നയിക്കുന്ന വീതിയേറിയ വഴി കാണാം. സുവോറൊവിനുള്ള സ്മാരകമുള്ളതവിടെയാണ്. ഹെൽമറ്റും പട്ടാളക്കുപ്പായവും ധരിച്ച്, മാംസളമായ കാൽവണ്ണകൾ പുറത്തു കാട്ടിക്കൊണ്ടു നിൽക്കുന്ന ഒരു യുവസുഭഗൻ. അത് ജെനറാലിസ്സിമോ സുവോറൊവിന്റെ പ്രതിമയാണെന്നായിരുന്നു വീത്കയുടേയും സാഷ്ക്കയുടേയും ധാരണ.

പക്ഷെ യുദ്ധദേവനായ മാഴ്സിന്റെ പ്രതിമയാണെന്നാണ് യൂർച്ചിക്ക് പറയുന്നത്. ആ ഉദ്യാനത്തിന് മാഴ്സ്മെതാനമെന്ന പേരു കിട്ടിയത് പണ്ട് അത് സൈനിക പരിശീലനത്തിനും പരേഡുകൾക്കുമുള്ള സ്ഥലമായിരുന്നതുകൊണ്ടാണത്രെ. ഒരു കൊച്ചു ചെടിയോ ഒരു പുൽക്കൊടിപോലുമോ അവിടെ വളർന്നിരുന്നില്ല. പട്ടാളബൂട്ടുകളുടെ ചവിട്ടേറ്റ് തറ പാറപോലെ ഉറച്ചിരുന്നു. പൊടിപടലം ചുഴലിക്കാറ്റു പോലെ അതിന്റെ മീതെ ഉയർന്നിരുന്നു.

അതുപോലുള്ള എന്തെങ്കിലും കാണാൻ ആ ബാലന്മാർക്ക് അവസരം കിട്ടിയില്ല. അവർക്ക് ഓർമ്മിക്കാവുന്ന കാലം തൊട്ട് മാഴ്സ്മെതാനം എപ്പോഴും പച്ചപിടിച്ച് പുഷ്പിച്ചു നിന്നിരുന്നു. പനിനീർപ്പൂവുകളും മറ്റു പുഷ്പങ്ങളും വിടർന്നു നിൽക്കുകയും അമ്മൂമ്മമാരും ആയമാരും ബെഞ്ചുകളിലിരിക്കുകയും കുട്ടികൾ മണൽ വിരിച്ച പാതകളിൽ കളിച്ചുനടക്കുകയും ചെയ്തിരുന്നു. അവിടം സൂക്ഷിക്കാനായി പ്രത്യേകം ചുമതലപ്പെട്ട ചില സ്ത്രീകളുണ്ട്. എന്തെങ്കിലും തകരാറു കണ്ടാൽ അവർ വിസിലടിക്കും. മുതിർന്ന കുട്ടികളെ പരുന്തുകളെപ്പോലാണ് അവർ നോക്കുന്നത്. കാരണം അവർ ചട്ടം ലംഘിക്കാൻ വേണ്ടി വന്നിരിക്കുകയാണെന്നാണ് ഏതു സമയവും അവരുടെ വിചാരം.

മാഴ്സ്മെതാനത്തു ഭൂതകാലത്തിന്റെ അവശിഷ്ടമായി ആകെക്കൂടിയുള്ളത് പതിനാറു പഴയ വിളക്കുകാലുകളാണ്. ഇരുണ്ട ചില്ലുവാതിലുകളോടുകൂടി വിചിത്രാകൃതിയിലുള്ളതാണ് അവയിലെ വിളക്കുകൾ. രാത്രി പ്രകാശമാനമായ മുത്തുകൾ പോലെ തിളങ്ങുന്ന കൊച്ചു വൈദ്യുതബൾബുകൾകൊണ്ട് മൈതാനമാകെ ശോഭിക്കുമ്പോൾ ഈ പതിനാറു പഴയ വിളക്കുകൾ മറ്റേതോ ലോകത്തുനിന്നും കത്തുന്ന മട്ടിൽ മങ്ങി, നിർവീര്യമായി കത്തുന്നു. മൈതാനത്തിന്റെ മദ്ധ്യത്തിൽ പൊതുപട്ടടകളുടെ ചുറ്റുമാണ് ഈ വിളക്കുകൾ നിൽക്കുന്നത്.

ഉയരംകുറഞ്ഞ ഒരു കരിങ്കൽഭിത്തി ഈ പട്ടടകളെ വലയം ചെയ്തിട്ടുണ്ട്. ചാരനിറത്തിലുള്ള കരിങ്കല്ലുകളിൽ സമർപ്പണ വാക്യങ്ങൾ കൊത്തിവച്ചിരിക്കുന്നു. വലുതും ചെറുതുമായ അക്ഷരങ്ങളിൽ ഏതാനും വരികളോളം വരുന്ന നീണ്ട വാക്യങ്ങളാണ് ഓരോന്നും.

മതിൽ നാലുവശവും തുറന്നിട്ടുണ്ട്. അതിലൂടെ പട്ടടകൾ സ്ഥാപിച്ചിരിക്കുന്ന ഇടത്തേക്ക് കടന്നുവരാം. വിപ്ലവത്തിന്റെ രക്തസാക്ഷികളെയാണ് അവിടെ അടക്കം ചെയ്തിട്ടുള്ളത്. പക്ഷെ അതെല്ലാം വളരെപ്പണ്ടായിരുന്നു. ഈ ബലന്മാരോ അവരുടെ പിതാക്കൾപോലുമോ

ജനിക്കുന്നതിനു മുമ്പായിരുന്നു.

പട്ടടകളുടെ മീതെ ഒരു അണയാത്ത ജ്വാല കത്തുന്നുണ്ട്. ഭൂഗർഭത്തിലൂടെ വരുന്ന ഒരു പൈപ്പിന്റെ അറ്റത്തെ ബർണറിൽനിന്നു പുറപ്പെടുന്ന വാതകജ്വാലയാണത്. ലെനിൽ ഗ്രാഡിലെ വാതക പ്രവർത്തകർ ബർണർ ശരിയായി പ്രവർത്തിക്കുന്നുണ്ടോ എന്നു പരിശോധിക്കാറുണ്ട്.

പരമാർത്ഥത്തിൽ, പ്രത്യേകിച്ച് എടുത്തുപറയാനൊന്നുമില്ലാത്ത ഒരു സാധാരണവസ്തുവാണത്. അണുശക്തികൊണ്ടു പ്രവർത്തിക്കുന്ന ഹിമഭേദകനൗക പണിത നഗരത്തിലാണ് ഈ കുട്ടികൾ പാർക്കുന്നത്. ബഹിരാകാശത്തിലും കൃത്രിമോപഗ്രഹങ്ങളിലുമാണ് അവരുടെ താല്പര്യം. അവരെ സംബന്ധിച്ചിടത്തോളം ഒരു ഗ്യാസ്ബർണർ ഒരു ഗ്യാസ്ബർണറിൽ കവിഞ്ഞൊന്നുമല്ല. അവരുടെ കണ്ണിൽ "അണയാത്ത ജ്വാല" എന്നാൽ ലെനിൻഗ്രാഡിലെ വാതകപ്രവർത്തകർ തങ്ങളുടെ ജോലി ശരിക്കു ചെയ്യുന്നുവെന്നു മാത്രമേ അർത്ഥമുള്ളൂ.

മതിലിലെ നീണ്ട സമർപ്പണവാക്യങ്ങൾ ലൂനച്ചാർസ്കിയ് - ജനകീയകമ്മിസ്സാറായിരുന്ന സഖാവ് ലൂനച്ചാർസ്കിയ് - എഴുതിയതാണെന്ന് യൂർച്ചിക്ക് ഒരിക്കൽ അവരോടു പറഞ്ഞിട്ടുണ്ട്. അതെ, അതും വളരെപ്പണ്ടായിരുന്നു. അന്ന് റെയിൽവെ എഞ്ചിനുകളുണ്ടായിരുന്നില്ല. അവയെല്ലാം പഴകിദ്രവിച്ചു പോയിരുന്നു. ഗ്രീഷ്മോദ്യാനത്തിനു ചുറ്റുമുള്ള അഴിച്ചുമർ കൊടുത്താൽ നൂറു പുതിയ എഞ്ചിനുകൾ നൽകാമെന്ന് അമേരിക്കക്കാർ പറഞ്ഞതാണ്.

"അതെ, ആ അഴിച്ചുമർ. അറിയാൻ വയ്യേ? അതെ, പകരം നൂറ് എഞ്ചിനുകൾ."

"ഞാൻ വച്ചുമാറിയേനെ," വീത്ക പറഞ്ഞു.

"ഉവ്വോ?"

"അതൊരു ന്യായമായ വിലയായിരുന്നു, അല്ലേ?"

"അപ്പോൾ നൂറ് റെയിൽവെ എഞ്ചിനുകൾക്ക് നല്ല വിലയാണെന്നാണ് നിന്റെ അഭിപ്രായം!"

"നല്ല വിലയല്ലേ?"

"മരത്തലയൻ!"

"എന്തുകൊണ്ടാണ് ഞാൻ മരത്തലയനായത്?" വീത്ക ചോദിച്ചു.

"എന്തുകൊണ്ടെന്നാൽ നാം വേണ്ടിടത്തോളം എഞ്ചിനുകൾ

ഉണ്ടാക്കുന്നുണ്ട് - ആവി എഞ്ചിൻ മാത്രമല്ല, ഡീസെൽ എഞ്ചിനും ഇലക്ട്രിക് എഞ്ചിനുമെല്ലാം. പക്ഷെ ആ അഴിച്ചുമർ ലോകത്ത് ഒന്നേയുള്ളു!"

ലൂനച്ചാർസ്കിയുടെ അഭിപ്രായവും അതായിരുന്നു. അഴിച്ചുമർ കൊടുക്കേണ്ടെന്ന് ജനകീയകമ്മിസാർമാരുടെ കൗൺസിലിനെ അദ്ദേഹം ബോദ്ധ്യപ്പെടുത്തി.

"വാസ്തവത്തിൽ അത്തരമൊരെണ്ണം ലോകത്തൊരിടത്തുമില്ലെന്നാണോ നീ പറയുന്നത്?" സാഷ്ക ചോദിച്ചു.

നൂറ് എഞ്ചിനുകളേക്കാൾ വിലപിടിപ്പുള്ള അഴിച്ചുമരുകളോടുകൂടിയ ഗ്രീഷ്മോദ്യാനമാണ് ഒരു വശത്ത്. മറുവശത്തുള്ളത് മിഹൈലൊവ്സ്കി ഉദ്യാനവും. പടികടന്ന് ഇടത്തോട്ടുതിരിഞ്ഞ് ഏതാനും അടി നടന്നാൽ വൈദ്യുതതൊഴിലാളികളുടെ ക്ലബ്ബായി. അവിടെ എന്നും രാത്രി സിനിമയുണ്ട്. കുറെക്കൂടി മുമ്പോട്ടു നടന്ന് പാലം കടന്നാൽ കാണുന്നത് പീറ്റർ-പോൾ കോട്ടയാണ്. കോട്ടയ്ക്കും നദിയ്ക്കുമിടയ്ക്ക് ഒരു മണപ്പുറമുണ്ട്. അധികം വീതിയില്ലാത്ത ഒരു മണപ്പുറം. കോട്ടമതിൽ വടക്കുനിന്നു വരുന്ന ശൈത്യവാതകത്തെ തടഞ്ഞുനിർത്തുന്നു. ആളുകൾ അവിടെ നീന്തുകയും വെയിൽ കായുകയും ചെയ്യാറുണ്ട്. വീത്ക ഏപ്രിലിലാണ് വെയിൽ കാഞ്ഞു തുടങ്ങുന്നത് - വെയിലുള്ളപ്പോൾ എന്നർത്ഥം. ഏപ്രിൽ മാസത്തിൽ വെയിലുള്ളപ്പോൾപ്പോലും മണൽ ഐസു പോലെ തണുത്തിരിക്കും. പുരുഷന്മാരെല്ലാവരും - ചെറുപ്പക്കാരും വയസ്സന്മാരുമെല്ലാം - അരവരെ വസ്ത്രമഴിച്ചുമാറ്റി. നിന്നുകൊണ്ട് വെയിൽകായും. ക്ഷമയും ധൈര്യവുമുള്ളവർ.

കൊച്ചു കുട്ടിയായിരിക്കുമ്പോൾ, മുതിർന്നവരുടെ ജീവിതം എങ്ങിനെയായിരിക്കുമെന്ന് സങ്കല്പിക്കാൻ സാദ്ധ്യമല്ല. ഏഴോ എട്ടോ മണിക്കൂർ ജോലിചെയ്തുകഴിഞ്ഞാൽ അച്ഛന്റെ അന്നത്തെ പണി തീർന്നുവെന്നാണു നാം ധരിക്കുക. അല്പം സന്നദ്ധസേവനമോ ഒന്നോ രണ്ടോ യോഗമോ കൂടി കാണുമായിരിക്കും. എന്നാൽ വളർന്ന് തനിയെ പടികടന്ന് ഇടത്തോട്ടും വലത്തോട്ടും പോയിത്തുടങ്ങുമ്പോഴാണ് ആളുകൾക്കു സമയം പോക്കാൻ ഒരു നൂറായിരം കാര്യങ്ങളുണ്ടെന്നു കാണുന്നത്. ഉദാഹരണത്തിന് ദിവസവും ലായക്കവെലയിൽ മോട്ടോർ സൈക്കിളോടിക്കാനുള്ള പരീക്ഷയിൽ ചേരുന്നവരുടെ കാര്യമെടുക്കു. ഒരു മിലീഷ്യ ലെഫ്റ്റനന്റാണു പരീക്ഷകൻ. ഒരാൾ തന്റെ മോട്ടോർ സൈക്കിൾ എട്ടിന്റെ ആകൃതിയിൽ വളച്ചുപുളച്ചോടിക്കുന്നത് നോക്കുകയാണയാൾ. പ്രായം ചെന്നവരും അല്ലാത്തവരുമായി കുറേപ്പേർ ചുറ്റും കൂടിയിട്ടുണ്ട്. നിലത്തു വേരൂന്നിനിൽക്കുകയാണവർ.

ഒരിഞ്ചനങ്ങുകയില്ല. നോക്കി വിമർശിച്ചുകൊണ്ട് അങ്ങിനെ നിൽക്കുകയാണ്. അവരിൽ ഒന്നു രണ്ടു പേർ പണികഴിഞ്ഞു മടങ്ങുന്നവരാണ്. കുമ്മായവും കൊഴുപ്പും പുരണ്ട ഓവർക്കോട്ടുകളാണ് ധരിച്ചിരിക്കുന്നത്. മറ്റൊരാളെ റൊട്ടി വാങ്ങാൻ അമ്മ പറഞ്ഞയച്ചതാണ്. ഒരു നൂൽസഞ്ചിയിൽ റൊട്ടി തൂക്കിപ്പിടിച്ചിട്ടുണ്ട്. അമ്മ റൊട്ടിയും കാത്തിരിക്കുമ്പോൾ ഇയാൾ ലോകമേ മറന്നു നിൽക്കുകയാണ്.

നേവ്സ്കിയിൽ മുദ്രയടിച്ച സ്റ്റാമ്പുകൾ വിൽക്കുന്ന ഒരിടമുണ്ട്. സാഷ്ക അവിടെ പലപ്പോഴും പോകാറുണ്ട്. അവിടം എപ്പോഴും മുതിർന്നവരെക്കൊണ്ടു നിറഞ്ഞിരിക്കാറുണ്ട്. അവർ കടയിൽ പരസ്പരം ഉന്തുകയും തള്ളുകയും പുറത്തിറങ്ങി പുകവലിക്കുകയും ചെയ്യുന്നു. അവർ സ്കൂൾക്കുട്ടികളുമായി സ്റ്റാമ്പുകൾ കൈമാറുന്നു, ലോകത്തുണ്ടായിക്കൊണ്ടിരിക്കുന്ന മാറ്റങ്ങളെപ്പറ്റി ചർച്ച ചെയ്യുന്നു, ആഫ്രിക്കയിൽ എത്ര പുതിയ സ്റ്റേറ്റുകൾ രൂപമെടുത്തുകഴിഞ്ഞെന്നു കണക്കുകൂട്ടുന്നു. ഏതു ഭൂമിശാസ്ത്രാദ്ധ്യാപകനോളം വിവരങ്ങൾ അവർക്കും ഈവക കാര്യങ്ങളെപ്പറ്റിയുണ്ടെന്നാണ് സാക്ഷ്ക്ക പറയുന്നത്.

മിഹൈലൊവ്സ്കി തോട്ടത്തിൽ മോയ്ക തോടിനോടു ചേർന്നു പോകുന്ന പാതയിൽ കുറെപ്പേർ ഒരു ചതുരംഗക്ലബ്ബ് രൂപീകരിച്ചിട്ടുണ്ട്. അവർ സ്വന്തം ചതുരംഗബോർഡുകൾ കൊണ്ടുവന്നാണ് കളിക്കാറ്. സാമാന്യം നല്ലൊരു കൂട്ടം ചതുരംഗപ്രേമികൾ അവരുടെ ചുറ്റും കൂടാറുണ്ട്. അവർ പന്തയങ്ങൾ നടത്താറുണ്ട്. ബൊതിവീന്നിക്കമാരും താൽമാരുമെല്ലാം അവർക്കിടയിലുണ്ട്.

യൂർച്ചിക്കിനെ ബഹുമാനിക്കാനുള്ള മറ്റൊരു കാരണമെന്താണെന്നോ? ഈ ഗൗരവമുള്ള കളിക്കാർ തങ്ങളോടൊപ്പം കളിക്കാൻ അവനോടു പറഞ്ഞതാണ്. ഒരു പന്തയത്തിൽ പങ്കെടുക്കാൻപോലും ക്ഷണിച്ചു. വേനൽക്കാലത്ത് നാട്ടുമ്പുറത്തേക്ക് അമ്മ കൂട്ടിക്കൊണ്ടുപോയില്ലായിരുന്നെങ്കിൽ അവർ അതിൽ പങ്കെടുത്തേനെ.

അങ്ങിനെ മൂന്നു ബാലന്മാർ മാഴ്സ്മെതാനത്തേക്കു നോക്കിക്കൊണ്ട് പടിക്കൽ നിൽക്കുകയാണ്. ആളുകൾ ഉദ്യാനപാതകളിലൂടെ നടക്കുകയും അമ്മൂമ്മമാരും ആയമാരും ബെഞ്ചുകളിലിരുന്ന് വർത്തമാനം പറയുകയും ചെയ്യുന്നു.

ചുവന്ന ഉടുപ്പിട്ട ഒരു കൊച്ചു ബാലികയും വെള്ള ഷർട്ടിട്ട ഒരു ചെറിയ ബാലനും പച്ചപ്പുൽത്തകിടിയിൽനിന്നു ഡൻഡലീയൻ പൂക്കൾ പെറുക്കുകയാണ്. തെരുവു നനയ്ക്കാൻവേണ്ടി പൈപ്പെടുത്തുകൊണ്ടുവന്ന മുറ്റം തൂപ്പുകാരി, വെള്ളം തുറന്നുവയ്ക്കാൻ മറന്ന്, വെയിലിനെതിരെ കൈ മറച്ചു പിടിച്ചുകൊണ്ട് അത്ഭുതത്തോടെ

നോക്കിനിന്നുപോയി. ഏതാനും കറുത്ത "സീൽ" കാറുകൾ വളവു തിരിഞ്ഞു ഇരമ്പിവരുന്നതു നോക്കുകയായിരുന്നു അവർ. മാലപോലെ ഒന്നിനൊന്നുപുറകെ അവ വന്നുകൊണ്ടിരുന്നു.

"എത്രയെണ്ണമാണ്!" സാഷ്ക അഭിപ്രായപ്പെട്ടു.

കാറുകൾ വേഗത കുറച്ച് കൂടുതൽ ചേർന്നു നീങ്ങി. ആ ഇടുങ്ങിയ തെരുവിൽ അവയ്ക്ക് കഷ്ടിച്ച് ഇടം കിട്ടിയതേയുള്ളൂ. വലിയ വണ്ടുകളെ പ്പോലെ അവ സൂക്ഷിച്ച് ട്രാംലൈനുകളുടെ മീതേക്കൂടി കയറിപ്പോയി. എതിരെ വന്ന ഒരു ട്രാമിന് നിൽക്കേണ്ടിവന്നു.

"പോളുകാരായിരിക്കും," യൂർച്ചിക്ക് പറഞ്ഞു.

"എന്താണങ്ങിനെ പറഞ്ഞത്?" വീത്ക ചോദിച്ചു.

"പത്രത്തിലുണ്ടായിരുന്നു."

"ശരിയാണ്. റേഡിയോയിലും പറഞ്ഞു," സാഷ്ക പറഞ്ഞു. "ഒരു പോളിഷ് പ്രതിനിധിസംഘമാണത്."

"അവർ ഒരു ഹാരമർപ്പിച്ചശേഷം അണയാത്ത ജ്വാല പോളണ്ടിലേക്ക് ഒപ്പം കൊണ്ടുപോകും."

"അണയാത്ത ജ്വാല കൊണ്ടുപോവുകയോ? ഓർമ്മയ്ക്കാണോ?" വീത്ക ചോദിച്ചു.

"അവരതു കൊണ്ടുപോവുകയില്ല. നമ്മുടേതിൽനിന്നും ഒരു ദീപശിഖ കത്തിച്ചുകൊണ്ടുപോവുകയേയുള്ളൂ."

കാറുകൾ നിന്നു. ചിലതു റോഡിലും ചിലത് മൈതാനത്തിനപ്പുറത്തുള്ള വെളിസ്ഥലത്തും. കതകുകൾ തുറന്നു. ആളുകൾ പുറത്തിറങ്ങി. രണ്ടു പേർ കമ്പിളിത്തൊപ്പികൾ വച്ചിട്ടുണ്ട്. മറ്റുള്ളവർക്കു തൊപ്പിയില്ല. ഒരാൾ ഒരു പച്ച ജാക്കറ്റാണിട്ടിരിക്കുന്നത്. മറ്റുള്ളവർ ഇളം തവിട്ടുനിറത്തിലോ ചാരനിറത്തിലോ ഉള്ള മഴക്കോട്ടുകൾ ധരിച്ചിരുന്നു.

രണ്ടുപേർ വലിയൊരു ഹാരവുമായി പട്ടടകൾക്കു ചുറ്റുമുള്ള മതിലിനുനേരെ നടന്നു.

നടക്കുന്നതെന്താണെന്നു കാണാൻ വഴിപോക്കർ നിന്നു.

അമ്മൂമ്മമാരും ആയമാരും കുട്ടികളേയും കയ്യിൽപ്പിടിച്ച് എല്ലാ ഭാഗത്തുനിന്നും പട്ടടകളുടെ നേരെ തിരക്കിട്ടുവന്നു.

മൂന്നു ബാലന്മാരും അങ്ങോട്ടു പോയി. പക്ഷെ അന്തസ്സുവിടാതിരിക്കാൻവേണ്ടി കൈകൾ പോക്കറ്റിൽ തിരുകി ആടിയാടി നടന്നാണവർ പോയത്.

'സിൽ' കാറുകളിൽ വന്നിറങ്ങിയവർ മതിലിനടുത്ത് കൂടി. തൊപ്പി ധരിച്ചിരുന്ന രണ്ടുപേർ അതെടുത്തു മാറ്റി. ഇപ്പോൾ അവരുടെ തലയും മറ്റുള്ളവരുടേതുപോലെ നഗ്നമാണ്. അവരുടെ മുടി കാറ്റടിച്ചു പറന്നു. പച്ച ജാക്കറ്റുകാരൻ ദ്വിഭാഷിയായിരിക്കണം. അയാൾ കൈവീശി സംസാരിക്കുമ്പോൾ - സമർപ്പണവാക്യങ്ങൾ പരിഭാഷപ്പെടുത്തുകയാവണം - പ്രതിനിധിസംഘം ചുറ്റും നിന്നു കേട്ടുകൊണ്ടിരുന്നു. പിന്നീട് അവരിലൊരാൾ സംഘത്തിൽനിന്നു മാറി ഉറച്ച ചുവടുകൾ വച്ചുകൊണ്ട് പ്രവേശനദ്വാരത്തിലൂടെ അണയാത്ത ജ്വാല കത്തിക്കൊണ്ടിരിക്കുന്ന നടുമദ്ധ്യത്തിലേക്കു നടന്നുചെന്നു. മറ്റുള്ളവർ അയാളുടെ പുറകെ വരിവരിയായി പോയി. ജ്വാലയുടെ അടുത്തെത്തിയപ്പോൾ അയാൾ ഒരു മുട്ടു കുത്തിനിന്നു. മറ്റുള്ളവർ ഇടയ്ക്കു നിന്നതുകാരണം പിന്നീടു നടന്നതൊന്നും നമ്മുടെ ബാലന്മാർ കണ്ടില്ല.

എങ്കിലും കണ്ടിടത്തോളം അവർക്കു പിടിച്ചു. ആനന്ദത്തിന്റേയും അഭിമാനത്തിന്റേയും ഭാവങ്ങൾ അവരുടെ മുഖങ്ങളിൽ പ്രത്യക്ഷപ്പെട്ടു. അതെ, ആ മനുഷ്യൻ ഒരു മുട്ടുകുത്തിനിന്ന് തന്റെ നരച്ച തല കുനിച്ചത് അവർക്കിഷ്ടപ്പെട്ടു. വളരെ ശ്രേഷ്ഠവും സുന്ദരവുമായിട്ടാണതു തോന്നിയത്. ആരും ഇങ്ങനെ സാദരം മുട്ടുകുത്തുന്നത് അവർ കണ്ടിട്ടില്ല. ഈവക കാര്യങ്ങൾ ചരിത്രാഖ്യായികകളിൽ വായിച്ചിട്ടേയുള്ളു.

പക്ഷെ ഈ മനുഷ്യൻ തങ്ങളുടെ നഗരത്തിലെ പൊതു പട്ടടകളുടെ മുമ്പിൽ മുട്ടുകുത്തിയെന്നതാണ് യഥാർത്ഥത്തിൽ അവരിൽ മതിപ്പുളവാക്കിയത്. തങ്ങളുടെ സ്വന്തം ലെനിൻഗ്രാഡിന്റെ മണ്ണിലാണ് അയാൾ ആദരപുരസ്സരം മുട്ടുകുത്തിയത്. നെവാനദിയിൽനിന്നും അടിച്ച കാറ്റാണ് അയാളുടെ നരച്ച മുടി പറത്തിയത്.

എല്ലാവരും നിശ്ശബ്ദം നോക്കിനിന്നു. വഴിപോക്കരും കുട്ടികളും തങ്ങളുടെ ക്ലബ്ബിന്റെ മുകളിലത്തെ നിലയിൽനിന്നിരുന്ന ലെനിൻഗ്രാഡ് വൈദ്യുതത്തൊഴിലാളികളുമെല്ലാം... പോളുകാർ വഴിമാറിക്കൊടുക്കുകയും നരച്ച മുടിക്കാരനെ വീണ്ടും കാണാറാവുകയും ചെയ്തു. അയാൾ കാറുകളുടെ നേരെ നടക്കുകയായിരുന്നു. തന്റെ നെഞ്ചിന്റെ മുമ്പിലായി വലതുകയ്യിൽ അയാൾ എന്തോ പിടിച്ചിട്ടുണ്ട്. ഇടതുകൈകൊണ്ട് അത് മറച്ചു പിടിച്ചിട്ടുമുണ്ട്. നമ്മുടെ ജ്വാലയിൽനിന്നു കൊളുത്തി അവരുടെ രാജ്യത്തേക്കു കൊണ്ടുപോകുന്ന ദീപശിഖയാണത്. മറ്റുള്ളവർ ചാരമുടിക്കാരനെ അനുഗമിച്ചു. കാറുകളുടെ കതകുകൾ തുറന്നു. പ്രതിനിധിസംഘാംഗങ്ങളും പച്ച ജാക്കറ്റിട്ട ദ്വിഭാഷിയും അകത്തു കയറി.

അത്രമാത്രം. കറുത്ത 'സിൽ' കാറുകൾ പതുക്കെ മുരണ്ടുകൊണ്ട്

തിരിയുകയും തിളങ്ങുന്ന കാറുകളുടെ ആ ഉജ്ജ്വലഘോഷയാത്ര മുന്നോട്ട് നീങ്ങുകയും ചെയ്തു. ട്രാമുകൾ വീണ്ടും ഒച്ചവച്ചുനീങ്ങി. അമ്മൂമ്മമാരും ആയമാരും ബെഞ്ചുകളിലേക്കു മടങ്ങി.

പോക്കറ്റിൽനിന്നു കയ്യെടുക്കാതെ അലക്ഷ്യഭാവത്തിൽ ആടിയാടി നടന്നുകൊണ്ട് മൂന്നു ബാലന്മാർ ഒരക്ഷരവും മിണ്ടാതെ പട്ടടകളുടെ നേർക്കു നടന്നു. ആ പട്ടടകളുടെ സമീപത്താണ് അവർ വളർന്നത്. ലൂനച്ചാർസ്കിയ് എഴുതിയ സമർപ്പണവാക്യങ്ങളോടുകൂടിയ ആ കരിങ്കൽഭിത്തി അവർ വേനലിലും ശീതകാലത്തും എല്ലാ ദിവസവും കാണാറുണ്ട്. എങ്കിലും അവരിലാരും തന്നെ, യൂർച്ചിക്ക് പോലും, ആ സമർപ്പണവാക്യങ്ങൾ നേരെചൊവ്വെ വായിക്കാൻ മിനക്കെട്ടിട്ടില്ല. പതിനൊന്നും പന്ത്രണ്ടും വയസ്സിൽ പട്ടടക്കല്ലുകളിലെഴുതിയതു വായിക്കാൻ നാം വലിയ താല്പര്യം കാണിക്കാറില്ലല്ലോ.

എന്നാലിപ്പോൾ അവർ മതിലിനു ചുറ്റും സാവധാനം നടക്കുകയും ഓരോ സമർപ്പണവാക്യത്തിന്റേയും മുമ്പിൽ നിന്ന് ആ ഉഗ്രവും ഗംഭീരവുമായ വരികൾ ശ്രദ്ധയോടെ വായിക്കുകയും ചെയ്തു. പോളുകാർ ഈ പട്ടടകളിൽ വായിച്ചതെന്താണെന്നും നമ്മുടെ മാഴ്സ്മൈ താനത്തു നിന്ന് പോളണ്ടിലേക്കു കൊണ്ടുപോയതെന്താണെന്നും അവർക്കറിയണം.

സ്വാതന്ത്ര്യസമരത്തിലെ
എല്ലാ വീരന്മാരുടേയും
ചോരചിന്തിയ എല്ലാവരുടേയും
പേരുകളറിയാതെ
മാനവരാശി
ആ അജ്ഞാതരെ ആദരിക്കുന്നു
അവരുടെയെല്ലാം സ്മരണയ്ക്കും
ബഹുമാനാർത്ഥവും
യുഗാന്തരങ്ങളോളം
നിൽക്കാനായി
ഈ കല്ല് ഇവിടെ നാട്ടിയിരിക്കുന്നു

അവർ നിശ്ശബ്ദമായിട്ടാണ് വായിച്ചത്. സാഷ്ക നെറ്റിചുളിച്ചു. വീത്ക വാ തുറന്നു. അവന്റെ ഇളംചുവപ്പു നിറമുള്ള ചുണ്ടുകൾ വിടർന്നു. യൂർച്ചിക്കിന്റെ കൊച്ചുമുഖത്ത് തീവ്രമായ ഏകാഗ്രതയുടെ ഭാവമാണുണ്ടായിരുന്നത്.

വേഗമായാലും പതുക്കെയായാലും അവർ അവസാനം ആ

വാക്കുകളുടെ അർത്ഥം ഗ്രഹിച്ചു. അതും, നോക്കണേ, ഒരൊറ്റ നിർത്തടയാളം പോലുമില്ല! എന്തെല്ലാം ബുദ്ധിമുട്ടാണവ ഉണ്ടാക്കുന്നത്! എന്നിട്ട് അവ ഇല്ലെങ്കിലും ഒരു കുഴപ്പവുമില്ലെന്നു വരുന്നു! വരാനിരിക്കുന്ന വർഷങ്ങളിലേക്ക്, റഷ്യാക്കാർക്കും പോളുകാർക്കും എല്ലാ രാഷ്ട്രക്കാർക്കും വേണ്ടിയാണവ എഴുതിയിരിക്കുന്നത്. അതുകൊണ്ട് നിർത്തടയാളങ്ങളെക്കുറിച്ച് വിഷമിക്കേണ്ടയാവശ്യമില്ല.

ഒരു മഹത്തായ ലക്ഷ്യത്തിനുവേണ്ടി
മരിക്കുന്നയാൾ
അനശ്വരനാണ്
ജനങ്ങൾക്കുവേണ്ടി
ജീവനർപ്പിക്കുന്നയാൾ
പൊതുനന്മയ്ക്കുവേണ്ടി
പ്രവർത്തിക്കുകയും പൊരുതുകയും
മരിക്കുകയും ചെയ്യുന്നയാൾ
ജനങ്ങൾക്കിടയിൽ
എന്നുമെന്നും ജീവിക്കും

വെള്ളഷർട്ടിട്ട കൊച്ചുബാലനും ചുവന്ന ഉടുപ്പിട്ട കൊച്ചുബാലികയും വലിയ കുട്ടികൾ സമർപ്പണവാക്യങ്ങൾ വായിക്കുന്നതു നോക്കിക്കൊണ്ട് ദൂരെ മാറിനിൽക്കുകയാണ്. ഒരുപക്ഷെ മറ്റെന്തെങ്കിലും സംഭവിക്കുമെന്നു പ്രതീക്ഷിച്ചുനിൽക്കുകയാണവർ. വേറെ ആരെങ്കിലും ഒരു മുട്ട് കുത്തിനിൽക്കുമായിരിക്കുമോ? പക്ഷെ വലിയ കുട്ടികൾ വായിൽനിന്നു സിഗററ്റുകുറ്റി പോക്കറ്റിലിടുക മാത്രമേ ചെയ്യുള്ളൂ.

തൊഴിലാളിയായ നീ
സ്വാതന്ത്ര്യവും സന്തുഷ്ടിയും
നേടാൻ
മർദ്ദനത്തിന്റേയും
ദാരിദ്ര്യത്തിന്റേയും അജ്ഞതയുടേയും
അഗാധതലങ്ങളിൽനിന്ന്
ഉയർന്നുവന്നു
നീ മുഴുവൻ മനുഷ്യരാശിക്കും
നന്മചെയ്യുകയും അതിനെ
അടിമത്തത്തിൽനിന്നു
മോചിപ്പിക്കുകയും ചെയ്യും

അവർ മതിലിനകത്തു കടന്നു. പോളുകാർ കൊണ്ടുവന്ന ഹാരം

ഒരു കോണിലിരിപ്പുണ്ട്. ചുതുരത്തിലുള്ള ഒരു ചെറിയ പീഠത്തിന്റെ നടുവിലുള്ള ഒരു കുഴിയിൽ അണയാത്ത ജ്വാല കത്തിക്കൊണ്ടിരിക്കുന്നു. തെളിഞ്ഞ സൂര്യപ്രകാശത്തിൽ കാറ്റടിച്ചുലയുന്ന ആ ജ്വാല സ്വർണ്ണഛവി കലർന്ന ഒരു രക്തപതാകപോലുണ്ട്. ഈ ജ്വാല എടുക്കാനാണ് പോളുകാർ ഇവിടംവരെ വന്നത്. കെടാതെ കത്തുമെന്ന് ഉറപ്പിക്കാൻ വേണ്ടി വാതകപ്രവർത്തകർ ശ്രദ്ധാപൂർവ്വം സൂക്ഷിക്കുന്ന ജ്വാലയാണത്.

കുരുതി കഴിക്കപ്പെട്ടവരല്ല
പൊരുതി വീണ വീരന്മാരാണ്
ഈ കല്ലുകൾക്കടയിൽ കിടക്കുന്നത്
നിങ്ങളുടെ വിധി
കൃതജ്ഞതയുള്ള നിങ്ങളുടെ
എല്ലാ പിന്മുറക്കാരുടേയും
ഹൃദയങ്ങളിലുണർത്തുന്നത്
ദുഃഖമല്ല അസൂയയാണ്
ആ ചെന്നിറമാർന്ന ഭീകരദിനങ്ങളിൽ
നിങ്ങൾ ശ്രേഷ്ഠമായി ജീവിക്കുകയും
സുന്ദരമായി മരിക്കുകയും ചെയ്തു.

ശരിയാണ്, വാതകപ്രവർത്തകർക്ക് അത് സൂക്ഷിക്കേണ്ടിവരുന്നു. അതുകൊണ്ടെന്താ! ബാലന്മാർ ആലോചിക്കുകയായിരുന്നു. അവരതു തീർച്ചയായും ചെയ്യണം. അത് അടയുമ്പോൾ വൃത്തിയാക്കുകയും വേണം. അല്ലെങ്കിൽ അത് കത്തുകയില്ല.

ആ കൊടുങ്കാറ്റടിച്ചപ്പോൾ സംഭവിച്ചതുപോലെ അതൊരു ദിവസം കെട്ടുപോയാലോ? കാറ്റടിച്ച് അതണഞ്ഞു, പക്ഷെ ജനങ്ങൾ അതു വീണ്ടും കത്തിച്ചു. വേണ്ടിവന്നാൽ ഇനിയും കത്തിക്കും. അതെ, തീർച്ചയായും അത് അക്ഷയമാണ്. അണയാത്ത ജ്വാലയാണത്.

പൊടിപിടിച്ച ചെരിപ്പുകൾക്കുള്ളിലെ മാന്തിപ്പൊട്ടിയതും വെയിലേറ്റു പൊള്ളിയതുമായ കാലുകളുടെ ചുവട്ടിൽ കിടക്കുന്ന പട്ടടക്കല്ലുകൾ പതിഞ്ഞ ശബ്ദങ്ങളിൽ അവരോട് മരിച്ചവരുടെ കഥ പറഞ്ഞു.

"വൈറ്റ് ഗാർഡുകൾക്കെതിരെ പൊരുതിമരിച്ചു."

"വലതുപക്ഷ സോഷ്യലിസ്റ്റ് റവലൂഷണറികളുടെ കൈകളാൽ വധിക്കപ്പെട്ടു."

"യുദ്ധമുന്നണിയിൽവച്ച് കൊല്ലപ്പെട്ടു."

“വൈറ്റ്ഗാർഡ് ഫിന്നുകളാൽ കൊല്ലപ്പെട്ടു.”

“1918 ജൂലൈയിൽ യറൊസ്ലാവ്‌ലിൽ വച്ചു നടന്ന കലാപത്തെ അടിച്ചമർത്തുന്നതിനിടയിൽ വൈറ്റ് ഗാർഡുകാരാൽ വധിക്കപ്പെട്ടു.”

“ഫെബ്രുവരി വിപ്ലവത്തിനും 1917 ഒക്ടോബറിലെ മഹത്തായ വിപ്ലവത്തിനുമിടയ്ക്ക് പൊരുതിവീണവരെ ഇവിടെ അടക്കം ചെയ്തിരിക്കുന്നു.”

സമ്പത്തും അധികാരവും
അറിവും
കുറച്ചുപേർക്കുവേണ്ടി
മാത്രമാകുന്നതിനെതിരെ
സമ്പത്തും അധികാരവും
അറിവും
എല്ലാവർക്കും ലഭിക്കാൻ വേണ്ടി
നിങ്ങൾ പടവെട്ടി

മൂന്നു ബാലന്മാർ പോക്കറ്റിൽ കയ്യുമിട്ടുകൊണ്ട് പട്ടടകളുടെയടുത്തു നിന്നു നടന്നുപോയി.

അതെ, വിദേശികൾ ഇത്തരം കാര്യങ്ങൾ ശ്രദ്ധിക്കുകയും വെളിയിലേക്കു കൊണ്ടുപോവുകയും ചെയ്യുന്നതു തികച്ചും ശരിയാണെന്ന് അവർ ചിന്തിക്കുകയായിരുന്നു. അതെ, അങ്ങിനെയാണ് വേണ്ടതും. എന്താണതിൽ എഴുതിയിരുന്നത്? നിങ്ങൾ ശ്രേഷ്ഠമായി ജീവിക്കുകയും സുന്ദരമായി മരിക്കുകയും ചെയ്തു. ചെന്നിറമാർന്ന ആ വിദൂരഭീകരദിനങ്ങളിൽ.

“പക്ഷെ എന്തുകൊണ്ടാണവ ‘ഭീകരം’?” വീത്ക ചോദിച്ചു.

പക്ഷെ അവന്റെ കൂട്ടുകാർ ആ നിമിഷത്തിൽ അതേപ്പറ്റി ചർച്ച ചെയ്യാൻ ഇഷ്ടപ്പെട്ടില്ല. അവർക്കു ചിന്തിക്കാൻ വളരെയേറെ കാര്യങ്ങളുണ്ട്. സംസാരിക്കാനാഗ്രഹിക്കുന്നില്ലെന്നു കാണിക്കാൻവേണ്ടി യൂർച്ചിക്ക് അവന്റെ വിളറിയ ചുണ്ടുകൾ അമർത്തിയടച്ചു. വീത്ക, നിനക്കാകാമെങ്കിൽ നിന്റെ സ്വന്തം തലയുപയോഗിച്ച് ഒന്നു ചിന്തിച്ചുനോക്ക്.

മിനുസമുള്ള പാതയിലൂടെ, ഭംഗിയായി വെട്ടിനിർത്തിയിട്ടുള്ള നാരകവൃക്ഷങ്ങളുടെ നടുവിലൂടെ, ആ ബാലന്മാർ നിശ്ശബ്ദം നടന്നു. ആ ഉൽകൃഷ്ടപദങ്ങൾ അവരുടെ ഹൃദയങ്ങളിൽ വന്നലച്ചുകൊണ്ടിരുന്നു.

തക്കസമയത്താണവർ പോയത്. വിസിലുമായി ഒരു സ്ത്രീ

പട്ടടകളുടെ നേരെ തിരക്കിട്ടു പോവുകയായിരുന്നു. അവർ ആ ബാലന്മാരെ കണ്ടിരുന്നു. അതുകൊണ്ട് കഴിയുന്നത്ര വേഗത്തിൽ അങ്ങോട്ടോടി. ബാലന്മാർ ഹാരത്തിൽനിന്നു പൂക്കൾ മോഷ്ടിക്കാൻ പോവുകയാണെന്നു താൻ വിചാരിച്ചെന്ന് പിന്നീടവർ അമ്മൂമ്മമാരോടും ആയമാരോടും പറയുകയുണ്ടായി. പക്ഷെ ബാലന്മാർ പൊയ്ക്കഴിഞ്ഞെങ്കിലും ഹാരത്തിന് ഒരു കുഴപ്പവും നേരിട്ടിരുന്നില്ല. താൻ വെറുതെ ഓടേണ്ടിവന്നതിൽ അരിശപ്പെട്ട് ആ സ്ത്രീ ബാലന്മാരുടെ നേരെ അവസാനമായൊന്നു നീട്ടി വിസിലൂതി.

ചുവന്ന ഉടുപ്പിട്ട കൊച്ചുബാലികയും വെളുത്ത ഷർട്ടിട്ട കൊച്ചുബാലനും പൂക്കൾ പറിക്കാനായി പുൽത്തകിടിയിലേക്കു മടങ്ങിപ്പോയി. അവർക്ക് ഒന്നും മനസ്സിലായില്ല. അവർക്ക് മനസ്സിലാവാൻ ഇനിയും സമയമായിട്ടില്ല. ചുവന്ന ഉടുപ്പ് നിലത്തു വിടർത്തി ഇരുന്ന കൊച്ചുബാലിക ഒരു വലിയ ചുവന്ന പൂവാണെന്നു തോന്നി. ആ പച്ചപ്പുൽത്തകിടയിൽ അവർ രണ്ടുപേരും - ബാലനും ബാലികയും - പുഷ്പങ്ങൾപോലെ തോന്നിച്ചു.

www.ingramcontent.com/pod-product-compliance
Lightning Source LLC
LaVergne TN
LVHW090333051026
849518LV00005B/1952